மனதின் வாத்தைகள் புரியாதோ -பாகம்-2

தீபா செண்பகம்.

ISBN 979-888606924-2

பொருளடக்கம்

முன்னுரை

சமர்ப்பணம்

எழுத்தை அறியச் செய்த ஆண்டவனை வணங்கி, அரிச்சுவடி சொல்லித்-தந்த ஆசிரியருக்கும், பேணி வளர்த்த பெற்றவர்க்கும் ,என் வளர்ச்சியை பெருமிதமாய் பார்த்து நின்ற உற்றவர்களுக்கும், எனது அனைத்து முயற்சி-களுக்கும் தோள் கொடுக்கும் கணவர் மற்றும் பிள்ளைகளுக்கும் என் முதல் கதையை சமர்ப்பிக்கிறேன்.

என்னுரை .

மனதின் வார்த்தைகள் புரியாதோ , எனது முதல் தொடர் கதை. 80 அத்தி-யாயங்களில் எழுதப்பட்ட பெரிய நாவல். தமிழ், ராஜஸ்தானி கலாச்சாரங்கள் , கொண்ட இரண்டு குடும்பங்களை மையமாக வைத்து எழுதப்பட்ட புனைவு கதை. அதனால் ஹிந்தி, ராஜஸ்தானி வார்த்தைகளும் இடம் பெற்று இருக்-கின்றன.

நீண்ட கதை அதனால், 1-32 அத்தியாயங்கள்,பாகம்-1 ஆகவும், 33-60 வரை அத்தியாயங்கள் , பாகம்-2 ஆகவும் , 61- 80 வரை அத்தியாயங்கள் பாகம் -3 ஆகவும், மூன்று பகுதியாகப் பதிப்பிக்கப் படுகிறது.

தமிழ்நாட்டில் சிறுமலையில் வசிக்கும், சிவ குடும்பத்திற்கும், மும்பையில் வசிக்கும் ராஜஸ்தானிகளான ராத்தோட் குடும்பத்திற்கு மிடையில் உள்ள திருமணம், உறவுச் சிக்கலைப் பற்றிக் கதைப்பதே ,மனதின் வார்த்தைகள் புரியாதோ.

வாசித்து விமர்சனம் தாருங்கள்.

தீபா செண்பகம்.

deepasenbagamnovels@gmail.com.

முன்கதை சுருக்கம்.

திண்டுக்கல் மாவட்டம், சிறுமலையில் வாழும் சிவகுடும்பத்தவர்கள். இவர்கள் மூத்த மருமகன், சிவகுரு நாதன், ராத்தோட் குடும்பத்துப் பெண் ராகினியை

, ஒரு இக்கட்டிலிருந்து காப்பாற்றி,பெரியவர்கள் ஆசியுடன் மணம் முடிக்கிறார். ராத்தோட் குடும்பம்,ராகினி திருமண நாளில் யாருடனோ சென்று விட்டார் என எண்ணுகின்றனர்.

சிவகுருவின் மகள் ஜானகி, அவள் அத்தை மகள் அமிர்தா ,ராத்தோட் குடும்பத்தின் மகள் மயூரி மற்றும் மஞ்சரியும் , அவர்களது அண்ணன்கள் ஏற்பாட்டின் படி பெங்களூரில் ஒன்றாக எம்பிஏ படித்தனர். ஆறுமாத கால ப்ரொஜெக்ட்டுக்கு , முறையாகச் செய்யவேண்டும் என்று காரணம் கூறி, ராகினியை, ராத்தோட்களோடு சேர்த்து வைக்கும் முயற்சியாக ஜானகி, அமிர்தா மும்பைக்கும், மயூரி, மஞ்சரி சிறுமலைக்கும் வருகின்றனர். மையூரிக்கு தன் அத்தை வீட்டுக்கு வருவது தெரியாது. தெரிந்த பின் முதலில் எதிர்ப்பவன், பின்னர் அத்தையின் கண்ணீர், அவர்கள் குடும்பத்தின் பாசத்தில் மனம் மாறி, அமுதனையும் விரும்புகிறாள்.

ஜானகி , மும்பைக்குச் செல்பவளின் முதல் சந்திப்பே, அவளது மூத்த மாமன்மகன் ரகுவீரோடு மோதலில் தொடங்குகிறது. இரண்டாவது மாமன் மகன் ராஜவீரின் துணையோடு ,மயூரி பெயரைச் சொல்லி ராத்தோட் மேன்ஷனிலும், அவர்கள் க்ரூப் ஆஃப் கம்பெனியில் ட்ரைனியாகவும் நுழைகிறாள். ராத்தோட் குடும்பத்தில், தாத்தா, ஆச்சி,மாமா,மாமிகளிடம் மயூரி தோழியாகவே உறவாடுகிறாள்.

ஜானகி ராத்தோட்களின், குடும்ப எதிரி ரணாவத் குரூப் இவர்களை ஒவ்வொரு டீலையும் சூழ்ச்சியாககைப்பற்றுவதை குறிப்பிட்டு , அடுத்த டீலை, ராத்தோட்கள் சார்பாக கைப்பற்றிக் காட்ட, ரகுவீருக்கு அவள் மேல் நம்பிக்கை வருகிறது, இந்த காரணுத்துக்காகவே ஜானகி தாக்கப் படவும் , அவளுக்காக துடிப்பவன், தன் பூவாஷாவின் மகள் என்பதை அறியாமலே அவளை காதலிக்க ஆரம்பிக்கிறான்.

ஜானகி, தன் சிறுவயது முதல் அம்மா சொன்ன கதைகளில் வரும் வீருவை பாலகோபாலனை தன மானசீக நண்பனாக வடித்திருந்தவள், அவன் அருகில் முதலில் மோதலோடு ஆரம்பித்தாலும்,பின் தெளிந்து அவனே தன் பிருந்தாவன கண்ணன் என ராதையாக மாறி காதலிக்க ஆரம்பிக்கிறாள். அதே நேரம்,ரகுவீருக்கு பெண் பார்க்கும் படலம் ஆரபிக்கப் படுகிறது, அதில் மனம் சோர்வடைகிறாள்.

சிவகுருவின் நண்பர்கள் ஐந்து பேர், அதில் ஹேமந்த் செகாவத் என்ற உறவினருக்கு (மஞ்சரியின் தகப்பன்) தான், ராகினியை மணமுடிக்க நிச்சயித்து இருந்தனர், மஞ்சரியின் தாய் பங்குரி, ராகினியின் ஒன்று விட்ட தங்கை, அவருக்காக தன் வாழ்வை வீட்டுக் கொடுத்திருப்பார். தற்போது சிவகுருவின் நண்பர்களும், ஹேமந்தும்,ராகினியை ராத்தோட்களோடு சேர்த்து வைக்க,செகாவத் குடும்பத்தில் , உதய்பூரில் நடக்கும் திருமணத்துக்கு அழைப்பு விடுத்திருந்தனர். அதே போல் ஜானகியின் முயற்சியால் ராத்தோட்களும், அவர்கள் சம்பத்தி வீட்டுத் திருமணத்துக்கு, தங்கள் சொந்த

ஊரான,உதய்பூர் செல்கின்றனர்.

பிரிந்தவர்கள் கூடுவார்களா, ஜானகி யாரென ரகுவீர் அறிவானா, அவர்கள் காதல் கை கூடுமா , ஜானகிக்கு ஏதும் ஆபத்து வருமா...

ராஜஸ்தானி உறவு முறைகள்

அம்மா-மாஷா , அப்பா- பாபுஷா

தாத்தா- தாதாஷா , அப்பத்தா - தாதிஷா.

பெரியப்பா- தாவுஷா , பெரியம்மா- தாயிஷா

சித்தப்பா- சாசாஷா, சித்தி- சாச்சிஷா

அத்தை- புவாஷா ,அத்தை கணவர் -பூப்பாஷா

அம்மாவின் தங்கை- மாஸிஷா- கணவர்- சாச்சாஷா

அண்ணன் -பாயிஷா , அக்கா -தீதிஷா -கணவர் -ஜீஜூஷா

மாமா- மாமாஷா ,மாமாவின் மனைவி -மாமிஷா

மருமகன்- ஜமாயிஷா , மச்சினன்- சாலேஷா

கதாபாத்திரங்கள்

கதாபாத்திரங்கள்_-சிவ குடும்பம்.

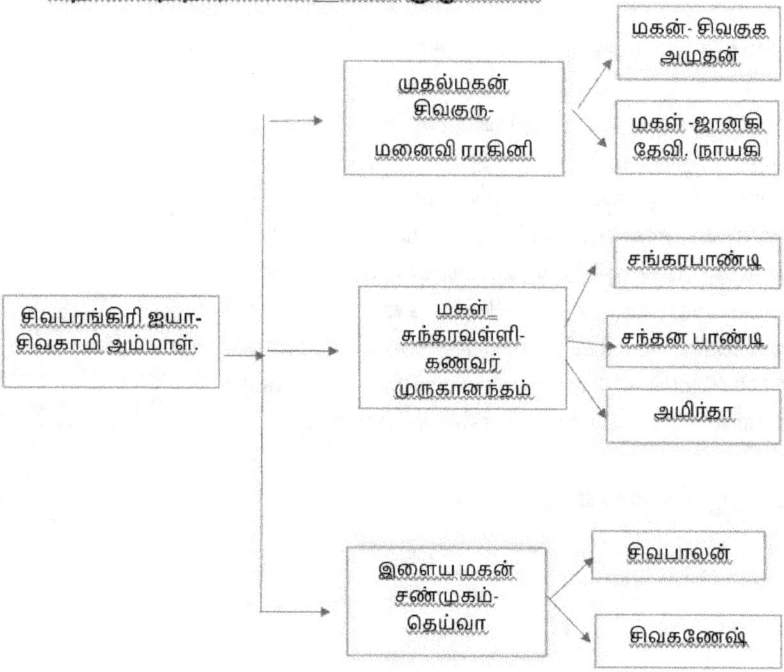

Enter Caption

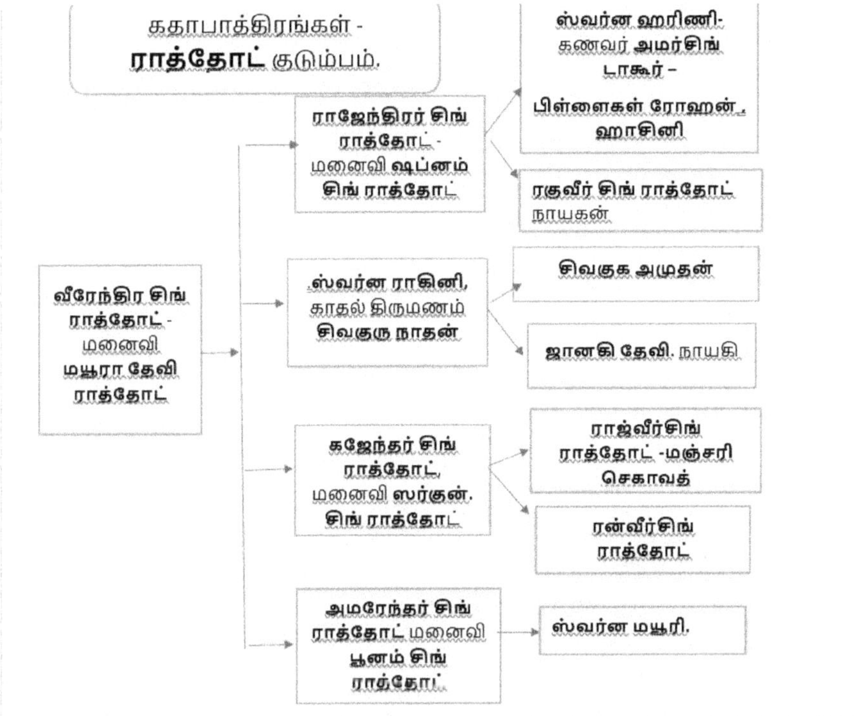

Enter Caption

மனதின் வார்த்தைகள் புரியாதோ -பாகம்-2

மனதின் வார்த்தை-33

உதய்பூர், ஏரிகளின் நகரம் என வர்ணிக்கப்படும் ஆடம்பர நகரம். மஹாராணா உதய்சிங்கால் கட்டமைக்கப்பட்டது. ஆரவல்லி மலைத் தொடர்கள் இந்த நகரைத் தார் பாலைவனத்தில் இருந்து பிரிக்கின்றன. இந்த ஏரிக் கரைகளில் மேவாட் ராஜ வம்சத்தினரால் கட்டப்பட்ட அரண்மனைகள் இருக்கின்றன. இதில் கம்பீரமாக நிற்கும் ,சிட்டி பேலஸ் முதன்மை வாய்ந்தது. சிவ்மந்திர்,ஜெக்தீஸ்மந்திர்,அம்பாமந்திர் ஆகியவை பழமை வாய்ந்த கோவில்கள் ஆகும். ஆரவல்லி மலைத்தொடர், ஏரிகள், ஏரிக்கரை ராயல் ஹோட்டல்கள், பூங்காக்கள் என உதய்பூர் கண்களுக்கு ராயல் ட்ரீட் தான்.

ராத்தோட்களின் உதய்பூர் ஹவேலி, நீண்ட நாட்களுக்குப் பின் கலைக் கட்டி இருந்தது. சற்றே மலைப்பாங்கான அந்த நிலத்தில், பெரிய இரண்டு நுழைவாயில் தாண்டி, முகப்புப் பகுதியில் மார்பில் கற்களால் ஆன சிற்பங்கள், நீருற்று என கலையம்சத்துடன் இருந்தது.

மிகப் பெரிய, மரக்கதவு இரண்டு ஏழடி உயரத்தில் மிரட்டியது. அதைத் தாண்டிய பின் விஸ்தாரமான முற்றம் இருந்தது. அதன் நான்கு புறங்களிலும், பெரிய ஹால் இருந்தது. வேலைப்பாடுடன் கூடிய மரத்தாலான நாற்காலி ஷோபாக்கள் டீப்பாய்கள் இருந்தன.

பின் கட்டில் சமையல் கூடம், டைனிங் ஹால் இருந்தது. பழமை வாய்ந்த ஹவேலியை, அதன் கம்பீரம் குறையாமல், தற்போதைய காலக்கட்டத்தில் உள்ளது போல் அறைகளை, அட்டாச்டு பாத்ரூம் டாய்லெட், ஏசி என வசதி செய்திருந்தனர். ஏகப்பட்ட அறைகள் இருந்தன. வீட்டின் நடுநாயகமாக வீரேந்தர் சிங் ராத்தோடின் தாய் தந்தையர், ராஜேந்திரசிங் ராத்தோட் ஸ்வர்ன மஹாலக்ஷ்மி ராத்தோடின் வரையப்பட்ட படங்கள் மாட்டியிருந்தன.

ஜானகிக்கு இந்த வீட்டின் தொன்மை, பழமையைக் கண்ட பின்னர் தன் தாயாரின் உயரம் புரிந்தது. என்றுமே ராகினி, தன்னை பெரிய மாளிகை வீட்டு ராணியாகக் காட்டிக் கொண்டது இல்லை. ஆனாலும் இயல்பான அவரின் ஆட்டிடியூட் அவரை மேல்தட்டு வர்க்கம் எனக் காட்டி விடும்.

இவ்வளவு பெரிய வீட்டின் இளவரசியாக இருந்தவர், தன் தந்தைக்கு பணிவிடை செய்வதும், அவருக்கு தேவையானதை எடுத்துத் தருவதும், அவரிடம் நடந்துக் கொள்ளும் முறையைப் பார்த்து, அவர்கள் காதலின் ஆழத்தை அறிந்து கொண்டாள் ஜானகி.

ராத்தோட்ஸ் ஹவேலிக்குள் வந்தவுடன் அக்கம் பக்கத்தில் இருந்த வேலையாட்கள் வந்து,"கம்மாகனி ராத்தோட்ஷா"என வணங்கி மரியாதை

செய்தனர்.

தாதாஷா, தாதிஷா மும்பையில் இருந்ததற்கு மாறாக இராஜஸ்தானி மொழியில், தன்னே மன்னே, கித்தே என பேசிக் கொண்டிருந்தனர்.

அவர்களை வந்து சந்தித்த மனிதர்களும், பெரிய பக்டி,(முண்டாசு) அணிந்து இருந்தனர்.பெரிய தேங்காய் நார் போன்ற மீசை வைத்திருந்தனர். பெண்கள் முக்காடு இட்டு நெற்றியில் சூடி அணிந்து இருந்தனர் மூக்கில் இருந்து வளையம் சங்கிலி கோர்த்து,காதுக்கு பின்புறம் ஜடையில் மாட்டி-யிருந்தனர். விதவிதமாக கனமான தந்த வளையல்கள், அகன்ற கூடாரம் போன்ற பாவாடை, வன்னமயமாக அணிந்து இருந்தனர்.

ஜானகிக்கு நன்றாக பொழுது போனது. இது என்ன?அது என்ன? என கேள்வி கேட்டு கொண்று விட்டாள் பூனம், ஷப்னம் ஏன் சற்றே ஒதுங்கி நிற்கும் ஸர்குனிடமும் கேள்வியை அடுக்கினாள். ராஜ்வீர், ரன்வீரும் இவர்-கள் உடன் வந்திருந்ததால், அவர்களும் இவள் கேள்விக்கு பதில் சொல்லி வந்தனர்.

ராஜிற்கு மஞ்சரியிடம் இருந்து போன் கால் வந்தது. "அட்டனன்ஸ் போட்டுட்டு வா போ போ" என கேலி பேசி அனுப்பி வைத்தாள் ஜானகி. ரன்வீர் தன் படே பய்யாவுடன் பேசிக் கொண்டு இருந்தான்.

ரகுவீர், உதய்பூர் ஏற்பாடுகளைப் பற்றி கேட்டு, சில யோசனைகளை சொல்லிக் கொண்டு இருந்தான். குடும்பத்தினருடன் பேசுவதற்காக ஸ்பீக்கரில் போடச் சொல்லி காத்திருந்தான், ரன்வீர் பேசியை கையில் வைத்திருந்த நேரம் இவர்கள் பேச்சைக் கேட்டான்,

"ஜானகி, உனக்கு பேசாமல், இரஜஸ்தானி மாப்பிள்ளையை பார்த்துட-லாம், உனக்கு எங்க ஆளுங்க மேலே இவ்வளவு நாட்டம் இருக்கே?" என கேலி செய்தார் பூனம்.

"ஆண்டிஜி நீங்க பெத்ததோ ஒரே பொண்ணு, அப்பறம் எப்படி எனக்கு மாப்பிள்ளை சொல்லுவீங்க? இந்த ஜானகி கையை பிடிக்கிறது அவ்வளவு சுலபமில்லை,காளை மாட்டை அடக்கனும், இளவட்டக்கல் தூக்கனும், ரேக்ளா வண்டி ஓட்டனும்" என அவள் அடுக்கிக் கொண்டே போனாள்.

"ஜானி, கொஞ்சம் புரியற மாதிரி சொல்லு" என பூனம் கேட்டார்.

ஜானகி, யுடியுப்பில் இருந்து, ஒவ்வொரு தமிழ் பட காட்சிகளாகக் காட்-டினாள் இளவட்டக்கல்லுக்கு முதல் மரியாதை, சிவாஜி தூக்குவதைக் காட்-டினாள்.

"எனக்கு தெரிஞ்சு, உன் கண்டிசனுக்கு ஃபிட் ஆகுற ஒரே மாப்பிள்ளை உன் மாம்ஸ் தான்" என்றார் பூனம் அமரேனைப் பார்த்தபடி.

" ஆண்டிஜி, வார்த்தை மாறக் கூடாது, மாம்ஸ் பந்தயம் வச்சுக்குவோம். நீங்க மட்டும் ஜெயிச்சிடுங்க, பூனம் ஆண்டிக்கு சௌத்தன்னா(சக்காளத்தி) வந்துடுறேன். மீன்குழம்பு, மட்டன் சுக்கா, செட்டிநாடு சிக்கன் எல்லாம் சூப்-பரா செய்வேன். எங்க ஊருக்கு கடத்திட்டு போயிடுவேன்" என்றாள் ஜானகி.

இவள் பேசுவதைக் கேட்ட ரகுவீருக்கு அங்கே கொதித்தது.'நேற்று முன்தினத்தில் இருந்து, இவள் கூட பேசுறதுக்கு நான் போராடிக்கிட்டு இருக்கேன் என்னை தவிக்க விட்டுட்டு அங்க வாயடிக்கிறதைப் பாரு. என் சாசாஷா, காகாஷா எல்லாம் இவள் கண்ணுக்கு தெரியும். 'எலிஜிபிள் பேச்சுலர்' நான், என்னை மட்டும் தெரியாது. இவள் மேரி ஜானாக (என்னுயிர்), மாறுவதற்குள்ள,என் ஜானை வாங்கிடுவா,என மனதில் புலம்பினான்.

"இப்படி ஒரு ஆப்சன் இருபத்தி இரண்டு வருஷம் முன்னாடி இல்லாமப் போச்சே" என வருத்தப்பட்டார் அமரேன்.

"மாம்ஸ், இப்பவே நான் ஒரு பிரச்சினையும் இல்லைனு சொல்றேன், நீங்க என்ன கடந்த காலத்தைப் பத்தி பேசுறீங்க" என கேட்டாள் ஜானகி.

ரன்வீர் அப்போது பேச்சில் நுழைந்தவன், "ஜானி டியர் முதல்ல பேச்சுலர் பிரதர்ஸ்க்கு ஷாதி நடக்கட்டும், அப்பறமா இந்த ஓல்ட் பிரதர்ஸை பார்க்கலாம்." என்றவன், "ரகுவி பய்யா லையன்ல இருக்கார்" என்றான். ஜானகி, ரகுவீர் பெயரைக் கேட்டவுடன் அங்கிருந்து நகர்ந்தாள். இரண்டு நாட்களாக தொடருகிறது இந்த கண்ணாமூச்சி ஆட்டம்.

ஜானகி, தனக்கு ஒதுக்கப்பட்ட மாடி அறைக்கு சென்றவள், முந்தைய நாளை நினைத்துக் கொண்டே தன் துணிகளை அலமாரி ஹேங்கரில் மாட்டினாள்.

அன்று மும்பா தேவி கோவிலுக்கு சென்றவளுக்காக ரகுவீர் காத்திருந்தான். அமரேன் டின்னர் முடித்து வருவதாக சொல்லவும் , தனது அறைக்குச் சென்றவன், முதல் நாள் தூக்கம் கெட்டதில் அசந்து உறங்கி விட்டான்.

மறுநாள் அதிகாலையில், சித்தி விநாயகர் கோவிலுக்கு செல்ல வேண்டும் என,ராஜ்வீரை துணை பிடித்து அமிர்தாவுடன் கிளம்பி விட்டாள்.காலை உணவு முடித்து ரகுவீர் கிளம்பிய பின்னரே இவள் வீடு வந்து சேர்ந்தாள்.

உதய்பூர் செல்ல ஷாப்பிங், பேக்கிங் என்று கஜேனிடம் விடுப்பு பெற்றுக் கொண்டாள். மயூரிக்கும் தேவையான உடைகளை எடுத்துச் செல்வதில் பூனத்திற்கு உதவுவது, என வேலைகளை இழுத்துப் போட்டுக் கொண்டு, செய்து முடித்தாள்.

அன்றைய இரவு, ரகுவீர் தாமதமாக வீட்டுக்கு வந்தான். அவனுக்கு உணவு எடுத்து வைப்பதற்காக ஷப்னம் ஹாலில் அமர்ந்து இருந்தவர், இன்னும் பேக்கிங் ஆகவில்லை என புலம்பினார்.ஜானகி தான் எடுத்து வைப்பதாக சொல்லி ஷப்னத்தை அவரது அறைக்கு அனுப்பி வைத்தாள்.

ரகுவீர், மிகவும் சோர்ந்து வீட்டுக்கு வந்தான், ஹாலில் அமர்ந்திருந்தாள் ஜானகி, அவளைப் பார்த்து ஆர்வமாக அவளுடன்பேசவந்தான்.

" நீங்க ஃப்ரெஷ் ஆகிட்டு வாங்க, நான் டின்னர் எடுத்து வைக்கிறேன்" என அவனைப் பாராமல் சொன்னாள் . அவனும் எதுவும் சொல்லாமல் மேலே சென்று விட்டான். வழக்கமான ட்ராக் டீசர்ட்டில் வந்து டைனிங்கில் அமர்ந்தான் அவள் அவனுக்கு தேவையானதைப் பரிமாறினாள்.

அவனும் பேசாமல் சாப்பிட்டு முடித்தான். இந்த மௌன நாடகத்தை கலைப்பது யாரென்று போட்டி இருவருக்கும் நடந்தது. ஜானகியின் போன் அந்த நேரத்தில் அலறியது பயந்து அவள் அதை எடுக்க ரகுவீர் தாமாக நின்றான்.

"ஹலோ,டேய் சின்னவனே நீதானா, பயந்தே போய்ட்டேன்" என்றவள்,ரகுவீரைப் பார்த்து, "தம்பி தான்" என்றாள்.

"என்னது, நாளைக்கு வர்றியா,டேய் நாங்க உதய்பூர் போறோம்" என அவள் பதில் சொல்லிக் கொண்டு இருக்கும் போதே அவன் போனைக் கேட்டு கையை நீட்டினான் அவள் தயங்கி அறிமுகம் செய்து அவனிடம் கொடுத்தாள்.

"ஹலோ,சிவகணேஷ், நான் ரகுவீர், ஹாங் நமஸ்தே, நீங்க நாளைக்கு இங்க வாங்க ஒன்னும் பிரச்சினை இல்லை. நான் இங்க தான் இருப்பேன். நான் லொகேசன் சேர் பண்றேன் வந்துடுங்க" என்று அவளிடம் போனை நீட்டினான்.

"நீங்க எதுக்கு அவனை வரச் சொன்னீங்க, நான் உதய்பூர் போகனும்னு ஆசையா இருந்தேன்." என அவள் அழமாட்டாமல் சொன்னாள்.

"நீ தாராளமா போய்ட்டு வா வீட்டுக்கு வரும் கெஸ்ட்டை எப்படி பார்த்துக்கனும்னு எனக்குத் தெரியும்." என சொன்னவன் கணேஷ்மொபைல் நம்பரை தனக்கு அனுப்பிக் கொண்டான்.பேச்சுக்குரல் கேட்டு வெளியே வந்த அமிர்தா விசயம் அறிந்து,"ஜானி நீ போய்ட்டு வாடி, நான் கணேஸ் வந்தா பார்த்துக்குறேன். இப்ப தான் எனக்கு மெஸேஜ் பண்ணான் .இரண்டு நாள் வேலை இருக்குதாம்." என்றாள்.

"நான் உதய்பூர் கட்டாயம் போகனும் அமித்து அப்பா அம்மா வர்றாங்க. அவங்களைப் பார்த்து ரொம்ப நாள் ஆச்சு. " என்றாள்.

"நான், இரண்டு நாளில் முகூர்த்தத்துக்கு போவேன், நீ என்கூட வாம்மா" என அமிர்தாவிடம் பேசினான் ரகுவீர்.

ஜானகியின் பெற்றோரை சந்தித்து பேசவேண்டும் என முடிவெடுத்தவன், அவளுடனான பேச்சைத் தவிர்த்து, அமிரதாவிடம் ஒரு குட்நைட்டுடன் தனது அறைக்குச் சென்றான்.ரகுவீர்,சரியாக முகம் கொடுத்து பேசாதது ஜானகிக்கு சங்கடமாக இருந்தது. ஆனாலும் இதுவே சரி என மனதை தேற்றிக் கொண்டாள்.

கண்ணெதிரே இருக்கையில் கண்ணா மூச்சி ஆட்டம் ஆடியவர்களை, நிஜமாகவே கண்ணாமூச்சி ஆட்டம் காட்ட விதி தயாரானது. இந்த நாளின் பாராமுகம் காட்டியதை நினைத்து பின்னாளில் இருவரும் வருந்தி நின்றனர்.

ரன்வீரிடம் இருந்து போனை வாங்கிய பூனம் சாசி"ரகுவி பேட்டா, ஜானியோட பாயீ வந்தாச்சா நீங்க என்ன செய்றீங்க" எனக் கேட்டார்.

"இங்க எல்லாம் டீக் ஹை சாசிஷா, ஜான்வி பிரதர் இன்னும் வரவில்லை. ஆன் தி வே." என்றான் ரகுவி.

"சாப்பாடு மெனுவெல்லாம், ஜஃகுனு, மீனுகிட்ட சொல்லிட்டு வந்துருக்கேன், ரகுவ, நேரத்துக்கு சாப்பிடு" என்றார் ஷப்னம்.

"மாஷா, உங்களுக்கு கவலையே வேண்டாம், ப்யாரி பஹன் அம்ரூ என்னை நல்லா கவணிச்சுக்கிறா" என்றான் ரகுவி.

"சரிப்பா, வேலையை முடிச்சு முகூர்த்தத்துக்காவது வந்து சேர் " என்றார் ஷப்னம்.ரன்வீர் ஓரிரு வார்த்தைகள் பேசிவிட்டு போனை துண்டித்தான்.

"அம்ரூ, நல்ல பொறுப்பான பொண்ணு, அவளுக்கும் ரிஸ்தா பக்கா ஆகிடுச்சாம். அவங்க ஊர்ல பாயீ, பஹன் சம்பந்தி ஆகி அவங்க பசங்களுக்கு ஷாதி செய்வாங்க. அம்ரூவுக்கும் ஒரு பையன் வந்ததே, ஹாங் பாலன் அவனும் இதுமாதிரி க்ளோஸ் ரிலேடிவ்ஸ் தான் ஷாதி பண்ணப் போறாங்க." என ஷப்னம் சொன்னார்.

"ஜானகியின், புவாஷா மகள் தான் அம்ரூ. சாசாஷா மகன் பாலன், நான் சொன்னது கரெக்டா."என ரன்வீர் கேட்டான்.

"ரனவீக்கு கூட இதெல்லாம் புரிய ஆரம்பிச்சுடுச்சு " என ஸர்குன் சில்லாகித்தார்.

"எனக்கு புவாஷா மகள் இருந்தால் ஷாதி பண்ணிடுவாங்க. அப்படித்தானே" என்றான் ரன்வீர்.

"பொறுடா,உனக்கு முன்னாடி இன்னும் இரண்டு படே பாயீ இருக்காங்க" என்றார் பூனம்.

"இந்த ஜானகி, ராஜஸ்தானியா இருந்திருந்தா நம்ம ரகுவிக்கு கூட பெண் கேட்டிருக்கலாம், இன்னும் பாபிஷா ரகுவிகிட்ட சிருஷ்டி பத்தி பேசின மாதிரி தெரியலையே" என்றார் ஸர்குன்.

"இந்த ஷாதிக்கு வந்தான்னா இங்க வச்சு பேசி முடிக்கலாம்னு இருக்கேன்" என்றார் ஷப்னம்.இவர்கள் பேசியதைக் கேட்டுக் கொண்டே, ராஜேனும், கஜேந்தரும் வந்து சேர்ந்தனர்.

" ரகுவிக்கு பொண்ணு பிடிக்கனும் அது தான் முக்கியம் ஷபூ, அந்தப் பொண்ணு யாராக இருந்தாலும் பரவாயில்லை." என்றார் ராஜேன்.

" பய்யா, நாம ஏன் ஜானகிய ஒரு ஆப்சனாக ரகுவி கிட்ட கேட்க கூடாது. எனக்கு என்னமோ, ரகுவி ஜானகியை விரும்புற மாதிரி தோனுது. அது என்னுடைய பிரம்மையாக் கூட இருக்கலாம். ஆனால் ஒரு வார்த்தை கேட்கலாம்' என்றார் அமரேன்.

"ஜானகி, நல்லப் பொண்ணு தான் ஆனால் இரஜஸ்தானி இல்லையே " என்றார் ஷப்னம்.

"ஜானகி பாதி இராஜஸ்தானி தான்" என்றார் அமரேன்.

"அது எப்படிஜீ, சௌத்ல பிறந்த லட்கீ எப்போ இராஜஸ்தானி ஆனாள்" என்றார் ஷப்னம்.

"ஏன் இராஜஸ்தானியா இருந்தால், உங்க பஹஃவா ஏத்துக்குவீங்களா?" என்றார் அமரேன்.

"ஜானகி நம்ம வீட்டுக்கு பஹூவா வர்றதுக்கு நாம கொடுத்து வச்சுருக்கனும் பாபிஷா. ராஜ்விக்கு ஏற்கனவே பால்ய விவாஹ் முடிச்சு மஞ்சரி காத்துகிட்டு இருக்கா,ரன்வீர் இவளை விடச் சின்னவன். இல்லைனா, இவங்க மாஷாகிட்ட, சகுன்(சீர் தட்டு) தட்டை தூக்கிட்டு போய் இருப்பேன்" என்றார் ஸர்குன்.

"ஸரூ நீயா இப்படி சொல்ற, செகாவத் பரிவார் ரொம்ப கவுரவம் பார்பீங்களே" என்றார் ஷப்னம்.

" நீங்க சரியாக சொன்னீங்க பாபிஷா, இருந்தாலும் சில பொண்ணுங்க அதையும் தாண்டி விலை மதிப்பற்றவர்கள். ஜானகி தன்னை சுற்றி இருக்க எல்லாரையும் சந்தோஷமா வச்சுக்க தெரிஞ்சவள்." என்றார் ஸர்குன்.

"ஆமாம் ஆமாம், நமக்கும் ப்யாரி குடியா கிடைக்கும்" என ஆமோதித்தார் கஜேந்தர். தாதாஷா,தாதிஷா அங்கு வந்து சேர்ந்தனர். எல்லாரும் உட்கார்ந்து பேசிக் கொண்டு இருக்கையில், பங்குரியுடன், ஹேமந்த் செகாவத்.

"கம்மா கனி மாமாஷா,மாமிஷா" என வணங்கி,இவர்களை ஷாதிக்கு வரவேற்றார்.

இன்று மாலை கணபதி ஸ்தாபனா இருப்பதாக அழைத்தார். நாளை மாலை நேரம் மெஹந்தி, அதற்கடுத்த நாள் காலை ஹல்தி, இரவு சங்கீத் நள்ளிரவில் முகூர்த்தம் என அத்தனைக்கும் அழைப்பு விடுத்தார்.

தாதிஷா,கொஞ்சம் தோரனையாகவே அமர்ந்திருந்தார். ராஜ்வீர் தன் சாஸ் சஸூரை வணங்கினான்.இவர்கள் பேசிக் கொண்டு இருக்கையில், ஜானகி வந்து சேர்ந்தாள். அவளைப் பார்த்த பங்குரி, அவளை ஆசையாக கட்டியணைத்து உச்சி முகர்ந்தாள்.

"ஜானகியை ஏற்கனவே பாத்திருக்கியா பம்மி" என ஸர்குன் கேட்டார்.

"போட்டோல பார்த்திருக்கேன், போன்ல பேசி இருக்கேன், இப்போ தான் நேர்ல பார்க்கிறேன் பாபிஷா" என்றார் பம்மி.

ஹேமந்துக்கும் வணக்கம் சொன்ன ஜானகியை, தலையில் கைவைத்து ஆசி வழங்கி நெகிழ்ந்தார் ஹேமந்த். "உன் அப்பா, அம்மாகிட்ட பேசிட்டேன் பேட்டா, மஞ்சரி மயூரியுடன் நாளைக்கு வர்றாங்க" என்றார் ஹேமந்த்.

"ஆமாம் அங்கிள் அப்பா சொன்னாங்க, நானும் பெங்களூர்ல இருந்து இப்படியே வந்துட்டேன், அவங்களைப் பார்த்து இரண்டு மாசம் ஆகிடுச்சு" என்றாள் ஜானகி.

"ஜானகி, அப்பா,அம்மாவை உனக்கு தெரியுமா ஹேமந்த் ?" எனக் கேட்டார் ராஜேந்தர். "தெரியும் சாலேஷா." என முடித்துக் கொண்டார்.

"இவ்வளவு அருமையான பொண்ணை பெத்தவங்களை கட்டாயம் பார்க்கனும்" என்றார் தாதிஷா.

" அவங்களும், உங்களைப் பார்க்கத் தான் வர்றாங்க மாமிஷா" என்றார் ஹேமந்த்.

" அவங்கப் பொண்ணு, நம்ம வீட்டில் இருக்கா, நம்ம பொண்ணு அவங்க வீட்டில் இருக்கா, ஒருத்தரை ஒருத்தர் அறிமுகப் படுத்திக்கிறது நல்லது தான்" என்றார் தாதாஷா.

"மயூரியை, இங்க அனுப்பிடுங்க பாய்ஷா" என்றார் பூனம்.

"சரிம்மா என்றபடி,இவர்கள் வருகை தெரிவித்து,தயங்கி நின்றவர், பின்னர் தாதாஷாவின் கைகளைப் பிடித்துக் கொண்டு, மாமாஷா உங்களுக்கு நான் மிகவும் கடன் பட்டிருக்கேன். உண்மையில் இந்த முறை அதை சரிசெய்வேன். இது என்னுடைய வாதா(சத்தியம்) உங்களிடம்" என கண் கலங்கினார் ஹேமந்த்.

"வீட்டில் ஷாதி நடக்குது ,விருந்தினர் வருவாங்க அதை முதலில் கவனி." என பெரிய மனிதராக அனுப்பி வைத்தார்.

சிவகுருநாதன் ராகினி தம்பதியினர, மஞ்சரி, மயூரி சகிதம் டில்லி வந்து சேர்ந்தனர். பாண்டே வீட்டில் ரெட்டி குடும்பமும் வந்திருந்தது. மறுநாள் காலையில் உதய்பூருக்கு விமானத்தில் பயணம் மேற்கொள்ள இருந்தனர்.

ராகினி தனது சொந்த ஊர், குடும்பம் இதனை இத்தனை வருடங்கள் சென்று சந்திக்கப் போகிறோம் என்பதில் கொஞ்சம் பதட்டமாக இருந்தார்.

பாண்டேவின் வீட்டில் இவர்களுக்கென ஒதுக்கிய அறையில், சிவகுருநாதன் மடியில் தலை வைத்து அந்த ஷோபாவில் படுத்திருந்தார் ராகினி.

"சிவூ, நாளைக்கு உதய்பூர் போறதை நினைச்சா பதட்டமா இருக்கு. உங்களை யாரும்,எதுவும் சொன்னால் என்னால் தாங்க முடியாது. அப்ப நான் என்ன பேசினாலும் என்னை அடக்காதீங்க ப்ளீஸ். " என்றார் ராகினி.

ராகினியின், தலையை வருடிக்கொண்டு இருந்த சிவகுரு,"ஸ்வர்னி, உனக்கு அவங்க மேல கோபம் இருக்கும். இருந்தாலும் நிதானமா பேசனும். நம்ம பிரச்சினை மட்டும் இல்லை அமுதன் மயூரியும் சம்மந்தப்பட்டது. அதை மனசுல வச்சுக்கமா," என்றார்.

"நான் செஞ்ச புண்ணியம், நீங்க எனக்கு கிடைச்சது, உங்களை நம்பி மொழி தெரியாத ஊருக்கு வந்தேனே, அது தான் என் வாழ்க்கையின் திருப்புமுனை. இங்க இருந்திருந்தா உயிரோடு கொளுத்தி இருக்கும் இந்த முரட்டுக் கூட்டம்" என அந்த நாளை நினைவு கூர்ந்தார் ராகினி.

"நான் அந்த நாள், என் கூட நீ வந்த நாளுக்காக கடவுளுக்கு நன்றி சொல்வேன் இல்லைனா, இப்படி ஒரு அற்புதமான பெண்மணி என் வாழ்க்கையில் வந்திருப்பாளா? எனக்கான அன்பானக் குடும்பம், மகன்,மகள் எல்லாத்துக்கும் ஆதாரம் நீ தானே ஸ்வர்னி" என நெகிழ்ந்தார் சிவகுரு.

"போதும் நீங்க ரொம்ப ஒண்ணும் சொல்ல வேண்டாம். எனக்கு ஏதாவது ஆகுமோன்னு பயமா இருக்கு. ஜானுவை நம்மோட கூட்டிட்டு போயிடுவோம் சிவூ. நம்ம பக்கத்தில் எங்கையாவது ப்ராஜெட் செய்யட்டும் ப்ளீஸ், நீங்க சொன்னா தான் கேட்பாள்" என்றார் ராகினி.

"சரிம்மா,நான் பேசுறேன். நம்ம கணேஷ் மும்பை போயிருக்கான். அவனை பார்த்துக்க சொல்லுவோம். உதய்பூரில் இருந்து மும்பை டிக்கெட் புக் பண்றேன். " என ஆறுதல் செய்தார்.

மும்பையில் சிவகணேஷ் ராத்தோட்ஸ் ஸ்வர்ன மஹலை, கூகுள் உதவியுடன் கண்டு பிடித்து வந்து நின்றான். கீழிருந்த செக்யூரிட்டி மூன்றாவது தளம் வரை வந்து விட்டுச் சென்றார்.

ரகுவீர் வொர்க் ப்ரம் ஹோம் என அமிர்தாவுக்கு துணையாக வேலையை வீட்டில் இருந்து செய்தான்.கதவு திறந்து உள்ளே வந்தவன், கல்லூரி மாணவனாக சின்னப் பையனாக இருந்தான்.

"ஹாய், அத்தாச்சி நல்லா இருக்கியா" என்றான். "வா,கணேஸ் " என வரவேற்று," அண்ணா இது கணேஷ், பாலாவோட ப்ரதர் இவங்க ரகுவீர்" என அவள் பரஸ்பர அறிமுகம் முடிக்கும் முன்னே.

"வணக்கம் அத்தான். என்ன அத்தாச்சி எனக்கு இவங்களைத் தெரியாதா? ஜானியோட மொபைல்ல பார்த்திருக்கேன்." என்றவன்.

"அத்தான் உங்களுக்கு தெரியுமா நீங்க தான் எங்க ஹீரோ.ஆதர்ஷ கதாநாயகன் ரோல் மாடல் எல்லாம்" என ஆர்வ மிகுதியில் படபடக்க ஆரம்பித்தான் சிவகணேஷ்.

"வெயிட், முதலில் நீ என்னை என்னனு கூப்பிட்ட? "எனக் கேட்டான் ரகுவீர்.

அமிர்தா கணேஷை பேச விடாமல், அவனை அங்கிருந்து கடத்த முயன்றாள் கணேஷுக்கு அவள் சைகை, பேச்சு எதுவும் புரிந்த பாடு இல்லை.

"ஏன், அத்தான். எங்க ஊரில் மாமா மகனை அப்படித்தான் கூப்பிடுவோம். அப்கோர்ஸ் நீங்க நேரடி மாமா மகன் இல்லை, இருந்தாலும் " என கணேஷ் இழுக்கவும், அமிர்தா முகத்தில் இருந்த தவிப்பை பார்த்து,

"அம்ரூ, அவன் பேசட்டும், நீதான் உன் ப்ரண்டை பற்றி பேசமாட்ட, அவனாவது பேசட்டும் " என்ற ரகுவீர்.

"லுக் கணேஷ் நீ என்னை எப்படி வேணும்னாலும் கூப்பிடு. ஏன்னா நீ என் ஜான்வியின் தம்பி. எங்கப் பக்கம் அக்கா கணவனை 'ஜீஜாஷா' ன்னு சொல்லுவோம் நீ என்னை அப்படி சொன்னாலும் ரொம்ப சந்தோஷம். சொல்லு இப்ப கூப்பிட்டதுக்கு என்ன அர்த்தம்" என்றான் ரகுவீர்.

இப்போது வாயைப் பிளப்பது சிவகணேஷ் முறையானது."அது வந்து, அத்தை மகன்,மாமா மகனை அத்தான்னு சொல்லுவோம். நீங்க ராகினிம்மாவின் அண்ணன் மகன் அதனால் அத்தான்னு சொன்னேன் என்றான்." சிவகணேஷ்.

ரகுவீருக்கு அதிர்ச்சியாக இருந்தது. இத்தனை நாள் கழித்து தன் புவாஷாவின் பெயரைக் கேட்டதில். "என் ராகினி புவாஷா,உனக்கு என்ன வேண்டும்" என்றான் ரகுவீர்.

"எனக்கு அம்மா,பெரியம்மா, பெரியப்பாவின் மனைவி" என்றான் கணேஷ்.

"அதாவது" என ரகுவீர் நிறுத்தினான். அவன் மனம் வேகமாக அடித்தது. கணேசின் அடுத்த வார்த்தையில் அதனை உறுதிப் படுத்திக் கொள்ள துடித்தது அவன் மனம்.

" ஜானகி அக்கா அமுதன் அண்ணாவின் அம்மா. என் பெரியப்பா சிவகுருநாதனின் மனைவி, ஸ்வர்னராகினி. உங்க அத்தை, ஐ மீன் புவாஷா. " என விலாவாரியான விளக்கம் தந்தான் கணேஷ். ரகுவீர் அதை நம்ப இயலாதவனாக ஸ்தம்பித்து நின்றான். கண்ணில் நீர் வழிந்தது.

மனதின் வார்த்தை-34

ரகுவீரின் மனதின் வார்த்தைகள்
காதலால் என் மனதை களவாடியவளே
மைவிழியால் என்னை மயக்கியவளே
தேனாக இசைத்தடி நின் காணம்.
தெவிட்டாத தெள்ளமுது நின் பேச்சு
மாயம் செய்து என்னை மாற்றவே
மலை விடுத்து இவ்விடம் வந்தாயோ
எனக்காகக் காயம் பட்டது நின் மேனி
உனக்காக உருகுதடி என் ஆவி
ராமன் தேடினான் சிதையை,என்னுயிர்
ஜானகி தேடினாள் இந்த ரகுவீரனை!

ரகுவீரின் மனதில் வடிவாகி உருவாகி உருகிய வார்த்தை என்னவென்று சொல்வது. ஜானகி, என் புவாஷாவின் மகள் எனக்காக என் அத்தை பெற்ற ரத்தினமோ?

"ஜானகிக்கா அமுதன் அண்ணாவின் அம்மா. என் பெரியப்பா சிவகுரு நாதனின் மனைவி ஸ்வர்ன ராகினி. உங்கள் அத்தை, ஐ மீன் புவாஷா. " என விலாவாரியான விளக்கம் தந்தான் கணேஷ். தன் பெரியம்மாவைப் பற்றிச் சொன்ன வார்த்தைகள், எத்தகையது என அவன் அறிய மாட்டான் சிவகணேஷ்.

ரகுவீர், தன்னவளின் நதிமூலம் இங்கிருந்தே உருவானது என அறிந்தப் பின்னே அதிர்ந்து தான் நின்றான். பேசும் மொழி மறந்து போனது அவனுக்கு எப்படி ரியாக்ட் செய்வது என ஸ்தம்பித்து நின்றான்.

"அண்ணா அண்ணா" என அமிர்தா அழைக்க சிவகணேஷ், தன் முன்னால் நிற்பதை உணர்ந்து, "உன்மையாவா புவாஷா அங்க தான் இருக்கி-

றார்களா" என்றவன் கண்களிலிருந்து தாரையாகக் கண்ணீர் வழிந்தது.

"தாங்க்ஸ் சோட்டூ தாங்க் யூ வெரிமச்" என உணர்ச்சி வயப்பட்டுச் சிவகணேஷை கட்டி அணைத்துக் கொண்டான்.

"நீ,உண்மையில் என் வாழ்க்கையின் மிகப் பெரிய சந்தோஷத்தை திருப்பித் தந்திருக்கச் சோட்டூ" என அவனை மீண்டும் ஹக் செய்தவன், வா என அவனை அழைத்துச் சென்று ஷோபாவில் பக்கத்தில் உட்கார வைத்துக் கொண்டான்.

"ஜூகுனு, வீட்டில் இருக்கும் எல்லா இனிப்பும் எடுத்துட்டு வா" எனக் கட்டளை இட்டான்.

"உனக்குத் தெரியுமா எனக்கு எங்க புவாஷான்னா ரொம்ப இஷ்டம். மாஷா மடியிலிருந்ததை விட, அவர்கள் மடியில் தான் வளர்ந்தேன்" என உணர்ச்சிப் பெருக்கில் அதே நான்கு வயது சிறுவனான் ரகுவீர் சிங் ராத்தோட்.

ஜூகுனு கொண்டு வந்த இனிப்புகளைத் தன் கையால் சிவகணேஷ்க்கு ஊட்டி விட்டான். "அம்ரூ, எடுத்துக்கோ என் புவாஷா கிடைச்சிட்டாங்க" எனக் கண் கலங்கி நெகிழ்ந்தான்.

"புவாஷாவின் இப்ப உள்ள போட்டோ இருக்கா?" எனக் கேட்டான் ரகுவீர்.

சிவகணேஷ், தன் பேமலி போட்டவை காண்பித்தான்.தீபாவளி பண்டிகை அன்று, ஒன்று கூடிய குடும்ப உறுப்பினர்கள் அனைவரையும்,கணேஷ் தனக்கு இருந்த போட்டோகிராபி ஆசையால், தன் விலையுயர்ந்த கேமராவில் அழகாய் பிடித்து வைத்திருந்தான்.

தன் மொபைலில், வைத்திருந்த புகைப்படங்களை ரகுவீரிடம் காட்டினான். ராகினியின் தற்போதைய நிழற்படம், கண்ணீர் பெருக்கோடு ஆசையாக வருடினான்."புவாஷா" என அழைத்துக் கொண்டான்.

ரகுவீரின் உணர்வு பெருக்கு நிலை அமிர்தாவுக்கும் கண்ணீரை வரவழைத்தது. வரிசையாக ராகினி சிவகுருவின் படம், "இது எங்கள் மாமா", என்ற அமிர்தா, "சாரி அண்ணா, நம்ம மாமா, உங்கள் புஃபாஷா." என்றாள்.

அவன் கவனமாகச் சிவகுருநாதனைப் பார்த்து,"இவங்களை நான் சின்னப் பையனா இருந்தபோது, ஹேமந்த பூபாஷாவோட பார்த்திருக்கிறேன். " என்றான் ரகுவீர்.

"ராகினி அத்தை மேல் உயிரையே வச்சிருக்காங்க மாமா. அத்தை,மாமா அவ்வளவு அன்யோன்யம். எங்க அம்மா சொல்லுவாங்க, 'இவங்க இரண்டு பேரும் ஒருத்தருக்கு ஒருத்தரென்று வரம் வாங்கிப் பிறந்தவர்கள், இல்லைனா, எங்கோ வடக்க இருந்த மகராசி, இங்க வந்து அரசாளுமா' அப்படின்னு சொல்லுவாங்க" என்றாள் அமிர்தா.

"அத்தான்,உங்களைப் பார்க்கும் போது பேசனும்னே, நாங்கள் ஹிந்தி கத்துக் கிட்டோம். ஏன்னா, ராகிம்மாவின் வர்ணனையால் நீங்க எங்களுக்குப் 'பால் கோபால்- வீரூஜீ'. " எனச் சிரித்தான் சிவகணேஷ்.

ரகுவீருக்கு, இவர்கள் பேச்சைக் கேட்டதில் வியப்பு மேலிட்டது. நான் என் புவாஷா, என்னை மறந்ததாக நினைக்க,அவர் தன் குடும்பத்தையே, என்னை நினைக்க வைத்துள்ளார் எனத் தன் மனதில் புவாஷாவை நினைத்-துப் பெருமிதம் கொண்டான். ஜானகியின் வீருஜி யும் இப்போது புரிந்தது.

அடுத்தப் படங்கள் ஜானகியின் பல்வேறு போஸ்களில்,பட்டுச் சேலைக் கட்டி , பின்னலிட்டு, தலை நிறைய மல்லிகைப் பூச்சூடி, ஒரு கன்றுக்குட்-டியை அணைத்த வண்ணம் இருந்தாள் . அடுத்தடுத்த போட்டோக்களில் ஜானகி அசத்தலாக, விதவிதமாக நின்றாள்., ரகுவீர் இமைக்காமல் கண்-களில் காதல் வழியப் பார்த்திருந்தான். அமிர்தாவின் மொபைலை வாங்கி, ரகுவீர் ரியாக்ஷனை அவனறியாமல் வீடியோ எடுத்தான் கணேஷ்.

"அத்தான், இந்தப் போட்டோஸ் உள்ள ஃபோல்டர், உங்களுக்கு அனுப்-புறேன். அடுத்து என அமுதன்,பாலன்,கணேஷ் ட்ரையோ போஸ். இவங்க எங்கள் தாத்தா,அப்பத்தா எனக் காட்டினான். இவர்கள் தான் தன் காதலுக்கு மரியாதை தந்து, துணைப் புரிவார்கள் என்பதை அறியாமல் பார்த்தான்.

எங்க அம்மா,அப்பா, எனக் காட்டினான், "இவர்களுடைய தொலைப்-பேசியில் பேசி இருக்கிறேன்" என்றான் ரகுவீர்.

"எங்கம்மாக்கு,சுட்டுப் போட்டாலும் ஹிந்தி வராதே எப்படிப் பேசுனீங்க?" என்றான் கணேஷ்.

"அவர்களும் இதையே தான் சொன்னார்கள்" என்றான் ரகுவீர்.

அமிர்தாவின் குடும்பப் போட்டோவும் காட்டினான். "எங்கள் அத்தை, இவர்கள் அம்மா,அப்பா,அண்ணன்கள்,அண்ணிகள்,அண்ட் குட்டீஸ்" என அறிமுகப் படலம் முடிந்தது.

"எல்லாப் போட்டோலையும்,ஜான்வி எப்படி இருக்கா?" என ரகுவீர் கேட்டான்.

"டைரக்டரே, எங்க அக்கா தான் இப்படிநில்லுங்க,உட்காருங்கள் சிரி சிரிக்காதே அங்க பாரு,இங்க பாருன்னு உயிரை வாங்கும். நம்ம சொன்னா, போஸ் கொடுக்க மாட்டாங்க அக்கா சொன்னால் மறுப்பே கிடையாது" என அக்காள் புராணம் பாடினான் சிவகணேஷ்.

"இன்னைக்கு, மும்பை வந்ததே, அதை வைத்துத் தான். சிறுமலை பற்-றிய என் போட்டோகிராபி, காம்படீஸனுக்குச் செலக்ட் ஆனது, அதோடு கொஞ்சம் கடல் தீவு இதெல்லாம் வேண்டும்.

ஒரு சோசியல் மீடியா ஃப்ரண்டு, அவர்கள் தான் அரேஞ்ச் பண்றாங்க. ஒரு கேங் நாளைக்கு அங்க போகிறோம். இரண்டு நாள் சூட்டிங் பெர்மிஷன் வாங்கியாச்சு" எனத் தன் மும்பை விசிட்டுக்கான, காரணமும் சொன்னான் சிவகணேஷ்.

செகாவத் ஹவேலியில் மஞ்சரியின், பெரியப்பா மகள்மோனாலின் ஷாதிக்கான ஆரம்பம் கணேஷ் பூஜையுடன் அங்கே ஆரம்பமானது. ராத்-தோட் குடும்பத்தினர் ஜானகியை உடன் அழைத்துச் சென்று அதில் கலந்து கொண்டனர்.

அடுத்த நாள் காலையில், ஹரிணி ,அமர்சிங் டாக்கூர் குடும்பச் சகித-மாக உதய்பூர் வர இருந்தனர்.

உதய்பூரில், கணேஷ் பூஜையுடன், ஷாதியின் சுப ஆரம்பம் ஆனது. இங்கே மும்பையில், சிவகணேஷ், தன் அக்காளின் மனப் புத்தகத்தின் பக்-கங்களை, தன் அத்தானுக்குப் புரட்டிக் காட்டிக் கொண்டு இருந்தான்.

"அத்தான், உங்களை எப்படி அடையாளம் கண்டு பிடிச்சேன்னு நீங்க கேட்கவே இல்லையே?" என்றான் சிவகணேஷ்.

"சோட்டே,(சின்னவனே) நீ, என்னைய முறை சொல்லி கூப்பிட்டப் பாரு, சூப்பர்டா. அதிலையே, உங்கக்கா மனசில் நான் தான் தெரிந்து போச்சு. அவள் ஒரு கல்பிரிட், மேடம் என்கிட்ட தான் முறைப்பா,மறைப்பா உங்க எல்லார்க்கும் அவள் என்னை விரும்புறான்னு தெரியும் அப்படித்தானே?" என்றான் ரகுவீர்.

"எப்படித்தான் இவ்வளவு கான்பிடென்ட், அவள் மனசை ஸ்கேன் பண்ண மாதிரி சொல்றீங்க" என்றான் கணேஷ்.

"அது அப்படித்தான், நீ லவ் பண்ணும் போது தெரிஞ்சுக்க." என்றவன்,

"அப்ப நான் மட்டும் தான் பாகல் கைக்கா, மற்ற எல்லார்க்கும் தெரியும் அப்படித்தானே என்றான் ரகுவீர்.

" பெரியவர்களில் அமரேன் அங்கிள்க்கு மட்டும் தெரியும். சிறியவர்களில் ரன்வீருக்குத் தெரியாது அங்க அத்தை மாமாவுக்குத் தெரியாது'' என்றாள் அமிர்தா.

"அம்ரூ, நான் உன்னை மயூ மாதிரி தான் நினைக்கிறேன், ஆனால் மயூவே என்கிட்ட மறைக்கும் போது , நான் வேற யாரைக் குறை சொல்வது" எனத் தன் தம்பி, தங்கை தன்னை நம்பி விசயத்தைச் சொல்லவில்லை என்ற ஏமாற்றத்தில் பேசினான்.

"அண்ணா ப்ளீஸ் என்னை மன்னிச்சிடுங்க, உங்களுக்கு ஜானியைப் பத்தி தெரியும் தானே. அவள் தான் மறுத்தாள். நான் என்ன செய்ய முடி-யும்?" என அம்ரூ தன்னிலை விளக்கம் தந்தாள்.

"புவாஷா,உதய்பூரில் இருக்கும் போது நான் இங்க கையைக் கட்டிட்டு உட்கார முடியாது. நிச்சயம் ஏதாவது பிரச்சினை வரும். கணேஷ் உன் ப்ளான் என்ன என்றான்?" ரகுவீர்.

"நாளைக்கு மாலையில் அந்தத் தீவுக்குச் சூட்டிங் போறோம், காலைல நான் ப்ரண்ட்ஸ் கூட மீட்டிங், நீங்க கிளம்புங்க நீங்க திரும்பி வரும் போது நானும் வந்துடுவேன் அக்காவைப் பார்த்துட்டு தான் சென்னை." என்றான் கணேஷ்.

"ஓகே குட் நாளைக்கு மார்னிங் ப்ளைட்ல நாம உதய்பூர் போகலாம் அம்ரூ கிளம்பு" என்றான் ரகுவீர்.

அமிர்தாவிடம் , பாலனிடம் புவாஷா வரும் பயன ஷெட்யூலை வாங்கச் சொன்னான் ரகுவீர். அதன்படி, ராகினி வரும் ப்ளைட்டுக்கு முன்னர் இவன் உதய்பூர் சென்று விட டிக்கெட் புக்கிங் செய்தான்.

ஹேமந்த் செகாவத், தன் நன்பர்களுக்காகத் தாஜ் லேக் பார்க்கில், பத்து ரூம்களை புக்கிங் செய்து வைத்திருந்தார். அமுதன், சென்னையிலிருந்து ஜெய்ப்பூருக்கு ப்ளைட் பிடித்தவன் காலையில் கார் மூலம் உதய்பூர் வந்து சேர்கின்றான்.

ஓம்பிரகாஷ் பல்லா மற்றும் ப்ரீத்தோ ஜெய் மற்றும் ஹர்லீனை அழைத்துக் கொண்டு இரவே உதய்பூர் வந்து சேர்ந்து விட்டனர்.

அதிகாலை ஆறு மணிக்கு எல்லாம் மும்பை- உதய்பூர் விமானம் தரையிறங்கி விட்டது. ரகுவீர் அமிர்தாவுடன் வந்தவன், நேரே அவளைத் தங்கள் ஹவேலிக்கு அழைத்துச் சென்றான். ராஜிடம் அமிர்தாவை வேறு அறையில் தங்க வைக்கச் சொன்னான், தான் மயூரியை அழைத்து வருவதாகச் சென்றான்.

உதய்பூரிலிருந்து சற்றே தூரத்திலிருந்த, மஹாராணா விமான நிலையத்துக்கு தன் புவாஷாவைக் காணும் ஆவலுடன் அதே நான்கு வயது சிறுவனாக வந்து நின்றான் ரகுவீர்.

இருபத்தைந்து ஆண்டுகளுக்கு முன்பு இதே போல், ஒருநாளில் தான் அவனது புவாஷா, அழுத கண்களுடன் அந்த ஆடவரின் பின்னால் சென்றார், அதற்கு ரகுவீர் சாட்சி. அதே போல் இன்று விமான நிலையத்தில் கூலர்ஸ் அணிந்து, லாபியில் புவாஷா வருகைக்காகக் காத்திருந்தான்.

டெல்லியிலிருந்து விமானம் தரையிறங்கும் அறிவிப்பு வந்தது. அரைமணியில் பயனிகள் வெளியே வந்தனர். ஹேமந்த் சரியாக அதே நேரம் தன் நண்பர்களை வரவேற்க வந்து சேர்ந்தார்.

முதலில் தொப்பையுடன் தோரணையாக மங்கள் பாண்டே தன் மனைவி பர்க்காவுடன் வந்தார். அவர்கள் பின்னே கம்பீரமாகச் சந்திரசேகர் ரெட்டியும், பார்வதி அம்மாவும்,குழந்தை தியாவுடன் ஸ்ரீநிதியும் அவளோடு மயூரி மஞ்சரியும் லக்கேஜ் ட்ராலியுடன் வந்தனர்.

கடைசியாக புவாஷாவை, ஒரு கையில் அணைத்தவாறு மறு கையில் ட்ராலியைத் தள்ளிக் கொண்டு சிவகுரு நாதன் வந்து சேர்ந்தார்.

"ஸ்வர்னி, நீ சும்மா இருக்கியா, டோன்ட் கெட் எமோஷனல், நடந்துருவியா இல்லை தூக்கனுமா" என அவர் கேலி பேச பதட்டம் நிறைந்த ராகினியின் முகத்தில் சிறுநகை எட்டிப் பார்த்தது.

"ஹலோ ஓல்ட் மேன் நீ இன்னும் ஜவான் லட்கா இல்லை மறந்துடாதே" எனப் பாண்டே பின்னால் திரும்பி கிண்டல் செய்தார்.

"உன்னளவு ஓல்ட் கிடையாதுடா நான் பிட் தெரியுமா, மலை ஏறி இறங்குறவன்டா. மயூ இந்த ட்ராலியை பிடிடா ஸ்வர்னியை தூக்கிக் காட்டவா " எனச் செயலில் இறங்கப் பார்த்தார்.

"சோடியேஜீ எல்லாரும் பார்க்குறாங்க. நான் ஒன்னும் டென்ஷன் ஆகலை" என்றார் ராகினி.

ரகுவீர், தன் புவாஷாவை வைத்த கண் வாங்காமல் பார்த்துக் கொண்டிருந்தான். அவரைப் பூஃபாஷா தாங்குவதைப் பார்த்தவன் மனம் ஆறுதல் அடைந்தது.

ஹேமந்த் நண்பர்கள் மூவரையும் பார்த்து, கட்டியணைத்துக் கொண்டார். கண்கள் கலங்கி இருந்து. ராகினியிடம் கை கூப்பி நின்றவர், இராஜஸ்தானி மொழியில், "நான் உன்னுடைய குற்றவாளி, முடிந்தால் என்னை மன்னித்துவிடு ராகினிமா" என மன்னிப்புக் கோரினார்.

"ஜீஜூஷா, இதென்ன பப்ளிக் ப்ளேஸ்ல, நான் அதெல்லாம் மறந்துட்டேன். இதோ இங்க வந்ததே அதற்குச் சாட்சி. பம்மி நல்லா இருக்கிறாளா?" என வினவினார்.

" நல்லா இருக்காம்மா" என்றவரை சிவகுரு, "விடுடா பேரன் பேத்தி எடுத்த பிறகும் இதையே சொல்லுவியா? ராகினியை நான் தான் சமாளிக்க முடியும்னு ஆண்டவனே என்னோடு அனுப்பிட்டார்" என்றார் சிவகுரு.

"ஏம்மா,அவ்வளவு டெரராகவா மாறிட்ட, சிவா இப்படிப் புலம்புறானே." என்றார்.

"பாயீஷா, எல்லா மர்த்தும்(ஆண்கள்) இப்படித்தான் மனைவிக்குப் பயந்த மாதிரி நடிக்கிறது. பம்மி பாபியை கேட்டால் சொல்லுவாங்க நீங்களும் அப்படித்தான்னு" என்றார் பர்க்கா.

"பஹன்ஜீ, நான் சரண்டர். பம்மியை உங்கள் லிஸ்ட்ல சேர்காதீங்க. அது படாகா, மஞ்சுமா பாபுஷா சரியா சொன்னேன் தானே" என மகளைச் சப்போர்ட்டுக்கு அழைத்தார்.

"மாமிஜீ, எங்க மாஷா இருக்காங்களே, ஓ காட் இதில் என்னையும் எங்க பாபுஷாவையும் தான் பயங்கர டார்ச்சர்" எனப் பாபுஷாவுக்கு ஜால்ரா போட்டாள்.

மயூரி, ஹேமந்தை வணங்க அவளை அணைத்துக் கொண்டார் மயூரி மஞ்சரியைப் பார்த்து "இன்னைக்கு உங்களால் தான் என் நண்பன் கிடைத்தான்" என உருகினார்.

"பூபாஷா ராஜ் பய்யா என்ன பிக்கப் பண்ண வரேன்னு சொன்னாங்க" என்றாள். "இன்னும் வரலைப் போல, நான் போற வழியில் ட்ராப் பண்றேன்" என்றார்.

இவர்கள் கிளம்பும் நேரம், "பூபி,புவாஷா, தூ,மண்ணே சாத் நஹி லே ஜாவோகி" (அத்தை,என்னை கூடக் கூட்டிட்டு போக மாட்டியா) எனக் கேட்டான் ரகுவீர்.

ராகினி அந்த வார்த்தைகளில் ஸ்தம்பித்துத் திரும்பினார். கண்களில் அருவியாகக் கண்ணீர் கொட்ட"வீரு, தூ கித்தே ஹோ" எனச் சத்தமாகக் கேட்டார் ராகினி.

"தாரே சாம்னே ஹை, பூபி பைசான் நஹி கயோ" (உன் முன்னாடி தான் இருக்கிறேன் அடையாளம் தெரியலையா) என்றபடி ராகினியின் முன்னால் வந்து நின்றான் ரகுவீர்.

தன் முன்னே ஆறடி ஆண்மகனாக, இராஜஸ்தானிகளுக்கு உரிய கம்பீ-ரத்துடன் நின்ற இளைஞனைப் பார்த்த ராகினி, "தூ.''என அவனுக்கு நேரா-கக் கையை நீட்டினார். அவர் கையைப் பிடித்துத் தன் கன்னத்தில் வைத்துக் கொண்ட ரகுவீர்,"புவாஷா என்னை மறந்துட்டியா" என்று சிறுபிள்ளையாக அழுதான்.

"இல்லை வீரு உன்னை எப்படி மறப்பேன் நீ என்னோட ஜான் இல்-லையா" என அவனை அணைத்துக் கொண்டார் ராகினி.அவனின் முது-கில்,தலையில் தடவுவதுமாக தனது மகனாக வளர்த்த பாஞ்சாவை தொட்டுப் பார்த்துக் கொண்டே இருந்தார்.

இந்த அத்தை மருமகன் உணர்வு பூர்வமான சந்திப்பைப் பார்த்து நெகிழ்ந்த மற்றவர்கள் அவர்களுக்குத் தனிமை கொடுத்து காபி ஷாப்புக்குள் சென்றனர்.மயூரியும் சிவகுருவும் மட்டும் உடன் இருந்தனர்.

இருவரையும் ஓரத்திலிருந்த ஷோபாவில் அமர வைத்தார் சிவகுரு. ராகினியின் ஹேண்ட் பேகை, மயூரி வாங்கிக் கொண்டாள்.ராகினியைக் கட்-டிக் கொண்டு விடவே இல்லை ரகுவீர். அவரை அணைப்பதும் முத்தமிடு-வதுமாகவே இருந்தான் ரகுவீர்.

"புவாஷா, நான் உங்களை எவ்வளவு மிஸ் பண்ணேன் தெரியுமா? நீங்க அந்த அங்கிளோட அழுதுகிட்டே போனதைப் பார்த்தேன். தூங்கும் போது, நீங்க அழுதது ஞாபகம் வந்து நானும் அழுவேன்" என்றான் சிறுவனாக. இவ்வளவு நாள் யாரிடமும் பகிராத ரகசியங்களைச் சொல்ல, ஏதோ அவன் இப்போதுதான் அப்படி இருந்தது போல் அவன் கன்னங்களை கைகளில் ஏந்தி முத்தமிட்டார்.

"என்னை விட்டுட்டு போய்ட்டிங்கன்னு உங்கள் மேல் பயங்கரக் கோபம் புவாஷா, பேசவே கூடாதுன்னு இருந்தேன். இப்ப பாருங்க ஏதோ மேஜிக் வச்சுருக்கீங்க நீங்க."என அவர் மீதே சாய்ந்துக் கொண்டான் ரகுவீர்.

"நானும் உன்னை ரொம்ப மிஸ் பண்ணினேன் வீரூ. உன்னைப் பிரிந்தது தான் எல்லாத்தையும் விடத் தாங்க முடியாமல் போனது" எனக் கண்ணீர் வடித்தார்.

"புவாஷா, போதும் இனி நோ மோர் டியர்ஸ்" எனக் கொஞ்சினான்.

ஜானகியோ அமுதனோ பார்த்திருந்தால் நிச்சயமாகப் பொறாமையில் வெந்திருப்பார்கள், அவ்வளவு அன்யோன்யம் இந்த அத்தை மருமகனிடம்.

தனது படேபய்யாவை கம்பீரம் குறையாமல் ஒரு பிஸ்னஸ் மேனாக, தந்தை ஸ்தானத்தில் வைத்துப் பார்த்த மயூரி, புவாஷாவுடன் அவன் நெருக்கத்தைப் பார்த்து அதிசயித்தாள். அவன் தனது மாஷாவிடம் கூட இவ்வளவு நெருக்கத்தைக் காட்டியது இல்லை.

ஹேமந்த் மற்றவர்களைக் காரில் லேக் பேலஸுக்கு அனுப்பி வைத்து விட்டார். மஞ்சரியுடன் இவர்கள் இருந்த இடத்திற்கு வந்தவர் " ஜமாயிஷா, ஹவேலிக்கு போக வேண்டாமா புவாஷாவை இங்கேயே காக்க வைப்பிங்களா?" எனக் கேட்டார்.

அதன் பின்னரே சுற்றுப்புறம் உணர்ந்தான் ரகுவீர். "பெரிய பிஸ்னஸ் மேன், இப்படியா நான்கு வயசு பையன் மாதிரி இருக்கிறது. பூஃபாஷாவை வாங்கனு கேளுங்கள்" எனச் சொல்லிக் கொடுத்தார் ஹேமந்த்.

தன்னைச் சமன் படுத்திக் கொண்ட ரகுவீர், எழுந்து நின்று, சிவகுரு நாதன் காலைத் தொட்டு வணங்கி,கைக் கூப்பி "கம்மாகனி பூஃபாஷா, வாங்க. இவ்வளவு நாள் எங்கள் புவாஷாவை கண் போல் பார்த்துக் கிட்டத்துக்கு நன்றி. எங்கள் மேல் இருக்கும் தவற்றை மன்னிச்சிடுங்க." எனக் கை கூப்பி நின்றான்.

"இதென்ன தம்பி நீங்களும் அமுதன் மாதிரி ஒரு மகன் தான். இந்த ஃபார்மாலிட்டி எல்லாம் வேண்டாம். நடந்ததை நினைச்சு யாருக்கு என்ன லாபம். விடுங்க. ஸ்வர்னி அவள் குடும்பத்தோடு சேரனும். அது தான் முக்கியம் " என்றவர் ராகினியிடம்,

"ஸ்வர்னி, இந்தக் குட்டிப் பையன் தானே நமக்கு இடையில் ஓடுனது, இப்பப் பார் ஜவான் லட்காவா நிற்கிறார். நமக்கு வயசாகிடுச்சா என்ன?" என்றார் சிவகுரு.

"இல்லைடா சிவா, இன்னொரு முறை கையைப் பிடிச்சிகிட்டு ஹீரோயிசம் செய்ற அளவு ஜவான் நீ" எனக் கேலி செய்தார் ஹேமந்த்.

"புவாஷா, பூஃபாஷா வாங்க, நம்ம ஹவேலிக்குப் போகலாம்'' என அழைத்தான் ரகுவீர்.

ஹேமந் தான்," நஹி ஜமாயிஷா, காலையில் பதினோரு மணிக்கு சில முக்கியமான ஆட்களுடன் உங்கள் ஹவேலிக்கு வருகிறேன். கொஞ்சம் பேச வேண்டியது இருக்கிறது. லேக் ஹோட்டல் வாங்க. அங்க விளக்கமாகச் சொல்கிறேன்" என்றவர் முதல் காரில் மஞ்சரி,மயூரியை அழைத்துச் சென்றார்.

பின்னாடியே ரகுவீர்,தன்அத்தை,மாமாவை பின்சீட்டில் அமர்த்தி லேக் ஹோட்டலை நோக்கி காரை செலுத்தினான்.வழி நெடுக ராகினி அந்த ஊரின் மாற்றங்களை அதிசயித்துப் பார்த்து வந்தார். தன் பிறந்தகத்தில் எல்லாரைப் பற்றியும் கேட்டு அறிந்து கொண்டார் ராகினி.

தாஜ் லேக் வ்யூ ஹோட்டல், ராயல் லுக்குடன் மிகவும் ரம்யமாக இருந்தது.அதில் ஒரு டபுள் சூட்டில், இவர்கள் வருகைக்காக அனைவரும் காத்-

திருந்தனர். ரகுவீர் காரை பார்க் செய்து, புவாஷாவுடன் வந்து சேர்ந்தான். சிவகுருவை பல்லாஜீ கட்டியணைத்து வரவேற்றார்.

"வீர்ஜீ, எப்படி இருக்கீங்க, பாபிஜீ சங்கா ஹைனா" என விசாரித்தார் ராகினி.

ப்ரீத்தோ தான் "ஆயியே நநத்ஜீ, உங்கள் புண்ணியத்தில் நாங்களும் உதய்பூர் பார்த்திட்டோம்" என்றார்.

அங்கே, ஓமி பல்லாப்ரீத்தோ ஆண்டிக்கு நமஸ்தே சொன்னான் ரகுவீர். "ஆயியே புத்தர்ஜீ, ஜீத்தே ரஹோ" என்றனர். ஜெய் பல்லா வந்து ஆவோ பாயீ என அணைத்துக் கொண்டான். ஹேமந்த்,ரகுவீருக்கு ஒவ்வொருவராக அறிமுகம் செய்து வைத்தார். அவர்களை நமஸ்தே சொல்லி வணங்கினான்.

"ஜமாயிஷா, நாங்கள் ஐந்து நண்பர்கள் பஞ்சபாண்டவர்கள் போல் இருந்தோம். டில்லியில் ஒன்றா சிவில் இன்ஜினியரிங் படிச்சோம்.இவங்க மங்கள் பாண்டே, பர்க்கா பாண்டே யூபி காரங்க. இப்போது டில்லியில் பிஸ்னஸ். இரண்டு பசங்க, முதல் மகன் ஆரவ்பாண்டே, ஐஏஎஸ் ஆபீஸர், மருமகளும் ஐஏஎஸ்,சின்ன மகன் அமித்பாண்டே, ஏர்போர்ஸ் பைலட்.

இவன் சந்திரசேகர ரெட்டி, பார்வதிரெட்டி, இரண்டு பொண்ணுங்க, ஃப்ரீமதி, ஃப்ரீநிதி. பெரிய பொண்ணு சாப்ட்வேர் இன்ஜினியர் மருமகனும் அதே. சின்ன மகள் எம்பிபிஎஸ் ஹவுஸ்சர்ஜன்.

இப்போது விசயத்துக்கு வருவோம், எனக்கும்,ராகினிக்கும் ஷாதி நிச்சயம் பண்ணி இருந்தார்கள்.ஆனால் அதுக்கு முன்னமே பங்குரியும் நானும் விரும்பினோம்.பெரியவங்க வார்த்தையை மீறவும் முடியாத நிலை.அப்போது பங்குரி சூஸைட் அட்டண்ட் பண்ணினாள் எப்படியோ, நான் காப்பாத்திட்டேன். இது ராகினிக்கு தெரிய வந்தது. ஷாதியை நிறுத்தனும்னு முடிவெடுத்தோம்.

அப்போது இன்னொரு பெரிய பிரச்சினை எங்கள் முன்னால் வந்தது. உங்கள் குடும்பத்தோடு சம்பந்தம், உங்கள் புவாஷாவின் ஷாதி என்பது பெரிய ப்ரஸ்டீஜியஸ் விசயம்.

ராத்தோட்ஸ் குடும்பத்துடன், ரெனாவத் செகாவத் குடும்பங்கள் பல தலைமுறை சம்பந்தம் உடையவர்கள். உங்கள் பர்தாதிஷா ரெனாவத் குடும்பம். அவர்கள் பெரிய ராணியாக ஒரே பொண்ணு. மேவாட் ராஜ குடும்பத்தின் வழிவந்தவர்கள். அவர்கள் கிட்ட ராஜ பரம்பரை விலை மதிப்பற்ற நகைகள் உண்டு. அதனால் உங்கள் குடும்பச் சம்பந்தம் பெரிய மரியாதை உடையது.

அதில் ஒரு பகுதியை எங்க படிமாஷா, உங்கள் பாபுஷாவான் புவாஷாவுக்கு, என் படே பாபுஷாவுக்கு ஷாதி செய்து, போட்டார்கள். ஆவங்களுக்கு வாரிசு கிடையாது. ஆனாலும் படே பாபுஷாவுக்குக் குடும்பப் பெருமை அதிகம். அதனால் தம்பி மகனான என்னை, ராத்தோட்ஸ் சரிசமமாகக் கான்வெண்ட் படிப்பு, இன்ஜினியரிங் எனப் படிக்க வைத்தார்.எப்படியாவது இன்-

னொரு பகுதி நகையும் இங்க வந்து பெருமை அதிகமாகனும்னு, ராகினியை எனக்குப் பேசுனாங்க.

நான் பங்குரியை பார்த்த அளவு, ராகினியை பார்த்தது இல்லை. அதற்குள் பங்குரி மேல் விருப்பம். அவளும் உங்கள் குடும்பம் தான். இங்க ரெனாவத், செகாவத் இரண்டு குடும்பத்துக்கும் பயங்கரப் போட்டி ராத்தோட் குடும்பப் பெண் மற்றும் நகைக்காக.

ஷாதி நடக்கும் போது, பொண்ணை மாற்றும் முடிவு, ராகினி உடையது.

இது ராகினியின் தாதிஷாவுக்குத் தெரிந்து விட்டது. அவர்களுக்கு இங்கு இருக்கும் முரட்டுக் கும்பலைப் பற்றி நன்கு தெரியும். அதனால் என் நண்பர்கள், இவர்கள் நால்வரையும் அழைத்தார். ராகினிக்காக, சிவாவின் தவிப்பைப் பார்த்தவர் உடனே முடிவெடுத்தார். சிவாவின் பூர்வீகம் பற்றிக் கேட்டவர்,

அவன் தாத்தாவுக்குப் போன் பண்ணினார், அதில் அவரிடம் உங்களுக்கு ஒரு தங்கையாக இருந்து கேட்கிறேன் ."என் பேத்தியை அனுப்பி வைக்கிறேன். அவளைப் பாதுகாப்பது உங்கள் பொறுப்பு" என ஸ்வர்ன மஹாலக்ஷ்மி ராத்தோட் கேட்டார்.

"நீங்க அனுப்புங்கள் தங்கச்சி என் பேத்தி மாதிரி பார்த்துக்கிறேன் " என வாக்கு கொடுத்தார். சிவாவின் தாத்தா. மொழி தெரியாத ஊருக்கு, தன் பேத்தியின் உயிரைக் காக்க இந்தத் தமிழனின் நம்பிக்கையில், என் நண்பர்கள் உதவியுடன் அனுப்பி வைத்தார் தாதிஷா.

"நான், பங்குரியை விரும்பிய விசயம் வெளியே வந்தால், ராத்தோட்களின் பகை வரும் எனக் கணக்குப் போட்ட என் படே பாபுஷா, ராகினி யாருக்கும் தெரியாமல் ஓடியதாகக் கதை கட்டினார். ரெனாவத்களைத் தூண்டி இன உணர்வு எனச் சொல்லி திசைத் திருப்பினார். என் படிமாஷா இப்போது இல்லை, ஆனால் படே பாபுஷா இருக்கிறார். நான் இன்னும் இரண்டு மணிநேரம் கழித்து உங்கள் ஹவேலிக்கு கூட்டிட்டு வர்றேன். என் நண்பர்களும் வருவார்கள்.

ராகினியின் கலங்கம் துடைக்கப் பட வேண்டும். அதன் பிறகு நீங்களே உங்கள் புவாஷாவை கூட்டிட்டு வாங்க" என முடித்தார் ஹேமந்த் செகாவத்.

இவர்கள் பேசிக் கொண்டிருக்கும் போதே, அமுதனும் வந்து சேர்ந்தான்.

ஹேமந்த,மஞ்சரியை அழைத்துக் கொண்டு, ரகுவீர் மயூரியை அழைத்துக் கொண்டு அவரவர் ஹவேலிக்கு கிளம்பினர்.

கிளம்பும் முன் தன் புவாஷாவிடம் வந்த ரகுவீர்," பூபி, இன்றைக்குப் பிரச்சினை முடிந்து உங்கள் கையில் தான் எனக்குச் சாப்பாடு. அதுவரைக்கும் விரதம் தான். உங்கள் வீருக்கு தால் ரோட்டி ஊட்ட வந்துடனும்" எனச் சொல்லி கன்னத்தில் முத்தமிட்டுச் சென்றான்.

மனதின் வார்த்தை -35

ராத்தோட்ஸ் ஹவேலியில் காலை நேரத்தில், அமிர்தாவைப் பார்த்த ஜானகி அதிசயம் அடைந்தாள்.

"கணேஷ், ஏதோ ஐலேண்ட் போட்டோகிராபிகாக வந்தான்டி, கிளம்பிட்டான். இரண்டு நாள் கழித்து நம்ம மும்பை வந்ததும் உன்னைப் பார்த்துட்டுச் சென்னை போவதாகச் சொன்னான். அதுதான் அண்ணாக்கும் வேலை முடிஞ்சதா, என்னைக் கூட்டிட்டு வந்துட்டார்."என்றாள் அமிர்தா ஜானகியிடம்.

ஜானகி கண்களைச் சுழட்டித் தேடினாள் தன் நாயகனை. அதைப் பார்த்த அமிர்தா காணாதது போல் பாவனைச் செய்து, "இந்த ஹவேலியைப் பார்த்தியா, செம அழகா இருக்கிறது. இது எல்லாத்தையும் விட்டுவிட்டுத் தான் ராகினி அத்தை மாமாவோடு வந்துருக்காங்க" எனக் கூறினாள்.

"ஏய இவர்கள் காசு,பணம் அரண்மனை, ஆள் அம்பு இருந்து என்ன புண்ணியம், அப்பா தானே மாதாஜீயைக் காப்பாற்றினர். எங்க அப்பா தான் கிரேட்" என்றாள் ஜானகி.

"ஆமாம் எங்கடி உன் உடன்பிறவா அண்ணனைக் காணோம்?" என்றாள் ஜானகி.

"மயூரி வர்றான்னு கூப்பிடப் போய் இருக்காங்க " என்றாள் சாதாரணமாக அமிர்தா.

"ஏர்போர்ட்டுக்கா? மாதாஜீயும் அதுலதான்டி வர்றாங்க" என்றாள் ஜானகி அதிர்ச்சியாக

"வந்தால் என்னடி எப்படினாலும் தெரியத் தானே வேண்டும்" என்றாள் அமிர்தா.

"தெரிந்த பிறகு இருக்கிறது எனக்கு ரிவிட்" எனப் புலம்பினாள் ஜானகி.

"யார்கிட்ட இருந்து ரிவிட்?"எனக் கேட்டாள் அமிர்தா.

"எல்லாப் பக்கமும் தான்."என்றாள் "முக்கியமா கட்வா கொல்லப் போகுது. எனப் புலம்பினாள்.

"ஆமாம், ரொம்பப் பயந்தவதான் நீ." என அமிர்தா காலை வாரினாள்.

மயூரியை அழைத்துக் கொண்டு, ரகுவீர் ஹவேலிக்கு வந்துவிட்டான். காலைப் புதுமலரென தலைக் குளித்து, முடியைக் கோதிக் கொண்டு, ஆகாய நீல வன்ன லெஹங்காவில் நின்ற ஜானகியை, தூரத்திலிருந்தே கண்களில் நிறைத்துக் கொண்டான் ரகுவீர்.

'அழகான ராட்சஸி, எத்தனை விசயத்தை மறச்சு வைத்திருக்கா. குட்டி பிசாசு தான் இது சந்தேகமே இல்லை'.என மனதில் ஆயிரம் அர்ச்சனை செய்தவன், அவளைக் கண்டு கொள்ளாமல் சென்று விட்டான்.

மயூரியைக் கண்ட வீட்டுப் பெரியவர்கள் மகிழ்ச்சியை வெளிப்படுத்தினர்.

"ஜானகியின்,அப்பா,அம்மாவை கூட்டிட்டு வந்து இருக்கலாம் இல்ல" எனக் கேட்டார் பூனம்.

"அவர்கள் ,அங்கிள் ஃப்ரண்ட்ஸ் எல்லாம் வந்து இருக்காங்க. அதனால் மதியம் வருகிறதா சொல்லிட்டாங்க" என்றாள் மயூரி.

"பூபாஷா கூட அவர்கள் வீட்டுக்கு வந்தேன், பய்யா அங்க இருந்து கூட்டிட்டு வந்தாங்க" எனப் பொய் சொன்னாள் மயூரி, இது அவள் ரகுவீரிடம் உன்மையை மறைத்தற்காகப் பிறப்பித்த அண்ணன் கட்டளை.

ரகுவீர் தனது அறைக்குச் குளித்துத் தயாராகப் போனான். முக்கியமான வேலை இருக்கிறதே, அதனால் வேகமாகப் படி ஏறினான். அவனுக்கு ஜூஸ் எடுத்து வந்த ஷப்னம், அவன் வேகத்துக்கு ஈடு கொடுக்க முடியாமல் நின்று விட, மறுபுறம் நின்ற ஜானகியிடம், "ரகுவிக்குக் குடுத்துடு பேட்டா" என அனுப்பி வைத்தார்.

ரகுவீர், வேகமாகத் தனது அறைக்குச் சென்றவன், சிறிது நேரம் கண்ணை மூடி, அன்றைய நிகழ்வுகளை அசைப் போட்டான். யாரைப் பார்க்கவே முடியாது என இருந்தானோ, அந்தப் புவாஷாவைப் பார்த்தாகி விட்டது. நல்லபடியாக வீட்டுக்கு வந்து சேரனும் என நினைத்தான்.

அடுத்து,அடுத்து நிகழ இருக்கும் நிகழ்வுகளுக்காகச் சில ஏற்பாடுகள் பாதுகாப்பு வேலைகள் செய்ய வேண்டியது இருந்தது.யோசித்து முடித்தவன் தன் சூட்கேஸ் திறந்து ஆடைகளைக் கையில் எடுத்துக் கொண்டிருந்தான். உடுத்தியிருந்த சர்ட் பட்டன்களை அவிழ்த்து விட்டு, டவல் எடுத்துக்கொண்டு குளியலறைக்குச் செல்லப் போனான்.அவனது அறைக் கதவைத் தட்டிய ஜானகி, "mr.ராத்தோட், உங்களுக்கான ஜூஸ் ஷப்னம் ஆண்டி தந்தார்கள்" என ஜூஸை நீட்டினாள்.

அவள் குரலைக் கேட்டவுடன் துள்ளிக் குதித்த மனதை அடக்கியவன்,

'mr.ராத்தோட்" ரொம்ப தான் டிகினிட்டி மெயின்டைன் பண்றா. ஏன் இவளுக்கு என்னை இப்படித் தான் தெரியுமோ, புவாஷா கீ லாட்லீ, இருடி, நான் மார்வாடியாக்கும், எல்லாத்துக்கும், ஹிசாப்,கிதாப் (கணக்கு, வழக்கு) வைத்திருக்கிறேன், தண்டனை எல்லாம் உன் பேசும் வாய்க்குத் தான்.

மறைச்சா வைக்கிற, நமக்கிடையில் எந்த ஒளிவுமறைவும் இல்லாமல்,ஏன் இடைவெளியும் கூட இல்லாமல் பார்த்துக்கிறேன்' என மனதில் பேசியவன்.

"நோ,நன்றி மிஸ் ஜானகி நாதன்" என்றான் ரகுவீர் அவளைத் திரும்பியும் பார்க்காமல்.

"ஆண்டி கேட்டால் என்ன சொல்றது" என்றாள் சிணுங்கலுடன், நான் எடுத்துட்டு வந்தும் குடிக்க மாட்டியா என்ற தோரணை.அவள் பக்கம் திரும்பியவனை, ஜானகி வைத்த கண் எடுக்காமல் பார்த்தாள்,சட்டைக்குள்ளே சிக்ஸ் பேக் தெரிந்தது. ஆணழகன் தான் என் வீருஜீ எனக் கண்களில் பாராட்டைக் காட்டினாள்.

அவள் பார்த்ததில்,தன்னவள் தன்னைச் சைட் அடிப்பதில் பெருமை பொங்கியது ரகுவீருக்கு. ஓர் அசட்டையான நகையுடன் சர்ட்டை முழுவதும் கழட்டி ஆர்மஸைக் காட்டினான். "ஆச்சா, நல்லா திடமாகத் தான் இருக்கிறேன் இந்த ஜூஸ் வேண்டாம். எங்களுக்கு ஊட்டுறதுக்கு வேற அன்பான கை வருது, நீயும் உங்க ஆண்டியும் ரொம்பக் கவலைப் பட வேணாம். போங்க" என்றான் ரகுவீர்.

'அவள்,அவனை அப்படிப் பார்த்தாள் தான் அதற்காக அவனுக்குக் கொஞ்சமாவது விவஸ்தை வேண்டாம். பட்டனைக் கழட்டி உடம்பைக் காட்டி நிற்கிறான். இவனுக்கு நான் இவன் பொண்டாட்டின்னு நினைப்பு.

விவஸ்தை கெட்டவன், எப்படிப் பேசுறான் பாரு, இவர் சிக்ஸ் பேக்கைப் பார்க்கத் தான் நாங்க தவம் இருந்தமாக்கும். கட்வா கைக்கா. இருடி உன்னையெல்லாம் பட்டினி போட்டாத் தான் சரியா வழிக்கு வருவ. மாதாஜீ பிரச்சினை முடியட்டும் உன்னை வச்சுக்கிறேன்'.என ஜானகி தன்னைப் போலப் பேசிக் கொண்டே வந்தாள்.

"ஜானிமா யாருமேல இவ்வளவு கோபம் யாரை வச்சுக்கப் போற" எனக் கேட்டார் அமரேன்.

"எல்லாம் உங்கள் ஜேஸ்ட புத்திரன் தான், பெரிய மன்மதன்னு நினைப்பு. சட்டையைக் கழட்டிகிட்டு நிற்குது விவஸ்தை கெட்டது " என யாரிடம் என்ன சொல்கிறோம் என்பதை மறந்து சொன்னாள் ஜானகி.

அவளைப் பிடித்து நிறுத்தியவர் "ரகுவி அவன் ரூம்ல தானே சட்டையைக் கழட்டி நிற்கிறான்,அப்புறம் என்ன? குளிக்கப் போவானா இருக்கும். சட்டையோடு குளிக்கிற பழக்கம் அவனுக்கு இருக்காது இல்லை" என்றார் அமரேன்.

"ஆமாம் மாம்ஸ், எனக்கும் தெரியும், டவளோட வந்து நிற்கும். (அமரேன் அதிர்ந்தார்,ஜானகி வித்தியாசத்தை உணர்ந்தாள் இல்லை) ஜூஸ் குடுத்துட்டு வரச் சொன்னாங்க ஷப்னம் ஆண்டி அவர்கள் ஏறி இறங்கக் கஷ்டப் படுவாங்களேன்னு. அதைக் கொடுக்கத்தான் போனேன். ஜூஸ் வேண்டாமாம். நானும் வேண்டாம்,ஷப்னம் ஆண்டியும் வேண்டாமாம், இவருக்கு ஊட்ட அன்பான கை வருதாம்,யாரு மாம்ஸ் அது உங்களுக்குத் தெரியுமா " எனக் கேட்டாள் ஜானகி.

"ஹரிணியை சொல்லி இருப்பானோ?" என்றார் அமரேன்.

"அதெல்லாம் இல்ல மாம்ஸ், வேற யாரு சிருஷ்டியாக இருக்கும். அவளைக் கண்டால் தான் சிரிப்பெல்லாம் வரும். விடுங்க, எப்படியோ உங்கள் வீட்டுக்கு மருமகள் வருகிறது உறுதி." என்றாள் ஜானகி.

'ஹே ராம், என் தீதீஷா மகளா இது, இவ்வளவு பெரிய வாயாடியா இருக்கிறது.'என மனதில் நினைத்தவர் அவளிடம்,

"ஜானி மா நான் ஒன்னு சொல்லட்டா, காளை மாடு, இளவட்டக்கல், ரேக்ளா வண்டி எதுவுமே வேண்டாம், நல்ல வேளை இருபத்தி மூன்று வரு-

ஷம் முன்னாடியே ஷாதி முடிந்தது எனக்கு .பாவம் என் ஜேஸ்ட புத்திரன் " என்றவர், "பார்த்துப் போ கன்பார்ம்டு,இது அதுதான்" என்றார்.

"மாம்ஸ், நீங்க பேசறதே புரியலை. எது கன்பார்ம்டு, எது எது தான்?" எனக் கேள்வி கேட்டு கொண்டிருக்கும் போதே மங்கள பாண்டேயிடம் இருந்து போன் வந்தது. ஜானகி, "மாம்ஸ்,போன் பேசிட்டு வருகிறேன்." என்றவள் அங்கிருந்து நகர்ந்தாள்.

அமரேன் ரகுவீர் அறைக்குச் சென்றார் அவன் அப்போது தான் குளித்து முடித்து, ஸ்கீரினுக்குப் பின் நின்றான். இங்குத் தனி ட்ரெஸ்ஸிங் ரூமெல்லாம் கிடையாது. அமரேன் பார்த்தவுடன் சிரித்து விட்டார்.

"என்ன சாசாஷா, புதுசா பார்க்கிற மாதிரி சிரிக்கிறீங்க" என்றான் ரகுவீர்.

"இல்லை, இத்தனை வருஷம் தப்பிச்ச என் பாஞ்சா, இப்ப நல்லா வசமா மாட்டிக் கிட்டானேன்னு தான்." என அமரேன் சொல்லும் போதே, ரகுவீருக்குக் கண்கள் குழிந்து ஓர் அசட்டுச் சிரிப்பு வந்தது. ஆண்களும் வெட்கப்படுவார்கள்,அதுவும் ரகுவீர் போன்ற கட்வா கைகாவுக்கும் வெட்கம் வரும் என்று இப்போது நம்பலாம்.

அமரேன் ரகுவியின் முகமாற்றம் தடுமாற்றத்தைப் பார்த்து நன்றாகச் சிரித்தார். " உன்னை இப்படிப் பார்க்கவே சந்தோஷமா இருக்குடா பேட்டா. ஏம்பா காளை மாடு,இளவட்டக் கல், ரேக்ளா போட்டி" இதற்கெல்லாம் தயாரா? எனக் கேட்டார்.

"சாசாஷா, உங்களுக்கு." என ரகுவீர் தடுமாறினான்.அவ்வளவு வெளிப்படையாக இருந்ததா என் ஃபீலிங்க்ஸ் என்ற அதிர்ச்சி.

"எனக்கு என் பாஞ்சியை பஹூராணியா ஆக்கிக்கனும்னு ஆசை. சரிதானே உனக்குச் சம்மதம் தானே" எனக் கேட்டார் அமரேன்.

தலை சீவக் கையை உயர்த்தியவன் அவர் கேட்டதில்,"சாச்சு" என்றான்.

"தெரியும்.டா,மயூ சொல்லிட்டா. புவாஷாவைப் பார்த்தியா? தீதி எப்படி இருக்காங்க?" என ஆவலாகக் கேட்டார்.

கண்களில் கண்ணீர் மல்க,"பார்த்தேன் சாச்சு, புவாஷா ராணி மாதிரி இருக்காங்க. பூஃபாஷா நல்லா வச்சுருக்காங்க.அவர்கள் முகத்தில் திருப்தியான வாழ்க்கை வாழும் நிறைவு."என்றவன் உணர்ச்சி வயப்பட்டு அவரைக் கட்டிக் கொண்டான்.

"இன்னும் ஒரு ஒருமணி நேரத்தில் வருவாங்க சாச்சு, எதுவும் விபரீதம் ஆகாமல் பார்த்துக்குங்க ப்ளீஸ்." என்றான் ரகுவீர்.

"இதை நீ சொல்லனுமா ரகுவீ, கஜேன் பாயீக்கும் கூடத் தீதீஷா மேல் பாசம் தான். அன்னைக்கு மாஷா பேசியதிலிருந்து ரொம்பவே மாற்றம்" என்றார் அமரேன்.

இங்குச் சித்தப்பா மகன் பேச்சு ஓடிக் கொண்டிருக்க, ஜானகி, பாண்டே மாமாஜீயுடன் பேசிக் கொண்டிருந்தாள். அவரும் ரகுவீர், ராகினியை சந்தித்-

ததைச் சொல்லவில்லை. பொதுவான அவர்களது ப்ளானைப் பற்றி மட்டும் சொன்னார். ஜானகிக்கும் பதட்டம் பற்றியது.

ரகுவீர் , ராஜ்வீர், ரன்வீருடன் சேர்ந்து தனி அறையில் பேசிக் கொண்டிருந்தான். ராஜ் தலைக் குனிந்து ,"சாரி பய்யா, உங்கள் கிட்ட மறைத்து இருக்கக் கூடாது. நீங்க புவாஷாவைப் பற்றிப் பேசினாலே கோபப் படுவீர்கள், அதுதான்..." என இழுத்தான்.

"அதுவும் பாசம் தான் ராஜ்வி, புவாஷா பிரிவைத் தாங்காமல் வந்த கோபம். சரி விடு நடக்கிறது தானே நடக்கும்" என்றான்.

"புவாஷா ஷாதியின் போது வேற சில பிரச்சினைகளும், இன உணர்வையும் தூண்டி விட்டுருக்காங்க. அதே ஆளுங்கள் இப்ப இல்லை இருந்தாலும், அவ்வளவு சுலபமா கௌரவத்தை விடவும் மாட்டார்கள். புவாஷா பாதுகாப்பு ரொம்ப முக்கியம். இதில் ரெனாவத் குடும்பமும் சம்பந்தப்பட்டு இருக்கு. கேர்ஃபுல்லா இருக்கவேண்டும் ."என்றவன்.

தங்கள் ஆட்கள் வேலியைச் சுற்றி பான், வளையல், விற்பவர்கள் போல் மாறுவேடத்தில் இருப்பதையும், தேவைப் பட்டால் அவர்களை அழைத்துக் கொள்ளலாம் எனச் சொன்னான்.

செகாவத் ஹவேலி ஹேமந்த மஞ்சரியுடன் சேர்ந்து ஒரு நாடகம் நடத்திக் கொண்டு இருந்தார் தன் பெரியப்பா பைரவச் சிங் செகாவத்திடம்.

"படேபாபுஷா நான் அப்பவே சொன்னேன், ராத்தோட் குடும்பத்து ரிஸ்தா நம்மோடு முடியட்டும்னு நீங்க தான் கேட்கவே இல்லை. மஞ்சரியைப் பால்ய விவாகம் செய்து வச்சீங்க. இப்ப அதன் விளைவை நான் சந்திக்கிறேன்" என்று நிறுத்தினார்.

கிழட்டு நரி போன்று இருந்தார் பைரவ் சிங் செகாவத், கண்களில் ஓர் கள்ளத்தனமும், தோரணையில் கர்வமும் எப்போதும் குடியிருக்கும்.முரட்டு மீசை, பைஜாமா குர்தாவுடன், தங்கச் சங்கிலி ருத்ராட்சம் அணிந்து மிரட்டலாக இருந்தார்.

"என்ன பேசுறேன்னு தெரிந்து பேசுறியா? அப்படி என்ன ஆகிடுச்சு, நான் பேசி வச்ச ரிஸ்தா, கஜேந்தர் என் பேச்சை மீற மாட்டான். அர்குன் நம்ம குடும்பத்து பொண்ணு" என்றார்.

அப்போது பேசிய மஞ்சரி,"தாதாஷா, உங்களுக்குத் தெரியாது, போன தடவை நான் மும்பை போன போது, மயூரி அவர்கள் புவாஷாவைப் பற்றிக் கேள்வி கேட்டாள். அவர்கள் தாதிஷா அவர்கள் பொண்ணு மேல தப்பு இல்லை, பர்தாதிஷா அதான் உங்கள் சாசுமா டெத்பெட்டில் சொன்னதாகச் சொன்னார்கள்" என உன்மையைப் போட்டு உடைத்தாள். அவர் விழி மேலே குத்தி நின்றது. அவர் பார்வையில் கலவரம் தெரிந்தது.

மேலும் பேசிய மஞ்சரி, "மயூவின் தாதாஷா ராகினி புவாஷாவை நீங்க தான் திருப்பி அனுப்பி வைத்தீர்கள் என்றும், கஜேன் மாமாஷா, உங்கள் பேச்சைக் கேட்டு அவங்களை இன்னொரு முறை அவமதித்ததையும் சொல்-

விட்டார்" என நிறுத்தினாள்.

"பாபுஷா, எனக்குக் கிடைத்த தகவல்படி, ராத்தோட்ஸ், ராகினி ஷாதிக்கு பலிவாங்கத் தான் வந்திருக்கிறார்கள். வீரேன் மாமாஷா கடும் கோபத்தில் இருக்கிறார். சண்டையோ சமாதானமோ ஒரு கை பார்க்கலாம். என் மகளைப் பிரிந்து இருப்பதற்குப் பதில் வேண்டும் என உருமுகிறார்" என்றார் ஹேமந்த் .

இப்போது குறிக்கிட்ட பங்குரி, "ஸுனியே ஜீ என் மகள்கள் ஷாதிதான் முக்கியம், இப்ப பிரச்சினை வந்ததென்றால் மஞ்சரி மட்டும் இல்லை மோனல் ஷாதியும் பாதிக்கப்படும். என்னைக் கூட்டிட்டு போங்க. படேபாபுஷா கால்ல நான் விழறேன்" என்றாள்.

"பம்மி இது மன்னிப்போட முடியாது, அவர்கள் மானம் மரியாதை போனது மாதிரி நாமும் அசிங்கப் படனும்னு நினைக்கிறாங்க. கஜேன் பாய்-ஷாவே, அவர்கள் மாஷாவோட அழுகைல மாறிவிட்டார். ஸர்குன் பேச்சு எடுபடவே இல்லை. ஸர்குன் போன் போட்டுத்தான் இதை எல்லாம் சொன்-னது" என்றார் ஹேமந்த்.

"இப்போது என்ன செய்கிறது ஹேமந்த்.ஷாதி நிற்கக் கூடாது. அது நம்ம கௌரவம் சம்பந்தப்பட்டது. ஆளுங்கூடப் போய் ராஜ் வீரை தூக்கிட்டு வந்-திடுவோம்" என்றார் கிழட்டு நரி. ஹேமந்த ராத்தோட்ஸ் வீட்டைச் சுற்றி நிற்கும் மாறுவேட காவலை வீடியோவாகக் காட்டினார். இது ரகுவீர் அனுப்-பியது.

"பாபுஷா இதற்கு ஒரு முடிவு எடுங்க உங்கள் பேச்சைக் கேட்டு, ராகினி ஷாதியில் நான் எவ்வளவு கலவரம் செஞ்சேன். இப்ப என் மகள் சாதியில் எல்லாம் விடியுது" எனப் பதட்டமானார் மோனலின் தகப்பன்.

பைரவச் செக்காவதைப் பேச விடாமல், யோசிக்க விடாமல் குழப்பி விட்டு, ராத்தோட்ஸ் வேலிக்கு நடந்தவற்றைச் சொல்லி மன்னிப்பு கேட்க மூளைச் சலவை செய்தார்.அது செயல்முறைக்கு வந்தது. மிஷன் வெற்றி, நெக்ஸ்ட் மூவ்.என நண்பர்களுக்கும் ரகுவீருக்கும் செய்தி அனுப்பினார்.

ரகுவீர், ஜானகியிடம் விளையாட நினைத்தான். ஜானகி தங்களது திட்-டத்தின் அடுத்த நிகழ்வுக்காகக் காத்திருந்தாள். ரகுவீரின் குரல் கேட்டதும் அங்கே பார்த்தாள். ரகுவீர் ராஜிடம் பேசிக் கொண்டிருந்தான்.

"ராஜ்வி, இங்க வந்தாலே புவாஷா ஞாபகம் வந்துடும். புவாஷா ஷாதி நடந்த போது எனக்கு நான்கு வயசு. என்னைத் தான் போகும் வீட்டுக்கு கூட்டிட்டுப் போவதாகச் சொல்லி இருந்தார்கள். ஆனால் என்னைச் சீட் பண்ணி வேற ஒருத்தர் கூடப் போய்ட்டாங்க" என்றான் ரகுவீர்.தன் அம்-மாவை,ரகுவீர் குறை கேட்க முடியாமல் சண்டைக்கு வந்தாள் ஜானகி.

"ஹலோ, mr. ராத்தோட் உங்கள் புவாஷாவை உங்களுக்குப் பார்த்துக்க முடியலை. ஒரு நல்ல மனுஷன் பாதுகாப்பா கூட்டிட்டுப் போனால், அதுக்குப் பேர் ஓடிப்போறதா" என அவன் முன் சண்டைக் கோழியாக நின்றாள்.ராஜ்

வீருக்குக் கண்ணைக் காட்ட அவன் அங்கிருந்து நகர்ந்தான்.

"என் புவாஷாவை பற்றி நான் பேசுறேன், இதற்கும் உனக்கும் சம்பந்தமே இல்லை. உன் வேலையைப் பாரு. வந்தமா உதய்பூரைச் சுற்றி பார்த்தமானு போய்கிட்டே இருக்கனும். அனாவசியமா எங்க ஃபேமலி விஷயத்தில் தலையிடாதே. மயூவோட ஃப்ரண்டு அதனால் சும்மா விடுறேன்" என்றான் ரகுவீர்.

ஜானகியின் பொறுமை நிதானம் எல்லாம் காற்றில் பறந்தது. அவன் முன்னே முகத்துக்கு நேராக அருகில் எதிர்த்து நின்று "நான் அப்படித் தான் பேசுவேன். என்ன பண்ணுவீங்க. பெரிசா புவாஷா மேல் பாசம் இருக்கிற மாதிரி நடிக்காதீங்க. நான்கு வயசு பையனா இருக்கும் போது தேடத் தெரியாது , சரி பரவாயில்லை. இப்ப தான் நாலு கழுதை வயசாச்சில்ல, தேடிக் கண்டுபிடிக்க வேண்டியது தானே. பெரிசா வந்துட்டாரு புவாஷா விட்டுட்டு போய்ட்டாங்கன்னு சொல்றதுக்கு" என்றாள் ஜானகி.

"நாலு கழுதை வயசா? ஆமாம் யாரை கழுதைனு சொன்ன? மைண்ட் யுவர் டங்க்" என அவன் அவளை நோக்கி முன்னேறினான்.

"ஹலோ வழியை விடுங்க பெரிய ஹீரோன்னு நினைப்பு. இதற்கெல்லாம் பயந்தவ நான் இல்ல ஆமாம். " என அவன் நெஞ்சில் கை வைத்துத் தள்ளி, தன் வழியை ஏற்படுத்த முனைந்தாள் .

அவன் நெஞ்சில் பதிந்த அவளின் கையைப் பற்றி சுழற்றி மடக்கி இரு கைகளையும் பின்னால் கட்டி ஒரு கையால் பற்றி அவள் முதுகை தன் மார்பில் பதித்து,தன் மற்றொரு கையை முன் பக்கம் கொண்டு வந்து, அவள் இடையோடு இறுக்கி அவளை அணைத்தவன் குனிந்து அவளது காதில்.

"போனால் போகுதுன்னு விட்டால் ரொம்பத் தான் போற, என் புவாஷாவை பற்றிப் பேசுனா உனக்கென்னடி, பெரிய இவ மாதிரி லெக்ச்சர் குடுக்குற. எப்பப் பார்த்தாலும் உரிமையைப் பற்றிப் பேசுவ இல்லை, இப்பச் சொல்லு, என்ன உரிமை இருக்கிறது என்னைப் பேசறதுக்கு?" என்றான் ரகுவீர்.

ஜானகிக்கும் ரோஷம் அதிகமானது. "எனக்கு என்ன உரிமையா எந்தப் புவாஷாவைப் பத்தி குறையாப் பேசுனீங்களோ அவங்க மகள் நான். ஸ்வர்ன ராகினி என் அம்மா," என்றாள்.

அவன் கைகளிலிருந்து விடுபட்டு அவன் முன்னால் நின்றாள். அவன் அதிர்ந்துப் போவான் என நினைத்துச் சொன்னாள். ரகுவீர் அமைதியாக, கையைக் கட்டி நின்று கொண்டு, அவளையே உறுத்துப் பார்த்தவன்.

" பொய், இது வடிகட்டின பொய். என் புவாஷா ரொம்ப மென்மையானவர்கள், உன்னை மாதிரி மிர்ச்சி, குட்டி பிசாசு எல்லாம் அவங்க மகளாய் இருக்கச் சான்ஸே இல்லை" என்றான்.

"என்ன சான்ஸே இல்லை, இப்பவே போன் போட்டு கேளுங்க," எனத் தன் மொபைலில் மாதாஜீ நம்பரைத் தட்டப் போனால். அதைப் பிடுங்கியவன்.

"சரி, நீதான்,என் புவாஷா மகளென்றால், என்னைப் பற்றிச் சொல்லாமல் இருந்திருக்க மாட்டாங்க. சொல்லு,என்னை எப்படிக் கூப்புடுவாங்க என் புவாஷா?" என வம்பிலுத்தான் ரகுவீர்.

"இதுகூடத் தெரியாமலா இருப்பேன் அதான் அடிக்கடி மாதாஜீ சொல்லுவாங்களே, வீரூ,வீரூ ன்னு. நான் வீரூன்னு சொன்னா, உன்னை விடப் பெரியவன்,வீரூஜீ, சொல்லுடான்னு சொல்லுவாங்க" என அவள் தன்னை நிரூபிக்கும் வேகத்துடன் சொன்னாள் ஜானகி.

சட்டென அவளை நெருங்கியவன் அவளைச் சுவரோரம் நடத்திச் சென்று, அவள் முகவாயை ஓர் கையால் உயர்த்தி, தன்னை நோக்கிப் பார்க்க வைத்து, அவள் விழிகளோடு தன் விழிகளைக் கலக்க விட்டு, தன் மனதின் காதல் வார்த்தைகளை விழி மூலம் கடத்தி," அதனால்தான், இந்த வீரூஜீயை மனசிலேயே சிறை வச்சுருக்கியா ஜானூம்மா?" எனக் கேட்டவன்.

ஒற்றை விரலால் அவள் முகத்தில் கோலமிட, அதன் உணர்வுக் குவியலைத் தாங்க முடியாத ஜானகி, அவன் மார்பில் சாய்ந்தாள். அதன் அர்த்தம் உணர்ந்த அவன், அவளை இறுக்கி காற்று புகும் இடைவெளியும் இன்றி அணைத்தவன், அப்படியே மனது நிறைந்து நின்றான்.

இவர்களின் இந்த மோன நிலை எவ்வளவு நீடித்ததோ, ரகுவீர் "ஜானும்மா, ஜானூ"என அழைத்து, அவள்,"ம்" எனவும். ரகுவீர் தன் மனதின் வார்த்தைகளைச் சொல்ல வரும் நேரம், "பய்யா, செகாவத் குடும்பம் வந்திருக்கிறார்கள்" என்ற ராஜ்வியின் வார்த்தையில், மோன நிலை விட்டு இயல்புக்கு வந்தவன், ஜானகியை, மோன நிலையிலேயே வைத்து, இதழோடு,இதழ் பொருத்தி, அமிர்தம் பருகி அமரன் ஆனான்.

"ஜானும்மா, எல்லாரும் வந்துட்டாங்க, வாடா கீழேப் போகலாம். புவாஷாவை அரண்மனைக்குள்,அழைக்கும் நேரம் வந்துடுச்சு" என்றவன்.

அவள் தடுமாற்றத்தை ரசித்து, சிரித்து மீண்டும் ஓர் முறை அணைத்து சிவந்த கன்னத்தில் முத்திரைப் பதித்து, "நான் முன்னாடிப் போறேன், நீயும் கீழே வா" என நெற்றியில் முத்தமிட்டுச் சென்றான்.

ராத்தோட்ஸ் ஹவேலிக்கு, முன்னால் நான்கு கார் வந்து நின்றது. அதிலிருந்து, ஹேமந்த் அவர் படேபாபுஷா, பைரவ்சிங் செகாவத் மற்றும் ஊர் பெரியவர்களுடன் வந்து சேர்ந்தார்.

மனதின் வார்த்தை-36

ராத்தோட்களின் ஹவேலியின் முன்னே வரிசைக் கட்டி நின்றது, செகாவத் குடும்ப வாகனங்கள். ஹேமந்த் செகாவத் தன் பெரியப்பா பைரவ் சிங் செகாவத்துடன் வந்து இறங்கினார். ஹேமந்த் தன் நண்பர்கள் மூவரையும், தான் சொல்லும் போது வீட்டிற்குள் வருவது போல் பக்கத்தில் ஓரிடத்தில்

நிறுத்தியிருந்தார்

வீர் பிரதர்ஸ் அண்ட அமரேனுக்கு விசயம் தெரியும், ஒரு சிசி டிவி கேமராவில் பதிந்து, மொபைலில் பார்க்கும் படி, மற்றவர்களுக்கு ஏற்பாடு செய்து கொடுத்திருந்தான் ரகுவீர்.

தாதாஷா,தாதிஷா ராஜேன், மற்றும் கஜேந்தரிடம் சொன்னார் அமரேன், “ராகினி தீதீஷா ஷாதி அன்று நடந்த விசயம், கொஞ்சம் நேரத்தில் வெளியே வரும், பைரவ் பூஃபாஷா, வருகிறார். அவர் பேசுகிற விசயத்தை அனுசரித்துப் பேசுங்கள். கொஞ்சம் கெத்தாகக் கோபத்தை மெயிண்டைன் பண்ணுங்கள்”என ஹிண்ட் கொடுத்து வைத்தார்.

"மாம்ஸ், என்ன நிறைய இன்ஸ்ட்ரக்ஸன் குடுத்துட்டு இருகார் என்ன விசயம்"

என ஜானகி, மயூரியிடம் கேட்டாள்.

"மஞ்சரி குடும்பத்திலிருந்த வருகிறார்கள், நாம அவங்க மேல் கோபமா இருக்க மாதிரிமஞ்சரி ஷாதியில் பிரச்சனை மாதிரி கொளுத்திப் போட்டு இருக்கிறார்கள். அது தான் ஊர்காரங்களோட வர்றாங்க. பாபுஷாகிட்ட, கொஞ்சம் முன்னாடி பூஃபாஷா பேசினார்.அப்புறம்,அமுதன்,ராகினி புவாஷா, பூஃபாஷா, அவர்கள் ஃப்ரண்ட்ஸ் எல்லாரும், ரீச்சபில் டிஸ்டன்ஸ்ல இருக்காங்க. சரியான நேரத்தில் ஒவ்வொருத்தரா என்டர் ஆவார்கள்" என விளக்கினாள் மயூரி.

ராஜ்வீரை முன்னால் வராமல் மறைத்து நிற்க வைத்தனர்.ரன்வீர் வீட்டின் வாசல் பக்கம் எதற்கும் தயாராக நின்றான்.

" தாதிஷா, மாஷா, சாசிஷா, இங்க செகாவத் குடும்பம், ஊர்காரங்களோட வருகிறார்கள்.தாதிஷா நீங்க அவர்களைக் கூட்டி,ஞாயம் கேட்கசொன்னீங்களே, இப்ப அதுதான், ஹேமந்த் பூஃபாஷா அரேன்ஞ் பண்ணியிருக்கிறார்" எனச் சொன்னான் ரகுவீர்.

ரகுவீர் ஜானகியிடம் கண்களால் பக்கத்தில் அழைத்து," கொஞ்ச நேரம் அமைதியாக நடக்கிறதை வேடிக்கைப் பாரு. உணர்ச்சி வசப்படக் கூடாது. யார் கவனமும் உன் மேல் வரக் கூடாது. நான் காரணமாகத்தான் சொல்கிறேன்" என அமர்ந்த குரலில் ரகுவீர் சொல்ல,சரி எனத் தலை ஆட்டினாள் ஜானகி.

ஹேமந்த் கைகளைக் கூப்பிய வண்ணம், "கம்மாகனி மாமாஷா மாமிஷா ‘ என்றபடி உள்ளே வந்தார். அவர்கள் ஓர் தலையசைப்புடன் திரும்பிக் கொண்டனர். பைரவ் செகாவத், ராம் ராம் சாலேஷா, என்றபடி உள்ளே வந்தார். என்ன இருந்தாலும் அவர் தமது தீதிஷாவின் கணவன் என்ற முறையில் வணக்கம் மட்டும் தெரிவித்தார் வீரேந்திர சிங் செகாவத்.

கஜேந்தர் எல்லாரையும் உட்காரச் சொல்லி இருக்கைகளைக் காட்டினார்.அந்த ஊரில் உள்ள, முக்கிய இரஜஸ்தானி பெரிய குடும்பத்தினரை அழைத்து வந்திருந்தார் ஹேமந்த். ராகினியின் களங்கம் துடைத்து, அவள்

வீட்டினருடன் சேர்த்து வைத்து, தனது நன்றி கடனை அடைப்பது அவரது தலையாயக் கடமை என இருந்தார்.

எல்லோரும் வாங்க உட்காருகங்க என்று குளிர்பானம் பரிமாறினர். பெண்களில் தாதிஷா, ஹாலின் உட்புறத்தில் அமர்ந்திருக்க, ராத்தோட் பஹூரோணிகள், முக்காடு போட்டு பக்கத்து ஷோபாக்களில் என்ன பிரச்சனை வருமோ எனக் கலக்கத்துடன் அமர்ந்து இருந்தனர். மயூரி,ஜானகி, அமிர்தா பின்னால் நின்றனர்.

சரியாக அதே நேரம், ஹரிணி குடும்பத்தினரான டாக்கூர் பரிவாரும் வந்து சேர்ந்தனர்.ரகுவீர் அவர்களை வரவேற்றான்.ராத்தோட்கள் சம்பந்தியை முறைப்படி வரவேற்று அமர வைத்தனர். பெண்கள் உட்கட்டுக்குச் சென்று தாதிஷாவுடன் அமர்ந்தனர்.அமர்சிங் அவரது தந்தையும் இந்தக் கூட்டத்தில் அமர்ந்தனர்.

"ஊர் பெரியவர்கள் எல்லாரும் ஒன்றா வந்திருக்கிறார்கள், எதுவும் முக்கியமான விசயமா?" எனக் கேட்டார் அமர்சிங் டாக்கூரின் தகப்பனார். இவர்கள் குடும்பத்துக்கு எனத் தனி மதிப்பு அந்தப் பகுதியில் உண்டு

"நாங்களும் அதைத்தான் கேட்டுக் கொண்டிருந்தோம் சம்பந்ஷா" என்றார் ராஜேந்தர்.

ஹேமந்தான்தான் பேச்சை ஆரம்பித்தார் "எங்களை மன்னிக்கவும் மாமாஷா, எனக்கும், ராகினிக்கும் நடக்க இருந்த ஷாதி அன்று நடந்த அத்தனையும் , என்னுடைய தவறு தான். இதற்காக என் மகள் மஞ்சரி வாழ்கையில் பிரச்சினை வருவதை நாங்கள் விரும்பவில்லை." என்றார்.

கஜேந்தர்,"இப்போது இதைப் பேச என்ன அவசியம் வந்தது ஜீஜூஷா" எனக் கேட்டார். குட்டு உடைந்து விடுமோ எனப் பயந்த அமரேன்.

"ஏன் அவசியம் இல்லை பாயிஷா, நாமும் நம்ம தீதீஷாவை இத்தனை வருடமாகப் பிரிந்து இருக்கிறோம். அதற்கான தண்டனை நமக்கு மட்டும் தான். ஹேமந்த் ஜீஜூஷாவும், பங்குரி தீதீஷாவுடன் சந்தோஷமாகத் தான் இருக்கிறார்கள், நான் அதைத் தவறென்று சொல்லலை. ஆனால் நம்ம ராகினி தீதீஷாவை பிரிந்து எவ்வளவு மனக்கஷ்டம் அனுபவிக்கிறோம். " என அப்பு றம் பார்க்கலாம் என ராத்தோட்ஸ் தள்ளிப் போட்ட விசயத்தை ஊதி விட்டார்.

தாதிஷா,மயூராதேவி பெண் சிங்கம் போல் முன்னே வந்தார், "சப்கோ கம்மாகனி, பெண்கள் நடுவில் பேச அனுமதிக்க மாட்டீர்கள், ஆனாலும், பாதிக்கப்பட்டது என் குடும்பம், நான் பெற்ற மகள் அவளை யாரோடு ஓடிப்போனதாக"என்று சொல்லும் போது உடைந்தவரை ரகுவீர், தோளோடு தாங்கினான் பேரன் ஆதரவில் தொடர்ந்து "ஓடிப் போனதாக இந்த ஊர்க் கதை கட்டியது, அது தவறு, என் மகள் ஒரு தவறும் செய்யவில்லை என என், சாசுமா மாஷா ஸ்வர்ன மஹாலக்ஷ்மி மரணிக்கும் தறுவாயில் சொன்னார்கள். அது சரியென்றால் எனக்கும் என் மகளுக்கும் ஞாயம் வேண்டும்" என்-

றார்.

கூட்டத்தில் அமைதி நிலவியது. தாதாஷா,வீரேத்தர் ராத்தோட்," நானும் என் மகளைத் தவறாகத் தான் நினைத்தேன், பைரவ் ஜீஜூஷா சொன்னதை நம்பி, குல கௌரவம், இன மானம் எனச் சொல்லி என் பேட்டியைத் தள்ளி வைத்தேன். ஒரு மாதத்தில் திரும்ப வந்த என் மகளை ஜீஜூஷா தான் அனுப்பி வைத்தார். எனக்கு நான் கண்ணை மூடும் முன் என் மகளிடம் மன்னிப்பு வேண்டும். நான் என் மகளைக் காக்கத் தவறிய , ஒரு தோற்றுப் போன தந்தை. எனக்குப் பதில் சொல்லுங்கள்" எனக் கோபத்தோடு ஆரம்பித்துக் கதறலில் முடித்தார்.

ஜானகி, மயூரி,அமிர்தா அனைவரும் ராகினியை நினைத்துக் கலங்கி இருந்தனர். இதை மொபைலில் பக்கத்துக் கட்டிடத்தில் இருந்து பார்த்துக் கொண்டிருந்த ராகினி கண்ணீர் மல்க அமர்ந்திருந்தார். பக்கத்தில் அமர்ந்து அவரை அணைத்துத் தேற்றினார் சிவகுரு.

ஊர் பெரியவர் ஒருத்தர், "ராத்தோட்ஷா, நீங்க பெத்தவரு அதனால் அப்படிப் பேசுகிறீர்கள், ஆனால் நமது இனத்துப் பொண்ணு படி தாண்டுனா அது தவறான முன்னுதாரணம் தானே, நீங்க அப்ப எடுத்த முடிவு சரிதான் " என்றார்

ஜானகிக்குத் தன் தாயைச் சொல்லவும் சுல்லென ஏறியது, இதை எதிர்பார்த்த ரகுவீர், அவளைக் கண்களால் அடக்கினான்.

பெரியவர் பேச்சில் குறுக்கிட்ட ரகுவீர், "என் புவாஷா ஷாதியின் போது, எனக்கு நான்கு வயது. அந்த ஷாதி ஏற்பாட்டில் புவாஷாவின் சம்மதம் இருந்தது. ஷாதி அன்னைக்கு இரவு எங்கள் பர்தாதிஷா, புவாஷாவின் கையை ஒரு ஆடவர் கையில் கொடுத்து அனுப்பினார், புவாஷா அழுதுகொண்டே போனார்கள், இதற்கு நானும் என் தீதீஷா ஹரிணியும் சாட்சி " என்றான்.

"ஆமாம், நானும் பார்த்தேன். பூஃபாஷா தலையில் ஓர் காயம் பட்ட கட்டு இருந்தது" என ஹரிணி டாக்கூர் சொன்னாள்.

"ஓடிப் போனதாகச் சொல்லப்படும் பெண் இரண்டு முறை திரும்ப வந்து குடும்பத்தினரைச் சமாதானம் செய்ய மாட்டாள். பூஃபாஷா தான் இதற்குப் பதில் சொல்லவேண்டும் ஏன்னா முதலில் என் தங்கை மீது பலி போட்டதே அவர் தான்."என ராஜேந்தரும் வாயைத் திறந்து பேசினார்.

உன்மை மெல்ல வெளி வருவதைக் கண்ட பைரவ் செகாவத், சமாளிக்கும் விதமாக,"ஹேமந்தின் நண்பன் தான், ராகினியை கூட்டிச் சென்றான். ராகினிக்கும் அவனுக்கும் சம்பந்தம் இருக்கனும், இல்லையென்றால் ஏன் பங்குரியை மாற்றி உட்கார வைத்து அவள் போகவேண்டும்" என்றார் விடாப்பிடியாக.

"பாய்ஷா, உங்கள் வீட்டுப் பொண்ணு இங்க வாழ்ந்துக் கிட்டு இருக்கிறது, அடுத்தத் தலைமுறையும் இங்க வரக் காத்துக்கிட்டு இருக்கிறது. வார்த்-

தையை விட்டுறாதீங்க. நாங்கள் ராத்தோட், எங்கப் பொண்ணை முறை தவறி வளர்க்கவில்லை" எனக் கடுமையாகச் சொன்னார் மயூரா தேவி.

" பாபுஷா நானும் பங்குரியை விரும்பினேன், அதனால் ராகினி விட்டுக் கொடுத்து தன், ஒன்று விட்ட தங்கையை மணை ஏற்றினார் " என்றார் ஹேமந்த்.

"சரி அப்படியே வச்சிக்கோ, ராகினி தைரியமாகச் சொல்ல வேண்டியது தானே ஏன் ஓடிப் போகவேண்டும் " என்றார் கிழட்டு நரி.

"அதுக்கான காரணத்தை நார்கள் சொல்கிறோம்" என்ற கோரஸ் சத்தத்தில் எல்லாரும் வாசலைப் பார்த்தனர்.

அங்கே,ஹேமந்தின் திட்டப் படி பல்லா,பாண்டே,ரெட்டி நின்றனர். மூவரும் வயதுக்கேற்ற தோற்றம், பிஸ்னஸ் அனுபவம் தந்த கம்பீரத்துடன் அவர்கள் நின்றனர். ஹேமந்த் இவர்கள் என் நண்பர்கள் என் ஷாதி அன்று ராகினிக்கு உதவியவர்கள் எனக் கூறினார்.

பைரவ் செகாவத் ஒரு நொடி அதிர்ந்து பின் பலி ஏற்றுக் கொள்ள இவர்களே வந்துட்டாங்க என மனதில் சந்தோஷம் அடைந்தார். "இவர்கள் தான் நம்ம வீட்டுப் பெண்ணைக் கூட்டிட்டுப் போனது "எனப் பலி போட்டார்.

"ஹலோஜீ நடந்த உன்மையை நாங்களும் சொல்கிறோம் எங்கப் பக்கமும் கேளுங்கள்" என்றார் ஓம்பிரகாஷ் பல்லா.

"நீங்க என்ன சொல்லப் போகிறீர்கள் எங்க ராகினி எங்க இருக்கா" என்றார் ராஜேந்தர்.

"முதலில் அன்று நடந்ததைக் கேளுங்கள் முகூர்த்த நேரத்துக்கு முன்னால் நாங்கள் எங்கள் அறையிலிருந்து உங்கள் வீட்டுக்கு வரும் சமயம் ஒரு பொண்ணு ஏரியில் விழுந்து தற்கொலை முயற்சி செய்தது.

நாங்கள் தான் காப்பாற்றினோம். பிறகு தான் அந்தப் பெண்ணை உங்கள் வீட்டில் பார்த்த ஞாபகம். சற்றே நேரத்தில் ஹேமந்த், ராகினி இருவரும் அங்கே வந்து சேர்ந்தார்கள்" என நிறுத்தினார் பாண்டே.

"ராகினி தான் பங்குரியை விசாரித்தது, அப்போது தான் பங்குரியும் ஹேமந்த்தும் விரும்பும் விசயமே தெரிந்தது. ராகினி இந்த ஷாதியை நிறுத்தலாம் எனச் சொல்லும் போது, ஹேமந்தும் ஒத்துக்கொண்டான். ஆனால் பங்குரி இதற்குச் சம்மதிக்கவில்லை, தான் சாகிறது தான் ஒரே முடிவு எனப் பிடிவாதம் பிடித்தது." என நிறுத்தினார் ரெட்டி.

"அதன் பிறகான யோசனை ராகினியுடையது. பங்குரியும் எங்கள் குடும்பத்து பொண்ணு தான் அதனால் ஷாதி முடியவும் தெரியும் போது ஏத்துக்குவாங்க எனச் சொன்னது" என்றார் ஹேமந்த்.

"பங்குரி வாழ்க்கை சரி, ராகினியின் வாழ்க்கை என்ன ஆகுமென்று நீ யோசிக்கவில்லையா ஹேமந்த்" என்றார் தாதாஷா.

"நானும், இதைச் சொல்லி மறுத்தேன் மாமாஷா, ஆனால் ராகினி, என் பாபுஷாவுக்கு என் மேல் நிறையப் பாசம், நம்பிக்கை எல்லாம் உண்டு, நான்

எது செய்தாலும் சரியாக இருக்குமென்று சொல்லுவார்கள், அதனால் நான் அவரைச் சமாளிச்சுக்குவேன். தாதிஷாவும் புரிஞ்சுபாபாங்க எங்கள் குடும்பம் எனக்கு ஆதரவுத் தரும் எனச் சமாதானம் சொல்லி தன் இடத்தைப் பங்குக்குத் தந்தது ராகினி" எனக் கண்கலங்கினார் ஹேமந்த்.

இதைக் கேட்டவுடன் தாதாஷா மிகவும் காயப்பட்டுப் போனார். "ஸ்வரூ, நான்தான் உன்னுடைய குற்றவாளி. என் மேல் நீ எவ்வளவு நம்பிக்கை வைத்திருந்த, நீ என்னை ஏமாற்றலை, நான் தான் உன்னை ஏமாற்றி விட்டேன்" எனப் புலம்பிய படி அழுக, ராத்தோட்கள் அனைவரின் கண்ணிலும் கண்ணீர். தன் குடும்பத்தினர்,தன் மீது வைத்திருக்கும் பாசம், இன்னும் குறைந்து விடவில்லை என மனம் தேறினார் ராகினி.

அவர்களுக்கான அவகாசம் தந்த ரெட்டி, மீண்டும் பேச்சை எடுத்தார். "பொண்ணு மாற்றித் திருமணம் நடப்பது, எங்கள் ஐந்து பேர் மற்றும் பங்குரி, ராகினிக்கு தான் தெரியும். ஷாதி முடிந்து பிற்பாடு சடங்குகள், ஒருமணி நேரம் நடந்தது. அதுக்குப் பின்னர், "மூஹ் திகாயீ ரஸம்" (முகம் காட்டுதல் சடங்கு) போது தான் எல்லாருக்கும் தெரியும், அதுக்கு முன்னாடியே ராகினியை கடத்த திட்டம் போட்டார்கள்" எனக் குண்டைத் தூக்கிப் போட்டார் ரெட்டி.

இது ஹேமந்துக்குமே அதிர்ச்சி தந்தது, "என்ன சொல்ற ராஜூ" என்றார்
.

ராத்தோட்களின் அதிர்வுக்கு எல்லையில்லை. ரகுவீர் அன்றொரு நாள் கேட்டது , நினைவில் வந்தது ராகினியின் சகோதரர்களுக்கு.

"பைரவ் சாப், நீங்க சொல்கிறீர்களா இல்ல நாங்கள் சொல்லவா " எனக் கேட்டார் பல்லாஜீ.

"நானே சொல்கிறேன்," என்ற கிழட்டு நரி பேச ஆரம்பித்தது. "எங்களுக்கும், ரெனாவத்களுக்கும் ராகினியை ஷாதி செய்து கூட்டி வந்து, ராஜ பரம்பரை நகைகளை யார் வைத்துக் கொள்வது என்பதில் போட்டி, இந்த நகை மேவாட் ராஜவம்சத்தில் பெண் வழியில், வழிவழியாகத் தொடர்வது.

ஸ்வர்ன மஹாலக்ஷ்மி மாஷாவுக்குப் பின், எனது மனைவிக்கு ஒரு சிறிய பகுதியைத் தான் தந்தார் அவளுக்குக் குழந்தை இல்லாததால் ராகினிக்கு ஒரு பகுதியைத் தருவதாகப் பேச்சு. நான் ஹேமந்த்தை இதற்காகவே பெரிய அளவில் படிக்க வைத்தேன்.

என் மனைவி மூலம் பிறந்த வீட்டில் பேசி பால்ய விவாகமும் செய்ய வைத்தேன். ஆனால் முகூர்த்தத்தின் போது பொண்ணு மாறிய செய்தியை முதலில் அறிந்தது என் மனைவி தான்"

"என் மனைவி வந்து விசயம் சொல்லும் போதே கேட்டு விட்ட ரெனாவத் குடும்பம் ராகினியை கடத்த திட்டமிட்டனர். அதே நேரம் என் சாசுமாவுக்கும் விசயம் தெரிந்து விட்டது. ரெனாவத் ஆட்களைக் கூட்டி பொண்ணைக் கடத்த ஏற்பாடு செய்தான். நானும் ஹேமந்த் பங்குரி காதல் விசயம்

வெளியே வந்தால் எங்கள் தொடர்பு ராத்தோட்களோடு விட்டுப் போகும் என நினைத்து, ராகினி மேல் பலிப் போட்டேன்" என நிறுத்தினார்.

தாதாஷாவுக்குக் கட்டுக்கடங்காத கோபம் வந்தது, "ஏய் பைரவ் செகாவத்,நீ மட்டும் என் தீதீஷாவின் புருஷனாக இல்லாவிட்டால் இந்நேரம் உன்னைக் கொன்றிருப்பேன் " எனக் கிழட்டுச் சிங்கமாகக் கர்ஜித்து, பைரவின் சட்டையைக் கொத்தாகப் பிடித்தார்.

தாதிஷா தான் அவரை அடக்கி," சோடியே, இவரைக் கொன்று போட்டா நமது

மகள் திரும்பி வந்துடுவாளா?, நமக்கு மகளாகப் பிறந்த பாவத்துக்கு, அவளுக்கு இந்தக் கதி, நம்ம பாவத்துக்கு அவளைப் பார்க்காமலே கண்ணை மூடுவது தான் நமக்குத் தண்டனை " என அழுதார்.அவர்கள் இருவரையும், மகன் மருமகள்கள் தேற்றினர்.

ரகுவீர் அமுதனுக்குத் தன் புவாஷாவை அழைத்து வரச் சொன்னான். வாசலுக்கு வந்தபின் தான் வந்து அழைத்து வருவதாகச் செய்தி அனுப்பினான்.

"ரெனாவத் சமயம் பார்த்து, ராகினியை தாக்க வந்தனர்,அந்தச் சமயம் பாதுகாப்புக்கு நின்ற சிவா தன் தலையில் ராகினியின் அடியைத் தாங்கினான். நாங்கள் மூவரும் அவர்களை விரட்டி அடித்தோம்." என்றார் பல்லாஜீ.

மேலே நடந்ததைப் பாண்டே சொன்னார். "உங்கள் தாதிஷா இது எல்லாவற்றையும் பார்த்தவர்கள் எங்கள் அனைவரையும் ஓர் ரகசிய அறைக்கு அழைத்துச் சென்றார். அங்கு ராகினியிடம் ஒரு முதலுதவிப் பெட்டியைக் கொடுத்து,சிவாவிற்குக் கட்டுப் போட சொன்னார்.ராகினி தயங்க, உன்மேல் விழுந்த அடியைத் தாங்க, அந்தப் பையன் இவ்வளவு யோசித்ததா?" எனக் கேட்டார்.

சிவாவிடம்"பேட்டாஷா, ராகினியின் பாதுகாப்பு ரொம்ப முக்கியம், இங்கு உள்ள கும்பல் இவளை மனுசியாக மதிக்காமல், ஒரு சொத்தாகத் தான் பார்ப்பார்கள். அதனால் யோசிச்சு தான் சொல்கிறேன். உங்களால் என் பேத்திக்குப் பாதுகாப்பு தர முடியுமா?" எனக் கேட்டார்.

சிவா,ஒரு நொடி கூடத் தயங்காமல்," நீங்க அனுமதி கொடுங்கள், என் உயிரைக் கொடுத்தாவது, உங்கள் பேத்தியைக் காப்பாற்றுவேன்" என வாக்குத் தந்தான்.

அவர் முகத்தில் அப்படி ஒரு நிம்மதி, "உங்கள் வீட்டு பெரியவர்களுக்குப் போன் போட்டுக் கொடுங்கள்", எனத் தொலைப்பேசியைக் காட்டினார். "அவர்களுக்கு மொழி புரியுமா எனக் கேட்டார்"

"என் தாத்தா பழவியாபாரம் நாடு முழுவதும் செய்பவர், அவருக்கு ஆறு மொழித் தெரியும் என்றவன் அவரைப் போனில் காண்டாக்ட் செய்து, பேசிவிட்டு, ராகினியின் தாதிஷாவிடம் கொடுத்தான். அவரும் ராம் ராம் சொல்லி

பேச்சை ஆரம்பித்தார்."

"உங்களை அண்ணனாக நினைத்துக் கேட்கிறேன், என் பேத்தியை அனுப்பி வைக்கிறேன் உங்கள் பேத்தியா நினைத்துப் பாதுகாப்புக் கொடுங்கள்"எனக் கேட்டார்.

"நீங்க அனுப்பி வையுங்கள் தங்கச்சிமா, நான் பார்த்திக்கிறேன்" என வாக்குத் தந்தார் சிவாவின் தாத்தா.

அதன்பின் ஒரு மரப் பெட்டியைத் தந்து தன் கை கழுத்திலிருந்ததை இருந்ததை ராகினிக்கு மாட்டி விட்டு, பணத்தை ஒரு கத்தை அள்ளி எங்கள் கைகளில் திணித்து, சிவாவின் வீடுவரை சேர்ப்பது எங்கள் கடமை என அறிவுறுத்தினார்,

சிவா,"இந்தப் பணம் நகை இல்லை என்றாலும் நாங்கள் பாதுகாப்பு தருவோம். அது வேண்டாம்" என மறுத்தான்.

"என் பேத்தியை நான் இப்படி அனுப்புவது காலத்தின் கட்டாயம், அவள் மேவாட்டின் பெண்வழி வாரிசு. அவளுக்கு என ஓர் அடையாளத்தை ஏற்படுத்திக் கொடுங்கள்." எனச் சொல்லி ராகினியின் கையைச் சிவாவின் கைகளில் தந்து, உன் பொறுப்பு என்றார். வேறு ஓர் ரகசிய பாதை வழியாக எங்களை வெளியேற்றி, டிரைவருடன் இருந்த காரில ஜெய்பூர் அனுப்பி வைத்தார்''எனப் பாண்டே அந்த நாளின் ரகசியத்தைச் சொல்லி முடித்தார்.

ஊர் பெரியவர்கள் முதல் அனைவருக்கும், ஸ்வர்ன மஹாலக்ஷ்மியைப் பற்றிய மலைப்பு இருந்தது.எல்லாக் காலங்களிலும், ராணிகள் இருக்கத்தான் செய்கின்றனர். அவரின் ராஜபரம்பரை தைரியத்தைப் பற்றிப் பேசியவர்கள்.

"படி ராணிஷாவே செய்திருந்தால் ஒரு காரணம் இருக்கும்." எனக் கட்டளை போல் ஏற்றனர்.

"இப்போதாவது சொல்லுங்கள், என் மகள் எங்கே? " என மயூராதேவி, ஹேமந்தின் நண்பர்களைக் கையைப் பிடித்துக் கொண்டு கெஞ்சிக் கேட்டார்.

"மாஷா" என்ற அழைப்பில் வயதான மயூரா தேவி, தன் வயதையும் பொருட் படுத்தாமல், திரும்பி ராகினியை நோக்கி ஓடினார். ராகினியும், அவிழ்த்து விட்ட கன்றினைப் போல் தன் தாயின் மடித் தேடி ஓடினார். இந்தத் தாய்,சேய் சந்திப்பில் அங்கிருந்த அனைவர் மனமும் நெகிழ்ந்து கண்ணீர் வழிந்ததைத் துடைக்கவும் மறந்து நின்றனர்.

மனதின் வார்த்தை-37

அம்மா-மாஷா

எத்தனை வயதானாலும் அம்மா என்ற உறவுக்கு ஈடு இணை தான் ஏது?

எனது மகள் எங்கே இருக்கிறாள்,என்ற ஒரு தாயின் ஏக்கக் குரலுக்குப் பதிலாக அந்த மகளின் "மாஷா" என்ற அழைப்பு உயிர் வரை உலுக்கியது அந்தத் தாயை. கால்வலி, மூட்டு வலி இதெல்லாம் இருந்த இடம் மறந்து

போனது மயூரா தேவிக்கு. மகளின் குரலில் இத்தனை வருடம் பிள்ளைகள் அழைத்ததில் எல்லாம் வராத நிறைவு, தன் செல்ல மகளின் மாஷாவில் நிறைந்தது.பெற்ற வயிற்றில் பாலை வார்த்தனர் அங்கிருந்த நல்ல உள்ளங்-கள்.

அவர்களின் கண்ணீரில் கால் நூற்றாண்டை தாண்டிய பிரிவின் வலி இருந்தது. ராகினியை ஒரு புறம் அமுதனும், மறுபுறம் ரகுவீரும் பற்றியி-ருக்க,மகளைக் கண்ட தாதிஷா வேகமாக வரவும், அமரேன் தன அன்-னையைத் தாங்கி தன் தீதியிடம் அழைத்து வந்தார்.தாயும்,சேயும் ஒருவரை ஒருவர் கட்டிக் கொண்டனர்

நடைத் தளர்ந்த தன் தாயினைப் பக்கத்திலிருந்தஇருந்த ஷோபாவில் அமர வைத்து, தன் தலையைத் தாயின் மடியில் வைத்து அழுதார் ராகினி. சில நிமிடங்கள் யாரும் அவர்களைத் தொந்தரவு செய்யவில்லை, நீ நல்லா இருக்கியா என உச்சி முதல் பாதம் வரை கண்ணைக் குறுக்கி ஆராய்ந்தது தாயின் பார்வை.

தாதாஷா,அதிர்ச்சியில் சமைந்து நின்றார். யாரைத் தன் கண் மூடும் முன் பார்க்க வேண்டும் எனத் தவித்தாரோ, அவளைக் கண்ட பின்னே செயல் மறந்து, கண்ணீர் அருவி போல் கொட்ட இருந்தார்.

கஜேந்திர தன் தீதியைப் பற்றிய உண்மை தெரிய வந்ததிலிருந்தே, தான் செய்த செய்கைக்கு வெஃகி, குற்ற உணர்ச்சியில் இருந்தவர், தனது நீதியின் முகத்தை பார்க்கவும், பக்கத்திலிருந்த தூணைப் பிடித்த வண்ணம் குலுங்கி அழுது கொண்டிருந்தார்.

ராஜேந்தருக்கு கண் முன் தங்கையை பார்த்த அதிர்ச்சியில், தன மாஷா-வும் சோட்டியும் கட்டித் தழுவி கண்ணீர் வெள்ளத்தில் இருந்ததைக் கண்டு உணர்வு மிகுதியில் கண்களிலிருந்து கண்ணீர் பெருகியதையும் அறியாமல் நின்றார்.

ஷப்னம், தான் நின்ற இடத்திலிருந்த ராகினியை நோக்கி வந்திருந்தார். தனக்கு முடியாத போது தன் பிள்ளைகளை மடிதாங்கிய மாது அல்லவோ ராகினி.

ஜானகி தன தாய் அழுததை பொறுக்க மாட்டாமல் அமிர்தாவைக் கட்-டிக்க கொண்டு கண்ணீர் வடித்தாள், அவளும் அதே உணர்வில் இருக்க மயூரி இவர்களை தேற்றினாள். “ஜானி நீ செய்த முயற்சிக்கு பலன் கிடைக்-கும் நேரம் அழாதடி “ எங்க கட்டிக் கொண்டாள், பூனத்தின் பார்வை மாமி-யாரிடம் இருந்ததால் இவர்களை கவனிக்கவில்லை.

அமரேன் தன பாபுஷாவை அசைத்ததில் உணர்வு பெற்றவராய் ராகினி-யிடம் வந்தார். "ஸ்வரூ பேட்டா, இஸ் ஹாரே பாபுஷா கோ மாஃப் கர்னா" (தோற்றுப் போன அப்பாவை மன்னித்துவிடு) எங்க காய் கூப்பியபடி வந்து நின்றார்.

அவரின் குரலில் தாய் மடியில் இருந்து நிமிர்ந்த ராகினி, "நஹி பாபுஷா, என்கிட்ட தான் குறை இருந்திருக்கும், யாரோ சொன்னதை நீங்க நம்பறதுக்கு என் குறையும் தான் காரணம்" என அவள் கேவி பலமாக அழுதார். தன் தாய் அழுவதைப் பார்த்து, அமுதன் ஜானகிக்கும் பதறியது அவருக்கு புரை ஏறினாலோ,இது போல் உணர்ச்சி வயப்பட்டால் முடியாமல் போகும். தாயிடம் பாய இருந்த ஜானகியை ரகுவீர் தன் கண் பார்வையில் அடக்கினான்.

சிவகுரு பதட்டமாக வந்தவர் பக்கத்தில் இருந்த பர்க்காவிடமிருந்து தண்ணீரை வாங்கி, ராகினி அருகில் வந்தார்."எந்திரிமா, இப்படி அழுதா உடம்புக்கு என்ன ஆகிறது. போதும் நீ அழுதது எல்லாம்" என மெல்லக் கடிந்தவர், சிறு பிள்ளையைச் சமாதானம் செய்வது போல் அவரைத் தேற்றி தண்ணீர் அருந்த வைத்தார். சுற்றி இருந்த அனைவரும் அவர்களின் அன்யோன்யம் கண்டு வாயடைத்தனர்.. ராகினியை அவரின் தாய் அருகில் அமர்த்தியவர் பேசினார்.

"நான் சிவகுரு நாதன், ராகினியின் கணவன். ஹேமந்தின் நண்பன். இவன் கல்யாணத்துக்கு வந்தபோது நடந்த சம்பவம் தான் ,விதியாக வந்து எங்களைச் சேர்த்தது. நீங்க எல்லாரும் நினைப்பது போல் எங்கள் கல்யாணம், லவ் மேரேஜ் கிடையாது. ஹேமந்துடன் வந்த போது ஓரிரு முறை ராகினியை பார்த்து இருக்கிறேன் அவ்வளவு தான். ராகினியின் தாதிஷா,அவளை என் கையில் கொடுத்த நொடி முதல் அவளுக்கு எதுவும் வரக் கூடாது என முடிவெடுத்தேன். இங்கிருந்து ராகினியை அழைத்துப் போனது என் தாத்தா சுப்பையா அவர்கள், ராகினியின் தாதிஷாவுக்குக் கொடுத்த வாக்குக்காகத்தான்.

நாங்கள் தாத்தா அப்பத்தாவுடன் உங்களைப் போல் கூட்டுக் குடும்பமாக வாழ்பவர்கள், வீட்டில் நானும் என் தம்பியும் இருக்கும் போது மணமாகாத பெண்ணை அதே வீட்டில் வைக்கக் கூடாது என, என் தாத்தா அப்பத்தா ராகினியுடன் தனிக் குடித்தனம் இருந்தார்கள்." எனச் சிவகுரு சொன்ன போது ஊர் பெரியவர்கள், தமிழரின் பெருந்தன்மை, ஒழுக்கம் பண்பாடு ஆகியவற்றை அறிந்து கொண்டனர்.

"ராகினியின் மனம் எங்கள் ஊரில் ஒட்டவில்லை அதனால் என் தாத்தாவே, மும்பைக்கு உங்கள் வீட்டுக்கு அழைத்து வந்தார்.ஆனால் அவர்களுக்கு மிஞ்சியது அவமானம் மட்டுமே." என்றார் சிவா.

"ஆமாம், ஒரு மாதத்துக்குப் பின் ஒரு பெரியவருடன் ராகினி வந்திருப்பதாக வேலையாள் வந்து சொன்ன போது, நான் பார்க்க முடியாது என மறுத்தேன் ஜீஜாஷா தான், அவர்களைப் பார்த்து அனுப்பினார்" என தாதாஷா வேதனையானக் குரலில் தன் நெஞ்சை அறுத்துக் கொண்டிருக்கும் உண்மையை அனைவர் முன்னும் சொன்னார்.

பைரவ் செகாவத்,"சாலேஷா, நீர் சொன்னதைத் தான் நான் செய்தேன்" என்றார் .

ராகினிக்கு அந்த நேரம் அழுகையை மீறிய கோபம் வந்தது,"ஆமாம் செகாவத்ஷா, உங்களுக்குத் தானே எல்லாமே தெரியும், அதனால் பாபு-ஷாவை முந்திக் கொண்டு வந்து நீங்கள் தான், என்னை அனுப்புவதில் குறியாக இருந்தீர்கள். சிவாவின் தாத்தா எவ்வளவோ, எடுத்துச் சொன்னார்-கள்,இவர் அவரையும் சேர்த்து அவமரியாதையாகப் பேசினார். எனக்காக உதவ வந்த பெரிய மனிதர், அவமானப் படுவதைத் தாங்க முடியாமல் நான் திரும்பிச் சென்றேன். என் கண் முன்னே, வீருவை வேலையாள் அழைத்துச் சென்றான். அவனைப் பார்க்க கூட இவர் விடவில்லை." என ராகினி கூறி முடிக்கையில் ரகுவீர் ராகினியை கட்டியணைத்து ஆறுதல் சொன்னான்.

"நீ போன பிறகு ஒரு மாதம் ரகுவி காய்ச்சலில் கிடந்தான் ஸ்வரூ, சரியாகச் சாப்பிடாமல், தூங்காமல், நடுநடுவே, புவாஷா எனக் கதறுவான். அவனுக்கு மாற்று இடம் தேவை என ஹரிணி யோடு சேர்த்துப் போர்டிங் ஸ்கூலில் சேர்த்தோம். " என ராஜேந்தர் தன் தங்கையிடம், அவளைப் பிரிந்து தாங்கள் பட்ட கஷ்டத்தைச் சொன்னார்.

"ராகினி, என்னை விட அவன் உன் மடியில் தானே அதிகம் இருந்-தான்.என் பிள்ளை இப்படிக் கஷ்டப்படும் போது, இவனை விட்டுப் போக உனக்கு எப்படி மனசு வந்தது என மனசில் நொந்து இருந்தோம்" என்றார் ஷப்னம்.

"விதியின் விளையாட்டை என்ன சொல்றது பாபிஷா, எனக்கும் வீரு-வைப் பற்றிய கவலை தான், அதே மனவருத்தில் இருந்த என்னைத் தேற்றிக் கொண்டு வர, சிவாவின் தாத்தா அப்பத்தா பெரும்பாடு பட்டார்கள்." என நிறுத்தினார் ராகினி.

"ராகினி அருகில் இருக்கையில் எனக்கும் அவள் மீது ஈடுபாடு வந்தது, ஒரு முறை வெள்ளி மலைக்கோவிலில், என் கையில் இருந்த குங்குமம் ராகினி நெற்றியை நிறைக்க, அது கடவுள் ஆசி என ராகினியிடம் கல்யா-ணத்திற்குச் சம்மதம் கேட்டார்கள், எங்கள் குடும்பத்தினர்" என்றார் சிவகுரு.

ராகினி, "அடைக்கலம் தந்தது பாவமா, சிவாவைக் கட்டாயப்படுத்தாதீர்-கள், நான் இப்படியே இருந்துடுவேன்" எனச் சொன்னேன். "ஆனால் சிவா-வின் தாத்தா, என் தாதிஷாவிடம் பேசி சம்மதம் வாங்கியவர், நான் அறி-யாமல் திருமண ஏற்பாடுகளையும் செய்தார். திருமணத்திற்கு இரண்டு நாள், முன்பு தாதிஷா வந்து சேர்ந்தார். என்னை எனக்கே புரிய வைத்து, சிவா-விற்கும் என் மீது பிரியம் இருப்பதைப் புரியவைத்தார்" என அந்த நாள் நினைவில் நிறுத்தினார் ராகினி.

பாண்டே தொடர்ந்தார்," சிவா,ராகினி திருமணம் என எங்களுக்கு அழைப்பிதழுடன் விமான டிக்கெட்டும் வந்தது, நாங்கள் மூவரும் சிறுமலை-யில் ஆஜரானோம்.சகல சீர் வரிசைகளுடன், தன் பரம்பரை ராஜ நகைகளும்

பூட்டி, அந்த மலையே வியக்கும் வண்ணம், தாதிஷா ஸ்வர்ன மஹாலக்ஷ்மி தன் பேத்தி ஸ்வர்ன ராகினியை கன்னிகாதானம் செய்து வைத்தார்" எனப் புகைப்படத்தைக் காட்டினார் மங்கள் பாண்டே.

அதனை வாங்கிப் பார்த்த தாதாஷா தன் தாயின் தனித்துவம், தைரியம், தூரதிருஷ்டியை எண்ணி வியந்தார். தாதிஷா தனது மாமியாருக்கு மனதார நன்றி சொன்னார்.

ராகினி, சிவகுரு நாதன் திருமணப் புகைப் படத்தைப் பல பிரதிகள் எடுத்துக் கொண்டு வந்திருந்தார் பாண்டே. அந்தப் புகைப்படங்களை அனைவரும் பார்க்கும் வண்ணம், ஊர்க்காரர்கள் கையில் கொடுத்தனர். ராகினி இரஜபுத்திர மணமகளைப் போலவும், சிவகுரு தமிழர் மணமகனா-கவும், உடை அணிந்து இரண்டு முறைப்படியும் மந்திரம் ஓதி முறைப்படி நடந்தது அவர்கள் திருமணம்.

இப்போது, உதய்பூர் வாழ் இராஜஸ்தானிகள், சிவகுரு நாதனிடம் வந்து வணங்கி, எங்கள் குலத்துப் பெண்ணை நாங்கள் விரட்டி அடித்தோம் , நீங்-கள் பெருந்தன்மையுடன்யுடன் அவளை உங்கள் வீட்டு ராணியாக ஏற்று இருக்கிறீர்கள் நாங்கள் சிதைக்கத் தெரிந்த பெண்ணின் மானத்தை நீங்கள் காத்து இருக்கின்றீர்கள் நன்றி" எனக் கைகூப்பி வணங்கி நன்றி தெரிவித்-தனர்.

"அதுமட்டும் இல்லை காகாஷா, நம்ம ராகினி தீதீஷா பெரிய ஸ்கூல் வைத்து நடத்துகிறார்கள். இவர்களைப் பெரிய கல்வியாளர், முன்னோடி எனத் தமிழ்நாடே கொண்டாடுகிறது" என அமரேன் பெருமையாகச் சொல்லி, சில செய்தித்தாள் கட்டிங்குகளைக் காட்டினார்.

அதைப் பார்த்துப் பெருமை பட்ட இராஜஸ்தானிகள், "பேட்டிஷா, நமது ஊருக்கும் இதுமாதிரி ஸ்கூல் ஆரம்பிக்கவேண்டும். எங்கப் பொண்ணு எவ்-வளவு பெரிய ஆளென்று நாங்களும் சொல்லுவோம்" எனக் கூறினர்.

"கட்டாயம் காகாஷா, நான் பிறந்த மண்ணுக்குக் கட்டாயம் செய்வேன்" என ராகினி அவர்களுக்கு வாக்குத் தந்தார். ஊர் பெரியவர்கள், தாங்கள் முன்னர்ச் செய்த தவற்றுக்கு வருத்தம் தெரிவித்து விட்டு ராகினியை ஆசீர்-வதித்து விடைப் பெற்றனர்.அவர்களுடன் பைரவ் செகாவத்தையும் அனுப்பி வைத்தார் ஹேமந்த்.

" கம்மகானி பாபிஷா, உங்கள் ஷாதி அன்று நடந்ததை நாங்களும் தப்பாக நினைத்திருந்தோம், இப்போ புரியுது உங்களது அருமை. உங்களை காப்பாற்றிய பாயிஷாவுக்கும் நன்றி" என அமர்சிங்கின் அப்பா ரத்தன் சிங்க் டாக்கூர் ஊர் பெரியவராகப் பேசினார். அவரை ராஜேன், ஹரிணியின் மாமனார் டாக்கூர் குடும்பம் என தங்கைக்கு அறிமுகம் செய்து வைத்தார்.

பல்லாஜீ, பாண்டே சாப்,ரெட்டிகாரு குடும்பத்தினரை வரவேற்று, உள்ளே ஹால் பகுதியில் உட்கார வைத்து, அவர்களைத் தன் அம்மா பெரியம்மாவு-டன் அறிமுகம் செய்து வைத்துப் பேசிக் கொண்டிருந்தாள் மயூரி. ஹரிணியும்

உடன் இருந்ததால் ஒரே மகிளா மண்டலாக இருந்தது.

ஜானகி, அமிர்தாவும்,ராகினி, சிவகுரு அறியாமல் அவர்களுடன் அன்பை பரிமாறிக் கொண்டிருந்தாள். ப்ரீத்தோ, பர்க்காவை அணைத்துக் கொண்டு, ஜானகி தாங்க்யு மாமிஜீ என நெகிழ்ந்து நின்றாள். பம்மியும் மஞ்சரியும் அப்போது அங்கு வந்து இணைந்தனர்.

எல்லாம் சுமூகமாக முடிந்த மகிழ்வில் இருக்கும் போது, "மண்ணே மாஃப் கர்ணா தீதிஷா" எனக் கஜேந்தர் ராகினியின் கால்களில் விழுந்தார்.

"கஜேன், இதெல்லாம் என்ன.சும்மா இருடா.ஏதோ கெட்டக் காலம் அதை மறந்துடுவோம்" என்றார் ராகினி

"தீதீஷா, எல்லாருக்கும் நான் செய்த தவறு தெரியவேண்டும். "பூஃ-பாஷா, குல கௌரவம் உன்னால் கெட்டது எனச் சொல்லி, சொல்லிக் கேட்டு நானும் அப்படியே கோபத்தில் இருந்தேன். உன்னைக் கர்ப்பமாகப் பார்த்த போது, இவள் சந்தோஷமா இருக்கா, நாம தான் அவமானப் பட்டு இருக்கிறோம் என்ற கோபம் வந்தது. உன்னையும் ,ஜீஜூஷாவையும் அப்படிப் பேசி அனுப்பிட்டேன். என்னை மன்னிச்சிடுங்க, ஜீஜூஷா" எனச் சிவகுரு விடமும் மன்னிப்பு கேட்டார்.

."இரண்டு வாரம் முன்பு மயூரி கேட்ட கேள்வியில் நீ வந்து போனதை மாஷாகிட்ட பல வருடம் கழித்துச் சொன்னேன். மாஷா,என்னைப் பார்த்த பார்வையில் பேசிய பேச்சிலும் அன்றே மடிந்து போனேன். மாஷா,உனக்கும் ஒரு பொண்ணு இருந்தால் தெரியுமென்று சொன்னாங்க. அப்புறம் தான், ஹரிணி, மயூரிகிட்ட கூட நான் அப்பா மகள் அன்பை உணரவில்லை எனப் புரிந்தது'' என நீளமாகப் பேசி மன்னிப்பு வேண்டினார்.

ராகினி சிவகுருவைப் பாக்கவும், “ போனதெல்லாம் போகட்டும் விடுங்க கஜன், இனியாவது உங்க தீதி உங்களையெல்லாம் நினைச்சு கண்ணீர் விடாமல் இருந்தால் சரி. உங்க தீதி விட்டக் கண்ணீரில் தான், சிறுமலைத் தண்ணீர் பஞ்சமே தீர்ந்தது'' என வேடிக்கையாகப் பேசி சூழ்நிலையை சகஜமாக்கப் பார்த்தார்.

“ஜிஜூஷா உங்க பழ வியாபாரம் வெற்றிகரமா நடக்க என்க தீதிதான் காரணமுன்னு ஒத்துக்குறீங்க “ என அமரேன் கேலி பேச்சிலேயே அவரோடு அறிமுகம் ஆனார்.

“உங்க தீதி கண்ணீர் மட்டுமில்லை, ராகினி அழுகுதுன்னு ,போன் போட்டு உங்க ஜிஜூ எங்கள் கிட்ட அழுவான், அந்தத் தண்ணீரும் சேர்ந்து பாய்ந்தது.'' என்றார் பாண்டே. அவர்கள் அன்பில் நெகிழ்ந்த அனைவரும் சிரித்தனர்.

“பொண்ண்டாடி அழுதால் ,புருஷன் எப்படி நிம்மதியா இருக்க முடியும்'' என்றார் தாதாஷா .

“மாமாஷா, இது நூற்றில் ஒரு வார்த்தை” என்றார் கஜேன். ஆமோதிக்க பெண்கள் முறைத்தனர்.

ரகுவீர் ஜானகியைப் பார்க்க அவளும் முறைத்தாள், இறுதி உனக்கு இருக்கு என நினைத்தவன் கஜேனைத் தூண்டிவிட்டான்.

“சசாஷா, உங்க மனசு எப்படி மாறுச்சுன்னு சொல்லவே இல்லையே “ என்றான் ரகுவீர்.

“ ஆமாம், தீதி ,எனக்கு இரண்டும் பையன்தான், மக்கள் இல்லைனு ஒரு போதும் நினைக்கலை ஆனால் எங்கிருந்தோ வந்த அந்தத் தேவதை, எனக்கு மகளின் பாசத்தை உணர்த்தியது. இவளைப் போல மகளை எனக்கு ஏன் கடவுள் தரவில்லை என ஏங்கினேன் " என்றவர் "ஜானகி பேட்டா இங்க வாடா" என்றார் கஜேந்தர்.

ஜானகி, தயங்கி தயங்கி மெல்ல அடி எடுத்து வைத்து வந்தால். முகத்தை மறைத்து முக்காடு வேறு. உன்மை தெரிந்த அனைவரும் சிரித்-தனர்.

ரகுவீர் தான் முன்னே வந்து," சாசாஷா, உங்களை மாற்றின தேவதை முகத்தைப் புவாஷா, பூஃபாஷா பார்க்க வேண்டாம். முக்காட்டை எடுக்கச் சொல்லுங்கள்.முஹ் திகாயீ நடக்கட்டும்" எனத் தூண்டி விட்டான்.

ஜானகி முக்காட்டுக்குள் இருந்து ரகுவீரை முறைத்தாள், அவன் காலை யாரும் அறியாத வண்ணம் மிதிக்கப் பார்த்தாள், ரகுவீர் சுதாரித்து நகர்ந்-தான்.

கஜேனையே மாற்றிய பெண் யாராக இருக்கும் என ராகினி ஆவலாகப் பார்க்க அவள் மாட்டேன் எனத் தலை ஆட்டினாள்.”அப்படி எல்லாம் விட முடியாது” என்றவன்”புவாஷா உங்களுக்கு ஒரு மகள் இருக்கிறதே, அவள் பேரென்ன?” எனக் கேட்டான்."அவள் ஜானகி தேவி" என்றார் ராகினி.

"அந்த ஜானகியும்,இந்த ஜானகியும் ஒன்று தானா பாருங்கள்" என ரகு-வீர் அவள் முக்காட்டை விலக்கினான்.உள்ளே ஜானகி தலை கவிழ்ந்து நின்றாள். முகத்தை நிமிர்த்திக் காட்டினான் ரகுவீர். ஜானகி ,ராகினி மகளா என எல்லாருக்கும் அதிர்ச்சி.

"ஜானும்மா,நீ எப்படி இங்க. இங்க என்னடி பண்ற மும்பையில் ட்ரை-னிங், ப்ராஜெக்ட்னு சொன்ன அமிர்தா எங்க” என ராகினி அதிர்ச்சியாகி கேள்விகளை அடுக்கினார். "அத்தை இங்க இருக்கிறேன்" என அவளும் ஆஜரானாள்.

"ஸுனியே எல்லாம் நீங்க கொடுக்கிற இடம், நமக்குத் தெரியாமல் எங்க வந்து உட்கார்ந்து இருக்காப் பாருங்கள்" என டீச்சர்-அம்மாவாகக் காதை திருகினார்.

"மாதாஜீ விடுங்க வலிக்குது, வலிக்குது அப்பா ஜான், மாதாஜீயை விடச் சொல்லுங்கள் வலிக்குது" என நாடகமாடினாள்.

"ஜானும்மா இந்த அப்பா ஜானையும் சீட் பண்ணியிருக்க நான் இப்போ சப்போர்ட் பண்ண மாட்டேன்" என்றார் சிவகுரு. ரகுவீர ,தன்குட்டிப் பிசாசின் நாடகத்தை ரசித்துக் கொண்டிருந்தான்.

"ராகினி விடுமா என் நாதியை" எனத் தாதாஷா சொல்ல.தாதிஷா, தன் அருகில் ஜானகியை அழைத்துக் கொண்டு, ராகினி அவளைப் பிடிக்க விடாமல் தடுத்து நின்றார்.

"தீதீ அவள் தன் மாமா வீட்டுக்குத் தானே வந்தாள் விடுங்கள்" எனக் கஜேந்தரும்.

"எங்க முன்னாடி எங்கள் பாஞ்சியை எதுவும் சொல்லக்கூடாது" என ராஜேந்தரும் சப்போர்ட் செய்தனர். "சும்மாவே ஆடுவாள் இப்போ நீங்களும் சப்போர்டா"என ராகினி நொந்து கொண்டார்.

"ஸ்வரூ, இவள் உன் மகள் என்றால், அந்தப் பையன் மும்பை வந்ததே அவன் தான் உன் மகனா?" எனக் கேட்டார் தாதாஷா.

ஜெய்பல்லா, "அம்மு பாயீ ,அடுத்து உங்கள் காதை திருகுவார்கள் புவாஜீ"

என்றான்."அமுதன் பாயீ வாங்க"என ரன்வீர் அழைத்து வந்தான்.

"வணக்கம் நாநாஷா,நாநிஷா" என அவர்களது காலைத் தொட்டு வணங்கினான்.அவனைக் கட்டியணைத்த தாதிஷா, அமுதன் நெற்றியில் முத்தமிட்டு நூறுவருஷம் வாழவேண்டும் என வாழ்த்தினார்.

"பாயீஷா என் மூத்த மகன், அமுதன்" என ராஜேன்,கஜேன்,அமரேனுக்கு அறிமுகம் செய்து வைத்தார்,அவர்களையும் வணங்கினான்.

.

"ஜானகியின் அண்ணன் எனத் தெரியும், இப்போது உன் மகனாக அறிமுகம்" என்றனர்.ராகினியும், சிவகுருவும்,"தம்பி நீயும் எங்ககிட்ட மறைச்சிட்டியே" என அங்கலாய்த்தனர்.

ராஜ்வீர்,ரன்வீரை அழைத்து ராகினி, சிவகுருவிடம் அறிமுகப் படுத்தி வைத்தார் கஜேந்தர்.ஹரிணி வந்து ராகினியை அணைத்துக் கொண்டு, தனது குடும்பத்தை அறிமுகம் செய்து வைத்தாள்.

ரகுவீர் அங்கிருந்த பெரியவர்களிடம், "இது தெரியாதவர்கள் நாம தான். ராஜ் வீரும் அமுதனும் ஒன்றாக லண்டனில் எம்பிஏ செய்தார்கள், அங்கே அவர்களுக்குச் சொந்தம் எனத் தெரிந்தது. அமுதன்,தன் அம்மா, பிறந்த வீட்டோடு சேர்க்க நினைத்தான்,மயூரி, ஜான்வியை ஒரே காலேஜில் சேர்த்தனர். ப்ராஜெக்ட்க்கு வந்தது அதன் பகுதி தான். மயூரிக்கு புவாஷா வீட்டுக்கு போனபின்பு தான் தெரியும்." என அவன் ஒவ்வொன்றாகச் சொல்லச் சொல்ல எல்லாருக்கும் வியப்பு மேலிட்டது.

இதற்கிடையில் பல்லாஜீ குறுக்கிட்டு, "புத்தர்ஜீ, இதில் மூலகர்த்தா ஒரு ஆள் இருக்கிறது.உங்களுக்கு அது தெரியாது "என்றார். அனைவரும் யார் என்பது போல் பார்த்தனர்.

"ஹேமந் தான் இதன் மூலக் கர்த்தா.அமுதனையும், ராஜ்வீரையும் லண்டனில் சேர்க்க வைத்தது அவன் தான். தன் மகள் ஷாதிக்கு முன்னாடி எல்லாரையும் ஒன்றாகச் சேர்க்க ப்ளான் போட்டது அவன் தான்" என்றார் பல்லாஜீ.

சிவகுரு நெகிழ்ந்து போனார், "ஹேமா எங்களுக்காக இவ்வளவு யோசிச்சியாடா" என அவர் கையைப் பிடித்துக் கொண்டார்.

"நான் என்னடா செய்தேன், நீயும் ராகினியும் எங்களால் பட்ட கஷ்டத்துக்கு முன்னாடி இதெல்லாம் ஒன்னுமே இல்லை." என்றார் ஹேமந்த்.

"சரி வாங்கப்பா, சாயந்திரம் மெஹந்தி இருக்கிறது இப்ப வாங்க மதிய சாப்பாடு சாப்பிடலாம்" என்றார் ஹேமந்த்.

"பூஃபாஷா, இங்கேயே எல்லாருக்கும் அரேன்ஞ் பண்ணிட்டேன். எல்லாமே ரெடி, நீங்க இங்கே உங்கள் நன்பர்களோட சேர்ந்து சாப்பிடுங்கள் அப்புறம் தெம்பா மெஹந்தி செர்மனியை வச்சுக்கலாம்." என்றான் ரகுவீர்.

ராஜேந், "சந்தோஷமான இந்த நேரத்தில், மதியம் சாப்பாடு தயார் வாங்கச் சாப்பிடலாம்" எனக்கூப்பிட்டார்.ராத்தோட் ஹவேலி மகிழ்ச்சி வெள்ளத்தில் இருந்தது.ராகினியை அழைத்துச் சென்ற பாபிஷாக்கள்,அவரை அன்பு மழையில் நனைத்தனர்.ஸர்குனை ராகினிக்குத் தெரியும், பூனமும் சிறுவயதில்,ஷப்னம் ஷாதியில் பார்த்ததை நினைவு கூர்ந்தார்.

மதிய உணவுக்குப் பின் பெரியவர்கள் இளைப்பாறினர். சிறியவர்கள் மேல் மாடியில், ஒன்றாக அமர்ந்து கேலி கிண்டல் செய்து கொண்டு இருந்தனர்.

மனதின் வார்த்தை-38

பிரிந்தவர் கூடினால் பேசவும் வேண்டுமோ? என்பார்கள், ஆனால் மயூரா தேவிக்கு மகளிடம் பேச நிறைய இருந்தது. தாயும், தகப்பனும் அவரைத் தாங்கள் ஓய்வெடுக்கும் அறையில் அமர்த்திப் பேசிக் கொண்டிருந்தனர். ராகினி தனது வாழ்வின் முக்கியத் தருணங்களைப் பகிர்ந்து கொண்டார்.

ஹேமந்த் சாப்பிட்டவுடன் தன் ஹவேலிக்கு கிளம்பினார். அவருடன் மற்ற நண்பர் கூட்டமும் கிளம்ப, சிவகுருவும் ராகினியின் முகத்தைப் பார்த்தார்.

ராகினி, "இதோ சொல்லிட்டு வருகிறேன்" என்றவர் தன் சகோதரர்களிடம் விடை பெற வந்தார்.

"அதெல்லாம் முடியாது தீதீஷா, இங்க நம்ம ஹவேலி இருக்கும் போது எப்படி வெளியே தங்குவீர்கள்?" எனக் கோபப்பட்டனர்.

"லக்ஜேஜ் எல்லாம் அங்க இருக்கிறது அம்மு, சாய்ந்திரம் ஃபங்சனுக்கு ரெடியாகனும் "எனச் சமாதானம் செய்தார் ராகினி.

ரகுவீர் அங்கே வந்தவன், "புவாஷா இப்ப அந்த ஹோட்டல் போங்க, ரெடி ஆகிட்டு செகாவத் ஹவேலி வந்துடுங்க. நீங்க கிளம்பும் போதே லக்கேஜ் பேக் பண்ணிடுங்க, எல்லாருக்கும் நம்ம ஹவேலில ரூம் அரேன்ஞ் பண்ணிடுறேன் பூஃபாஷா கிட்ட பேசிட்டேன்" என்றான் ரகுவீர்.

"சரிங்க "வீருஜீ" உங்கள் கட்டளை எங்கள் பாக்கியம்" என்றார் ராகினி.

அவர் தன் தாயிடம் விடை பெறச் சென்றார். ஜானகி, அமிர்தா ஒரு பெட்டியுடன் கிளம்பினர்.ரகுவீர் அதிர்ந்தவனாக," ஹேய், மிர்ச்சி என் சிஷ்டரைக் கூட்டிக் கிட்டு நீ எங்கப் போற?" என வினவினான்.

"அம்மா அப்பாகூட இருந்து ரொம்ப நாள் ஆச்சு, அதுவும் இல்லாமல்,அப்பா இங்க இருக்கும் போது உங்கள் கூடத் தங்குனா நல்லா இருக்காது, அதுதான். நான் வந்த காரணம் முடிந்தது, சோ பேக் டூ சிறுமலை" என்றாள் ஜானகி.

" நான் உனக்குப் போகப் பர்மிஷனே கொடுக்கலையே, அங்க ஹோட்டல் ரூம்ல எப்படி ரெடியாவ? புவாஷாவுக்கு அன்கம்ஃபர்டபிளா இருக்கும். அப்பறம் என்ன சொன்ன வந்த வேலை எங்க முடிஞ்சது, நீ வந்தது ப்ராஜெக்ட் பண்ண ஒரு மாதம்தான் முடிஞ்சிருக்கு , இப்ப எல்லாம் அனுப்ப முடியாது, உள்ளப் போ" என மிரட்டினான் ரகுவீர்.இவர்கள் சண்டையைப் பார்த்த அமிர்தா தன் மாமாவை நோக்கிச் சென்றாள்.

"இந்த மிரட்ற வேலையெல்லாம் என்கிட்டே வேண்டாம். நீங்க யாரு என்னை தடுக்கிறதுக்கு, நாங்களெல்லாம் எங்கப் பேச்சை நாங்களே கேட்காத ஆளுங்க,உங்கள் பேச்சைக் கேட்டுடுவோமா?" என்றாள் ஜானகி.

"உன் பேச்சை, நீயே கேட்டிருந்தாலும் எல்லாம் புரிஞ்சிருக்கும். அங்க தான் மேல் மாடி காலி ஆயிற்றே" என்றான் ரகுவீர்.ஜானகி முறைத்து நின்றாள்.

அங்கு வந்த ராஜ்வீர்," ஜானி, மயூ உன்னைக் கூப்பிடுறா, தீம் ட்ரெஸ், பார்லர்னு என்னமோ சொன்னாள் போய்க் கேட்டுக்கோ" என்றான்.அவள் அப்போதும் அசையாமல் இருந்தாள்.

அமுதன்அவர்களின் அருகில் வந்தவன் "ஜானும்மா, ஸ்வர்னி உன்னைய வரச் சொல்றா" என அடுத்தத் தூதாக வந்து சேர்ந்தான்.

"நானும் அதைத் தான் சொன்னேன். வந்த வேலை முடிஞ்சதாம், ஒரு ஹெலிகாப்டர் வச்சு, சிறுமலையில் இறக்குங்கள் அவளை" எனக் கோபமாகச் சொன்னான் ரகுவீர். அவன் கோபம் அவளைத் தாக்கியது.

"அண்ணா எனக்கு இன்றைக்கு நைட் டிக்கெட் போடு, நான் ஊருக்குப் போறேன், தெய்வாம்மாக்கிட்ட இருந்துக்கிறேன். மாதாஜீ, அப்பாஜான் நீ அமித்து எல்லாம் இருந்துட்டு வாங்க" என்றாள் கோபமாக.

"அதெப்படி, ப்ராஜெக்ட் ட்ரைனியா வந்தவ, பாதியில் விட்டுட்டு போவாள், நான் சர்டிவிகேட் எல்லாம் தர மாட்டேன்." என ரகுவீர் கோபம் கொண்டான்.

"இவர் சர்டிஃபிகேட்டை இவரையே வச்சுக்கச் சொல்லு, எனக்கு ஒன்னும் சர்டிஃபிகேட்டும் வேணாம், எம்பிஏ வும் வேணாம். நான் சிறுமலைக்குப் போறேன்." என்றாள் ஜானகி.

"ஜானு பொறுமையாகப் பேசு" என்றான் அமுதன்.

"அமுதன்,அவளை டிக்கெட் போட்டு அனுப்பிச்சு விடுங்க. ஒரு வேலை செய்ய வந்தால், அதை முடிக்கனும்னு கமிட்மெண்ட் இருக்கனும். அது இல்லாதவளை எதுக்கு எம்பிஏ சேர்த்து விட்டு, டைம் அண்ட் மணியை வேஸ்ட் பண்றீங்க." எனக் கோபப்பட்டான் ரகுவீர்.

"பய்யா, ப்ளீஸ் கொஞ்சம் பொறுமையா பேசுங்க, ஜானி புரிஞ்சுப்பா" என்றான் ராஜ்.

"நீ சொன்னீயேன்னு ட்ரைனீயா சேர்த்தேன் த்ரீ மந்த்ஸ் அக்ரிமெண்ட் முடிய வேணாமா? எவ்வளவு பேர் கேரியர் செட்டில் ஆகனும்னு நம்ம கம்பெனியில் சேர காத்திருக்காங்க. இதுக்குத் தான் பணக்காரப் பொண்ணுங்க செல்லுலாய்ட் பேபீஸ் இதுகளையெல்லாம் வேலைக்கே எடுக்கக் கூடாது. நீயே டீல் பண்ணிக்க" என்ற ரகுவீர், அங்கிருந்து சென்று விட்டான்.

"பார்த்தியா ராஜ் உன் பய்யாக்கு எப்படிக் கோபம் வருது. இவர் தான் ராத்தோட்ஸ் க்ரூப்பையே தாங்குகிறதா நினைப்பு, நீ என்னை ரிலீவ் பண்ணு நான் போறேன்." என்றாள் ஜானகி.

"நீ எதுக்கு இப்போ, இவ்வளவு சீன் கிரியேட் பண்ற" எனக் கேட்டான் ராஜ்.

"மெஹந்திக்கு முன்னாடி, சிருஷ்டி வீட்டிலிருந்து வருகிறார்கள், உன் பய்யாவுக்குச் சம்பந்தம் பேசறதுக்கு. அந்த நேரம் என்னால் இங்க இருக்க முடியாது. அமுதா வா போகலாம்" என்றாள் ஜானகி.ராஜ் அவள் மனநிலை அறிந்து மௌனமானான்.

"ஜானி, சாய்ந்திரம் மெஹந்திக்கு முன்னால் மயூரியை, அமுதன் அத்தானுக்குப் பெண் கேட்கலாமென்று மாமா பேசுறாங்க. இப்ப என்னடி செய்யறது" என மெதுவாகக் கேட்டாள் அமிர்தா.

"அமித்து, நாம ரெடியாகிட்டு நேரே மஞ்சரி வீட்டுக்கு போயிடலாம்டி." என்றாள் ஜானகி.

அமுதன் இவர்கள் பேசுவதைப் பார்த்துக் கொண்டிருந்தான். "ஜானும்மா, இப்ப உனக்கு எனடா பிரச்சினை, என்கிட்ட சொல்லு" என்றான் அமுதன்.

"என்னைய லேக் ஹோட்டல் கூட்டிட்டுப் போ.எனக்கு இந்த ஷாதி அட்டண்ட் பண்றதுல எல்லாம் இஷ்டம் இல்லை." என்றாள் ஜானகி.

"சரி வா,அமிர்தா நீ அவளைக் கூட்டிட்டுப் பார்க்கிங் போ, நான் பேசிட்டு வருகிறேன்" என்றவன் எல்லாரும் இருக்கும் இடம் வந்தவன்,

"அம்மா,ஜானகிக்கு ஏதோ வாங்கனுமாம், நான் முன்னாடி கூட்டிட்டுப் போறேன். நீங்க வாங்க" என மற்றவர் பேசும் முன் வெளியே வந்தான். ஶ்ரீநிதி, நானும் வருகிறேன் எனத் தன் அம்மாவிடம் சொல்லிவிட்டு இவர்களுடன் சேர்ந்துக் கொண்டாள்.

ராகினி தன் சகோதரர்களிடம்,"நான் செகாவத் வீட்டுக்குப் போகும் முன், உங்ககிட்ட முக்கியமான விசயம் பேசவேண்டும். சாயந்தரம் வருகிறேன் " எனப் பூடகமாகச் சொல்லி விட்டுக் கிளம்பினார்.

ரகுவீருக்கு தான் மனசே ஆறவில்லை, தான் இத்தனை சொல்லியும் ஜானகி போய் விட்டாளே எனக் கோபமாக இருந்தான்.அமுதன், ஜானகியை அழைத்துக் கொண்டு ஹோட்டல் அறைக்கு வந்தவன், தனது அறையைத் திறந்து ஜானகிக்குக் கொடுத்தான். இதற்குத் தானே அண்ணன் வேண்டும் என்பது.

அமிர்தா அண்ணன், தங்கைக்குத் தனிமை கொடுத்து ஶ்ரீநிதியுடன் அவள் அறைக்குச் சென்றாள். அவளருகில் அமர்ந்தவன் அவளின் தலையை வருடி,"ஜானும்மா, என்னடா, உன்னால் தான் அம்மா,இன்னைக்குப் பிறந்த வீட்டோடு சேர்ந்து இருக்காங்க, நான் நான்கு வருஷமா செய்ய முடியாததை, நீ நான்கு வாரத்தில் சாதிச்சிட்ட. உனக்கு என்னடா பிரச்சனை" எனக் கேட்டான்.

ஜானகி பதில் பேசவில்லை, அப்படியே உட்கார்ந்து இருந்தால். "சரி,அடுத்து என்ன செய்யலாம்,அதைச் சொல்லு" என வேறு ரூட்டைப் பிடித்தான்.

"அமுதா, நாம நினைச்ச மாதிரி அம்மாவைச் சேர்த்து வச்சிட்டோம், என்னால் உங்கள் எல்லாத்தையும் விட்டுட்டு இங்க இருக்க முடியலை, ரொம்ப ஏக்கமா இருக்கு. இந்த ப்ராஜெட் ஶ்ரீராம் வீட்டு மில்லில் செஞ்சுக்கிறேன். அங்க மாற்றிக் கொடு." எனத் தனது மனதில் உள்ளதை மறைத்து செண்டிமெண்ட்டில் தாக்கினாள் ஜானகி.

"இது தான் காரணமா, ஜானும்மா என்கிட்ட வேறெதையோ மறைக்கிறது மாதிரி தோணுது" என்றான் அமுதன்.

"இங்க இவங்க பிஸ்னஸ்ல போட்டி ரொம்ப இருக்கு,ஆபத்தும் தான், அந்த ஒரு டீல்க்கே இடுப்பில் குத்துனாங்க. இரண்டு நாள் முன்னாடி ஒரு ஹேக்கிங் ட்ரை பண்ணாங்க. ஶ்ரீராம் சொன்னதால் தப்பித்தது ராத்தோட் க்ரூப். ஐயோ, ஶ்ரீராம்க்கு கால் பண்ணவே மறந்துட்டேன். அந்த ராக்கேஷ் ஒன்னும் செய்திருக்கக் கூடாது" என்ற வேண்டுதலுடன் அவன் போனுக்கு ட்ரை செய்தாள். நாட் ரீச்சபில் என வந்தது. ஜானகிக்குப் பதட்டமானது. "அண்ணா நீ ட்ரை பண்ணு " என்றாள் ஜானகி.அமுதனுக்கும் அதே பதில் வந்தது.

"அவர்கள் வீட்டுக்கு போன் போட்டுக் கேளு" என ஜானகி பரபரத்தாள்.

"ஏய் திடீரெனக் கேட்டால் பயந்துருவாங்கடி நான் விசாரிச்சுச் சொல்கிறேன். " என்றான். பின்னர் இதற்காகத் தன்னையே நொந்து கொள்வோம் எனத் தெரியாமல் அசட்டையாக விட்டான்.

ராகினி சிவகுரு மற்றும் நன்பர்குழு, ஹோட்டல் வந்து சேர்ந்தது. ஜானகிதான் பெற்றோர் ரூமிற்குச் சென்றாள்.அவர்கள் ஓய்வெடுக்கக் கட்டிலின் இரண்டு புறமும் படுத்திருக்க,

"உங்கள் ரொமான்ஸ் டையத்தில் நான் வரலாமா" எனக் கேட்டாள்.

"உள்ள வந்துட்டு,என்னடி வரலாமான்னு கேள்வி? வாங்க மகாராணி" என்றார் ராகினி.அவர்களுக்கு நடுவில் சென்று சிறு குழந்தைப் போல் அம்மாவைக் கட்டிக் கொண்டாள் ஜானகி.

அவளை அணைத்து தடவிக் கொடுத்த ராகினி, "மாதாஜீக்காகப் பெரிய வேலையெல்லாம் செய்ற பெரிய மனுசி ஆகிட்டியா நீ" எனத் தட்டிக் கொடுத்தார்.

"ஆமாம், நீங்க தானே என்னை உங்கள் தாதிஷா மாதிரி தைரியம்னு சொல்லுவீங்க அதுதான் தாதிஷா செய்ற வேலை, " எனக் கட்டிக் கொண்டாள்.

சிவகுரு அவள் முதுகையும் தலையையும் வருடிக் கொடுக்க , "அப்பாகிட்ட சொல்லாமல் வரலாமாடா உனக்கு ஏதாவது ஆனால் அப்பா என்ன பண்ணுவேன். என் உயிரே உன் கிட்டத் தானே இருக்கு" என்றார்.

அம்மாவிடம் இருந்து, அப்பாவின் மார்பில் சாய்ந்தவள், "நீங்க சொன்னா விட மாட்டிங்களே, அதுதான் மாமாக்களுக்குச் சொல்லீட்டு வந்தேன். அப்படியும் பல்லா மாமா மும்பைக்கே வந்துட்டாரே" எனச் சொன்னவள், இங்கும் ஓர் பிட்டைப் போட்டு வைத்தாள்.

ஜானகிக்கு, ரகுவீரின் திருமணத்தைப் பார்க்கும் மனவுறுதி இல்லை. இப்போது தான் சேர்ந்திருக்கும் குடும்பம் தன்னால் பிரிய வேண்டாம் என முடிவு செய்தாள்.

"அப்பா ஜான், நானும் உங்கள் கூடவே வந்துடுறேன். என்னையும் சிறுமலைக்குக் கூட்டிட்டுப் போங்க. ஐ மிஸ் யூ, மாதாஜீக்காகத் தான் இவ்வளவு தூரம் வந்தேன்" எனக் கொஞ்சினாள்.

ராகினி, மீனாட்சி அம்மன் கோவில் குறி சொன்ன பெண்மணி ஞாபகம் வந்து "ஸுனியே ஜீ, இன்றைக்குத் தான் உருப்படியா பேசி இருக்கா, இவளுக்கும் அமிர்தாவுக்கும் சேர்த்து டிக்கெட் போடுங்க." என்றார்.

"மாதாஜீ,உங்க வீரு கிட்ட சொல்லுங்க. பாதியில் விட்டுட்டு போறேன்னு திட்றார்" என்றாள் ஜானகி. கொஞ்சம் நேரம் ஓய்வுக்குப் பின், பெரியவர்கள் சீக்கிரம் கிளம்பினர். ஜானகி, அமிர்தா, ஸ்ரீநிதி மூவரும், யாருக்கு வந்த விருந்தோ எனக் கிளம்பினர்.

"ஒரே மாதிரி, ட்ரெஸ் அனுப்பி இருக்கா மயூரி பார்த்தியா,இதற்குத் தான் கூப்பிட்டாளோ?" எனக் கேட்டாள் அமிர்தா.

"போடி அவளுக்குச் சைட் அடிக்க, அவளைச் சைட் அடிக்கவும் ஆள் இருக்கு, அலங்காரம் பண்ணிக்குவா, நமக்கென்ன வேண்டி கிடக்கு, இல்லடி ப்ரீ?" எனக் கேட்டாள் ஜானகி.

"ஆமாம்டி அமித்து, சும்மா ஒரு டச்அப் போதும், என்ன ஜானி, கரெக்ட் தானே" எனக் கேட்டாள் ப்ரீ.

அந்த நேரம் , ரூம்காலிங் பெல் அடித்தது ஜெய் வந்து நின்றான், "என்ன மச்சான்" என்றாள் ஜானகி.

"சத்தம் கம்மியா பேசுடி, பக்கத்தில் என் பொண்டாட்டி இருக்கா" என்றவன் "அமித்து,கொஞ்சம் வாடா பாபி கூப்பிடுறா" என்றான்.போகும் போது, "ஏய் அமித் வர்றான்டி நைட் வந்துசேருவான்" என நல்ல செய்தி சொல்லிவிட்டுச் சென்றான்.

ப்ரீ வேகமாக, குளியலறை சென்று, பளிச்சென்று வந்தாள். இது போடவா, அது ஃபிட் ஆகுமா? என ஜானியுடன் எந்த ட்ரெஸ் போடுவது என டிஸ்கஸனில் ஈடுபட்டாள்.ஜானகி, ப்ரீயைப் பார்த்துக் கொண்டே இருந்தவள், "ஏண்டி, இதுதான் பைலட் மேஜிக்கா? " எனக் கிண்டல் செய்தாள்.

பின்னர் அவளுக்கு ஏற்ற உடையைத் தேர்ந்தெடுத்து, அவளைத் தேவதைப் போல் அலங்கரித்தாள். தன் தோற்றத்தைக் கண்ணாடியில் பார்த்தவள், தானே வியந்து நின்றாள் ப்ரீநிதி. பின்னர், நேரத்தைக் கடத்தி ஒரு மணிநேரத்தில் கிளம்பினாள் ஜானகி.

ராத்தோட் ஹவேலிக்கு, கையில் பரிசுகளுடன் மயூரிக்கு வைர நகை எடுத்துக் கொண்டு, சிவகுரு-ராகினி தம்பதி, அமுதனை அழைத்துக் கொண்டு, பல்லாஜீ,பாண்டே சாப், ரெட்டிகாரு தம்பதியுடன் சென்றனர்.

ராத்தோட்களும் கிளம்பி தயாராக இருந்தனர். வந்தவர்களை வரவேற்று உபசரித்தனர்.ஆண்கள்,செர்வானியில் தயாராக நிற்க பெண்கள் இராஜஸ்தானி ஸ்டைலில் நின்றனர். வீர் ப்ரதர்ஸ் இவர்களை வரவேற்று அமர வைத்தனர்.

சந்திரசேகர ரெட்டி தான் ஆரம்பித்தார், "எல்லாருக்கும் நமஸ்காரம், நான் சிவா சார்பாக உங்கள் கிட்ட பேசுகிறேன். பல வருஷம் கழித்து ராகினி தங்கையா, அவர்கள் பிறந்த வீட்டோடு சேர்ந்து இருக்காங்க. அதில் நமக்கு ரொம்பச் சந்தோஷம். இதை இன்னும் தொடரனும்னு ஆசை. உங்கள் எல்லாருக்கும் தெரிஞ்சு இருக்கும், அமரேந்தர் மகள் மயூரி, சிவகுரு வீட்டில் தான் தங்கி இருந்தது. நாங்கள் சிவகுரு-ராகினி மகன் சிவகுக அமுதனுக்கு, உங்கள் மகள் ஸ்வர்ன மயூரியைப் பெண் கேட்டு வந்திருக்கிறோம்." என்றார்.

தாதாஷா, தாதிஷாவுக்கு ஆனந்த அதிர்ச்சி அமரேந்தர்,பூனம் இதை எதிர்பார்த்தது போல் இருந்தனர். கஜேந்தர்,ஸர்குனுக்கு இப்படியும் செய்யலாமோ? என இருந்தது. ரகுவீருக்கு, அமுதனைப் பார்த்தவுடன் பிடித்தது. தனது பிரதியாக இருப்பான் எனத் தோன்றியது.

ராஜேந்தர்" எங்கள் ராகினி, நடந்தது எல்லாம் மறந்து எங்கள் குடும்பத்தில் ரிஸ்தா வைக்கச் சம்மதித்தது சந்தோஷம். எங்கள் முடிவுக்கு முன்னாடி ஸ்வரூவின் சம்மதம் முக்கியம்" என்றார்.

பாண்டே," நல்லா கூப்பிட்டுக் கேளுங்கள், லட்கீ, லட்கியின் மாதா,பிதா, பாயீ பஹன்,தாதா,தாதி எல்லாருடைய சம்மதமும் முக்கியம். " என்றார்.

பல்லாஜீ,"எங்கப் பையனை நாங்களே பெருமையாகச் சொல்லக் கூடாது, சிவில் இன்ஜினியர் , எம்பிஏ. அப்பா தொழிலைப் பார்க்கிறான். வீடு,எஸ்டேட், தோட்டம், ரிசார்ட், ஸ்கூல்னு எல்லாம் இறுக்கு. எல்லாத்தூக்கும் மேல அவங்க அப்பாவை மாதிரி தங்கமானவன்" என்றார் .

"அது எங்கள் தீதீஷா முகத்தை வைத்தே தெரிஞ்சுக்கிட்டோம்." என்றார் கஜேன்.

"அம்மு உன் மகளை, என்வீட்டு மருமளா கொடு. என் மகளா பார்த்துக்குவேன். நான் அனுபவிக்க விட்டுப் போனதும் அவளுக்குக் கிடைக்கட்டும்" எனக் கேட்டார் ராகினி.

ராகினி அருகில் வந்து அவர் கையைப் பிடித்துக் கொண்ட அமரேன்," தீதீஷா, என்னையவே அப்படிப் பார்த்துகுவீங்க, என் மகள்,உங்கள் வீட்டில் சந்தோஷமாக இருப்பாள்.எனக்குச் சந்தேகமே இல்லை, நான் அவள் வார்த்தையில் சம்மதம் கேட்டு வருகிறேன், தப்பா எடுத்துக்காதீங்க" என்றார்.

சிவகுரு,"தாராளமாகப் போய்க் கேளுங்கள் மச்சான். எங்கள் ஜானகியை யாராவது கேட்டாலும் நானும் இதே தான் சொல்லுவேன்" என அனுப்பி வைத்தார்.

ரகுவீரும், அமரேனும் அம்மாக்கள் மூவரும் மயூரியை கேட்கச் சென்றனர்.

ஹரிணியின்,கை வண்ணத்தில் மயூராதேவி, அழகிய ரோஜாவாகப் பிங்க , கீரின் கலந்த வன்னத்தில் ஜொலித்தாள்.

"ஸ்வரூ பேட்டா புவாஷா கீழே உனக்கு அமுதனின் ரிஸ்தா கேட்டு வந் திருக்கிறார்கள் என்ன பதில் சொல்லட்டும்" என அமரேன் கேட்டு முடிக்கும் முன்னே, ,"சரின்னு சொல்லுங்கள் பாபு, நான் அமுதனைக் காதலிக்கிறேன்" என வேகமாகச் சொன்னாள் மயூரி. சூழலை அப்போது தான் உணர்ந்து, அமரேனையே கட்டிக் கொண்டு தன் வெட்கிய முகத்தை மறைத்தாள்.

அவள் முன் நெற்றியில் முத்தமிட்டவர், கண்கள் கலங்க சரிடா என்றார்.

பூனத்திடம் திரும்பி,"நீ என்னம்மா சொல்ற" என்றார். "ஒரே பொண்ணு,அவள் சந்தோஷம் தான் என்னுடையது. அவள் முகத்தைப் பாருங்கள். இப்பவே புவாஷாவோட போகவும் ரெடி தான் இந்த லட்கீ" என்றவர். கண் மை எடுத்து அவளுக்குத் திருஷ்டி பொட்டு வைத்தார்.

ரகுவீர்,"சோட்டிக்கு வெட்கம் எல்லாம் வருதே" என அணைத்துக் கொண்டான்.

மயூரியை அழைத்துக் கொண்டு அனைவரும் கீழிறங்கி வந்தனர்.தாதாஷா தாதிஷாவுக்கு ராகினியை பார்த்தது போல் இருந்தது.அமுதனின் கண்கள் சுற்றம் மறந்து தன் இனியவளைக் கண்களால் பருகிக் கொண்டு இருந்தன.

"ஜீஜூ, வாய்க்குள்ள கொசு போகிறது" என்றான் ரன்வீர். அமுதன் சூழல் அறிந்து சிரித்துக் கொண்டான்.

மயூரி,குனிந்து வந்தவள் அனைவருக்கும் வணக்கம் சொன்னாள்.ராகினி தான்

"மயூ,நீ என் வீட்டுப் பொண்ணு நோ மோர் ஃபார்மாலிடீஸ்" எனத் தன் அருகில் உட்கார வைத்துக் கொண்டார்.

இருவரையும் சம்மதம் கேட்டனர் பெரியவர்கள் ,இருவரும் ஒருவரை ஒருவர் ஒரே நேரம் பார்த்து, கண்கள் கலந்து கவிதை பேசிய பின்னே சம்மதம் என ஒரே நேரம் சொன்னார்கள்.

எல்லாருடைய நகை ஒலியும் சேர்ந்து மங்களமாய் ஹவேலியை நிறைத்தது.

ராகினி, தான் கொண்டு வந்த வைர நகையை மயூரிக்கு போட்டு திருஷ்டி கழித்தார்.தாதாஷா, தாதிஷா தங்கள் பேத்தியை உச்சி முகந்தனர். அமுதன் அருகில் மயூரியை உட்கார வைத்தனர்.

ஷப்னம், ரகுவீரிடமிருந்து, இரண்டாயிரம் ரூபாய் நோட்டுக்களை வாங்கி, அவர்கள் இருவருக்கும் தலையைச் சுற்றி திருஷ்டி சுற்றி, வேலையாளைக் கூப்பிட்டுப் பணத்தைப் பிரித்துக் கொள்ளச் சொன்னார்.

அமுதன் நடுவில் குறுக்கிட்டு,"எனக்கு ஸ்வர்னியை மணப்பதில் சம்மதம். ரொம்பச் சந்தோஷமும் கூட. ஆனால் ஒரு விசயம், என் தங்கை ஜானகிக்கு மாப்பிள்ளை பார்க்கிறோம்.அவள் இருக்கும் போது எனக்கு நடந்தால் எங்கள் ஊரில் ஒரு மாதிரி பேசுவார்கள். அதனால் அவள் திருமணம் முடியவும் எங்கள் திருமணத்தை வச்சுக்கலாம்" என்றான்.

ராத்தோட்களுக்கு அமுதன் பொறுப்பான அண்ணனாகப் பேசுவது, மிகவும் பிடித்தது. ரகுவீர் மனதில்,"அந்த மிர்ச்சியை வழிக்குக் கொண்டு வருகிறது அவ்வளவு சுலபம் இல்லை" என நினைத்தான்.

அமரேன் ," ஜமாயிஷா என் பாஞ்சி அவ்வளவு சீக்கிரம் ஒத்துக்க மாட்டாள்.

அவளுக்கு வருகிற மாப்பிள்ளை, காளை மாட்டை அடக்கவேண்டும், இளவட்டக் கல் தூக்கவேண்டும், ரேக்ளா வண்டி ஓட்டி ஜெயிக்கனும்" என வரிசையாகச் சொன்னார். "இதெல்லாம் அவளே சொன்னாளா மாமாஷா";எனக் கேட்டான் அமுதன்.

"ஆமாம்" என ராத்தோட் குடும்பமே கோரஸ் பாடியது. ராகினி, சிவகுருவிடம், "உங்கள் மகள்,எப்படி எங்க வீட்டு ஆளுகளை ட்ரைன் பண்ணி இருக்கா பாருங்கள்" எனச் சொன்னார். சிவகுரு சிரித்துக் கொண்-

டார்,ஆனாலும் மகள் மனதில் என்ன ஓடுகிறதோ, என்ற கலக்கம் வந்தது.

பல்லாஜீ,"சிவா பயந்திடாத, அவள் கண்டிசனை விடப் பெட்டர் மாப்பிள்ளை கிடைப்பார்." என ரகுவீரைப் பார்த்தார்.ராத்தோட்கள் சிவகுருவிடம் மகிழ்ச்சி தெரிவித்து,கட்டியணைத்து வாழ்த்திக் கொண்டனர்.

ராகினியிடம், பூனம் தன் மகிழ்ச்சியைக் கண்ணீராக வெளிப்படுத்தினார்.

ஷப்னம் ராகினியிடம், "அப்படியே உன் வீரூவின் ஷாதியை முடிவு பண்ணிட்டு போ ராகினி, எத்தனை ரிஸ்தா வந்தது, ஷாதின்னாலே ஓடுகிறான்" என மனக்குறையை வாசித்தார்.

தாதிஷாவும்," இவன் வயது லட்கா எல்லாம் இரண்டு பிள்ளைகள் பெற்றுத் திரிகிறது, இவன் மட்டும் மாட்டேன் என்கிறான்" எனப் பேரனைக் குறை சொன்னார். செகாவத் ஹவேலி கிளம்பலாம், நேரமாகிறது எனும் நேரம்.

அமர்சிங் டாக்கூர், சிருஷ்டியின் தந்தைரத்தன்சிங்க் டாக்கூர் , மேத்தாவுடன் ஹவேலிக்குள் உள்ளே வந்தார்.

மனதின் வார்த்தை-39

அமுதனுக்கும்,மயூரிக்கும் பேசி முடித்த சந்தோஷத்தில் ராத்தோட் ஹவேலி மகிழ்ந்து இருந்தது. ஹேமந்த் அதற்குள் நண்பர்களுக்கும், ராத்தோட்களுக்கும், மெஹந்திக்கு வரச் சொல்லி போன் செய்தார்.

அவர்கள் கிளம்பும் நேரம் ரத்தன்சிங் டாக்கூர் தன் மகன் அமர்சிங் உடனும், சௌரிய மேத்தாவுடன்,வந்து சேர்ந்தார். ராஜேந்,தன் சம்பந்தியிடம் சந்தோஷமாக, மயூரி ரிஸ்தா அமுதனுடன் உறுதி செய்ததைக் கூறினார்.

அமர்சிங்,"எனக்குத் துணையாக வரும் ஜீவன் வாங்க அமுதன் ப்ரோ.நான் சொல்லித் தரேன் சாலேஷாவை எல்லாம் எப்படிச் சமாளிக்கிறதென்று, எனக்கு நியுயர் பாட்டிலையே சந்தேகம்" என அமுதனுடன் ரகசியம் பேசினான். அவர்கள், சிவகுரு, அமரேன் இருவருக்கும் வாழ்த்துக்கள் சொன்னார்கள்.

நீங்க பேசிட்டு இருங்கள்,ஹேமந்த் போன் வந்து விட்டது நாங்கள் கிளம்புகிறோம் எனச் சிவகுரு விடை பெற்றார்.

"ஜமாயிஷா நீங்களும் குடும்ப உறுப்பினர் தான், இருங்கள் போகலாம்" எனத் தாதாஷா, சொன்னார்.தட்டமாட்டாமல் சிவகுரு நின்றார்.

நண்பர்கள் கூட்டம்," ஜமாயிஷா, இருந்துட்டு வாங்க, நாங்கள் முன்னாடி போகிறோம்" எனக் கேலி செய்து விடை பெற்றனர். வீர், ப்ரதர்ஸ் இதென்ன கிளம்பும் நேரத்தில் யாரைக் கூட்டிக்கிட்டு இந்த டாக்கூர்ஷா வந்திருக்கிறார் எனச் சலிப்பு அடைந்தனர். கஜேன் ஸர்குன் மணியைப் பார்க்க, ராஜேன் அவர்களை அனுப்பி வைத்தார்.ரன்வீர் தன் பெற்றோரை அழைத்துச் சென்றான். அவனுக்குத் தன் ஜோடி வரவில்லை என வருத்தம்.

ஷப்னம் மேத்தாவை நன்றாக உபசரித்தார். ராகினி, சிவகுருவை அறிமுகம் செய்து வைத்தவர். இவர்களிடம்,"நம்ம ரகுவீருக்கு அவர் மகள் சிருஷ்டியின் ரிஸ்தா பேச வந்திருக்கிறார்கள்" என அறிமுகம் செய்யும் போது தான், ரகுவீருக்கு விசயமே தெரிய வந்தது.

"கம்மாகனி பஹன்ஷா,ஜமாயிஷா"என மேத்தா ராகினி, சிவகுருவுக்கு வணக்கம் சொன்னார்.

ரகுவீர் முகத்தில் சூடு பறந்தது. தன் மாஷாவை முறைத்துக் கொண்டு நின்றான்.டாக்கூர்ஷா முன்னிலையில் அவன் வேறு ஒன்றும் பேச மாட்டான் ஹரிணிக்காக. அதே நேரம் ராகினியை வைத்து ஷாதிக்குச் சம்மதம் வாங்கி விடலாம் எனக் கணக்குப் போட்டார் ஷப்னம்.

அமரேன்,ராஜ்வீர் இருவரும் அதிர்ந்தனர், ரகுவீர் ஜானகியை விரும்புகிறான் என்பது அவர்கள் அனுமானம். ரகுவீர் முகத்தைப் பார்த்து அதனை உறுதி செய்தனர்.

அமரேன்,ரிஸ்தாவை தள்ளிப் போட நினைத்தார், 'பாய்ஷா ஹேமந்த் ஜீஜாஷா, இரண்டு மூன்று தரம் போண் பண்ணிட்டாங்க, நம்ம மாஷா கையால் முதல் மெஹந்தி வைக்கனும்னு. இப்ப கிளம்புவோம், இந்த ஷாதி அவசரம் முடிந்து இரண்டு நாள் இருந்து ரகுவி ஷாதியை பேசி முடிப்போம். அவர்களுக்கும் செகாவத் வீட்டிலிருந்து அழைப்பு இருக்கிறது" என்றார்.

ரகுவீர், சாசாஷாவை மனதில் வாழ்த்தினான்,"சாச்சுவாவது, என்னைப் புரிந்து வைத்திருக்கிறாரே"

"சோட்டே சம்பந்ஷா சொல்கிறதும் சரிதான். என்ன மேத்தாஷா, இவர் நம்ம ரகுவீரை நேரில் பார்த்து இல்லை எனச் சொன்னார். மும்பையிலும் பார்க்கலையாமே, அதான் கூட்டிட்டு வந்தேன்" என்றார் ரத்தன் சிங் டாக்கூர்.

"பேசறதுக்கு எவ்வளவு நேரம் ஆகிடப் போகிறது பாயீஷா, சிருஷ்டி நம்ம வீட்டுக்கு வந்து போன பொண்ணு தானே, ரகுவி கூட நல்லா பழகி இருக்கிறது" என ஷப்னம் அடுக்கிக் கொண்டே போனார்.

"இல்லை சம்பந்ஷா,ஷாதி பொறுமையாகப் பேசவேண்டும், இது சின்னப் பிள்ளை விளையாட்டு இல்லை. இரண்டு மனங்களின் சங்கமம்" என ஃபில்மி டயலாக் அடித்தார் டாக்கூர்ஷா.

"சம்பந்ஷா சொல்கிறதும் சரி தான் ஷபூ, ரகுவீருக்கு இத்தனை நாள் பொறுத்தோம் இன்னும் இரண்டு நாள் தானே, அமரேன் சொன்ன மாதிரி பேசி முடிச்சிட்டே போவோம்" என்றார் ராஜேந்.

"இல்லை இன்றைக்கு ஒரு சம்பந்தம் பேசிட்டோம்,அடுத்ததும் முடிந்தால் நல்லா இருக்கும் .ரகுவியால ராஜ்வீர் ஷாதியும் நிற்கிறது" என இழுத்தார் ஷப்னம்.

சிவகுருவுக்கு'ஏன் இவர்கள் இவ்வளவு ஃபோர்ஸ் செய்யறாங்க' என மனதில் பட்டது.

பொறுத்துப் பொறுத்துப் பார்த்த ரகுவீர், "கம்மாகனி டாக்கூர்ஷா, மேத்தாஷா, உங்கள் மேல் எனக்கு ரொம்ப மரியாதை இருக்கிறது. மறுத்து பேசறேன்னு நினைக்க வேண்டாம். மாஷா அவசரப்பட்டு உங்களை வரவச்சுட்டாங்க. நான் உங்கள் பெண்ணைக் குறை எல்லாம் சொல்லலை. ரொம்ப நல்ல பொண்ணு சிருஷ்டி, எனக்கு நல்ல தோழி.

ஆனால் என் மனசில் இருப்பது வேறொரு பெண். எனக்கு ஷாதின்னு ஒன்று நடந்தால் அவளோடு மட்டும் தான். உங்களை அலைய வைத்ததுக்கு மன்னிக்க வேண்டும். எனக்கு மாஷாவோட ஏற்பாடு தெரியாது. நானும் ஷாதிக்கு சரியென்று சொல்லாமல் இழுத்தடிப்பதால், மாஷா இப்படிச் செய்திருக்காங்க. மறுபடியும் மன்னிப்புக் கேட்டுக்கிறேன்" என நீளமாகப் பேசினான் ரகுவீர் சிங் ராத்தோட்.

'வீரூ மனதில் இருக்கும் பெண்ணைப் பார்க்க, ராகினி ஆசைப்பட்டாள்.

டாக்கூர், "பரவாயில்லை பேட்டாஷா, இந்த வயசில் இவ்வளவு தெளிவா பேசிட்டீங்களே. ஆனால் உங்கள் மாஷாவின் கவலைக்கும் காரணம் இருக்கிறது. இராஜஸ்தானி லட்கான்னா இந்நேரம் இரண்டு புள்ளைங்க இருக்கும், என்ன சம்பத்ஷா நான் சொல்கிறது சரிதானே" என ராஜேந்தரைப் பார்த்துக் கேட்டார்.

மீண்டும் தொடர்ந்தவர்,"நீங்க சொல்ற மாதிரி உங்கள் மனதில் ஒரு பொண்ணு இருந்தால் சரி,இல்லை இது எங்களைச் சமாளிக்கத்தான்னா, நான் பொண்ணோட வந்துடுவேன்.நீங்க ஷாதி பண்ணித்தான் ஆகவேண்டும். ஷேர் மாதிரி லட்காவை,இன்னும் எத்தனை நாள் விட்டு வைக்கிறது" எனப் பேசினார்.

ரத்தன் சிங் எப்போதும் பேச்சிலேயே மடக்குவார்,அதனால் தான் அவரிடம் எச்சரிக்கையாக எஸ்கேப் ஆவான் ரகுவீர். இன்று வகையாய் மாட்டினான்.

அமர்சிங்கும், ரகுவீரிடம் "ஆமாம் சாலேஷா நானும் என் பாபுஷா கட்சியில் சேர்ந்திருவேன். உங்கள் மனதில் இருக்கப் பொண்ணுகிட்ட சீக்கிரம் உங்கள் அன்பை சொல்லுங்கள். இவர்கள் மகள் சொன்ன மாதிரி மாட்டைப் பிடிப்பிங்களோ, மனுசனைப் பிடிப்பீங்களோ எங்களுக்குத் தெரியாது. அதெப்படி நீங்க மட்டும் சுதந்திர பறவையாகத் திரிவீர்கள், என்ன அமுதன். " என்றான் .

இது சப்போர்ட்டா, ஆப்பா என யோசித்தான் ரகுவீர்.

ராகினி குறுக்கிட்டு,"கம்மா கனி பாய்ஷா, இத்தனை நாள் எப்படியோ தெரியாது நான் வந்துட்டேன், என் வீரூக்கு ஷாதி செய்த பின்புதான் என் மகன் அமுதன் ஷாதி. இதில் இவன் தங்கை வாழ்க்கையும் இருக்கிறது.அதுனால வீரூ வாக்கை நிறைவேற்றுவான்" எனப் பேசி முடித்தார்.

"புவாஷா இப்ப தான் நீங்க வந்துட்டீங்கள்ள என் மனசுக்கு பிடித்தவளை சொல்கிறேன். கூட்டிட்டு வந்து ஷாதி பண்ணி வையுங்கள்" என ரகுவீர் சீரி-

யராகச் சொன்னான்.

ராஜேந் ஷப்னம் இருவரும் வாயடைத்து நின்றனர். அமரேன் ஆசுவாசம் அடைந்தார். "எல்லாரும் அங்க போகத் தானே, வாங்கப் போகலாம் என்-றார்."டாக்கூர்.

செகாவத் ஹவேலி, வன்ன விளக்குகளால் ஜொலித்தது. ஹேமந் தலை எடுத்த பின்பு, தொழில் நன்கு வளர்ந்தது. செகாவத் ஹவேலியும் அதன் செழுமையில் நிறைந்து இருந்தது. ஸர்குன் ஹேமந்தின் சாச்சாவின் மகள், எனவே மற்றவர்களுக்கு முன் வந்து சேர்ந்து விட்டார். அவரோடு சிவகுரு நண்பர்களும் வந்தனர்.

ஜெய் பல்லா, தன் மனைவி மற்றும் சிறு வயது தோழிகளுடன், கிளம்பிக் கொண்டு இருந்தான், லேக் வ்யு ஹோட்டலில்.அறைகள் எல்லாம் டபுள் சூட் தான்,ஜானகி இருந்த அறை பெல் அடித்தது. ஃப்ரீநிதி கிளம்பி தயா-ராகஇருந்தாள். நான் பார்க்கிறேன் என உள்அறையைப் பூட்டி விட்டு வந்து கதவைத் திறந்தாள்.

அவள் எதிரே கண்களில் கூலருடன், ஜீன்ஸ் டிசர்ட்டில், ஒன் சைட் பேக் மாட்டிய படி, முடி ஒட்ட வெட்டப் பட்ட மில்ட்ரி கட்டில், ஸ்லிம் அண்ட் ஃபிட் ஹேண்ட்ஸம் இளைஞன் நின்றான்.

இத்தனை நாள் கழித்துத் தன் தேவதையை இவ்வளவு அழகாகப் பார்த்த, அமித் பாண்டே, சொக்கித்தான் போனான். துள்ளலான சீட்டியு-டன்,சுற்றிப் பார்த்துவிட்டு, அருகில் யாருமில்லை என உறுதி செய்து, ஃப்ரீ-நிதியைத் தூக்கி ஒரு சுற்றுச் சுற்றினான். அவள், ஹேய் எனக் கத்தும் முன் இறக்கி அவளைக் கத்த விடாமல், இதழில் முத்திரை பதித்து அதிர விட்-டான்.

ஃப்ரீநிதியின் பெரிய விழிகள் மேலும் அகன்று, அதிர்ச்சியைப் பிரதி பலிக்க, "யாருடி அங்க " என்ற ஜானகியின் குரலில். அவளை விடுவித்து ,அவளை மறைத்து நின்றான்.

தன் ஷாலை சரி செய்தபடி வந்த ஜானகி, அமித்தைக் கண்டவுடன்," டேய் மச்சி, இப்பத்தான வந்தியா" என்றபடி ஒரு ஹக் கொடுக்க,பின்னால் கன்னம் சிவந்து நின்ற ஃப்ரீநிதி கண்ணில் பட்டாள்.

"டேய் மச்சி,வந்தவுடனே கவுத்திட்டியா அவளை, டாக்டரம்மாவுக்குக் குளிர் காய்ச்சல் வர வச்சுடுவ போலயிருக்கு" என்றாள்.

"உன்னை விடவா ஜானி பேபி, எங்க பய்யா ஒருத்தரை அரைப் பைத்-தியமா ஆக்கிட்டியாம், தகவல் வந்திச்சு" என்றான் அமித்.

"போங்கடா எல்லாருக்கும் கடலை போட தான் நான் வேண்டும், கல்-யாணம்னு வந்தால், வேற ஒருத்தியோடு செட்டில் ஆயிடுவீங்க, உங்களை மாதிரி ஹிந்திக்காரன்களை நம்பறதா இல்லை. எனக்கென்று ஒரு மீசை வச்ச தமிழ்நாட்டு மாமன் வராமலா போய்விடுவான். இத்தோட உங்கள் நார்த் இன்டியாவுக்கே ஒரு கும்பிடு." எனப் பொரிந்து தள்ளியவள், ரகுவீரை

நினைத்துக் கண்கலங்கினாள்.

அவள் குரலில் என்றும் இல்லாத ஏக்கம், வருத்தம்,கோபம் இருப்பதை அப்போது தான் உள்ளே நுழைந்த ஜெய்யும் கவனித்தான்.

"என்ன ஜானி பேபி, இப்படி ஒரு பழியை போட்டுட்ட"எ ன அவளைத் தோளோடு அணைத்து ஆறுதல் படுத்த அமித் முயற்சி செய்தான்.

"ஸ்ரீநிதி, இவனுக்குப் பர்க்கா ஆண்டி கொடுத்த ட்ரெஸ்ஸை எடுத்துக் கொடு, போய் மாத்திட்டு வாடா. நான் லேக் சைடு வெயிட் பண்றேன். ஒரு போன்கால் பண்ணனும்." என்றபடி அங்கிருந்து நகர்ந்தாள் ஜானகி.

ஜெய்யை கட்டியணைத்து, ஹர்லினுக்கு வணக்கம் சொன்ன அமித், 'இவள் ஏன் இப்படி ரியாக்ட் பண்றா?" என்றான் ஜெய்யிடம்.

"அமிர்தாவைக் கேட்டால் தெரியும்" என்றான் ஜெய்பல்லா.

ஜானகி, லேக் வ்யூவில் உள்ள காரிடாரில் இருந்து, ராமிற்குப் போன் போட்ட வண்ணம் இருந்தள். இந்த மூன்று நாட்களில் அவனை அழைத்துப் பேசாத தன் முட்டாள் தனத்தை நொந்துக் கொண்டாள்.அவனுக்கு வாய்ஸ் மெயில் , மெசேஜ் மெயில் அனுப்பிய வண்ணம் இருந்தாள்

.

தன் அத்தை வீட்டுக்குத் தொடர்பு கொண்ட ஜானகி, ராமின் மில்ஸ்ஸில் தனக்கும், அமிர்தாவுக்கும் ப்ராஜெக்ட்க்கு ஏற்பாடு செய்யும் படியும், ராமைத் தன்னை அழைக்கச் சொல்லியும் அமிர்தாவின் அண்ணனிடம் சொன்னாள்.

அமித் கிளம்பி வந்தவன், ஜானகியுடன் எதுவும் வம்பு செய்யாமல் காரில் ஏறினான். இன்னோவாவின், பின் சீட்டில் அமித்தும்,ஸ்ரீநிதியும் அமர்ந்துக் கொண்டனர். மற்ற மூன்று பெண்கள் முன் சீட்டில் அமர, ஜெய் ட்ரைவர் அருகில் அமர்ந்தான்.

ஜானகிக்கு போன் செய்த மங்கள் பாண்டே, அமுதன்,மயூரி ஷாதி உறுதி செய்ததைச் சொல்லி, அவளுக்கும் வாழ்த்துச் சொன்னார். ஜானகி மிகவும் மகிழ்ச்சி அடைந்தாள் "நன்றி மாமாஜீ, நீங்க மூவரும் இல்லையென்றால், இது சாத்தியமே இல்லை" என உணர்ச்சி ததும்பி கண்ணீர் வடித்தாள். ஆன் தி வே மாமாஜீ என்றவள்,

"அமுதனுக்கு, மயூரியை மணம் பேசி முடிச்சுட்டாங்கலாம்" எனச் சொன்னாள். எல்லாரும் வாழ்த்துக்கள் சொன்னார்கள்.

"அமித்து உன் ரூட் கிளியர்டி, அமுதனுக்கு முடிச்சா, அடுத்து உனக்கும் பாலனுக்கும் தான்." என்றாள்.

"உனக்குக் கல்யாணம் ஆகாமல், நான் பண்ணிக்க மாட்டேன்"என்றாள் அமிர்தா.

"ஏண்டியம்மா, அண்ணிமார்களுக்கு, நான் நாத்தனார் இருந்தால் இடைஞ்சலா, என்னைய பேக் பண்ண ப்ளான் போடுற" என்றாள் ஜானகி.

அமிர்தா சீரியஸாக, "ஜானி, இது மாதிரி பேசாதடி, உன் நிழலா இருந்-தாலும், எனக்குச் சந்தோஷம் தாண்டி" என்றாள்.

"ஏண்டி, உன்னை மாதிரி இப்படி அடங்கிப் போற, அண்ணியை வச்சு-கிட்டு நான் எப்படிச் சண்டை போடுறது" எனக் கேட்டாள், ஜானகி.

"அதுக்குத்தான் உன் மாமன் மகள் மயூரி இருக்காளே அவளோடு போடு" எனக் கேலி செய்தாள் ஹர்லின்.

"பாபி, இதுதான் எக்ஸ்பீரியன்ஸ்னு சொல்கிறது " என ஹர்லினுக்கு ஓர் ஹைஃபை கொடுத்தாள் ஜானகி.

இவள் தான் கொஞ்ச நேரம் முன்னால் ,அப்படிப் பேசினாளா என்ற சந்தேகம் வந்தது, அமித்,ஜெய் இருவருக்கும்.

செகாவத் ஹவேலியில் வந்து சேர்ந்தனர் இளைஞர் கூட்டம்.ஹேமந்த், பம்மி அவர்களை வரவேற்றனர். மஞ்சரி உள்ளே இருக்கா என அனுப்பி வைத்தனர்.

மணப்பெண் மட்டும், தாதிஷா விற்காக வெயிட்டிங்கில் இருக்க மற்றவர்-களுக்கு நிறையப் பெண்கள் உட்கார்ந்து மெஹந்தி போட்டுக் கொண்டிருந்-தனர்.

அமித், தன் தாய் தந்தையைப் பார்த்துக் கட்டியணைத்தவன், மற்ற மாமா மாமிகளுக்கும் வணக்கம் சொன்னான். ப்ரீத்தோ மாமி அந்த இடத்தைப் பஞ்சாபி தட்காவில் சுவாரஸ்யமாக்கிக் கொண்டு இருந்தார்.

அவரோடு இணைந்த ஜானகி, "மாமிஜீ, எங்கள் அப்பா அம்மா மேரேஜ், ஒரு கலப்புத் திருமணம், தற்செயலா நடந்திடுச்சு, நான் என்ன கேட்கிறேன், இதே மாதிரி நீங்க ஒத்துக்குவீங்களா அங்கிள் தான் ஒத்துக்குவாங்களா?" என ப்ரீத்தோவை வம்பிலுத்தாள்.

"புத்தரு எம் மக்கள் அதுக்கு வாய்ப்பே கொடுக்கலையே, என்ன பண்ண? ஜெய் வந்து ஜானியைத் தான் கட்டிக்குவேன்னு அடம் பிடிச்சிருந்-தால் செஞ்சு வைத்திருப்போம்" என்றார் ப்ரீத்தோ.

"மம்மிஜீ, இது தெரியாமல் போச்சே, இப்ப சொல்கிறேன், ஜானியை கட்-டிவை" என்றான் ஜெய்.

"ஹர்லின்னு" என ப்ரீத்தோ கூப்பிட "மம்மிஜீ, இப்ப எதற்கு அவளைக் கூப்பிட்டீங்க" எனப் பம்மினான் எல்லாரும் சிரித்தனர்.

"பாண்டே மாமாஜீ, உங்கள் முறை, பர்க்கா மாமி நீங்களும் தான், அமித் வந்து அப்படிச் சொன்ன என்ன பண்ணுவீங்க " எனக் கேட்டாள்.

"அமித் இன்னும் டீன் ஏஜ் பையன் இல்லை, ஒரு பொறுப்பான வேலை. வாழ்க்கையைத் தெரிந்தவன், அவன் முடிவு சரி தான்" என்றார் பாண்டே.

"மாமையா,அத்தையா நீங்க சொல்லுங்கள்,ஃப்ரீ வந்து சொன்னால் ஒத்-துக்குவீங்களா?" எனக் கேட்டாள்.

ஃப்ரீநிதி, அமித் கையைக் கிள்ளினாள், "ஜானி, நம்மைக் கோர்த்து விடப் போறாப் போல" என பயந்தாள்.

"அவளாவது போட்டு உடைக்கட்டும், எனக்குக் காஞ்ச ரொட்டி திண்ணு, போரடிச்சு போச்சு, ஸ்பைசி ஹைத்ராபாத் பிரியாணி வேண்டும்" என்றான்

அமித்.

"பார்வதி, கொஞ்சம் பயப்படுவாள், ஆனால் பையன் நல்லவனா இருந்தால் ஓகே தான்" என்றார் ரெட்டி. "மாமாஜீ, மாமிஜீ பேச்சு மாறக் கூடாது" என்றாள் ஜானகி.

"மருமகளே 25 வருஷம் முன்னாடியே, காதலுக்குக் கொடி புடிச்சவங்க, காதல் ஜோடி எதுன்னு போட்டு உடை விசயத்தை" என்றார் ரெட்டி.

"மாமையா, இவ்வளவு சொன்னபிறகு, ஸ்ரீநிதி வாடி முன்னாடி, வாடா நல்லவனே" என ஸ்ரீநிதி அமித்தை முன் நிறுத்தினாள்.

மூன்று ஜோடிகளும், சிரித்தனர். "புத்தர், இது பேசி வச்ச பழைய ஜோடிடா. நம்ம பைலட் லெட்டரா போட்டுத் தள்ளுவாரே, நாங்கள் உன்னை இல்லை எதிர் பார்த்தோம்" எனச் சொல்லி இளையவர்களுக்குப் பல்பு கொடுத்தனர்.

ஸ்ரீநிதி,தலையை வருடிக் கொடுத்த பர்க்கா, "எங்கள் புள்ளைங்க என்ன விரும்புறாங்கன்னு கூடவா எங்களுக்குத் தெரியாதா? உன் படிப்பு முடியட்டும்னு இருந்தோம்டா" என்றார்.

"மாப்பிள்ளை, ஸ்ரீ ஹவுஸ்சர்ஜன் முடிக்கட்டும், அடுத்த முகூர்த்தத்தில் ஹைத்ராபாத்ல கல்யாணம், பிரியாணியோட" என்றார்ரெட்டி.

"மாமாஜீ, உங்க மககிட்ட ப்ரபோஸ் பண்ணதெல்லாம் வேஸ்ட், நேரா உங்கள் கிட்டையே வந்திருக்கலாம்" என அவர் காலைத் தொட்டு வணங்கினான்.

பாண்டே," இப்பவே ஐஸ் வக்கிறான்டா, நீ முதல்ல இவனோடு அக்ரிமெண்ட் போடு, சர்வீஸ் முடிந்து வந்து நம்ம தொழில் பார்த்துக்கனும். அப்பத்தான் பொண்ணு தருவேன்னு சொல்லு" என்றார்.

"வாட் எப் பாதர், தன்னால் முடியாததைத் தன் ஃபிரண்டை சம்பந்தியாக ஆக்கி முடிக்கப் பார்க்கிறார்" என்றான்.

பம்மி," ஏய், லட்கியாங் வாங்க மெஹந்தி வச்சுக்குங்க" என அழைத்துச் சென்றார்.

ராத்தோட் ஹவேலியிலிருந்து, வண்டிகள் கிளம்பின. ரகுவீர், தாதாஷா, தாதிஷா, அவன் அம்மா அப்பாவை அழைத்துக் கொண்டான்.

"மாஷா,என் மேல் கோபமா "என்றான்.

நான் யாரு உன் மேல் கோபப்பட, "ஒவ்வொரு முறையும் நான் ரிஸ்தா கூப்பிடறதும் நீ அதைக் கலைக்கிறதுமா இருக்க. இன்றைக்குத் தான் ராகினி வந்தாள். பாரு மகனுக்குப் பேசி முடிச்சிட்டா. எல்லாத்துக்கும் கொடுப்பினை வேண்டும்" என அழுதார்.

,"ஷப்னம், அழாத உதய்பூரிலிருந்து இவன் ரிஸ்தா பக்காவாகாமல் நான் போக மாட்டேன். இப்ப தானே ரகுவீர்ஷா, மனசில் பொண்ணு இருக்கிறதைச் சொல்லி இருக்காரு. அவர் வாயாலே வந்திடும். ரகு குல வீரனுக்கு ஏற்ற ஜனகனின் மகள் எங்க இருக்கான்னு, சரி தானே ரகுவீர்ஷா" என்றார்

தாதிஷா பூடகமாக.

"அப்படித்தான் தாதிஷா" என்றவன் முகம் காதல் ரசத்தை வெளிக்காட்ட, தாதாஷாவும் புரிந்து கொண்டார்.

'ஹே ராம், உங்கள் ஜானகியே கடைசியில் உங்களோடு சேர மறுத்தார்கள். என் ஜானகி சும்மாவே அம்பே மா அம்சம், நான் எப்படிச் சமாதானம் செய்வேன்? காப்பாற்றுங்கள்' என மனதில் வேண்டிக் கொண்டே மின்னலெனச் செகாவத் ஹவேலி வந்தடைந்தான்.

மனதின் வார்த்தை -40

ஸர்குன் மெஹந்தி மண்டபத்தில் அமர்ந்து இருந்தவர் ஜானகி இங்கே வா, என்று அங்கிருந்தவர்களிடம், "ராகினி தீத்ஷா மகள்" என அறிமுகம் செய்து வைத்தார்.எல்லாரும் அவளை அன்போடு உபசரித்தனர்.

அங்கிருந்த மெஹந்திவாலியிடம்,"இவள் என் செல்ல மருமகள் இவள் கைகளில் அழகான டிசைனைப் போட்டுவிடு" என அவரே தேர்ந்தெடுத்து, போட சொன்னார்.

"ஆண்டிஜீ, இது எனக்குச் சிம்பிலா போட்டாப் போதும்" என்றாள்

"சுப்கர், என்ன சொன்ன ஆண்டிஜீயா, மாமின்னு சொல்லு ஜானகி, உன்னை மாதிரி பொண்ணு இருக்கக் கூடாதான்னு ஆசைப் பட்டோம், கடைசியில் நீயும் எங்கள் மகள் தானே" என உருக்கமாக ஸர்குன் பேசினார்.

"மாமிஜீ, இவ்வளவு எமோசனல் நான் தாங்க மாட்டேன்" எனக் கட்டிக் கொண்டாள். நிஜமாகவே கண்ணீர் மல்கியது. அவள் தான் அழுவதற்குக் காரணம் தேடி அலைகிறாளே!

ஸ்ர்குன்,அவள் கண்ணீரைத் துடைத்து, முத்தமிட்டுச் சென்றார்.அவளோடு அமர்த்தி, ஹர்லின் அம்ரூ, ப்ரீநிதிக்கு முதல் கட்டமாக மெஹந்தி வரையப்பட்டது. மஞ்சரி, நீயும் போட்டுக்கடி எனப் பம்மிச் சொல்ல, இருங்க மாஷா,ஒரு ப்ளேட் சாப்பிட்டுட்டு வருகிறேன் எனச் சென்றாள். அடிப்பாவி எனக் கலாய்த்தனர்.

ராத்தோட் குடும்பம் அதற்குள் வந்து சேர்ந்தது, மணப்பெண்ணை அமரவைத்து, தாதிஷா,முதல் சகுன் மெஹந்தி ஒரு டாட் வைத்தார். அதற்குப்பின் மெஹந்தி வாலியின் யோசனைப்படி, மற்றும் ஆறு சுமங்கலிப் பெண்கள் மெஹந்தி சடங்கைச் செய்தனர்.

அமுதன் மயூரியின் ஷாதி அறிவிப்பு வந்து சேர, அனைவரும் அவர்களை வாழ்த்தினர்.மயூரி வந்து ஜானகி பக்கத்தில் அமர்ந்தாள், ஒரு நிமிடம் என மெஹந்தி வைக்கும் பெண்ணிடம் அனுமதிப் பெற்று, மயூரியை அணைத்துக் கண்ணீர் மல்கத் தனது சந்தோஷத்தை வெளிப்படுத்தினாள் ஜானகி.

"மயூ, ரொம்பச் சந்தோஷம்டி, நீ அமுதனுக்குப் பர்ஃபக்ட் மேட்ச். அண்ணா உன்னை நல்லா வச்சுக்குவான்"என்றவள்,"இனிமே உன்னைபா-பிஷான்னு கூப்பிடனுமா, இல்லை அண்ணியாரேன்னு கூப்பிடவா" எனக் கேலி செய்தாள்.

"ஜானி தாங்க்ஸ்டி, நீ எப்படி எடுத்துக்குவியோன்னு பயந்தேன்" என்றாள் மயூரி. இவர்கள்,கூடி மகிழ்ந்த நேரம் அமுதனும் அங்கே வந்தான் அவனை-யும் ஓர் ஹக் செய்தாள்.

"அமுதா, சும்மா ஜமாய், இந்தப் பூனையும் பால் குடிக்குமான்னு இருக்-கிறது எல்லாம், ஃபுல்லா குடிச்சுச் செட்டில் ஆகிறது. நான் தன்பா ஓட்ட வாய்.

ஷாதின்னு வந்தால் நம்மளை அண்ணன்னாலும் சரி மாமன் மகன்-னாலும் சரி ஓட்டி விட்டுடுறாங்க. டேய்,அண்ணா முக்கியமான நேரத்தில் என்னை கழட்டி விட்டுட்ட பார்த்தியா. நீயும், உங்க அப்பா அம்மா ஒரு டீமாக்கும். சரி போ எனக்கு எங்க தெய்வாம்மா,ஷண்முப்பா இருக்காங்க" என்றாள்.

"ஏய் ஜானும்மா உன்னாலதான்டா நாலு வருட ட்ரீம் லவ் நிஜமாயிருக்கு, உன்னை என்னைக்காவது கழட்டி விட முடியுமா? செல்லக்குட்டி அண்ணன் மேல பலி போடாதடா." என்றான் அமுதன்.

மெஹந்திக்குக் கை நீட்டிய படி ஜானகி "இதென்ன புதுக்கதை" என்-றாள்.

"நான் லண்டன் போகும் முன்னமே, ஸ்வர்னியை மும்பைல பார்த்-தேன்டா. இவளோட துப்பட்டா என் வாட்சில் பட்டு, அதிலிருந்த பாசி என் கையோட வந்திருச்சு, நான் கார் கண்ணாடி மிரர்ல இவளைப் பார்த்தேன், ஒரே நொடியில், மனசுக்குள்ள வந்து உட்கார்ந்துட்டா" என மயூரியிடம் கண்-களால் காதல் பேசியவாறு தங்கையைச் சமாளித்தான்.

"அடுத்த நாள், ஏர்போர்ட்ல , ராஜை செண்ட் ஆப் பண்ண மஞ்சரி-யோட வந்தாள். இவன் வேற ஃப்யான்சி வருவான்னு சொன்னதில், இவள் யாருன்னு தெரியறதுக்குள்ள திக்,த்க் நிமிடங்கள்" என்றான் அமுதன்.

"அரே, சாலா. அதான் குடைஞ்சு குடைஞ்சு கேள்வி கேட்டியே, நான் என் நண்பனுக்கு நம்ம மேல எவ்வளவு அக்கறைன்னு நம்பி இருந்தன்டா" என ராஜ் கேலி செய்தான்.

"இன்னார்க்கு இன்னாரென்று எழுதி வைத்தானே தேவன் அன்று" எனப் பாடினாள் ஜானகி.

"அண்ணா காதலிச்சவளை கைப்பிடிக்கத் தான், அம்மாவை சேர்த்து வச்சியா இல்லை,அம்மாவை சேர்த்து வைக்க, இவளை காதலிச்சியா?" எனக் கேட்டாள் ஜானகி.

"என் வாழ்க்கையின், இரண்டு முக்கியமான பெண்மணிகள், கோயின் சைட் ஆகிடுச்சு" என்றான் அமுதன்.

"அது எப்படிடா அண்ணா, உன் வாழ்க்கையின் இரண்டு முக்கியமான பெண்மணிகள்,அப்ப நான் முக்கியம் இல்லை. மதியம் வரைக்கும் பாசமலர் சிவாஜியா இருந்தவன், இப்போ காதல் மன்னனா மாறிட்ட. ஜானகி எங்க திரும்புனாலும் டேமேஜ் ஜாஸ்தி ஆகுதடி" எனத் தன்னைத் தானே தேற்றிக் கொண்டாள்.

"மெஹந்தி போடும் போது அங்க இங்க திரும்பாத ஜானி, அப்பறம் இது-லையும் டேமேஜ் வந்திடும்" என்றாள் மஞ்சரி.

"ஏண்டி மஞ்சரி உங்க ஊர்ல அத்தை மகள் மாமா மகன், ராக்கி தான் கட்டுவோம், தாலி கட்ட மாட்டோம்னு ஒரு ஆள் சொல்லுச்சு, நீயும் அத்தை மகனை தானே ஷாதி பண்ற." எனக் கேட்டாள் ரகுவீரைப் பார்த்தப்படி.

"அதுக்குத் தான் பால்ய விவாகம் செய்து வச்சுருறாங்க. ராஜூம், நானும் பதி பத்னி தான், இவனுக்காகச் சின்னப் பிள்ளைல இருந்து கர்வாசௌத் விரதம் இருக்கேன்டி " என மஞ்சரி தன் பெருமைகளைச் சொல்லிக் கொண்டாள்.

ரகுவீர் அருகில் வருவதைப் பார்த்தவுடன்," மயூ,எங்க ஊரில், அத்தைமகன், மாமா மகள் காதலிச்சுக் கல்யாணம் பண்ணுவாங்க.ஆனால் நீங்க தான் பாயீ பஹன்னு சொல்லுவீங்க, நீ எங்க ஊருக்கு தானே வரப்போற சரி-தான்டி, நோ ப்ராப்ளம். என்ன ப்ரோ?" என ரன்வீரைக் கேட்டாள்,ஆனால் அங்கு வந்து நின்ற ரகுவீரைப் பார்த்து தான் இதைச் சொன்னாள்.

"அதுக்கு ஏம்மா என்னை ப்ரோ ஆக்குற, வேணும்னா,ராஜ்வி அல்லது ரகுவி பய்யாவை ப்ரோவா வச்சுக்க" என்றான் ரன்வீர்.

"சரி கூப்பிடு இரண்டுபேரையும் ,அவங்களையும்பாய்ஷான்னு கூப்பிடு-வோம்" என்றாள். ரகுவீர் முறைத்துக் கொண்டு நின்றான்.

"ஜானகி விபரீத விளையாட்டெல்லாம் வேண்டாம், போதும் நிறுத்து. நம்ம ஊரு மாமா பொண்ணு,அத்தை மகனாகவே இருப்போம்" என முடித்-தான் அமுதன்.

'முதலுக்கே மோசம் பண்ணப் பார்க்கிறாள்' என ரகுவீர், அமுதன் இரு-வரும் ஜானகியை மனதில் திட்டினர்.

ரகுவீர் வந்ததில் இருந்து, தன் ஜான்வியைத் தேடினான். மேஹத்தாவை புவாஷாவிடம் அறிமுகம் செய்து வைக்கும் போது தான், சிருஷ்டிக்கும், அவனுக்கும் மணம் பேசுவதே தெரியும். அப்போதே அவன் ஆடிப் போனான். மாஷா மீது அளவு கடந்த கோபம் வந்தது.

ஜானகி, அவன் மனதில் குடியேறிதான் வெகு நாட்களாகி விட்டதே. அவளின் அவ்வப்போதைய பேச்சு தன்னிடம் இருந்து விலகியதும் இதுதான் காரணம் எனப் புரிந்தது.இன்று அவள் ஹவேலியை விட்டு கிளம்பியதும் இதே காரணம் தான் என்பதும் அவனுக்குப் புரிந்தது.

ஜானகி அல்லாத வேறு பெண்ணுடனான பேச்சு, எனக்கே இப்படி இருந்ததே, என் ஜான்வியும், இது போல் பல மடங்கு துடித்திருப்பாள் என

மனதில் நொந்தான். தங்கள் ஹவேலியில் இருந்து, மின்னல் வேகத்தில், செகாவத் ஹவேலி வந்தடைந்தான்.

ஜானகியைத் தேடின அவன் விழிகள், சம்பிரதாய வணக்கங்கள், விசாரிப்புகளைக் கடந்து வந்த ரகுவீர் ஜானகியை மெஹந்தி போடுமிடம் பார்த்து சற்றே ஆறுதல் அடைந்தான்.

மயூரி, ஜானகி சந்திப்பும் அப்போது தான் நடந்தது. அவள் அவனைத் தாக்கி, முன்பொருநாள், ஶ்ரீராம்முடன் சேர்த்து, பேசும் போது ரகுவீர், அத்தை,மாமா பிள்ளைகள் சகோதரர் சகோதரிகள் எனச் சொன்னதை இப்போது போட்டுத் தாக்கினாள்.ஜானகிக்கு வரைந்து முடித்த மெஹந்தி வாலி, கையில் பெயர் என்ன எழுத வேண்டும் எனக் கேட்டாள்.

"தீதீஷா,சுத்தி இருக்க எல்லாம் என்கேஜ்ட், நான் மட்டும் தான் ஃப்ரீ பேர்ட், சோ நோநேம் " என்றாள் ஜானகி.

"உனக்குத்தான் முதலில் வச்சிரு கோம் பேர் எழுதுனா நல்லா இருக்கும் ,என்ன செய்யலாம்" எனக் கேட்டாள் மெஹந்திவாலி.

அங்கு வந்த தாதிஷா, "ஜனகனின் மகள் தான் ஜானகி, அவளுக்கு ரகு குல வீரனாம் ரகுவீரனை மணம் முடித்தனர். ராமனின் சின்னம் வில் அம்பு, அதனை அவள் கைகளில் வரைந்து விடு" எனத் தன் பேரனை பார்த்தவாறு சொன்னார்.மெஹந்திவாலி, பிரச்சினை தீர்ந்த மகிழ்ச்சியில் வில் அம்பை வரைந்தாள்.அதில் சில டிசைனை சேர்த்து வரையச் சொன்னாள் ஜானகி.

மயூரி அடுத்த அமர 'அ 'எனத் தமிழில் அமுதனே வந்து எழுதினான்.

மயூரி வெட்கத்தில் மேலும் சிவந்தாள்.

"அம்மு பாயீ, உங்க ஸ்பீடு யாருக்கு வரும் பொண்ணப் பார்த்தமா,பொட்டு வச்சமா, ஷாதில ஹை ஸ்பீடுல வந்து நிக்கிறீங்க" என அவனைக் கட்டி அணைத்து வாழ்த்தினான் அமித் பாண்டே.

"வாடா, பைலட்டு, ஹைத்ராபாத் பிரியாணி எப்பையோ ரெடியாம்ல உன் கண்ல காட்டாமல் வச்சிருக்காங்க. "என வம்பிலுத்தான்அமுதன்.

"ஆமாம் பாயீ, ஆண்டி க்ளைமாக்ஸா போச்சு" என்றான் சோகமாக.

"வா,முக்கியமான ஆளை அறிமுகப் படுத்துறேன். ஜானகி கிட்ட மாட்டிய ஜீவன்" என்றபடி அமுதன்,அமித்தை, வீர் ப்ரதரஸ்க்கு அறிமுகம் செய்து வைத்தான்

.

"அமித் பாண்டே, மங்கள் மாமாஜீ மகன். ஏர்போர்ஸ் பைலட்" என அறிமுகம் செய்தான். இவனைக் கேட்டதுக்கும் சண்டை வந்ததே என ரகுவி நினைத்தான்.கை குலுக்கிக் கொண்டனர்.

"டேய் மச்சி, உன்னை ஶ்ரீ கூப்பிடுறா" என்றாள் ஜானகி. "நான் எப்படிக் கூப்பிட்டேன்" என ஶ்ரீ அவசரமாகக் கேட்டாள். "அமித் மச்சி, ஶ்ரீ உன்னைக் கூப்பிடலையாம்,நீ போய்ப் பேசு" என்றாள் ஜானகி.இதற்கும்

முறைத்தாள் ஶ்ரீ

"சரி வந்ததும் வந்த, அவள் கையில் ஃப்ளைட் ஓட்டு". என்றாள்.

ஶ்ரீநிதிக்கு A எனப் போட்டு அதில் ப்ளைட்டை வரைந்தான் அமித். மற்றவர்களுக்கு அப்போது தான் விசயம் தெரிந்தது. அவர்களும் வாழ்த்து மழையில் நனைந்தனர். மஞ்சரிக்கு போட்ட மெஹந்தியில்,RAJ என அவனே எழுதினான்.

அமிர்தாவின் மெஹந்தியில் பா எனச் சிவகுரு வந்து எழுதித் தந்தார்.

இதுக்கும் தாய் மாமன் தான்டா. எனக் கேலி பேசி அவளைச் சிரிக்க வைத்தார், வீடியோ காலில் பாலனைக் காட்ட, குருப்பா,'செம' என்றான்.

சீனியர் க்ருப், இடது உள்ளங் கையில் சிறிய சடங்கு மெஹந்தி வைத்துக் கொண்டனர். ராகினியின் சின்ன மெஹந்தியில் S என எழுதினார் சிவகுரு. ஹேய், என அங்கிருந்த அனைவரும், மகிழ்ந்து ஆர்பரித்தனர்.

"எங்க போனாலும்,உன் ரொமான்ஸ் தனித் தான்டா" எனச் சிவகுருவின் நன்பர்கள் கலாய்த்தனர். ஜானகி, செல்லுமிடம் மற்றவர் கவனம் ஈர்க்காமல்,ரகுவீர் தொடர்ந்து அவளுடன் பேச முயற்ச்சித்தான்.

ஜானகி கண்டு கொள்ளவே இல்லை. பொறுத்துப் பார்த்த ரகுவீர், அமிர்தா ரெஸ்ட் ரூம் சென்ற நேரம், ஒரு சிறுமியிடம், அம்ரூ அழைப்பதாக ஜானகிக்கு செய்தி அனுப்பினான்.

அந்த அறைக்கு வந்த ஜானகி, அமித்து என அழைக்க, ரகுவீர் கதவை மூடி அதில் சாய்ந்து நின்றான். ஜானகி, அவனை முறைத்து விட்டு, 'இப்ப கதவை திறந்து விடப் போறீங்களா இல்லையா? யாராவது வந்து பார்த்தாள் , என்னைத் தான் தப்பா பேசுவாங்க" என முகத்தைக் கடுகடு வென வைத்துக் கொண்டு சொன்னாள்.

ரகுவீர் அவளருகில் வந்தவன்,"சிருஷ்டியுடன் ஷாதி ப்ரபோஷல் நடக்கிறது எனக்குத் தெரியாதுடா ஜான்வி. மாஷா இன்னைக்குப் புவாஷாக்கிட்ட, சொல்லும் போது தான், எனக்குத் தெரியும் " என்றான்.

அவள் பேசாமல் நின்றாள், "என்னை நம்புடா எனக்குத் தெரியாது." என அவன் தன்னிலை விளக்கம் தந்தான். ஜானகி இவன் முன்பு நின்றால் உடைந்து விடுவோம், என அவனுடனாப் பேச்சை முடித்துக் கொள்ள நினைத்தாள். உதட்டைக் கடித்துச் சிறிது நேரம் நின்றாள்.பின்னர்

"உங்களுக்கு யாருமே ஷாதி ப்ரபோஷல் கொண்டு வரக் கூடாதுன்னு, நான் எப்ப தடை சட்டம் போட்டேன்? இப்படித் தலைமுடி நரைக்கும் வரைக்கும் ஷாதியை தள்ளிப் போட சொல்லியும் நான் சொல்லலை. நான் யாரு சார் உங்களுக்கு, உங்க ட்ரைனி கூடக் கிடையாது. அதான் ராஜை டீல் பண்ண சொல்லீட்டிங்கல்ல. இப்ப கதவை திறங்க" என்றாள் சுவரை பார்த்தபடி.

அவளை நெருங்கிய ரகுவீர்," சும்மா புரியாத மாதிரி நடிக்காத. எனக்கு முன்னாடி உதய்பூர் வந்தது புவாஷாவுக்காக. ஆனால் இன்னைக்கு ஹவே-

லியிலிருந்து கிளம்புனது எனக்காக, என்னை வேறு யார் கூடவும் சேர்த்து வச்சு பேசறதை உன்னால் பார்க்க முடியலை. மேஹத்தா வர்றது எனக்குத் தான் தெரியாது ஆனால் உனக்குத் தெரியும். அதுனால தான் என் கூடச் சண்டை போட்டுப் கிளம்பின. இல்லைனு சொல்லு" என அவள் முகத்தைத் தனக்கு நேரே பிடித்துக் கேட்டான்.

"அதெல்லாம் இல்லை. நான் வந்த வேலை முடிஞ்சது, எனக்கு எங்க ஊருக்குப் போகனும்.எனக்கு இங்க மூச்சு முட்டுது" என்றாள் ஜானகி.

"நீ, எங்கப் போனாலும் மூச்சு முட்டத் தாண்டி செய்யும்." என்றவன், அவள் முகத்தைப் பூப் போல் தாங்கி, "உன் மூச்சு என்கிட்ட இருக்குடி" எனத் தன் இதயத்தைக் காட்டியவன் தொடர்ந்து " நீ மூச்சு விடச் சிரமப்படும் ஒவ்வொரு நொடியும், என் இதயமும் நிற்குது." என்றவன் தன் மார்பில் அவளைச் சாய்த்துக் கொண்டான்.

"உன் முகம் வாடுனா என் மனசு கஷ்டப்படும், உன் கண்ணில் கண்ணீர் வந்தால் என் நெஞ்சு துடிக்கும்" என்றவன் கண்கள் கலங்கியது.

"புரிஞ்சுக்கோடி மேரி ஜான். நான் உன்னை என் ஜானை விட அதிகமா நேசிக்கிறேன்.நீ இங்க தான் இருக்க" என நெற்றியில் முத்தமிட்டான்.

"இன்னைக்கு உன் மேலக் கோபமா பேசுனது கூட, நீ என்னை விட்டு ஊருக்குப் போறேன்னு சொன்னதுனால் தான். நீ சொல்ற மாதிரி, என் தலை முடி நரைக்கிற வரைக்கும் தனியா இருந்ததே, என் ஜான்வி என் கூட வந்து சேரத்தானே" என அவன் உருகிப் பேசிக் கொண்டிருந்தான்.

ஜானகி, அவன் மார்பை கண்ணீரால் குளிப்பாட்டினாள்.மெஹந்தி கை இரண்டையும் ஏந்தியவாறு அவள் குலுங்கி அழுதாள். அவள் முதுகை தட்டிக் கொடுத்தவன்,அவளைத் தன்னோடு மேலும் இறுக்கினான். அவள் அழுகை நின்ற நிலையில் தன்னிடமிருந்து பிரித்து, தன் கைக் குட்டையை எடுத்து அவள் முகத்தின் கண்ணீர் கரையைத் துடைத்தான்.

"இப்பச் சொல்லு, வெளிய போய், இதே முகூர்த்தத்தில் நமக்கும் ஷாதி வைக்கச் சொல்லவா?" எனக் கேட்டான் ரகுவீர்.

"நீங்க உங்க புவாஷாக்காக இப்படிப் பேசுறீங்க, அவங்க மகன்னு தெரியவும் விரும்புறேன்னு சொல்றீங்க. இதுக்கு முன்னாடி இப்படியா பேசுனீங்க" என முருங்கை மரம் ஏறினாள் ஜானகி.

அவளிடம், முறைத்து நின்றவன், "அப்டியே ஒரு ஸ்லாப் விட்டால், எல்லாம் ஞாபகத்துக்கு வரும், இரண்டு நாள் உன்னைத் தேடி அலைஞ்சேன் நீதானே, என்னை அவாய்டு பண்ண? ஒருவேளை மாஷா, சிருஷ்டியை பத்தி ஏதாவது சொல்லி இருப்பாங்க. சரியா?" எனக் கேட்டான்.

அவள்"ஆமாம்" எனத் தலை ஆட்டினாள். அவளை அழைத்துக் கொண்டு, ஓர் ஷோபாவில் அமர்த்தி, தானும் அருகில் அமர்ந்தான். அவள் கதவு பூட்டி இருப்பதைக் கவலையாகப் பார்க்க, இது மஞ்சரி ரூம், வேற யாரும் வரமாட்டாங்க, அவள் வெளியே லாக் பண்ணிட்டா. என் மெசேஜ்

போனால் தான் திறப்பா. ராஜ் மத்ததைச் சமாளிச்சுக்குவான் என விளக்கம் தந்தான்.

"எல்லா ஏற்பாடோட தான் வந்திருக்கீங்க "என அவள் அதற்கும் குறைப்பட்டாள்.

"அதல்லாம் விடு, இன்னைக்குப் பேசி முடிக்காம வெளிய போக விட மாட்டேன்." என்றவன் தொடர்ந்து

"நம்ம சிஸ்டத்தை ஹேக் பண்றாங்கன்னு, நைட் வந்து நின்னியே,அன்னைக்கு நடந்தது ஞாபகம் இருக்கா?" என்றான்.

"ஆமாம், நீங்க தான் என்னை நம்பமாட்டேன்னு சொல்லீட்டிங்க" எனக் குறைச் சொன்னாள்.

"அதை மட்டும் ஞாபகம் வச்சுக்க. அப்புறம் உன்னையும் சேர்த்து தானே எல்லா வேலையும் செய்தோம். எல்லாம் சரியாகி சாசாஷாக் கூடக் கிளம்பினியா?" என்றான்.

"ஆமாம் அதுக்கும் நீங்க தான் விடலை. ஒரு மனுசிக்கு நிக்க முடியாம தூக்கம் வரும் போது கூட வேலை வாங்குற கடூஸ் பாஸ்" என்றாள் ஜானகி.

அவளையே பார்த்திருந்த ரகுவீரின் கண்களின் மொழி மாறியது, உதட்டோரம் நகை ஓடி அவளையே பார்த்தான். அவன் பார்வை மாற்றம் அவளை ஏதோ செய்தது. 'ஐயோ என்னத்த செஞ்சேன் இவன் பார்வையே சரியில்லையே'என அவள் மனதில் புலம்பினாள்.

பொய்க் கோபத்தை வரவழைத்து, "இப்படியே சைட் அடிச்சுக் கிட்டே தான் இருப்பீங்களா,இல்லை ஏதாவது சொல்லுவீங்களா?" எனக் கேட்டாள்.

ரகுவீர், தன் மொபைலில்,ஓர் ஆடியோவை ஓட விட்டான்.அதில் "வீரூஜீ ஐ லவ் யூ" என ஜானகியின் குரல் இருந்தது. "இது பொய்" என்றாள் ஜானகி.

"வீடியோ வேணுமா,மேரி ஜான்?" என அவன் கேட்கவும்.

"இது பொய்,பொய்,பொய். நான் ஒன்னும் சொல்லலை" என்றாள்.

அவன் வாய் விட்டுச் சிரித்தான்.

"வீரூஜீ, சிரிக்காதீங்க, நான் ஒன்னும் உங்ககிட்ட அப்படிச் சொல்லலை" என்றாள். "எப்படிச் சொல்லலை" என்றான்.

"அதான் வீரூஜீ எல்லாம் சொல்லலை" எனச் சொல்லும் போதே அவள் கன்னங்கள் சிவந்து குங்குமம் பூசிக் கொண்டன.

"அதான், இப்ப சொன்னியே மேரி ஜான்." என்றவன்,"நீ பாட்டுக்கு தூக்கத்தில சொல்லிட்ட அன்னைக்கு ஃபுல் நைட் என் தூக்கம் போச்சு." என்றான்.

அவள் முகம் கவிழ்ந்து உதட்டைக் கடித்து அமர்ந்திருக்க அவளின் டென்சன் பார்த்து மகிழ்ந்தான்.

"நைட் உன் கிட்ட சாரி சொல்லத் தான் நிறுத்தினேன். இந்தத் தூங்கு மூஞ்சி மகாராணி, என் மேலேயே தூங்கி விழுந்த. சரி அவ்வளவு தான்

மலையேறிட்டன்னு அப்படியே தூக்கிட்டு வந்து, மயூ ரூம்ல படுக்க வச்சேன். என் கழுத்தை கட்டிக்கிட்டு வந்தியா" என அவன் சொல்ல வெட்கத்தில் கண்ணை மூடிக் கொண்டாள்.

"பெட்டில் படுக்கப் போட்டுட்டு, நிமிர்ந்தால் கையோடு என் கழுத்தை வளைத்து, என்லிப்பை உன் லிப்பை வச்சு லாக் பண்ணடி" எனச் சொல்லி சிரித்தான். அருகே அமர்ந்திருந்தவள் அவன் முதுகிலேயே முகம் புதைத்து "போங்க, சும்மா கதை விடுறீங்க" எனத் தனக்கே கேட்காத குரலில் சொன்னாள்.

ரகுவீர், அவளைத் தன் கை வளைவில் அணைத்து, அவள் முகத்தைக் ஒரு கையல் ஏந்தி கண்கள் நான்கையும் உறவாட விட்டு, உணர்ச்சிப் பெருக்கில், "I LOVE YOU MERI JAAN" என்றவன் இரண்டாம் முறையாக அவள் இதழ்களைச் சிறைப் பிடித்தான்.இந்த நிலை நிமிடங்களில் தொடர, தன்னை மறந்துக் கட்டுண்டு இருந்தனர் இருவரும்.

ரகுவீரின் மொபைல் ரிங் டோனில் இவ்வுலகிற்கு வந்தனர். ஜானகி மூச்சடைத்து விலகினாள். அப்போதும் தன் கைவளைவில் வைத்திருந்தவன், போனில் "ம்" எனப் பதில் அளித்தான்.

"இந்த ரூம்ல இன்னும் கொஞ்சம் நேரம் இருந்தோம், மெஹந்தி செர்மனி, சாந்தி முகூர்த்தமா மாறிடும்" என்றபடி எழுந்து அவளையும் எழுப்பி விட்டான்.

"சரி சொல்லு, வெளியே போய் இதே முகூர்த்தத்தில் ஷாதி வைக்கச் சொல்லவா?" என்றான்.அதற்குள் இயல்புக்கு மீண்டது , ஜானகியும்,அவள் குறும்பும்.

"ம்ம்ம், இந்த ஜானகியை கை பிடிக்கிறது அவ்வளவு ஈசி கிடையாது, எங்க ஊருக்கு வாங்க, காளை மாட்டை அடக்கனும், இளவட்டக்கல் தூக்கனும், ரேக்ளா வண்டி ஓட்டி பந்தயத்தில் ஜெயிக்கனும். எங்க தெய்வாம்மாவும் அப்பத்தாவும் பார்த்து ஓகே சொல்லனும்." என அடுக்கிக் கொண்டே போனாள் ஜானகி தேவி.

"சரிடி வர்றேன் நீ சொன்ன எல்லாமே செய்யறேன்.அப்ப நினைவோட சொல்லுவியா" என்றான்.

"என்ன சொல்லுவியா?" எனக் கேட்டாள்.

"ஐ லவ்யூ" என்றான் ரகுவீர்."அது தான் தெரியுமே" என்றாள்

"எது தான் தெரியுமே" எனக் கேட்டான்.

"ராத்தோட்ஷா, என் கிட்ட விழுந்துட்டார்னு" என்றாள்.

"அப்புறம் ஏன்டி ஊருக்கு போறேன்னு சொன்ன?" என்றான்.

"நான் போனா தானே நீங்க வருவீங்க" என்றாள்.

"சரியான கேடி டி, நான் தான் தெரியாம மாட்டிக்கிட்டேனோ" என்றான் ரகுவீர்.

"இட்ஸ் டூ லேட், ஜானகி கிட்ட வர்றதுக்கு மட்டும் தான் வழி, நோ ரிட்டர்ன் பாத்" என்றாள்.

"ஆமாம், மெஹந்தியில் ஏன் என் பெயரை எழுதலை" என்றான் ரகுவீர்.

"நீங்க தான் கண்டு பிடிக்கனும் அது தான் உங்க சடங்கு, என்ன சொல்லுவீங்க ரஸம்" என்றாள்.

"சரி காட்டு" என்ற ரகுவீர் வில் அம்பைப் பார்த்தான் "தாதிஷா சொன்னாங்களே இதுவா" என்றான்.

"அதுவும் தான் " என்றாள்.வில்லில் இங்கிலிஸ்"V" யும் அம்பின் தலைப் பகுதியில், டிசைன் போல் கூட்டு எழுத்தில் "Ru" என்று எழுதியிருந்தது.

"அடிப்பாவி, இதுலையும் சீட்டிங் ஹே ராம் என்னைக் காப்பாற்று." என்றான்.

"அதுக்கு ராம் கிட்ட இல்ல, இந்த ஜானகி கிட்ட கேட்கனும். சரி கதவை திறங்க எனக்குப் பசிக்குது" என்றாள்.

"ரொமாண்டிக்கா போகும் போது பசிக்குதா உனக்கு " என்றவாரே அவன் கதவை திறந்தான்.

ஒரு கதவைத் திறந்தவன் அடுத்த கதவைத் திறக்கும் முன் அவனை நெருங்கி, அவன் இதழில், தன் லிப்ஸ்டிக் கரையைப் பதித்து விட்டு அவன் அனுபவித்து நிற்கும் போதே.

"கன்னத்தில் கொடுத்தால் கரை தெரியும், அதுதான் ராத்தோட்ஷா" என்றவாறு, கண்ணைச் சிமிட்டி வெளியே யாரும் இல்லை என்பதை உறுதி செய்து கொண்டு, "அமித்து" எனச் சத்தம் கொடுத்துக் கொண்டே போனாள்.

ரகுவீர், தன் காதல் ஜெயித்த மகிழ்ச்சியில்" கட்வா,போயி "ராத்தோட்ஷா" நல்லா தாண்டி இருக்கு உன்னை மாதிரியே,நீ வைக்கிற பேர் கூட.

இனிமே பாரு, உன் "ராத்தோட்ஷா" வின் மொஹபத், புவாஷா கீ லாட்லீ, ஆ ரஹா ஹூ , ரெடி ஹோ ஜாவ்" என நினைத்தபடி நின்றான்.

மனதின் வார்த்தை-41

நாம் ஒருவரால் நேசிக்கப் படுகிறோம் என்பதே வாழ்வின் மகிழ்ச்சிக்குரிய

தருணம். அதுவும் ஆத்மார்த்தமாக ஒருவருக்காக ஏங்கும் போது, அதே விதமான தவிப்பும் ஏக்கமும் எதிர் புறமும் இருந்தால் நம்முடைய மகிழ்ச்சி எல்லையைக் கடக்கும்.

காதலின் இந்த அனுபவம் ரகுவீருக்கும் புதுமையாகத் தான் இருந்தது. தானும் கூட டீன் ஏஜ் பையன் போல், இப்படி மகிழ்வோம் என்றோ,அவளை நினைக்கும் போதே மகிழ்ந்து அசடு வழிந்து நிற்போம் என்றோ கனவிலும் யோசித்தான் இல்லை. ஜானகி அந்த அறையை விட்டுச் சென்று ஐந்து நிமிடம் ஆகியும் அவளின் உணர்வுகள் தந்த இனிமையை அனுபவித்தவாறு

அப்படியே நின்றான்.

ரகுவீருக்காக வெளியே பூட்டி வைத்த கதவைத் திறந்த ராஜ் மஞ்சரி அவன் சென்றபின் வந்து தங்கள் தனிமையைச் செலவிட எண்ணம் கொண்டனர்.

அதனால் அந்த அறையின் அருகிலேயே நின்றிருந்தனர். வெளியே சென்ற ஜானகி வேகமாக அதே அறைக்கு ஓடிவந்தாள். இவ எதற்குத் திரும்பி வருகிறாள் என மஞ்சரி யோசிக்கும் போதே

"ஸுனியே வீருஜீ" என்றபடி ரகுவீர் முன் வந்து நின்றாள்.

"என்னடா, ஜானூ" என்றான் ரகுவீர்."அந்தக் கதவை சாத்துங்கள்" என்றாள்.

"மேரிஜான், இப்ப வேண்டாம் உன் விளையாட்டை அப்புறம் வச்சுக்கலாம் நேரமாகுது" என்றான்.

ஜன்னல் வழியாகப் பார்த்திருந்த ராஜ், "பய்யா நிலமை இப்படி ஆயிடுச்சே" எனப் புலம்பினான். "கொஞ்சம் சுப்ரஹோ பேபி, ஜானி என்னதான் செய்யறான்னு பார்ப்போம்" என்று படம் பார்க்கத் தயாரானாள் மஞ்சரி.

மஞ்சரியைத் தேடி வந்த மயூரி,"மஞ்சு,இங்க என்னடி பண்ற" எனக் கேட்க்கும் முன்னே,"மெதுவா பேசு, இங்க ஒரு ரொமான்டிக் சினிமா ஓடுது" என்றாள்.

"பய்யா, நீங்களுமா இவள் கூடச் சேர்ந்து யாரை பார்க்குறீங்க" என்றவள், ஜன்னல் திரைச்சீலை வழியே எட்டிப் பார்த்தாள், அங்கு ஜானகி ரகுவீரை முறைத்துக் கொண்டு நின்றாள். அமுதன் மயூரி பின்னோடு வந்தவன் இவள் பார்க்கும் திசையில் எட்டிப் பார்த்தான்.

ஜானகி,"ரொம்பத் தான் ஆசை உங்களுக்கு இப்படி ஓடிவருகிறாளே என்ன பிரச்சனைனு கேட்டிங்களா?" என்றாள்."அதைத் தானடி கேட்கிறேன் மேரிஜான்" என்றான் ரகுவீர்.

"அது வந்து, வந்து" எனத் தயங்கி பின்னர்"என் சோலி ஹூக் லூசா இருக்கு, ஒரு ஹூக்கில் தொடுக்கிட்டு இருக்கு,எப்ப வேணும்னாலும் கழன்று விழும் போல இருக்கு" என்றாள். "சரி,அதுக்கு நான் என்ன பண்றது. அமிர்தாவை வரச் சொல்லவா?" எனக் கேட்டான் ரகுவீர்.

"உங்களுக்குக் கொஞ்சமாவது மூளை இருக்கா?" எனக் கேட்டாள்.

"உன்னை காதலித்ததுக்குக் கேட்க வேண்டிய கேள்வி" என்றான் ரகுவீர்.

வெளியே ஒளிந்து நின்றதில் ராஜ் தவிர மற்றவருக்கு அதிர்ச்சி. ஒருவரை ஒருவர் பார்த்துக் கொண்டனர்.

"அது ஒன்னு தான் நீங்க செஞ்ச உருப்படியான வேலை அதை விடுங்க. அமித்துவும் தானே மெஹந்தி வச்சுருக்கா" என்றாள்.

"வேற யாரையாவது கூட்டிட்டு வருகிறேன்" என்றவனை

"என்ன சொல்லிக் கூப்பிடுவீங்க" எனக் கேட்டாள்.ரகுவீர் முழித்தான்.

"மஞ்சரி, ட்ரஸ்ஸிங் டேபிளில், சேப்டி பின் இருக்கும் பாருங்க" என்றாள்.

"நானா"என்று கேட்டவனை,

"இல்லை உங்கள் பக்கத்து வீட்டுக்காரன். நீங்க தானே இங்க நிற்கிறீங்க, இதுக்கெல்லாம் வேலைக்கு ஆளாப் போடுவாங்க" என ஜானகி திட்டிக் கொண்டு இருந்தாள்.மஞ்சரி சத்தம் வராமல் சிரித்தாள்.

"பேபி உங்க பய்யா இராஜஸ்தானி ஷேர்'னு சொல்லுவ அங்க பாரு ஷேரிணி முன்னாடி ஏவின வேலை செய்கிறார்." ராஜ் அவளை முறைத்த-வாறு பார்த்திருந்தான்.

ஜானகி, மூச்சைப் பிடித்துக் கொண்டு, அந்த உடைக்கு லூஸ் கொடுத்து நின்றாள். ரகுவீர் ட்ரஸ்ஸிங் டேபிள், ட்ராயறைத் திறந்து பார்த்தான். "ஜானு என்னடி கேர்ள்ஸ் எல்லாம் இப்படித்தான் போட்டு வைப்பிங்களா? இந்தக் குப்பையில் எங்கிருந்து தேடுறது?" என்றான்.

ராஜ் மஞ்சரி தலையில் கொட்டி சத்தமில்லாமல் சிரித்தான். அமுதன் மயுவிடம் "யூ டூ" எனக் கேட்டான். இரு பெண்களும், தன்னவர்களை முறைத்தனர்.

"இந்தா இருக்கு, எடுத்திட்டேன் இந்தா" என்றான் ரகுவீர்.

"முருகா ஒன்னும் தெரியாத கட்ட பிரம்மச்சாரியை எனக்குன்னு அனுப்-புனியா" என மேலே நோக்கி தமிழில் புலம்பினாள் அமுதன் சிரித்தான். க்யா என்றவனிடம் மொழிபெயர்த்தாள்

"ஏண்டி ஒழுக்கமான புருஷன் கிடைச்சது சந்தோஷம் இல்லை, நாலுப் பேரை ஷைட் அடிச்சவன் தான் வேணுமா?" என்றான்.

"சரி வழவழன்னு பேசாமல் பின்னைக் குத்தி விடுங்க" எனத் தயங்கி தயங்கி அவனுக்கு முதுகுக் காட்டி நின்றாள். பின்னால் நின்று பார்த்த க்ரூப்புக்கு ரகுவீர் மட்டுமே தெரிந்தான். இருந்தாலும் ராஜ் மற்றும் அமுதன் திரும்பிக்கொண்டனர்.

ஜானகியின் கட்டாமல் விட்டிருந்த குழலை, முன் பக்கம் தள்ளியவன் அவளின் கோதுமை நிற பின்முதுகைக் கண்டு மூச்சடைத்து நின்றான். தன்-னைச் சமாளித்துக் கொண்டு முதுகிலிருந்த காயத்தைப் பார்த்தவன்.

"இது என்னடி தழும்பு" என்றான். "அது சின்னப் பிள்ளையா இருந்தப்ப, தீபாவளி அன்னைக்குச் சுட்டுக்கிட்டேன். அமுதன் கையிலிருந்த கம்பி மத்-தாப்பைப் பார்க்காமல் பின்னாடியே ஓடிவந்தேனா, சுட்டுக்கிட்டேன்" என்-றாள்.

"எந்த வேலையும் நிதானமாகச் செய்ய மாட்டியா?" எனக் கடிந்து கொண்டவன் அவ்விடத்தை வருடியவாறு அவள் கொக்கிப் பட்டியை ஆராய்ந்தான். பின்னர்க் கொக்கியினைத் தன் பல் கொண்டு கடித்துச் சரி செய்தவன், அதனை மாட்டி சேப்டிக்காகப் பின்னையும் அவள் மேல் படா-மல்,தன் விரலில் குத்திக் கொண்டு, மாட்டி விட்டான்.

தன் முகத்தை அப்போது தான் கண்ணாடியில் பார்த்த ஜானகி,

"ஓ மை காட்" என வீரிட்டாள்."இப்ப என்ன" என அவன் சலிப்பாகக் கேட்டான்.

"என் முகத்தில் கண்ணீர் கோடு, லிப்ஸ்டிக் இல்லை, காஜல் எல்லாம் கரைந்து இருக்கு" என்றாள்.

"மேரி ஜான், இதையெல்லாம் செய்யனும்னு அடம் பிடிக்காத. நான் பாவம்,என் மேல் கருணைக் காட்டு" என ரகுவீர்.

"உங்களுக்கு நான் அசிங்கமாக இருந்தாலும் பரவாயில்லை, உங்களை வேலை வாங்கக் கூடாது, அப்படித் தானே. சரி நீங்க போங்க. நான் இங்கேயே இருந்துக்கிறேன்" என கோபித்தாள்.

"ஹே ராம்,மண்ணே கித்தே முசிபத் மே பசாதியோ" என மார்வாடியில் புலம்பினான். ராஜ் மயூரி மஞ்சரி சிரித்தனர்.பின்னர் டிஸ்யூ பேப்பர் எடுத்து அவள் முகத்தைத் துடைக்கப் போக,"அதில் வெட் டிஸ்யூ இருக்கு எடுங்கள்" என்றாள் ஜானகி.

அவள் சொல்லச் சொல்ல அவள் முகத்தைச் சீர் செய்தான்.பின் அவளைப் பார்த்தவன். "சுந்தர் லக்ரிஹை மேரி ஜான்" என நெற்றியில் முத்தமிட்டான்.

" ஸன்யேஜீ, லிப்ஸ்டிக் போடலை" என்றாள்.

"ஜானூ அது வேண்டாம், ஏன்டி லிப்ஸ்டிக் ப்ராண்டட் வாங்க மாட்டிங்களா, அப்பிக்கிட்டு போகவே மாட்டேங்குது" எனத் தன் உதடுகளை வெட் டிஸ்யூவை வைத்துத் துடைத்தான்.

ஜானகி முகம் குங்குமமாகச் சிவந்து, "ஆமாம் மைக் போட்டு ஊரு பூராவும் கேட்கிற மாதிரி சொல்லுங்கள். விவஸ்தை கெட்ட மனுசன்" என்றாள்.

வெளியே பார்த்திருந்த மூன்று ஜோடிகள், அதிர்ந்து நின்றனர்.ஆமாம், இன்னொரு ஜன்னலில் அமித் ப்ரீநிதி வேடிக்கைப் பார்த்தனர்.

ரகுவீரின கொஞ்சம் கடுஸ், ஆனால் அவனின் மென்மை கலந்த அணுகுமுறை ஜானகியின் சிணுங்கல், ஜானகி அவனை அதிகாரம் செய்யும் தோரணை, நினைத்ததைச் சாதிக்கும் சூட்சமம், திட்டுவது போல் நடித்து அவளது கோரிக்கைகளை ரகுவீர் பூர்த்திச் செய்வது. இத்தனைக்கும் நடுவில் அவளை வம்பிலுப்பது என இவர்கள் முழு காதல் படம் ஓட்டிக் கொண்டிருந்தனர்.

ஜானகி, அவசரமாக ஓடியதைக் கவனித்த அமிர்தா, ரன்வீர் துணையுடன் மாடி நோக்கி வந்தவள் ரகுவீர், ஜானகி சம்பாஷணைக் கேட்டு முறுவலுடன் நின்றாள். ரன்வீர் ஒவ்வோரு வாக்கியத்துக்கும், அம்ரூவிடம் ரியாக்ட் செய்து கொண்டிருந்தான்.

"ஓ, மேரிஜான் வாடி கீழே போகலாம், யாராவது தேடி வந்துடுவாங்க. பாசக்கார மக்கள்" என்றான் ரகுவீர். "படேபய்யா, பாசக்காரன் வந்துட்டேன்" என்றபடி கதவைத் திறந்தான் ரன்வீர். அம்ரூ,இவர்களைப் பார்த்துச் சிரித்த-

படி இருந்தாள். "எவ்வளவு நேரமா இங்க நிற்கிற" என்றான் ரகுவீர்.

"ஸூன்யேஜி வீரூஜீ ல இருந்து, ஏன் அம்ரூ?" என்றான்."அடப்பாவி, தி இஸ் டூமச்" என்றான் ரகுவீர்."பய்யா, இன்னும் இரண்டு ஜன்னலை எட்டிப் பார்த்துச் சொல்லுங்கள். இரண்டு இல்லை,3,4,5,6,7,8 மச் என்றான்" ரன்வீர்.

"ஒளிந்து நிக்கிறவங்க எல்லாம் என் முன்னாடி வரனும்" என ரகுவீர் கட்டளையிட."ஜிஜூஷா, உங்கள் ஹூக்கும்[கட்டளை] எல்லாம் எங்கக் கிட்டத் தான். அங்க பொட்டிப் பாம்பா இல்லை இருக்கீங்க" என ஜானகியை காட்டி, உன்மையைப் போட்டு உடைத்தாள் மஞ்சரி. ரகுவீர் முறைத்து நின்றான். ஜானகி அசடுவழிய நின்றாள்.

ராஜ் நிலைமையைச் சமாளித்து,"பய்யா,எனக்கு ரொம்பச் சந்தோஷம். என்னைச் சொல்லியே படிமாஷா உங்களை ஷாதிக்குக் கட்டாயப்படுத்தும் போது எனக்குக் கில்டியா இருக்கும். இப்ப ஸோ ஹேப்பி." என்றபடி அவனை அணைத்துக் கொண்டான்.

அமுதன் ஜானகியை நெருங்கியவன், "ஜானும்மா இதுக்குத் தான் அத்தனை ஆர்ப்பாட்டமா? எதையும் மனசிலேயே வச்சுக்காதடா. இன்னைக்கு அத்தான் அங்க மறுக்காமல் இருந்தால் எவ்வளவு மனக் கஷ்டம். இப்ப தாண்டா மனசுக்கு நிம்மதி, சந்தோஷம் எல்லாம்" என்றவன்.

ரகுவீரை கட்டியணைத்து," உங்களுக்குத் தெரியாது, ஜானகிக்கு உங்களை எவ்வளவு பிடிக்கும்னு. அவள் உங்களைப் பார்த்து இல்லை, ஆனால் எல்லா நேரமும் கற்பனையில் உங்களோடு தான் இருப்பாள். உங்கள் கிட்ட அவளை அனுப்பியது, இதிலிருந்து ஏதோ ஒருவகையில் அவள் வெளியே வரனும்னு தான்" எனச் சொல்லிக் கண்கலங்கினான் அமுதன்.

"ஆமாம் அண்ணா அமுதன் அத்தான் சொல்றது எல்லாம் உண்மை. நானும் அதுக்குச் சாட்சி" என்றாள் அமிர்தா.ரகுவீருக்கு, இவர்கள் பேச்சில் ஜானகியின் அன்பின் ஆழம் தெரிந்தது. அவளையே பார்த்திருந்தவன்,

"இந்த விதமான அன்புக்கு நான் தகுதியானவனாடி ஜானூ" என அவள் முன் நின்றான்.அவனிடம் கண்களால் கசிந்துருகியவள், பேசக்கூடாது எனச் சைகை செய்தாள் . தன் மௌனம் கலைத்து "போதும் விடுங்கப்பா,என் கண்ணெல்லாம் வேர்க்கிறது. இப்ப தான் என் வீரூஜீ, எல்லாம் சரி பண்ணினார். எனக்குப் பசிக்கிறது வாங்கச் சாப்பிடலாம்" என்றாள் ஜானகி.

"ஏய், ஜானி பேபி அது எப்படி, நவரசங்களை ஒரே நேரம் காட்டுற?, வொண்டர்ஃபுல் லவ் ப்ரசன்டேஷன். செம ஏதேதோ காதல் காவியங்கள் சொல்றாங்களே, உங்க கிட்டப் பிச்சை எடுக்கனும்" என்ற அமித், ரகுவீரைக் கட்டியணைத்த "கொஞ்சம் நேரம் முன்னாடி உங்களைப் பார்க்கும் போது, இவ்ளோ கடுமையா இருக்கிறாரே ஜானிக்கு ஒத்து வருமான்னு நினைத்தேன் ப்ரோ, ஆனால் நீங்க ஒருத்தர் தான் அவளை இவ்வளவு சந்தோஷமா வச்சுக்க முடியும். உங்க கிட்ட மட்டும் தான் அவள் இவ்வளவு சந்தோஷமா

இருக்கா. அம்முப் பாய் சொன்ன மாதிரி, அவளைத் தெரிந்த செயில்ட்ஹுட் ஃப்ரண்ட்ஸ் க்கு அவளின் வீருஜீ யையும் தெரியும்" என்றான்.

மயூரி,"ஜானி, எங்க பாயீஷா,உன்னை நல்லா வச்சுக்குவார்டி, இப்ப உன்னைய அண்ணியாரேன்னு கூப்பிடவா, இல்லை பாபிஷான்னா" எனக் கேலி செய்தாள். அனைவரும் சிரித்து மகிழ்ந்திருந்தனர்

"லுக் கைஸ் இப்பவே போய்க் கீழே டமாரம் அடுச்சுறாதீங்க. மாஷா என் மேல் செமக் கடுப்பில் இருக்காங்க இன்னைக்கு நைட் அவங்கக் கிட்டப் பேசிட்டு, நானே சொல்லிருக்கிறேன்" என ரகுவீரின் வேண்டுகோளுக்கு, எல்லாரும் சரி எனத் தலையாட்டினர்.

பம்மி, இவர்களைத் தேடி வந்தவர், ஜமாயிஷா சப் லடகியாங், இங்க இருக்கீங்களா உங்களை எங்க எல்லாம் தேடுறது. வாங்கப்பா சாப்பிட என அழைத்தார்.

"மாஸிஷா, நானும் அதையே தான் சொன்னேன். வாங்கப் போகலாம்" என ஜானகி பம்மியுடன் முன்னே நடந்தாள்.

மயூரி,"பாயீஷா, உங்க ஷாதி முடிஞ்சுஎன்னை நீங்க பாபிஷா வோட விதாயி ரஸம் செய்யனும்னு ஆசைப் பட்டேன். அதே மாதிரி முதல் ஷாதி உங்கது தான்" என்றாள் மயூரி. எல்லாரும் பேசி சிரித்து, டைனிங் வந்து சேர்ந்தனர். ஜானகி, தன் அம்மா தட்டில் ஒரு வாய்,அப்பாத் தட்டில் ஒரு வாய் சாப்பாடு வாங்கிச் சாப்பிட்டுக் கொண்டிருந்தாள்.

ரகுவீர், ஏற்பாடு செய்யப் பட்ட பவேயில் தட்டில் சாப்பாடு எடுத்து வைத்துக் கொண்டு புவாஷா அருகில் அமர்ந்தான்.மெஹந்தி வைத்திருந்த பெண்களுக்கு அவரவர் தாயார் ஊட்டி விட, அமிர்தாவை சிவகுரு அழைத்துக் கொண்டார். ஜானகிக்குப் பக்கத்தில் அமர்ந்துக் கொண்டாள்.

ராகினி, ஒரு வாய் சாப்பாடு எடுத்து நீட்ட, ஜானகியின் வாய்க்குச் செல்லும் முன் ரகுவீர் அதனை வாங்கிக் கொண்டான்.

ஏமாந்துப் போன ஜானகி, "மாதாஜி இது சீட்டிங், அவர் கைல தான் சாப்பாடு இருக்குல்ல, அப்பறம் எதுக்கு என் கூடப் போட்டி" என அவள் சினுங்கினாள்.

"என் வீருக்கு ஊட்டி எவ்வளவு வருஷம் ஆச்சு, ஒருவாய் புள்ள வாங்குனா உனக்கு என்னடி" என்றார் ராகினி. ரகுவீர் சிரித்தபடி,அடுத்த வாய் உணவையும் கபளீகரம் செய்தான். ஜானகி முறைத்தபடி அமர்ந்திருந்தாள்.

" இது தான் எனக்கு சாப்பாடு ஊட்ட வந்த கை தெரிஞ்சுக்க " என்றான் ரகுவீர்.

ராகினி, சிவகுரு இருவரும் தட்டை நிறைக்கச் சென்றனர். ரகுவீர், ஜானகிக்குப் பக்கத்தில் அமர்ந்து தன் தட்டில் இருந்து ஊட்டி விட்டான். ரொட்டியோடு அவன் விரலையும் கடித்தாள் ஜானகி. "ஸ்,குட்டி பிசாசு" என்றான் ரகுவீர்.

"அண்ணா,நான் எதையுமே பார்க்கலை" என்றாள் அம்ரூ.

"அம்ரூ,உனக்குத் தெரியாமல் எங்களுக்குள் என்னடா ரகசியம். நீ தான் அவள் நிழல் ஆச்சே" என்றான் ரகுவீர்.

"அதெல்லாம், எனக்குத் தெரியாமல், ஏதேதோ செய்யிறா அண்ணா. " என்றாள் அமிர்தா. "நான் என்னடி செஞ்சேன்" என மிரட்டினாள் ஜானகி.

"ஆமாம், இப்ப எதுக்கு முகத்தை இப்படித் தூக்கி வச்சுக் கிட்டு இருக்க?" என்றாள்.

"இல்ல ஜானி, நீங்க ரெண்டு பேரும் விரும்புறது, கல்யாணம் பண்றது எல்லாம் எனக்குச் சந்தோஷம். ஆனால் கல்யாணம் பண்ணி நீ இங்க வந்-துடுவியேடி, நான் உன்னை விட்டு பிரிஞ்சதே இல்லையே, எங்க அம்மா இல்லாமல் கூட இத்தனை வருஷம் இருந்துட்டேன், ஆனால் நீ இல்லாமல் எப்படிடி இருப்பேன்" எனக் கண்ணீர் வடித்தாள் அமிர்தா.இவர்கள் பிணைப்-பைப் பார்த்து ரகுவீருக்கும் ஒரு மாதிரி ஆனது. அதற்குள் சிவகுரு அங்கே வந்தவர், பெண்மக்கள் இருவரும் கண்கலங்கி இருப்பதைப் பார்த்து என்ன-வெனக் கேட்டார்.

ரகுவீர் தான் சமாளித்தான்,"அது ஒன்னும் இல்லை பூஃபாஷா, மோனல் ஷாதியைப் பார்த்த உடனே, தாங்களும் ஷாதி பண்ணி கிட்டா இதபோல் பிரியனுமேன்னு நினைச்சு ஃபீலிங்" என்றான்.

"அமித்துக் கண்ணா நீ எங்கடா போகப் போற, எப்பவும் போல நம்ம வீட்டில் தான் இருப்ப. என்ன இன்னும் உரிமையா பாலன் மனைவியா இருப்ப. உனக்குப் பயப்பட என்ன இருக்கு. நம்ம ஜானகி அழுதாலும் சொல்லலாம்" எனச் சமாதானம் செய்தார்.

"மாமாஎனக்கு ஜானி கல்யாணம் பண்ணி என்னைப் பிரிஞ்சுடுவான்னு தான் அழுகை வருது" என்றாள் அமிர்தா.

சில சகுணங்கள், மிகவும் பக்கத்தில் இருப்பவர்களுக்குத் தோன்றும். அமிர்தா, ஜானகியின் நிழல். ஜானகிக்கு வரும் ஆபத்தை உணர்ந்து தான் அவள் பிரிவை நினைத்து அவளறியாமல் கண்ணீர் உகுத்தால் போலும்.

"நல்ல பொண்ணுமா நீ. உங்க அத்தையைப் பார்த்தியா, கோடீஸ்வரர் வீட்டில் பிறந்தாலும், அவள் அனுபவிக்காத மனக் கஷ்டமா. எதுக்கும் கலங்காமல் பொறுமையா காத்திருந்தாள். எல்லாரும் எல்லாத்தையும்,எல்லா சூழ்நிலையும் சந்திச்சுத் தான் ஆகனும். அதை விட்டுட்டு இப்படி அழு-வாங்களா?" என்றார் சிவகுரு.

அங்கே வந்த ராகினி, இவர் பேசுவதைக் கேட்டு,"டேய்,அமித்து, இதென்ன சின்னப் பிள்ளை மாதிரி நம்மளை விட்டு பிரிஞ்சு போறவ ஜானகி தான், பாரு நான் வச்சிருந்த தட்டு, மாமாவடையது, வீரு நீயும் குடுத்தியா?, எல்லாத்தையும் காலி பண்ணிட்டு திருப்தியா உட்கார்ந்து இருக்காள்" என்-றார் ராகினி.

"ஏய்,மாதாஜீ, நாளைக்கே என்னைப் பிரியறது மாதிரி பேசுறீங்க. இப்ப மாப்பிள்ளை பார்தாலும், குறைஞ்சது நாலு மாசம் வந்து உங்களைப் பாடா

படுத்திட்டு தான் ,என் மாமியார் வீட்டுக்குப் போவேன்" என ரகுவீரைப் பார்த்தபடி சொன்னாள்.

ரகுவீர் ஜானகியிடம்," நீ ஏழு,மலை,கடல் கடந்து இருந்தாலும், பறந்து வந்து தூக்குவேன்டி, மேரிஜான்." என்றான் ரகசியமாக. "அதையும் தான் பார்ப்போம்" என்றாள் ஜானகி.

அவனன்றி,ஓர் அணுவும் அசையாது. அசையும் அணுவுக்கெல்லாம் அர்த்தமும் நமக்குப் புரியாது. நடப்பவை நடந்தே தீரும். அதுவே இந்த ஆத்மாக்களின் உரைக்கல்.ரகுவீருக்கும்,ஜானகிக்குமான உரைக் கல்லும் தயாராகி விட்டது. பொறுத்திருந்துப் பார்ப்போம், உரசிப் பார்க்கையில் தெரிந்து விடும் இவர்கள் சொக்கத் தங்கம் என்று.

மனதின் வார்த்தை-42

ஸ்வர்ன ராகினி ராத்தோட் இந்த ஹவேலியின் செல்ல மகளாய் செல்வ மகளாய் பிறந்து வளர்ந்தவர்.தாதிஷா ஸ்வர்ன மஹாலக்ஷ்மியின் நேரடி வளர்ப்பு ஆதலால்,அவரின் குணம், இவரிடமும் காணப்பட்டது.

எந்த விசயமானாலும், தெளிவாக நேர்மையாக அதனை எதிர் கொள்-ளும் துணிவுக் கொண்டவர். தனது ஷாதி ஹேமந்த்துடன் நிச்சயமானபோதும் சரி, பங்குரி, ஹேமந்த் காதல் அறிந்து விட்டுக்கொடுத்த போதும் சரி, அவருக்குச் சரி எனப்பட்டதைச் செய்தார். இதற்காக அஞ்ஞாதவாசம் அனு-பவிக்க வேண்டியது வரும் என அவர் கனவிலும் நினைக்கவில்லை.

உதய்பூரை விட்டு, முன்பின் தெரியாத ஓர் இளைஞனுடன், தன் தாதிஷா தன்னை அனுப்பியதில் அவருக்குத் துளியும் இஷ்டம் இல்லை. ஹேமந்துடன், ஓரிரு முறை பார்த்து இருக்கிறாள். ரகுவீர் தட்டி விட்டதில் அவன் மேலே விழ வேண்டிய விபத்து நடந்தது. ஆனால் பங்குரிக்காகக் கூட ஊரை விட்டு ஓட அவருக்கு மனம் வரவில்லை.

தாதிஷாவின் கட்டளைக்காக, தன்னைத் தாக்க வந்த அடியை தன் இரத்தம் சிந்திக் காத்த அந்த ஆடவனின் தன்னலமற்ற செயலில் நம்பிக்கை வைத்து அவர்களுடன் பயணம் செய்தார். முன்பின் தெரியாத நான்கு ஆடவர்களுடன் பயணம். அவளுக்குத் தர்மசங்கடமாக இருந்தது. அவளது மௌனமும் அழுகையும் அவர்களை வருத்தியது.

பல்லாஜீ தான் முதலில் அவளுடன் பழகினார். "இதப் பாரும்மா சோட்டி, நீ இப்படி அழுதுகிட்டே வந்தேனா,உன்னை கடத்திட்டு போற தடியனுங்-கன்னு, எங்களை நான்கு தட்டு தட்டி போலீஸ் பிடிச்சிட்டு போகும். என்-னால் அந்தச் சின்ன ரூம்ல தங்க முடியாது, கருணைக் காட்டு சோட்டி" என்றார்.

"தேக்கோ பஹனா, அப்படியே வந்து கேட்டாலும் இந்த மதராசிகளைக் கோர்த்து விட்டுறு. நாம எல்லாம் ஹிந்துஸ்தானி, இவனுங்க பேசறதே புரியலை" என்றார் மங்கள் பாண்டே.

"காமிச்சுட்டிங்களேடா உங்க புத்தியை, தங்கையா, நாசிக் தாண்டிட்டா நம்ம ஸ்டேட், நான் பார்த்துக்கிறேன், நீ கவலைப் படாத தங்கையா"என்றார் ரெட்டி.

சிவகுரு மட்டும் அமைதியாக வந்தார். ராகினி எப்போதாவது பார்க்கும் போது கண்களால் அவளுக்குத் தைரியம் சொல்வார். எதுவும் பேசாமல்,அவளது தேவைகள் அறிந்து அவளுக்கு உதவி செய்வார்.

அவள் அவஸ்தையாக வயிற்றைப் பிடித்து அமர்ந்து இருப்பதைப் பார்த்து யாரும் அறியாமல் அடுத்த ஸ்டேசனில் சானிடரி நாப்கின் வாங்கித் தந்தார். ராகினி நிஜமாகவே உருகித்தான் போனார்.இவன் என் மனதின்வார்த்தைகளை எப்படிப் படித்தான் என்ற வியப்பு. அவர் வாஷ் ரூம் செல்லும் போது, சாதாரண நிகழ்வு போலே ட்ரெயின் வாசல் கதவைத் திறந்து நிற்பார்.

மூன்று நாட்கள் பயணத்தில், நால்வருடனும் நன்றாகப் பழகிவிட்டார் ராகினி. தன் மூன்று சகோதரர்களுக்குப் பதிலாகக் கிடைத்த இந்தச் சகோதரர்களிடமும் ஓர் பாசம் வந்தது. வெவ்வேறு மாநில கலவை இந்தப் பாரதவிலாஸ் பாசம் அவருக்கு வாழ்வின் பரந்த பரிமாணத்தைக் காட்டியது.

சிறுமலை, அதன் சிலுசிலுப்பும் குளிரும், ஓர் புதிய புத்துணர்ச்சி தந்தது. பழமையான அந்த வீட்டின் முன் காரிலிருந்து இறங்கிய போதே, சிவாவின் தாத்தா சுப்பையாவும், அவரது மனைவி முத்தம்மாலும் வந்து வரவேற்றனர். ஓர் இளவரசி போல் அவளை வரவேற்று,உபசரித்தனர். தான் அகதியாக வந்ததாக ராகினி நினைத்ததற்கு மாறாகச் சொந்த பேத்தியைப் போல் சொந்தம் பாராட்டினர்.

சுப்பையா தாத்தா, தானும் முத்தம்மாலும், ராகினியுடன், தனியாக ஓர் வீட்டில் வசிப்போம் என அறிவித்து விட்டார். சிறிது தொலைவிலிருந்த வீட்டில் அவர்கள் தங்கினர். பின்னாளில் அதனைச் சுற்றி கட்டடங்கள் எழுப்பி ரிசார்ட் ஆக்கினார்கள்.

ராகினி காலடி வைத்த நேரம், வியாபாரம் பெருகியது. நிறைய நிலபுலன்கள் சேர்ந்தது. ராகினியை மகாலெட்சுமியாக, தங்களுக்குக் கிடைத்த பொக்கிஷமாகப் போற்றிப் பாதுகாத்தனர்.

தாத்தா,ராகினியின் மேல்படிப்புக்கு ஏற்பாடு செய்தார். செமினார் வகுப்புகளுக்கு, சிவகுரு தான் அழைத்துச் செல்வார். அவரின் அமைதியான ஆளுமை ராகினியிடம் காட்டும் கனிவு, கரிசனை ராகினிக்கு மிகவும் பிடிக்கும். ஆனாலும் தன் நிலை பற்றிய தாழ்வு மனப்பான்மை ராகினியை அவரிடம் அண்ட விடாமல் செய்தது.

வெள்ளிமலையில், பொங்கல் வைத்து வழிபாடு செய்வதை வழக்கமாகக் கொண்டிருந்த சிவ குடும்பம், கடினமான மலையில் பொருட்களை ஏற்றி,

பொங்கல் வைத்தனர். தாத்தா,அப்பத்தாவும் கூட மலை ஏறியது, ஆச்சரியமாக இருந்தது ராகினிக்கு. எங்கள் குலம் காக்கும் தெய்வம், அதனால் சிரமம் பார்க்காமல் நன்றி செலுத்துவோம் என்றார் சிவகாமி.

பொங்கல் வைத்து சாமி கும்பிட்டப் பின், வீட்டுக்குக் கிளம்பும் நேரம், எல்லாப் பொருட்களையும் ஒதுக்கிக் கொண்டிருந்த நேரம், சிவகுரு குங்குமம் இருந்த காகிதத்தை எடுக்க அது பறந்து ராகினி மேல் விழுந்தது, அதில் ராகினி ஹோலி கொண்டாடிய பெண் போல் ஆனார்.

தாத்தா சுப்பையா அவர்கள் தான், ராகினியை அழைத்து,"ஏம்மா ராகினி, நீ சிவகுருவைப் பற்றி என்ன நினைக்கிற" என்றார். "தாதாஷா, இதென்ன கேள்வி, உங்கள் பேரனைப் பற்றி உங்களுக்குத் தெரியாதா?" என்றார் ராகினி.

"என் பேரனைத் தெரிந்ததால் தான் கேட்கிறேன், அவனைக் கல்யாணம் பண்ணச் சம்மதமா?" என்றார்."தாதாஷா அவர் என்னைக் காப்பாற்றினார் என்பதற்காக அவர் மேலே என்னைச் சுமையா ஆக்காதீர்கள் ப்ளீஸ்" என்ற ராகினி.

மறைவிடத்தில் தனித்து, நின்று "என் பெயரோடு உங்க பெயரைச் சேர்த்து ஓடிப்போனவர்கள் என்ற கலங்கத்தை ஒருபோதும் தரமாட்டேன் சிவு" எனப் புலம்பியதைத் தாத்தா கேட்டுச் சிரித்துக் கொண்டார்.

சிவகுருவின் திருமண ஏற்பாடுகள் நடந்தது. ராகினி விசாரித்ததில் தாத்தாவின் கட்டளை எனத் தெரிந்தது. இவள் கேள்வியாக அவரைப் பார்க்க, "நீதான் மாட்டேன்னு சொல்லிட்ட , அதுதான் மகள் வீட்டுப் பேத்தியைக் கட்டி வைக்கப் போகிறேன்" என்றார். ராகினி மனதளவில் உடைந்துப் போனார்,இரண்டே நாளில் துரும்பானார்.

மூன்றாவது நாள் ஒரு கார் வந்து வீட்டு வாசலில் நிற்க, "ஸ்வர்ன மஹாலக்ஷ்மி ராத்தோட் " அதிலிருந்து இறங்கினார். தாதிஷாவைக் கண்ட ராகினி, தாய் மடித் தேடிய கன்றாக அவரிடம் அடைக்கலம் ஆனார். ராகினியை கடிந்து கொண்ட தாதிஷா, சுப்பையா தாத்தாவிடம், கைகள் கூப்பி, "முன் பின் அறியாத எனக்காக நான் கேட்ட வார்த்தைக்காக என் பேத்தியை, காப்பாற்றியதற்கு நன்றி பாய்ஷா" என்றார்.

அப்பத்தா,முத்தம்மாள், அம்மா சிவகாமி மற்றைய பெண்கள், அந்தப் பெண்மணியை வியப்பாகப் பார்த்தனர். ராசா வீட்டுப் பரம்பரை ராணிங்க இப்படித்தான் இருப்பார்கள் போல, ஜான்சிராணி மாதிரி என நினைத்தனர்.

தாத்தா சுப்பையா,"உங்களைப் போன்ற சகோதரி கிடைத்து முற்பிறவிப் பயன். எங்களுக்குக் கொடுத்த வாக்கு என்பது உயிரினும் மேலானது. இப்போது உங்கள் பேத்தியை,அவளின் குணத்துக்காகவே, இந்த அருமையான பெண்ணை என் பேரனுக்குப் பெண் கேட்கிறேன்" எனத் தாம்பூலத் தட்டை நீட்டினார்.

தாதிஷா சிறிதும் தயங்காமல், "நான் ஸ்வர்ன மஹாலக்ஷ்மி ராத்தோட், நீங்கள் அடைக்கலம் தந்ததமைக்காக இல்லாமல், உங்கள் பேரனின் கண்களில் என் பேத்திக்கான அன்பைப் புரிந்து கொண்டு அவளை உங்கள் வீட்டு மருமகளாகச் சம்மதிக்கிறேன்" என்றார்.

அதன்பிறகு நண்பர்கள் கூட்டம் வந்து சேர்ந்தது. ராகினி வியப்பாகப் பார்த்தார், எங்கள் பஹனா ஷாதி நாங்கள் இல்லாமலா என்றனர். அண்ணன்கள் செய்ய வேண்டிய சடங்குகளை மூவரில் ஒருவர் முன்னே வந்து செய்தனர்.

ராகினியை இராஜபுத்திர மகளாய் ராஜ பரம்பரை வைர வைடூரிய நகைகளுடன் அலங்கரித்த தாதிஷா, மெஹந்தி, ஹல்தி, போன்ற சம்பிரதாயங்கள் செய்தார். மணமகன் வீட்டில், முகூர்த்தக்கால் ஊன்றி, நெல் அள்ளிப் போட்டு, நாள் வைத்து, தாலி சேலை வைத்துக் கும்பிட்டுத் தமிழரின் பட்டு வேட்டிச் சட்டை தலைப்பாகையுடன் சிவகுருவை அலங்கரித்தனர்.

இருமனம் கொண்ட திருமணத்தை, இரு இனத்தின் முறைகளிலும் சிறப்பாகச் செய்வித்து, மங்கலநாணை முறைப்படி, ஸ்வர்ன ராகினியின் கழுத்தில் பூட்டினார் சிவகுரு.

இந்தச் சம்பவங்கள் அனைத்தையும், பாண்டே, பல்லா, ரெட்டி விவரித்தனர்.

ராத்தோட் குடும்பம் மற்றும் சுற்றியிருந்த அனைவரும், இதனைக் கேட்டு தாதிஷாவின் தைரியத்தையும், ராகினியின் நல்ல வளர்ப்பையும், சிவகுரு குடும்பத்தின் வாக்கு சுத்தத்தையும், பெருந்தன்மையையும் புரிந்துக் கொண்டனர்.

தாதாஷா தன் தாயின் செயலில் கண்கலங்கியவர், மருமகனின் கையைப் பிடித்துக் கொண்டு நன்றி தெரிவித்தார். தாதிஷா,"ஜமாயிஷா, எங்கள் ராகினி செய்த புண்ணியம் உங்களைக் கணவனாகப் பெற்றது. எங்களது துரதிர்ஷ்டம், எங்களை இத்தனை நாள் அடையாளம் காணாதது. எங்களை மன்னித்து விடுங்கள்" எனக் கைக் கூப்பினார்.

அவர் கைகளைப் பற்றிய சிவகுரு "மாஷா,உங்கள் கரங்கள் எங்களை ஆசிர்வதிக்க மட்டுமே உயர வேண்டும்" என்றார். ராஜேந்தர் சிவகுருவிடம்," மாஷா சொன்னது போல் இவ்வளவு அருமையான ஜமாயிஷா வை நாங்கள் கொண்டாட முடியாமல் போனது எங்கள் துரதிஷ்டம் தான்" என்றார்.

கஜேந்தர்,"தீதீஷா, நீங்க அம்மாவாகும் தருணத்தில் நான் அப்படி நடந்தது க்கு என்றைக்குமே மன்னிப்பு இல்லை" என வருந்தினார்.

"என்ன குறை உங்கள் வீட்டில் விருந்தாடனும் அவ்வளவு தானே, இப்பத்தான் சம்பந்தியாகவும் ஆகிட்டமே, வடக்கே வரும் போதெல்லாம் மாமனார் வீடு தான்" என்றார் சிவகுரு.

"இன்னொரு சம்பந்தமும், நீ இங்கேயே செய்யலாம் சிவா" என்றார் பல்லாஜீ.

எல்லாரும் எப்படி என்று பார்த்தனர். "அவர்கள் மகளை உன் மகனுக்குக் கேட்டுட்ட, அவர்கள் பெரிய மகனுக்கு உன் மகளைக் கொடுத்தால் என்ன?" என்றார் பல்லாஜீ.ராகினி சிவகுரு அதிர்ந்து நோக்கினர்.

ஷப்னம், ராகினியிடம் வந்து,"ஆமாம் ராகினி, பாய்ஷா சொல்றது ரொம்பச் சரி. உன் வீரூவுக்கு உன் மகளைக் கொடு. நாங்கள் எல்லாரும் அவளைத் தங்கமா பார்த்துக்குறோம்" என்றார்.

"ஆமாம் தீதீஷா, உங்க பொண்ணுன்னு தெரியும் முன்னமே, இப்படி ஒரு மருமகள் வரக்கூடாதான்னு ஆசைப்பட்டோம்" என்று ஸர்குன் சொன்னார்.

"ஆனால் வீரூ யாரையோ விரும்புவதாகச் சொன்னானே. பாபிஷா, நான் வீரூக்கிட்ட பேசுகிறேன், அப்புறம் ஜானகி கிட்டயும் பேசிட்டு ஒரு முடிவுக்கு வருவோம். அமுதன் மயூரி ஒருத்தரை ஒருத்தர் விரும்பியது எங்களுக்குத் தெரியும். அதனால் தைரியமா பெண் கேட்டோம்" என்றார் ராகினி.

சிவகுரு," எனக்கும் ராகினி சொல்கிறது சரியென்று படுகிறது. சரிதானே மச்சான்" என ராஜேந்தரைப் பார்த்துக் கேட்டார்.

"சரி தான் ஜமாயிஷா, புள்ளைங்க விருப்பம் தான் முக்கியம். அந்தச் சீதாராம் ஆசீர்வாதத்தில் இவர்களும் ஒன்று சேரட்டும்" என்றார் ராஜேன்.

இந்தச் சம்பாஷணை ரகுவீர் ஜானகியை, மற்ற ஜோடி ஒளிந்து இருந்து பார்த்த போது நடந்தது. எனவே சிறியவர்கள் அறியவில்லை. கொஞ்சம் நேரம் சென்ற பின் வந்து சேர்ந்த ரகுவீர், இரவு தங்கள் ஹவேலிக்கு வரவேண்டும் என அழைப்பு விடுத்தான்.

சிவகுரு,ரகுவீரிடம், "மருமகனே, நீங்க கூப்பிடுவது எங்களுக்கு ரொம்பச் சந்தோஷம். வருகிறோம், மாட்டேன்னு சொல்லலை. நாளைக்குக் காலையில் வருகிறோம். காலை உணவுக்கே, உங்கள் ஹவேலில் இருப்போம். நாங்களும் மிடில் ஏஜ் வந்துட்டோம் இல்லை." எனப் புரிய வைத்தார்.

"ஜூஜூஷா, அப்போ காலையில் பெட்டியோடு அங்க வந்துறனும், இல்லையென்றால் உங்களைக் குண்டுக்கட்டாகத் தூக்கிட்டுப் போக நான் வந்துடுவேன். எங்களுக்கும்,எங்கள் தீதீஷா ஜூஜூஷாவுக்கு, விருந்து உபசரனை செய்ய வாய்ப்புக் கொடுங்கள்" என அமரேந்தர் கண் கலங்கினார்.

சிரித்துக் கொண்டே,"கட்டாயம் வருகிறோம், இல்லையென்றால் உங்கள் தீதீஷா சும்மா விடுவாளா என்ன?" என ராகினியை வம்பிலுத்தார்.

"இதுவரைக்கும், உங்ககிட்ட எத்தனை சண்டை போட்டிருக்கிறேனாம்?" என வினவினார் ராகினி.

"ஏன் வந்தது இல்லை ஜானு இதைச் செய்யறா அதைச் செய்யறா, சொல்லி வைங்க உங்கள் மகள்க்கிட்ட, இப்படி எத்தனை அம்மா மகளுக்கு நடுவில் அல்லாடுறதே என் வேலை" என்றார் சிவகுரு.

"அப்படிச் சொல்லுங்க அப்பா ஜான், இந்த மாதாஜீக்கு என்னைப் பத்தி குறை சொல்றதே வேலை" எனக் குறைச் சொன்னாள்.

"ஹலோ எங்கள் புவாஷாங்கிறதால உன்னை டாலரேட் பண்ணி யிருக்-காங்க. வேற யாராவதா இருந்தால் உன் தோலைப் பிச்சிருப்பார்கள்" என ரகுவீர் ராகினிக்கு ஆதரவு குரல் தந்தான்.

"என்னமோ நீங்க தான் கூட இருந்து பார்த்த மாதிரி சொல்றீங்க" என ஜானகி அவனை முறைத்தாள்.

"அதுதான் உன் உடன்பிறப்புகள், பஞ்சபூத சேட்டை வரலாற்றைச் சொன்னார்களே நீங்க எப்படிப் புஜ்ஜி இவளை சமாளிச்சிங்க?" என்றான் ராகினியிடம்.

"இவளை ஒன்னுமே சொல்ல முடியாது வீரூ, அதுக்குள்ள அவள் அப்-பத்தா, அதான் என் சாசுமா வந்து கூட்டிக்கிட்டு போய்டுவாங்க. கடைசியில் காந்தியின் சத்தியாகிரகம் தான், அப்புறம் தன்னால் வந்து பேசி சாரி கேட்-பாள்" என்றார் ராகினி.

இவர்கள் பேசிக் கொண்டு இருக்கும் போதே, ஹேமந்தின் மகன், விக்-ராந்துடன் ஜெய் பல்லா வந்து கேப் ரெடி என்றான். ஹேமந்திடம்,"ஹேமா, நாளைக்குச் சாய்ந்திரம் வருகிறோம், ஹல்திக்கு நாங்கள் எதற்கு" என்றார் பாண்டே.

"சரி தங்கைகளை அனுப்பி வைங்க" என்றபடி விடைக் கொடுத்தார் ஹேமந்த்.

இரண்டு இன்னோவா வண்டியில் ஹோட்டல் செல்பவர்கள் ஏறிவிட்-டனர்.

அமுதன், ஜானகி, மட்டும் நின்றனர். மயூரியை நிறுத்திக் கொண்ட ரகு-வீர், மற்றவர்களை ஹவேலிக்கு அனுப்பி விட்டு, நான் ஹோட்டலில் ட்ராப் பண்ணிட்டு வருகிறேன். சோட்டி என் கூடத்தான் இருக்கா என்று அமரே-னுக்கும் சொல்லி விட்டான்.

ரகுவீர் ட்ரைவிங் சீட்டில், "அமுதன் மயூவுக்குக் கதவைத் திறந்து விடுங்-கள், பின்னாடியே ஏறுங்கள்" என்றவன் ஜானகிக்குக் கதவைத் திறந்து அவள் அமர்ந்தப் பின் சுற்றி வந்து காரை எடுத்தான். மெல்ல வழுக்கிச் சென்ற அந்தக் கார், மற்றொரு அழகிய மலை மேலிருந்து கார்டன் ஹோட்-டல் முன் நின்றது.'கொஞ்ச நேரம் இருந்துட்டுப் போகலாம், புவாஷா கிட்ட சொல்லிவிட்டேன்" என்றான் ரகுவீர்.

"மெஹந்தியை வாஷ் பண்ணிடலாம், இந்நேரம் சிவந்திருக்கும்" என்ற-படி, லெமன் வாட்டர் நிறைந்த பௌல் கொண்டு வரச் சொல்லி, இருவரை-யும் கை கழுவச் சொன்னான். சிவந்த மெஹந்திக் கரங்களைத் தன் ஜோடிக-ளிடம் காட்டி மகிழ்ந்தனர் தோழிகள் இருவரும். அத்தான் என்ற அமுதனின் அழைப்பை மிகவும் ரசித்தான் ரகுவீர்.

"அது என்ன கூப்பிடுறீங்க. உங்கள் தம்பி கணேஷும் அப்படித்தான் கூப்பிட்டான்" எனக் கேட்டான் ரகுவீர்.

"அத்தை மகன், மாமா மகனை 'அத்தான்'னு கூப்பிடுவோம். எங்கள் ஊரில் இந்தச் சொந்தங்களுக்குள்ளே திருமணம் நடப்பதால், அக்கா அல்லது தங்கை கணவன் மூத்தவராக இருப்பவரை அப்படிக் கூப்பிடுவோம்.

இன்னும் சில கிராமங்களில் மாமா, மச்சான் அப்படியும் கூப்பிடுவார்கள்" என்றான் அமுதன்.

"ஆண்கள் மட்டும் இப்படிக் கூப்பிடுவீர்களா?" என்றான் ரகுவீர்.

"நல்லாச் சொன்னீங்கப் போங்க, இது முக்கியமா,பெண்கள் மாமன் மகனைப் பார்த்துச் சொல்கிறது" என ஜானகியைப் பார்த்த வண்ணம் அமுதன் சொன்னான். அந்த வார்த்தையிலேயே ஜானகி கன்னங்கள் சிவப்பதைப் பார்த்த ரகுவீர், "ஓ அப்படியா" என மகிழ்ந்தான்.

"அண்ணா, உன்னை யார் இதெல்லாம் இவருக்கு விளக்கிச் சொல்லச் சொன்னா?" என ரகசியமாகச் சண்டையிட்டாள் ஜானகி.

அருகே இருந்த சிறிய ஏரி,வன்ன விளக்குகள் ஒளியில், ஒரு ரம்மியமான சூழலில் இரவு போட்டிங் இருந்தது. இது மயூரிக்கு மிகவும் பிடிக்கும். எனவே தன்னவனோடு பொழுதைக் கழிக்கட்டும் என ஏற்கனவே இதில் பதிவு செய்து வைத்திருந்தான் ரகுவீர்.

"பய்யா, தாங்க்யூ, இது தான் படே பய்யாங்கிறது. உங்களுக்குத் தான் எங்கள் ஒவ்வொருத்தருக்கும் என்ன வேண்டுமென்று தெரியும்" என்றவாறு ரகுவீரை கட்டியணைத்து நன்றி சொல்லி அமுதன் கையைப் பிடித்து இழுத்துச் சென்றாள்.

உதய்பூரின் அழகினை அதன் ராயல் லுக்கை அந்த ஒளி வெள்ளம் எடுத்துக் காட்டியது. பகலில் சுட்ட வெயிலுக்கு இணையான குளிர் அடித்தது.

ஜானகி, தாவணியை இழுத்துப் போர்த்திக் கொண்டாள். மயூக்கும் குளிருமே என எட்டிப் பார்க்க, அமுதனின் ப்ளேசர் மயூரியை போர்த்தி இருந்தது.

ஜானகியைக் கூட்டிக் கொண்டு கூடாரம் போன்ற குடிலுக்குள், மின் கணப்பு இருந்த இடத்துக்குச் சென்றான். அவளை அணைத்தபடி அங்கே உட்கார்ந்து, கை வளைவில் ஜானகியை வைத்துக் கொண்டான். ஜானகியும் அவன் அருகாமை, கதகதப்பு எல்லாவற்றையும் ரசித்தாள்.தூரத்தில் தெரிந்த ஏரிகளையும், கட்டிடங்களையும் வெறித்த ரகுவீர்,

"இன்றைக்கு என் வாழ்க்கையின் இனிமையான தருணங்கள் நிறைந்த ஓர் நாள். புவாஷா கிடைச்சது.அமுதன் மயூரி ரிஸ்தா,எல்லாத்தூக்கும் மேல் இந்தக் குட்டி பிசாசு என்னை ஓகே சொன்னது. ஒரே நாளில் இத்தனை சந்தோஷம்." என்றபடி கண்கலங்கினான் ரகுவீர்.

"குட்டி பிசாசா சரி அது கூடவே குடும்பம் நடத்துங்க, உங்கள் புவாஷா கிட்ட என்ன சொன்னீங்க, வேற யாராவதென்றால் தோலை உரிப்பார்களா? அவ்வளவு கஷ்டம்னா எதுக்கு என்னைக் கட்டிக்கனும். இன்னும் ஒரு விச-

யம், நான் இன்னும் ஓகே எல்லாம் சொல்லலை. நீங்க, என் டிமாண்ட் எதையும் ட்ரை பண்ணலை ஆமாம்" என்றாள் ஜானகி.

தன் சீரான பல்வரிசைத் தெரிய மனம் விட்டுச் சிரித்தான் ரகுவீர்.

"ஓ மேரிஜான், சரி புவாஷா முதலில் ஊருக்குப் போகட்டும், என் வேலையை ஒதிக்கிட்டு வருகிறேன். காளை மாடு, இளவட்டக் கல், ரேக்ளா வண்டி, எல்லாம் ஃபுல் ஃபீல் செய்கிறேன் ஓகே." என்றான். "வீருஜீ, உங்களுக்குப் பழக்கம் இல்லாததைச் சொல்கிறேன், எந்தத் தைரியத்தில் சரின்னு சொல்றீங்க" என்றாள்.

"ஹேய், காலேஜ் படிக்கும் போது நான் அதெலேட், எனக்கும் ராகேஷ்க்கும் தான் போட்டியே, இப்ப பிஸ்னஸ்ல. பிஸ்னஸ்ல இறங்கின பிறகு எதற்கும் நேரமில்லை, " என்றான். ராக்கேஷ் என்றவுடன் ராமின் நினைவு வந்தது,"வீருஜீ, முக்கியமான விஷயம்" என அவள் பேசிக் கொண்டிருக்கும் போதே வீல் என்ற மயூரி குரல் கேட்டது.

பேச்சைப் பாதியில் விட்டு, எழுந்து ஓடினர் இருவரும். மயூரி அமுதனைக் கட்டிக் கொண்டு கண்ணை மூடி நின்றாள். "ஸ்வர்னி, ஒன்னும் இல்லை, கண்ணைத் திறந்து பாரு அது ஒரு கயிறு தான் ரஸ்ஸி" என்றான்.

ரகுவீர் மின்னல் வேகத்தில் ஓடிவந்தவன்,"சோட்டி என்ன ஆச்சு" என்றான்.

"ஒன்றுமில்லை வேகமா படி ஏறியவள் பாம்பை மிதிச்சிட்டதா நினைச்சு கத்துனா. அது பாம்பு இல்லை கயிறு" என்றான் அமுதன்.

நிஜமாகவே, பாம்பு ஒன்று, அந்தப் படிக்கட்டு தாண்டி உள்ள புல்வெளியில் நெளிந்து சென்றது.இவர்கள் கவனத்தில் இல்லாமல்.

சரி வாங்கப் போகலாம்" என அழைத்துச் சென்ற ரகுவீருக்கு, அங்கே யாரோ இருந்தது போல் ஓர் உணர்வு. திரும்பிப் பார்த்துக் கொண்டே சென்றான்.

"பாயீ, பஹன் இரண்டு பேருக்கும் பாம்பைப் பார்த்து பயமா? எங்கள் மலையில் அதுவும் ஒரு உறுப்பினர் தான்" என்றாள் ஜானகி. "ஜானும்மா, பேசாமல் இருடா அவளே பயந்து இருக்கா" என்ற அமுதன் தண்ணீர் கொடுத்து மயூரியை சமாதானம் செய்தான்.

ஹோட்டலில் அண்ணன் தங்கையை இறக்கி விட்டவன், மயூரியுடன் தங்கள் ஹவேலி நோக்கிச் சென்றான். தன் காரை யாரோ பின் தொடர்வது போல் அவனுக்குத் தோன்றியது. இலேசாக ஓர் கடைமுன் அவன் நிறுத்த பின் தொடர்ந்த வண்டியும் நின்றது."என்னாச்சு பய்யா" என்றால் மயூரி.

"ஒன்றுமில்லை ஏதோ சத்தம் வந்த மாதிரி இருந்தது, அது தான் செக் பண்ணேன்." என்றவன். பின்னால் வந்த வாகனத்தின் எண்ணை மனதில் குறித்துக் கொண்டான்.

அந்தக் கார்டன் ஹோட்டலில் தங்கியிருந்தான் ராக்கேஷ். செகாவத் பரிவார் சம்பந்தம் செய்யும் குடும்பம் ரெனாவத் குடும்பத்துக்கு நெருங்கிய

நண்பர்கள். அதனால் நாளை நடக்கும் மாப்பிள்ளை அழைப்பு, அதனைத் தொடர்ந்த நிகழ்வுகளுக்காக, அவர்களது ஹவேலி அங்கிருந்த போதும், தனியாக இங்கே வந்து தங்கியிருந்தான்.

மதியம், பைரவ் செக்காவதிடம் இருந்து ராகினி குடும்பம் பற்றிய செய்தி வந்தது. அதிலிருந்து வன்மம் கொண்டவன், அவனது தகப்பனாருக்கு ராகினியை கேட்டு நிராகரித்திருந்தது தான் பழைய கதை.

இந்தத் தலைமுறையில் ஹரிணியைத் தங்கள் குடும்பத்துக்குள் கொண்டு வர முயன்று அது நடக்கவில்லை. இவர்களது பணப் பலத்தை உடைக்கப் பிஸ்னஸ் குறுக்குவழி கையாண்டான். அதிலும் , ரகுவீர் பொறுப்பேற்ற பின்னர், அவனது எண்ணம் கொஞ்சம் தடைப் பட்டது.

ரகுவீர், சில பல காண்ட்ராக்ட் கைமாறிய போதும், தனது இனம், தெரிந்தவன், பழைய சொந்தம் என இவனைத் தவிர்த்தே வந்தான். ஜானகியைத் தாக்கியது, அவனது மனதைப் புண்படுத்தியது. அவனுக்கு எதிரான சில வேலைகளைச் செய்து ஒரு பெரிய இழப்பை ஏற்படுத்தினான்.

ராமை நியுயர் பார்ட்டியில் சந்தித்தவன், ஜானகியை அவனோடு சேர்த்துப் பொறுக்க மாட்டாமல் கோபப்பட்ட போதும், பல்லாஜீ வீட்டில் சந்தித்த பின் அவனோடு நல்லுறவு பாராட்டினான்.

ராமிற்கு ராக்கேஷின் நடவடிக்கை பிடிக்காமல்,அவனோடு பிஸ்னஸ் கான்டேக்டை வைத்துக் கொள்ள விரும்பாமல், அவசரமாக ஊருக்குத் திரும்ப வேண்டும் எனச் சொல்லத்தான் அங்கே போனான்.

அந்த இரவு, ராக்கேஷ், ராத்தோட்ஸ் க்ரூப்பை ஹேக் செய்யத் திட்டமிட்டதை ஜானகிக்குத் லைவில் அனுப்பினான். ரகுவீர் போன் நம்பர்,அவன் மொபைலில் இல்லை, எனவே ஜானகி அந்த வீட்டில் இருப்பதால் அவளுக்கு அனுப்பினான்.

இனியும், ராக்கேஷ் கையில் தான் சிக்கக்கூடாது என நினைத்தவன், தன் சிம்மை கழட்டி விட்டு, வந்த சுவடு தெரியாமல் வெளியேறினான். ராமின் நல்ல நேரம் அவன் தப்பி விட்டான். ஜானகியின் கெட்ட நேரம், சிம் அதே இடத்தில் விழுந்தது.

ராம் அந்த இரவே, சென்னைக்கு ஃப்ளைட் பிடித்து விட்டான். தன்னிடம் தான் சிம் இருக்கிறது என்ற நினைப்பில் மூன்று நாட்களாக அதைத் தன் உடைமைகளில் தேடுகிறான். அது தொலைந்து விட்டது என்ற எண்ணம் இல்லாததால் அதை லாக் செய்யவும் இல்லை. மற்றொரு பர்சனல் சிம்மை வைத்துச் சமாளித்துக் கொண்டு இருக்கிறான்.

ரகுவீர், அடுத்த நாள் காலை, ராமைத் தொடர்பு கொள்ள அமிர்தாவிடம் நம்பர் வாங்கினான். நாட் ரீச்சபில் என வரவும் பதறி, அமிர்தாவை ராம் வீட்டுக்கு போன் போட சொன்னான். அங்கே போனை எடுத்த அவள் சிறிய தகப்பனார். ராம் சென்னை வந்துட்டான், நைட் திண்டுக்கல் வந்தவுடன் சொல்கிறேன். ஏதோ சிம் கார்ட் பிரச்சினை என்றார்.

அடுத்தநாள், ரகுவீருடன் தொடர்பு கொண்டு ராம் பேசி விட்டான்.

"ஓகே ராம், நாம் சேர்ந்து பிஸ்னஸ் செய்யலாம், உங்கப்பா கிட்ட ஒரு கம்பெனி டீல் இருக்கிறது எனச் சொல்லுங்கள் "என்றான் ரகுவீர்.

இந்த விசயங்கள் எதுவும் நம் ஜானகி தேவிக்குத் தெரியாது. அடுத்த நாள் சிம்மை கண்டெடுத்த ராக்கேஷின் வேலைக்காரன், தன் முதலாளியிடம் அதைச் சேர்த்தான்.

அந்தச் சிம்மை வேறு மொபைலில் போட்டுப் பார்த்த ராக்கேஷ், அது ராமுடையது என உறுதி செய்தான். பின்னர்,தன் விளையாட்டை ஆரம்பித்-தான்

ரகுவீர் குடும்பம்,உதய்பூர் சென்று விட, ராக்கேஷ் ரெனாவத்தும் வந்து சேர்ந்தான். அவ்வப்போது ராமின் சிம்மை ஆன் செய்ய ஜானகியின் மெசேஜ் டெலிவர் ஆகும். நாளைய ஆட்டத்திற்குத் துருப்புச் சீட்டாக அதை வைத்-துள்ளான் ராக்கேஷ்.ஜானகியிடமிருந்து இன்றும் மெசேஜ் வந்ததால், ராமை பற்றித் தெரியாது என்பது உறுதியானது. ஹட்டுக்குள், ரகுவீர், ஜானகி நெருக்கமாக அமர்ந்திருந்ததையும், மயூரி அமுதன் போட்டிங்கையும் பார்த்-தவன் வெறி உச்சிக்குப் போனது.

இவர்கள் பேசியதை மற்றொரு பக்கம் இருந்து கேட்டவன், ராமை பற்றிய பேச்சைத் தடுக்க நினைத்து, பக்கத்தில் சென்ற பாம்பை கயிற்றோடு சேர்த்துத் தூக்கி எறிந்தான், மயூரியை நோக்கி, அது கொஞ்சம் முன்னால் விழுந்து, அவள் காலில் தடவியவாறு ஊர்ந்து சென்றது.

மதியம் முதல் இரண்டு ஹவேலிகள், லேக் வ்யூ ஹோட்டலிலும் நோட்-டம் பார்க்க ஆட்களை ஏவி வைத்துள்ளான். நாளை ஜானகியைக் கடத்தும் ப்ளான் பக்காவாக, வைத்துள்ளான். இன்றைய ரகுவீரின் சந்தோஷம், நாளை எல்லையைத் தொடுமா,அல்லது ராமனின் சோகத்தை ரகுவீரும் அடை-வானா ? பொறுத்திருந்துப் பார்ப்போம்.

மனதின் வார்த்தை -43

உதய்பூரில் அன்றைய தினம் அழகாய் விடிந்தது, மான்சூன் பேலசில் இருந்து, உதய்பூர் முழுவதும் அழகாகத் தெரியும், அதன் அழகையும் ரசிக்-கலாம் என அமித், ஃப்ரீநிதி, ஜெய் ஹர்லின் வந்திருந்தனர். மேலும் சில இடங்களைச் சுத்திப் பார்த்த பின்னர் ராத்தோட் ஹவேலி மதியம் வருவதா-கச் சொல்லி விட்டனர்.

காலை உணவு சாப்பிட கார்டன் ஹோட்டலுக்கு,வந்தபோது,ஹர்லின், ஃப்ரீநிதி மீது மோதியவன், சாரி கூடக் கேட்காத அவன் ஆட்டிடியூடில் அமித் ஜெய் இருவரும் கோபமானார்கள்.கையில் ருத்ராட்சத்தைச் சுற்றி அதில் உடுக்கை, கழுத்தில் பாம்பு பின்னியது போல் சங்கிலி,ஜீன்ஸ் சர்ட் சகிதமாகப் பார்க்க வித்தியாசமாக இருந்தான்.

ஜெய்பல்லா அவன் காலரைப் பிடித்து விட்டான். அவனை அலட்சியமாக ஓர் பார்வை பார்த்தவன், "கையை எடுத்திரு இல்லைனா, உன் சாவுக்கு நான் பொறுப்பில்லை" என்றான்.

ஹர்லின், ஜெய்யைப் பிடித்து இழுத்தாள்," விடுங்கள் ஜீ, இவனிடம் பேசி பிரயோஜனம் இல்லை" எனக் கூட்டிச் சென்றாள்.ப்ரீநிதியும் "அமித்,நோ அவன் கேட்கும் நிலையில் இல்லை, மே பீ ஸ்டப்டு" என அவனைக் கூட்டி வந்தாள்.

காலை உணவு ராத்தோட் ஹவேலியில் படு ஆடம்பரமான இரஜஸ்தானி விருந்தாக இருந்தது. இரண்டு தலைமுறை மருமகன்களுக்காக ஏற்பாடு செய்யப் பட்ட, சிறப்பான விருந்து.

வகைவகையான இனிப்புகள், பேசன் சகி, சூர்மா, பாவ் ,பக்கோடி கி கடி, தால் பாடி,ப்யாஸ் கி கச்சோரி, சாப்புதானா வடா, மால் புவா , ரொட்டி,தால் போன்றவைகளும் அதனோடு தோசை சட்னி, சாம்பாரும் ஏற்பாடு செய்திருந்தனர்.

இன்று, ராகினிக் குடும்பம் வருவதற்குள் தாதாஷாவிலிருந்து, ரன்வீர் வரை அனைவரும் ஆவலோடு வாயிலைப் பார்த்திருந்தனர்.

ஒரே நேரம் அனைவரும் அமரும்படி, இரண்டு பெரிய டேபிள்களை, ஒன்றாகப் போட்டு, இருபதுக்கும் மேற்பட்ட, நாற்காலிகளைப் போட்டு வைத்திருந்தனர். சிவகுரு மற்றும் அவர் நண்பர்கள் மூவரும் அவரவர் மனைவியுடனும், அமுதன் ஜானகி அமிர்தா வந்து சேர்ந்தனர்.

ராத்தோட்கள் அனைவரும் வாசலுக்கே வந்து வரவேற்றனர். "கம்மாகனி, ராமராம், நமஸ்தே, நமஸ்காரம், வணக்கம்" என இந்திய மொழிகளில் ஒருவருக்கு ஒருவர் வணங்கி வரவேற்றுக் கொண்டனர்.

ராத்தோட் மருமகள்கள், தாதிஷாவுடன் நின்று வரவேற்றனர். ஹேமந்த், பங்குரி,மஞ்சரியும் சிறிது நேரத்தில் வந்து சேர்ந்தனர். ராத்தோட் ஹவேலி வெகு நாட்களுக்குப் பிறகு இவ்வளவு மகிழ்ச்சியைக் கொண்டாடியது.

பெரியவர்கள் அனைவரையும் உட்கார வைத்து, மயூரி,மஞ்சரி, ஜானகி, அமிர்தா பரிமாறினார்கள். ஹரிணி குடும்பமும் அங்கே இருக்க, அவள் மாமனார் மாமியாரும் இந்தக் கூட்டத்தில் சேர்ந்தனர்.

வீர் ப்ரதர்ஸ் மேற்பார்வையில் வேலையாட்கள் எடுத்துத் தர,பெண்மக்கள் பரிமாறினர். அமுதனை,அமர்சிங்குடன் சேர்த்து, சாப்பிட ஜமாயிஷா வரிசையில் உட்கார வைத்து விட்டனர்.

இரஜஸ்தானி உணவு, சிவகுருவுக்கும் பழக்கமான ஒன்றாகவே இருந்தது.அந்தப் பண்டங்களின் பெருமையை, ராத்தோட்கள் மற்றும் டாக்கூர் சொல்லிக் கொண்டே, மேவாட் ராஜவம்சத்தில் செய்யும் பலகாரங்களைப் பற்றிய சுவையான சில சம்பவங்களையும் சொன்னார்கள்.

பாலைவனத்தை ஒட்டிய பகுதி ஆதலால், இவர்கள் பலகாரங்கள்,நாள்பட வைத்துச் சாப்பிடுவதாகவே இருந்தது. இதற்கு நேர் மாறானது

பஞ்சாபி உணவு முறை. செழுமையின் உச்சம் பஞ்சாப். தென்னகத்து அரிசி உணவுகள் பற்றி, ரெட்டியும், சிவகுருவும் சொன்னார்கள்.

பெரியவர்களின் வியாக்கியானம், பெண்மணிகளின், ரெசிப்பிச் செய்முறை எனக் காலை உணவு நன்றாகப் போனது. இளைய தலைமுறை அடுத்து உட்கார, தங்களுக்குள் பரிமாறிக் கொள்வதாக, பெரியவர்களுக்கு ரெஸ்ட் கொடுத்தனர். அமுதன், அமர்சிங், இருவரும் உணவை பாஸ் செய்து, அவர்களுக்கு உதவினர்.

ஜானகிக்காக ,ஸ்பெஸல் நெய் ரோஸ்ட் வந்தது. வீட்டில், இந்த உணவு செய்யும் போது ஆர்ப்பாட்டம் செய்வாள்,இப்போது என்ன செய்வாள் பார்ப்போம் என்று ராகினி கவனித்து இருந்தார். அவளுக்காக நெய் ரோஸ்ட்டைப் பார்க்கவும். வியந்தார்.

ஷப்னம் சொன்னார்,"இதுங்க இரண்டும்,இங்க வந்து சரியாகவே சாப்பிடலை அதன்பிறகு, அவர்களிடமே பக்குவம் கேட்டுத் தோசை மாவு அரைத்தோம்" என்றார்.

காலையில் ராகினி குடும்பம் வருவதற்கு முன்பே ராஜேந், ஷப்னம் இருவரும், தங்கள் மகனின் அறைக்கு வந்தனர். "மாஷா, பாபுஷா, கூப்பிட்டு இருந்தால் நானே வந்திருப்பேனே "என்றான் ரகுவீர்.

ஷப்னம், அறைக்குள் வந்தாலும் அவனிடம் எதுவுமே பேசாமல் மௌனத்தைக் கடைப்பிடித்தார். ரகுவிக்குத் தன் மாஷாவின் மௌனம் கஷ்டமாக இருந்தது.

"மாஷாஎங்கிட்ட கோபமா பேசமாட்டிங்களா?" எனக் கொஞ்சினான்.

"ஸுனியே, நான் நீங்க கூப்பிடீங்களேன்னு தான் வந்தேன். எனக்கு யார் கூடவும் பேச வேண்டாம்" என்றார். தன் தாயை நடத்திக் கொண்டு ஷோபாவில் அமரவைத்து, தானும் அருகில் அமர்ந்தவன்,"மாஷா,உங்கள் கோபம் ஞாயமானது தான், நான்கு அடி அடிங்க வாங்கிக்கிறேன், பேசாமல் இருக்காதீர்கள்" என்றான்.

ஷப்னம்," எனக்குத் தான் உன்னைப் புரிஞ்சுக்கத் தெரியலை, பெத்துட்டா மட்டும் மாஷான்னு சொல்லிக்க முடியுமா?, குழந்தைல உன்னை வளர்க்கவில்லை, அதுக்கப்புறம் ஹாஸ்டல் வெளிநாடு, பிஸ்னஸ்னு உன்னை என்றைக்குமே பக்கத்தில் வச்சுக்கலை" எனக் கண்ணீர் விட்டார்.

"மாஷா, நீங்களா அப்படி நினைத்துக்கொள்ளாதீர்கள், நீங்க இல்லாமல் நான் இல்லை. வீட்டுக்குச் சீக்கிரம் வரனும் என் மாஷா எனக்காக முழுச்சு இருப்பாங்கன்னு, ஓடிவருவேன் மாஷா" என்றான். தன் மாஷாவைக் கட்டிக் கொண்டு ரகுவீர், தன் அன்பைக் காட்டிக் கொண்டு இருந்தான்.

மெல்ல மெல்ல பேசி தன் மாஷாவைப் பேச்சில் கரைத்துக் கொண்டிருந்தான் ரகுவீர். ராஜேன், மாஷா,பேட்டாவின் பேச்சில் குறுக்கிடாமல் கேட்டுக் கொண்டு இருந்தார்.

"உனக்குப் பிடித்த பெண்ணைச் சொல்லு, நாங்கள் பேசுகிறோம், அது யாராக இருந்தாலும் எங்களுக்குச் சம்மதம்" என்றார் ராஜேன்.

"பாபுஷா அது வந்து நான், நான்"என அவன் தயங்கினான், மறுக்கப் போகிறான் என நினைத்த ஷப்னம் சொன்னார்,

"நீ சொல்றது எல்லாம் சரி, நமது சொந்த ஊரில் இருக்கும் போது, எல்லாரும் உன் மகனுக்கு எப்ப ஷாதி செய்யப் போறன்னு கேட்கிறார்கள் என்ன பதில் சொல்லட்டும் " என்றார்.

"பொண்ணு பார்த்துட்டோம் என் நநத் கூட, பெண் கொடுத்து,பெண் எடுத்து ரிஸ்தா பக்கா செய்யறோம்னு சொல்லுங்கள்" என்றான் ரகுவீர்.ஷப்னம் ராஜேந் இருவருக்கும் சந்தோஷம் தாங்கவில்லை,

"நிஜமாகவே சொல்றியா ரகுவி?" என்றனர்.தங்கள் மகனுக்கு வெட்கப் படவும் தெரியும் என்பதை அன்று பார்த்தனர் பெற்றார்.

"ஜானகியை, ஷாதி பண்ணிக்கச் சம்மதமா?" என்றார் ஷப்னம்.

"ஆமாம் மாஷா ராகினி புவாஷா பெண்ணாகத் தெரியும் முன்பே அவள் உங்களைத் தூங்கச் சொல்லி அனுப்பிட்டு, எனக்காக இரவு உணவோடு காத்திருப்பாள். வேலையையும் அவ்வளவு சின்சியர், என்கூடச் சண்டை போடுவதிலும் சின்சியர்.அப்போதிருந்தே அவளை பிடித்தது. " எனச் சொல்லிச் சிரித்தவன்.

"அவளிடம் பேசிட்டு உங்களிடம் சொல்லலாம்னு இருந்தேன். நேற்று ஜான்வியிடமும் பேசிட்டேன், அவளுக்கும் விருப்பம் உண்டு" என்றான்.

ரகுவியை கட்டியணைத்து முத்தம் கொடுத்தவர்,"உங்கள் சாசாஷா சொன்னப்ப கூட நான் நம்பலை, எங்களுக்கும் ஜானகியைப் பார்த்த போது இப்படி ஒரு பஹூ வந்தால் நல்லா இருக்குமென்று நினைத்தேன். ரொம்ப சந்தோஷம் ராகுவோ" என்றார் ஷப்னம்

" என்னைப் பொறுத்தவரை ராகினி இழந்த பிறந்த வீட்டு அன்பை, பல மடங்கு திருப்பித் தருவதற்கு இது தான் சரி. ஜானகி அருமையான பெண், கஜேனே, மாறிட்டானே" என்றார் ராஜேன்.

ராகினி தன் கணவனிடம்,"ஸுன்யேஜி, நீங்க ஜானகி கல்யாணம் பற்றி என்ன யோசிக்கிறீங்க" என்றார்.

"ஜானகி விருப்பம் தான் முக்கியம் ஸ்வர்னி நம்ம குடும்பத்தில் இப்படி க்ளோஸ் ரிலேடிவ்ஸ் ல கல்யாணம் செய்து கொண்டு தான் இருக்கிறோம், அது பிரச்சனை இல்லை, ரகுவீர், உங்கள் குடும்பத்தைப் பற்றியும் பிரச்சனை இல்லை." என்றார்.

"பிறகென்னஜீ, ஜானகிட்ட கேட்போம் விருப்பம் இருக்கா,இல்லையான்னு" என்றார் ராகினி.

"ஸ்வர்னி, ஜானகிக்கும், ரகுவீர் மேல் இஷ்டம் இருக்கிறது.அது அவள் கண்ணுலையே தெரியுது. நான் சொல்ல வருவது, நீயே எங்கள் ஊரைப் பழக மிகவும் சிரமப்பட்ட அவளுக்குக் கொஞ்சம் டைம் வேணும்மா. இதை-

யெல்லாம் மீறி ரகுவீர் மேல் பிரியம் இருந்தால் தான் சம்மதம் சொல்லுவாள் " என்றார் சிவகுரு.

ஜானகியிடம், நேராகப் பேச சந்தர்ப்பம் அமையவில்லை, அமுதனிடம் கேட்ட போது, அவளும் ,அவரை விரும்புறா அப்பா, நானே பார்த்தேன், என்றான்.

நான் ஹவேலியில் வந்து தனியாப் பேசிக்கிறேன் என்றார்.

ஹவேலியில் காலை உணவுக்குப் பின் ஹேமந்தான் முதலில் ஆரம்பித்-தார்.

"மாமாஷா, ராஜ்வீர், மஞ்சரி ஷாதியை எப்போது வச்சுக்கலாம். பாதி ரஸம் முடிந்து இருக்கிறது. இப்போது அவர்களுக்கும் சரியான வயது" என்-றார்.

"செஞ்சுடலாம் ஜமாயீஷா கஜேன், நீ என்ன சொல்ற" என்றார்.

"எனக்கும் சீக்கிரம் செய்யனும் தான் ஆசை. ஆனால் ரகுவிக்கு முன்-னால் செய்யறதுல எனக்கு விருப்பம் இல்லை" என்றார் கஜேந்தர்.

ஹேமந்த்,ராஜேனை நோக்கி, "சாலேஷா நீங்க தான் இப்ப சொல்லனும்" என்றார்.

"ஆமாம், ஹேமந்த், ஆனால் பெண்ணைப் பெற்றவர் சரின்னு சொன்னா, அடுத்த முகூர்த்தத்தில் ஷாதி வச்சுடலாம்" என்றார். எல்லாரும் புரிந்தும் புரியாமல் பார்த்தனர். சிவகுரு மற்றும் ராகினியை அழைத்து அவர்கள் கையைப் பிடித்துக் கொண்டு," எங்கள் பாஞ்சியை எங்கள் வீட்டுக்கு பஹூ-ராணியா அனுப்பி வையுங்கள் ஜமாயீஷா, நாங்கள் ராணியாக வச்சுக்கு-றோம்" எனக் கேட்டார்.

ராகினி கண்களிலிருந்து ஆனந்தக் கண்ணீர் கொட்டியது,"பாய்ஷா, என் வீருவுக்கு என் மகளைக் கொடுக்க நான் கொடுத்து வச்சிருக்கனும்" என்-றார்.

தாதாஷா தாதிஷா, "ஜமாயீஷா, என்ன யோசிக்கிறீர்கள், சரியென்று சொல்லுங்கள்" என்றனர்.

பாண்டே, பல்லா இருவரும் ,"என்னடா யோசனை " என்று கேட்டனர்.

ரெட்டி தான்,"மகள் கிட்ட பேசிட்டுச் சொல்லலாம்னு நினைப்பான்" என்-றார்.

"நான் ஜானகி கிட்டப் பேசிட்டு வந்து உங்கள் கிட்ட முடிவு சொல்கி-றேன், தப்பா எடுத்துக்காதீங்க. ஊரில் இருக்கும்,அப்பா,அம்மா தம்பியுடனும் பேசிட்டுச் சொல்கிறேன்" என்றார் சிவகுரு.

"கட்டாயம் ஜமாயீஷா, நீங்க கலந்துக்கிட்டுச் சொல்லுங்கள்" என்றார் ராஜேன்.

ஷப்னம் குறுக்கிட்டு,"உங்கள் விருப்பத்தை நீங்க சொல்லவே இல்லையே பாய்ஷா" என்றார் சிவகுருவிடம்.

"பஹன்ஷா, நானாக என் மகளுக்கு மாப்பிள்ளை தேடினாலும்,உங்கள் மகன் மாதிரி தங்கமான பையனைத் தேட முடியாது. ஒரு பொண்ணோட தகப்பனாக எனக்கு ரகுவீர் மேல் மிகுந்த மதிப்பு உண்டு. நான் ஜானகி கிட்ட பேசிட்டு வந்துடுறேன். அதுவும் தகப்பன் கடமை தான், நேற்று அமரேன் செய்தாரே." என்றார்

.

இந்தப் பேச்சு கீழே நடந்து கொண்டிருக்கும் போது, இளையவர்கள் மேலே மாடியில் உட்கார்ந்து ஒருவரை ஒருவர் ஓட்டிக் கொண்டிருந்தனர். ராகினி சிவகுருவை அழைத்துக் கொண்டு மாடிக்கு வந்தார்.

ராத்தோட் குடும்ப இளையவர்கள், பூஃபாஷாவைப் பார்த்து, மரியாதை நிமித்தம் எழுந்தனர். மஞ்சு,மயூரி இயல்பாக இருந்தனர்.

மஞ்சரி தான் சிவகுருவிடம், "மாஸாஷா, நீங்க மயூவை அமுதன் பய்யாக்குப் பேசியதில் ரொம்பச் சந்தோஷம் , ஆனால் என்ன என்கிட்ட இருந்து, இவ்வளவு தூரம் பிரிந்து இருப்பா எனும் போது கொஞ்சம் அழுகை வருது" என்றாள்.

"எல்லாருக்கும்,இதுபோன்ற சூழல் வந்து தான் ஆகும் மஞ்சுமா" என்றவர் அவளைத் தட்டிக் கொடுத்தார். "நீங்க எல்லாரும் என்னைப் பார்த்து, ஸ்கூல் வாத்தியார் முன்னாடி நிற்கிற மாதிரி நிற்காதீங்க ப்ளீஸ் ரிலாக்ஸ்" என்றார்.

"அவங்க உங்கள் கூட இன்னும் பழக வில்லையே, அதுனால இப்படி இருக்காங்க. நானே இவர்களுக்குப் புதுசு தானேஜீ" என்றார் ராகினி.

"புவாஷா எனக்கு இன்னும் ஞாபகம் இருக்கிறது, மாதுரி தீக்ஷித் மாதிரி ஹேர் ஸ்டைல் செய்துருப்பிங்க" என்றாள் ஹரிணி.

"பூபாஷா, உங்களை அங்கே கீழே இருக்க அங்கிள் எல்லாம் கேலி செய்தார்கள், ரகுவி தட்டி விட்டு, உங்கள் மேல் புஜ்ஜி விழுந்த போது" எனக் குட்டை உடைத்தாள் ஹரிணி.

"சிவூ,இது வேறயா, அப்பறமும் என்னமோ லவ் மேரேஜ் இல்லைனு சொன்னீங்க" என்றார் ராகினி.

"ஆமாம்மா, நான் தானே லவ் பண்ணேன், நீ பண்ணலையே, உங்கள் புவாஷா பயங்கரக் கண்டிப்பு, கரஸ்பாண்டனஸ் க்ளாஸுக்கு நான் தான், இல்லாத வேலையெல்லாம் சொல்லி இழுத்துப் போட்டு கூட்டிட்டுப் போவேன். நாள் பூரா காய்ந்து திரும்பி வரனும். அம்மணி அவுன்ஸ்ல அளந்து சிரித்து ஒரு தாங்க்ஸ் வரும்" என்றார்.

"பாவம் பூஃபாஷா நீங்க இதெல்லாம் தெரிஞ்சும் புவாஷா தான் வேண்டுமென்று ஷாதி பண்ணியிருக்கீங்களே" என்றான் ரன்வீர்.

"உனக்காவதுஎன் கஷ்டம் புரிஞ்சதே மாப்பிள்ளை" என ரன்வீர் தோளில் கை போட்டுப் பேசினார்.

"போதும்,போதும், யார்கிட்டடா என்னைக் குறை சொல்லலாமென்று இருந்தீங்களா ஜீ, இந்தச் சோட்டூவை பிடிச்சுக்கிட்டீங்க" என்றார் ராகினி.

" ஜானும்மா,அப்பா உன்கிட்ட பேசனுமாம்" என்றார் தொடர்ந்து.

இதில் மற்றவர்களுக்கு ஓரளவு புரிந்தது நம் பெண்ணரசி, இந்த விசயத்தை எதிர்பார்க்காததால் மிகவும் சாதாரணமாக வந்தாள்.

"வாங்க அப்பா ஜான், உங்கள் கூட உட்கார்ந்து பேசி எவ்வளவு நாளாகிறது. ஐ மிஸ் யு லாட்" என்றாள். அவர்கள்,ஜானகி முதல் நாள் தங்கியிருந்த அறைக்குச் சென்றனர்.தன்னருகில் உட்கார வைத்துக் கொண்டு, தலையைத் தடவியபடி,

"நேற்று ஊருக்குப் போக டிக்கெட் போட சொன்னியேடா எப்பப் போடட்டும், இங்க இருந்து நேரா சென்னைக்குப் போட்டுடவா? இல்லை மும்பை போய் உன் லக்கேஜ்ஜை எடுத்துக்கிட்டுப் போவமா,மும்பையில் இருந்து சென்னை டிக்கெட் எப்பப் போட?" என்றார்.

ராகினி அவரைப் பார்த்து இது என்ன பேசுறீங்க எனச் சைகையில் கேட்டார்.

பொறு எனக் கண்களால், அமைதிப் படுத்தினார்.

ஜானகி துள்ளிக் குதித்து,"அப்பா ஜான் இன்னும் டிக்கெட் புக் பண்ணலையே?" என்றாள்."அதான்டா,டிக்கெட் போடவான்னு உன்னை கேக்குறேன்" என்றார்.

"அப்பாஜான், வந்தவேலையை முடிக்காமல் இந்த ஜானகி ஊர் திரும்ப மாட்டாள்" என்றாள்.

"அம்மாவை, சேர்த்து வைக்கத்தானே வந்த, அதுதான் முடிந்ததில்ல" என்றார்.

"உங்களுக்கு உங்கள் பொண்டாட்டி முக்கியமென்றால்,எனக்கு என்...வீ என ஆரம்பித்து, கேரியர் முக்கியம்" என்றாள்.

"கீழே உங்கள் மாமாஷா, அவர் மகனுக்கு கல்யாணம் பண்ண பெண் வேண்டுமென்று கேட்கிறார்" என்றார் சிவகுரு. "யார் பெண்ணைப்பா கேட்டாங்க "என்றாள் ஜானகி.

"ஏம்மா, என்கிட்ட என் மகளைத் தானே கேட்பார்கள். ரகுவீருக்கு உன்னைக் கேட்டார்கள்" என்றார்."நீங்க என்னப்பா சொன்னீங்க" எங்க கேட்டாள்.

"எனக்கு உன்னைய பத்தி தெரியாதா, என் மகளுக்கு உங்கள் ஊர் சாப்பாடு பிடிக்காது. மீசை வச்ச தமிழன் வேண்டும். காளை மாட்டை அடக்கனும், இளவட்டக் கல் தூக்கனும்,ரேக்ளா வண்டி ஓட்டி ஜெயிக்கனும், உங்கள் மகன் செய்வாறான்னுக் கேட்டேன்" என்றார்.

"அப்பா, உங்களுக்கு எப்ப சீரியஸாகப் பேசனும்னே தெரியாதா, எப்பப் பார்த்தாலும் விளையாட்டு, ஏய் மாதாஜீ என்ன உன் புருஷனை இப்படி வளர்த்து வைத்திருக்க?" என்றாள்.

"வாயை மூடுடி கழுதை, அப்பாவைப் பார்த்து பேசுகிற பேச்சா இது."என்றார் ராகினி. அதற்குள் சண்முகத்துக்குப் போன் போட்ட ஜானகி, "சம்முப்பா" என்றாள். "என்னடா ஜானும்மா இரண்டு நாளா பிசியா, போனையே காணோம்" என்றார்.

"ஆமாம் உங்கள் உடன்பிறப்பு இங்க வந்துருக்கார்ல அது தான். முதலில் நான் சொல்றதை கேளுங்கள்,உடனே சங்கத்தைக் கூட்டுங்கள், வீடியோ காலில் வருகிறேன் " என்றாள்.

"இப்ப எதுக்குடி இந்த வேலைப் பார்க்கிற " என்றார் ராகினி. சிவகுரு மௌனமாகச் சிரித்து கொண்டு இருந்தார். இந்த அப்பா மகள் பாண்ட' அப்படி.

வீடியோ காலில் தாத்தா,அப்பத்தா, சண்முகம், தெய்வா மற்றும் பாலன் இருந்தனர். பாலன் சண்முகம் போன் போட வேண்டும் எனச் சொல்லும் போதே தன் மொபைலில் இருந்து அமுதனுக்குப் போட்டு விட்டான்.

அமுதன் கூட்டமாக ஜானகியின் திருவிளையாடலைப் பார்த்தான்.

கம்ப்யூட்டர் ஸ்கிரீனில், அனைவரும் தெரியும் வண்ணம் வீட்டில் செட்டிங் இருக்கும் இது ஜானகியின் ஏற்பாடு.

"ஹலோ தாத்தா அப்பத்தா, அம்மா ,அப்பா பாலன் வணக்கம்." என்றாள்.

"நல்லா இருடா ஜானும்மா" என்றனர். "அப்பத்தா உங்கள் மகனைப் பாருங்கள், சம்மந்தம் பேசக்கூடத் தெரியலை" என்றாள்.

"ஏண்டா, அமுதன் கல்யாணம் பேசிட்டேன்னு சொன்னான்" என்றார் சிவகாமி.

"ஊர் உலகத்தில் வீட்டில் ஒரு மகளிருந்தால் அதுக்குக் கல்யாணம் பண்ணி அனுப்பிட்டு மகனுக்குச் செய்வார்கள். படிக்கப் போன பெண்ணை அப்படியே மறந்துடுவீங்களா, ஜானகின்னு ஒருத்தி இருக்கிறேன்" என்றாள்.

"அது தான் தெரியுமே ஜானகின்னு ஒருத்தி இருக்கறதை மறக்கத்தான் விட்டுடுவியா? அது எந்த மகராசன்டி உன்னைய கட்டிக்கத் தைரியமா வந்தது" என்றார் சிவகாமி.

"உங்களைக் கட்டிக்க, ஒரு சிவப்பரங்கிரி,உங்கள் மகளைக் கட்டிக்க ஒரு முருகானந்தம் எல்லாம் இருக்கும் போது, ஜானகி ஏற்ற ரகுவீரன் இருக்க மாட்டாரா?" என்றாள்.

"அப்பா, குரு என்ன சொல்றா இவள்" என்றார் சிவகிரி. "அதுக்குத்தான் அப்பா, போன் போட்டேன்" என்றார். "ஹலோ போன் நான் போட்டேன்"என்றாள் ஜானகி.

சிரித்துக் கொண்ட சிவகுரு," அப்பா, ராகினி பெரிய அண்ணன் மகனுக்கு, நம்ம ஜானகியை கேட்கிறார்கள், நீங்க என்னப்பா சொல்றீங்க" என்றார்.

"நான் சொல்ல என்னப்பா இருக்கிறது, அத்தை புள்ள,மாமா புள்ளைங்க கல்யாணம் பண்றதுதானே. அவர்களுக்கும் ராகினி கூடச் சம்பந்தம் பண்ண ஆசை இருக்கும்ல. ஜானகி என்ன சொல்றா?" என்றார். "சொல்லுமா" என்றார். "நீங்க எல்லாரும் மாப்பிள்ளையைப் பாருங்கள், அதுக்கப்புறம் நீங்க சொல்றது தான் பதில் " என்றாள் ஜானகி.

"ஜானும்மா நீ போய் மாப்பிள்ளையைக் கூட்டிட்டு வா" என்றார் சிவகுரு.

ஜானகி வருவாள் என மொபைலை மறைத்தான் அமுதன்.

அங்கு வந்த ஜானகி, "உங்களை அப்பா கூப்பிட்டார்" என்றாள் மொட்டையாக. "என்னையவா"என ராஜ் எழுந்தான். "மஞ்சரி, வீடியோ காலில் எனக்கு மாப்பிள்ளை பார்க்கிறார்கள், ராஜை கூட்டிட்டு போகவா" என்றாள்.

"அம்மா தாயி, நிச்சயம் பண்ணக் கல்யாணத்தை நடத்துறதே பெரிய பாடு. உங்கள் லெவல் ஆளே இல்லை நான், உன் மாப்பிள்ளையைக் கூட்டிட்டுப் போ" என்றான் ராஜ்.

"சும்மா மொட்டையா சொன்னா, மாப்பிள்ளை எப்படி வருவார். ஏதாவது முறைச் சொல்லிக் கூப்பிடுமா" என்றார் அமர். பாவமாகப் பார்த்தாள் ஜானகி.

"இப்ப வருகிறீர்களா இல்லைனா மாப்பிள்ளை மாட்டேன்னு சொல்லீட்டீங்கன்னு சொல்லிவிடுவேன்" என மிரட்டினாள்.

"இவ்வளவு மிரட்டலுக்குப் பின்னாடி எல்லாம் வர முடியாது, உங்கள் ஊரில் எப்படிக் கூப்பிடுவீர்கள், அப்படிக் கூப்பிடு அப்பத்தான் வருவேன்" என்றான் ரகுவீர்

ஜானகி தயங்கி வெட்கப்பட்டு நிற்பது ரகுவீருக்குக் கண்கொள்ளாக் காட்சியாக இருந்தது. அவன் அவளை ரசித்துக் கொண்டு இருக்கும் போதே, "அண்ணா, உன் அத்தானைக் கூட்டிட்டு வா" என்றவள், கண்ணாலே வாவென ரகுவீருக்கு அழைப்பு விடுத்தாள்.

ரகுவீருக்கு இதற்கு மேல் இருப்புக் கொள்ளவில்லை,"இதற்குப் பிறகும் நான் போகலைனா, ரன்வீரை கூட்டிட்டு போய்டுவா. என் வாழ்க்கை பிரச்சனை" என ஏதோதோ காரணம் சொல்லி ஜானகி பின்னால் போனான். ஹேய் எனக் கோரஸாகக் கத்தினர் அனைவரும்.

வீடியோ காலில், ராகினி, தன் வீட்டாருடன் பேசிக் கொண்டிருந்தவர் ரகுவீர் வரவும்," அத்தை மருமகனைப் பாருங்கள்" என்றார்.

ஜானகி, ஒவ்வொருவராக அறிமுகம் செய்தாள்,ரகுவீர் வணக்கம் சொன்னான்.

மாப்பிள்ளையைப் பார்த்த, நால்வருக்கும் பரம திருப்தி. நல்ல வாட்ட சாட்டமாக, நிறத்துடன் செதுக்கிய சிற்பமாகக் கோடீஸ்வர மாப்பிள்ளை, அதுவும் ஜானகி மனங்கவர்ந்தவன் என்பதில் மகிழ்ச்சி தெரிவித்தனர்.

"அப்பத்தா இப்ப என்ன சொல்றீங்க?" என்றாள்.

"நல்ல புள்ளையா இருக்கே, உன்கிட்ட என்ன பாடு படப் போகிறதோ" என்றார்.

"சரிம்மா, நான் அப்புறம் பேசுகிறேன்' என வைத்தார் சிவகுரு.

ஜானகியை,ரகுவீருக்கு நேராக வைத்துக் கொண்டு கேட்டார், "சொல்லுமா, உங்கள் மாமாஷா, மாப்பிள்ளைக்கு உன்னைப் பெண் கேட்கிறார் , என்ன சொல்லட்டும்" என்றார்.

ரகுவீர் அவளை அதே பார்வை பார்த்திருக்க," என்னை என்னப்பா கேட்குறீங்க நீங்க பார்த்து செய்ங்க" என அவர் தோளில் முகம் புதைத்தாள்.

"ஜானும்மா இது உங்கள் இரண்டு பேருக்கும் சொல்கிறேன், நாங்கள் சந்தித்ததை வைச்சுச் சொல்கிறேன். உங்களுடைய வளர்ப்பு முறை உணவு பழக்கவழக்கங்கள் எல்லாமே வேறுபட்டதாகக் கூட இருக்கலாம். ஆனால் ஒருத்தர் மேல் அடுத்தவருக்கு நம்பிக்கையும்,பிரியமும் என்றைக்கும் மாறக் கூடாது" என்றார்.

"பூஃபாஷா, நீங்க உங்கள் மகளை என்னை நம்பி தாராளமா கொடுக்கலாம், என்னைத் தாண்டி தான் ஜான்வியை எதுவும் நெருங்க முடியும். நீங்களும், புவாஷாவும் வாழ்ந்த வாழ்க்கையை நாங்கள் வாழுவோம். ஜானகி இனி என் பொறுப்பு" என்றான் அவர் கையைப் பிடித்துக் கொண்டு.

"அவள் சின்னப் பிள்ளையா ஏதாவது செய்வா, கொஞ்சம் பொறுத்துக்குங்க மாப்பிள்ளை" என்றார் சிவகுரு.

"பூஃபாஷா, உங்கள் அளவு இல்லையானாலும்,இந்த ஒரு மாதத்தில் அவளை நல்லாவே புரிந்துகொண்டேன். புவாஷா உங்கள் வீரூக்காகவே, இந்தக் குட்டி பிசாசைப் பெற்று வளர்த்தீர்களா?" என்றான்.

அவர்கள் இருவரும் சிரித்து, நீங்களும் வாங்க நாங்கள் முன்னே போகிறோம், எல்லாரும் ஆவலாக இருக்கிறார்கள்" எனச் சொல்லி மூத்தவர்கள் இறங்கினர்.

ஜானகி, அவனுக்கு முதுகு காட்டி முறைத்து நிற்க, பின்னால் இருந்து அவளை அணைத்தவன். "ஐ லவ் யூடி மேரிஜான்" எனக் காதை மடலைக் கவ்வினான்.

திரும்பிய ஜானகி,"வீரூஜி" என அவன் மார்பில் ஒன்றினாள் அவள் அழைப்பில் கிறங்கி நின்றவன் காலடி ஓசையில் உயிர்த்து, போகலாம் எனக் கீழே கூட்டி வந்தான்.

ராத்தோட் ஹவேலி அன்று மற்றொரு திருமணத்தை உறுதி செய்தது.

தாதிஷா,தனது பரம்பரை வளையலை ஜானகிக்கு அணிவித்து மகிழ்ந்தார்.

ஷப்னம், ஒரு ப்ளாட்டினம் செயின் ஆர்வி என இருந்ததை ரகுவீர் கையில் கொடுத்து ஜானகிக்கு அணிவித்து மகிழ்ந்தார்.

ஹேமந்த்,சிவகுருவைத் தழுவி, இப்போது தான் முழுமையான சந்தோஷம் என்றார். நண்பர்கள் ராத்தோட்கள் சம்பந்திகள் என அனைவரும்

மகிழ்ச்சி வெள்ளத்தில் திளைத்தனர்.

நாளை மாலை, யாருக்கு எங்கே ஷாதி வைப்பது என முடிவு செய்யலாம் எனப் பேசினர். நாளைய நாள் இந்த மகிழ்ச்சியில் எவ்விதம் தனது சாயலைத் தரும் விடியும் வரை காத்திருப்போம்.

மனதின் வார்த்தை-44

மாதவனின்பேரழகுக்குப் போட்டியிடும், இந்த ஆதவனைத்தான் என்ன செய்வது. உலகின் எந்த இடத்திற்குப் போனாலும், அந்த எழிலுக்குத் தக்கபடி தானும் காட்சி தருவான். சில இடங்களில்,காடாறு மாதம், நாடாறு மாதம் என்பது போல், ஆறுமாதம் முகத்தை மறைத்தும், ஆறு மாதம் அங்கேயே டேராவும் போடுவான். மஞ்சள் வன்னத்தின் கலவையைத் தனக்குப் பிடித்தபடி, அடர்வு குறைத்துக் கூட்டி என எல்லா வித வன்னமும் பூசிக் கொள்வான்.

இன்று ஆரஞ்சு பழம் போன்ற நிறத்தில் அங்கங்கே மெருகேரி, ஒளிக் கதிர்களைச் சிதறடித்த சூரியன், சாயாதேவி தொடர்ந்து வர, நித்திரை அறைக்குள் பிரவேசிக்கும் நேரம். வெயில் தன்னைக் குறுக்கிக் கொண்டது. ஆதவனும், தன்னவளுடன் ஐக்கியமாகத் தயாரானான்.

அதைப் படம் பிடிக்க இருபது கேமராக்கள் கண் சிமிட்டிக் கொண்டிருந்தன. போங்கடா போதும் எனப் பொறாமை கொண்ட வருணனின் தூதுவன், நிமிடத்தில் கரும் மேகத் திரலை அழைத்து வந்து ஆதவனை மறைத்தான்.

"ஹோ,நோ" என லட்டைப் பறிகொடுத்த குழந்தைகள் போல் ஒன்று சேரக் கத்தின இளைஞர் கூட்டம். இதில் நம் நாயகியின் தம்பி சிறுமலையின் தங்கக் கம்பி,சிவ கணேஷ் இருக்கிறான்.

மும்பையில்,வடமேற்கில், அமைந்துள்ளது மார்வே தீவுகள், இது பல தீவுத் தொகுதிகளைக் கொண்டது. சின்னதும்,பெரிதுமாக உள்ள இந்தத் தீவுகளில், ஆங்கிலேயர் காலத்திலிருந்தே,மக்கள் நடமாட்டம் இருந்தது. சில முக்கியத் தீவுகளில், ஐந்து நட்சத்திர ஓட்டல்கள், சுற்றுலாத் தளங்கள், மதச் சார்புள்ள கோவில்கள், இருந்தன, இதனைத் தவிரத் தனியருக்குச் சொந்தமான பிரைவேட் தீவுகளும் இருந்தன.

சிவகணேஷ் இந்தப் பகுதியில் தான், தன்னுடைய போட்டோகிராபி படப்பிடிப்பிற்காக வந்திருந்தான். இதற்கான மும்பை போட்டோகிராபி க்ளப், ஸ்பான்சருடன், ஏற்பாடு செய்திருந்தது. இந்தக் குழுக்களுக்கு, அந்தச் சுற்று வட்டாரப் பகுதிகளில் சென்று வருவதற்கான அனுமதியும் உரிமையையும்,அரசாங்கத்திடம் இருந்து பெற்றிருந்தனர்.

இந்த க்ளபில், சோசியல் மீடியா தோழி சாந்தினி மூலமாக உறுப்பினர் ஆகியிருந்தான் சிவகணேஷ். இவர்களை முதல் நாள் ஹோட்டலில் சந்தித்-

தான். பல நண்பர்கள் ஆண், பெண் வித்யாசமின்றி, இந்தப் பயிற்சி குழு-விலிருந்தனர். இதில் ஜெய்ப்பூரில் இருந்து விஸ்காம் மாணவியாக, சாந்தினி-யின் தோழி, தீப்திடாகூரும் இருந்தால், அமர்சிங்கின் தங்கை, ஹரிணியின் நாத்தனார்.

மாலை அரபிக்கடலில் சூரிய அஸ்தமனத்தைப் படம் பிடிக்க இருபது பேர் கொண்ட குழு, தங்கள் விலையுயர்ந்த புகைப் படக் கருவிகளுடன் தயாராக இருந்தது.

"சிவு, உன்கிட்ட லென்ஸ் ஸ்பேர் இருக்கா, எண்ணுடையது கை தவறி விழுந்து உடைந்து விட்டது", என வந்து நின்றாள் சாந்தினி.

" இரண்டு மூன்று ஸ்பேரோட தான் வருவேன், இங்க என் அத்தானும் தன்னுடைய தந்தார். இரு பார்க்கிறேன்". என்றவன் ஒரு லென்ஸை எடுத்து அவளிடம் கொடுத்தான். தாங்கியூ டியர் என்றபடி, அவனைத் தழுவி நன்றி நவிழ்ந்து சென்றாள். நேற்றே அவள் தழுவியதில் முதலில் அதிர்ந்த கணேஷ், பின்னர் இவர்கள் வாழ்வு முறையில் சகஜமாக எடுத்துக் கொண்-டான். அதில் அனைவரிடமும், இயல்பான தோழமை உருவானது.

இந்தக் குழு தான், சூரியனைச் சிறையெடுக்க முயன்றது, இவர்கள் ஆசையில் வருண தூதுவன் கறு மேகத்தைத் தூக்கிப் போட்டான். பின்னா-டியே வருணனும் வந்து சேர, நிமிடத்தில் மாறிய வானம், பொழிந்தது மழைத் தூறலை.

தங்கள் கேமராக்களை மூடி வைத்து, பக்கத்திலிருந்த குடிலுக்குள் அத்-தனை பேரும் ஓடினர். பத்து நிமிடம்,சடசடத்து விட்டு, பலி வாங்கிய திருப்-தியுடன், வருணன் பலிப்பு காட்டி, ஏளனச் சிரிப்புடன் நடுக் கடலுக்குச் சென்று விட்டான்.

அந்த நேரம், நித்திரைக்குப் போன ஆதவன் எட்டிப் பார்க்க, மேகங்க-ளுடன் வினை புரிந்தது, வெளிப் பட்டது, வன்னங்கள் ஏழுடன் வானலாவி நின்ற வில்.

புகைப்படக் கலைஞர்கள், இரண்டு லட்டுக் கிடைத்தது போல் கேமராக் கண்கள் வழியாக வானவில்லின் வன்னங்களைச் சிறைபிடித்தனர்.இருபது கேமராக்களிலும், ஆளுக்கு இருபது கோணங்களில் படம் எடுத்தனர்.

அந்த க்ளப்பின் ஆர்கனைசர்," ஹை கைஸ், இன்றைக்கு, இந்தச் சூட்டை முடித்துக் கொள்வோம், நாளைக்கு இன்டீரியர் ஐலேண்ட் க்கு போக அனுமதி கிடைச்சிருக்குப் போட்டில் போகலாம். அதிகாலை அசம்பல் ஆயி-டுங்க" என்றவர். தங்கியிருந்த இடத்தை நோக்கிச் சென்றனர்.

இன்றைய நாளில், உதய்பூரின் ராத்தோட் ஹவேலி, பல வருடங்களுக்குப் பிறகான முழுச் சந்தோஷத்தை அனுபவித்துக் கொண்டிருந்தது.

வீட்டின் மூத்த பேரன், ரகுவீருக்கு தன் மகள் வழிப் பேத்தி மனைவியாகி தன் குடும்பத்தின் பஹூராணியாவதில், தாதிஷா மயூரா தேவிக்கு மற்றற்ற மகிழ்ச்சி. தன் மகளிடம் பேசிக் கொண்டிருந்தவர்," ராகினி, நீ ஊருக்குப்

போகும் முன்ன சகாயீ செய்திடுவோம். உன் சாஸூமா ஒத்துக்குவாங்களா?" எனக் கேட்டார்.

"மாஷா அவர்களை விடுங்கள், உங்கள் நாதி ஒத்துக்குவாளான்னு கேளுங்கள்.அவளுடைய, தெய்வாம்மா அப்பத்தா இல்லாமல் எதுவும் நடத்த விடமாட்டாள் என்றார் ராகினி.

"மாஷா, பாபுஷா இரண்டு பேரும் என் கூடச் சிறுமலைக்கு வாங்க, ரொம்ப நல்லா இருக்கும்" என அழைப்பு விடுத்தார்.

" ஸ்வரூ, நீங்க மும்பைக்கு வாங்கடா ஒரு வாரம் தங்கி இருந்துட்டு, எல்லாரும் சேர்ந்து போகலாம். ஜமாயீஷாக்கு, நாங்கள் எதுவுமே செஞ்சது இல்லை, வந்து தங்கி இருங்கள்,என் பேட்டியை சீராட்டனும்னு எங்களுக்கும் ஆசையிருக்காதா? நாங்கள் உனக்கு எதுவுமே செய்தது இல்லையே. ஹரி-ணிக்கு ஒரு தகப்பனாக ராஜேன், சீர்வரிசை செய்யும் போதெல்லாம் என் மனசாட்சி என்னைக் குத்தும்" என அவர் கண்கலங்கினார் .

ராகினி, அவர் அருகில் ஷோபாவில் உட்கார்ந்து கொண்டு, அவரோடு கை கோர்த்து, தலையை அவர் தோளில் சாய்த்துக் கொண்டார்." பாபூ, உங்களோடு இப்படி உட்கார்ந்து இருப்பதே கனவு மாதிரி இருக்கிறது. இதுவே போதும் எனக்கு, தாதிஷா நீங்க செய்ய வேண்டிய எல்லாத்தையும் செஞ்-சிட்டாங்க. இப்ப பாருங்க, வீருவே என் ஜமாயீ ஆகப் போறான். மயூரி எனக்குப் பஹூஇரண்டு சகோதரர்கள் என் சம்பந்தி, வேறென்ன வேண்டும்." என இருவருக்கும் ஆறுதல் சொன்னார்.

"இன்னும்,மூனு நாளில் பொங்கல் பண்டிகை, அங்கே பிரம்மாண்டமா கொண்டாடுவோம். நிறையத் தொழிலாளர்கள், அவர்களுக்கு துணி, அரிசி கரும்பு என இப்போதே கொடுக்க ஆரம்பித்து இருப்பார்கள். பொங்கல் வைக்க, கட்டாயம் போகணும், என் சாசுமா எதிர் பார்ப்பார்கள். நீங்க இரண்டு பேரும் வாங்க" என அழைத்துக் கொண்டிருந்தார் ராகினி. சிவகுரு மொபைலுடன் வந்தார்,"ஸ்வர்னி, அம்மா உன் கிட்ட ஏதோ கேட்கனுமாம்" என நீட்டினார்.

"சொல்லுங்கள் அத்தை, ஆமாம் அத்தை, நல்ல வேளை ஞாபகப் படுத்-துனீங்க, இதோ கொடுத்து விடுகிறேன்." என்றவர் தொடர்ந்து பத்து நிமிடம் பேசிக் கொண்டிருந்தார்.

"உட்காருங்கள், ஜமாயீஷா" என்றார் தாதாஷா, தாதிஷா மருமகனுக்கு மரியாதை தந்து, எழ முயன்றார்.

அவர் கையைப் பிடித்து அமர வைத்த சிவகுரு, "நானும் உங்கள் மகன் மாதிரி தான், இந்த ஃபார்மாலிட்டி வேண்டாம் விடுங்கள். நானே மருமகன் எடுக்கப் போகிறேன்" எனச் சிரித்தார்.

"என் மகள் கண்களில் தெரியும் நிறைவுக்குக் காரணம் நீங்க தான் ஜமா-யீஷா. இதற்கு எப்படி நன்றி சொல்றதுன்னு தெரியலை" என்றார் மயூரா தேவி.

"நாங்களா பார்த்துச் செய்து வைத்திருந்தாலும், பிள்ளை குட்டியோடு சந்தோஷமா இருந்திருப்பாள் தான், ஆனால் நீங்க ஸ்வரூவுக்குக் கொடுத்த உயரம், ஒரு ஸ்கூல் வச்சு நடத்துற அளவு, தைரியமான பெண்மணியா, உங்களால் தான் உருவாகியிருக்கிறாள் ஜமாயீஷா" எனப் பெற்றவர்கள் இரு-வரும் நன்றி பாராட்டிக் கொண்டிருந்தனர்.

"பாபுஷா,மாஷா, நீங்க சொல்ற நன்றிக்கு, நான் தகுதியானவனான்னு தெரியாது. ஆனால் எங்கள் தாத்தா சொன்ன வார்த்தைக்காக, தங்கள் மரு-மகளாக ஏத்துக் கிட்டு மகளா பார்த்துக் கிட்டாங்க, எங்கள் அப்பா,அம்மா. ஒரு நாள் ஸ்வர்னி வெளியே வந்துட்டாலும், எங்கள் அம்மா,பத்து தடவை போன் பண்ணுவாங்க.இவள் அமுதனைத் தாங்கி நின்ற போது, அவள் முகம் சுணங்க விடமாட்டார்கள். அப்பா,அதுக்கும் மேல், எங்களது பழம், மூலிகை வியாபாரம் என்பதனால், மருமகளுக்கு உயர்ந்ததா, தன் கண் முன்னால் வளர்ந்த பழங்களைத் தான் கொண்டு வருவார்கள்.

ஏழாம் மாசமே, மதுரையில் ஆஸ்பத்திரிக்குப் பக்கத்தில் வீடு எடுத்து, குடும்பமே தங்கினோம். என் தம்பி தான், இவர்கள் ஸ்கூலுக்கு ஆல் இன் ஆல். அண்ணிக்குப் பிறகு தான் அண்ணன். எங்கள் அக்கா, அமிர்தா-வின் அம்மா, அவர்கள் வீட்டிலிருந்து, என் தம்பி மனைவிக்குச் சீர் செய்-யும் முன்னால் ஸ்வர்னிக்குச் செய்வார்கள். இவளும் அவர்கள் கிட்ட அதே, பாசத்தோடு இருப்பாள். இவர்கள் எல்லாரும் தான் ஸ்வர்னியின், நிறைவுக்-குக் காரணம்" என்றார்.

மகளின் புகுந்த வீட்டினரை, நினைத்துப் பெருமிதம் கொண்டனர். நல்ல வேளை செகாவத் குடும்பத்துக்குப் போகவில்லை என நினைத்தனர். ஹேமந்த்தின் அன்பினால் பம்மி நிம்மதியாக இருக்கிறாள். மற்ற மருமகள்கள் படும் பாடு சொல்லி மாளாது என நினைத்தனர். ராகினி, போனை சிவகுரு-விடம் நீட்டினார்,"இது எத்தனாவது கால்" எனக் கிண்டல் செய்தார்.

"எங்கள் இரண்டு பேரையும், நீங்க கண் வைக்காதீர்கள். அத்தை சொல்-லலைனா மறந்தே போயிருப்பேன். பூசு மஞ்சள் அங்கிருந்து எடுத்துட்டு வந்-தேன், குடுத்துட்டியான்னு ஞாபகப் படுத்துனாங்க" என்றார்.

"மாஷா, இவங்க இரண்டு பேர், தெய்வா, மூன்று பேரும் கூட்டணி போட்டாங்கன்னா எங்கள் பாடு ரொம்பக் கஷ்டம் " என்றார் சிவகுரு.

"நாங்கள் உங்கள் கட்சி ஜமாயீஷா" என்றனர் இருவரும்.

"ஆகா, இங்கே எனக்கு ஆப்பு வக்கிறீங்களா?, ஊருக்கு வாங்க பார்த்-துக்கிறேன்" என மிரட்டி விட்டு மஞ்சள் எடுக்கச் சென்றார் ராகினி.

ராஜேன்,அமரேனும் அங்கு வந்து சேர, மாமனார் மாமியாருக்கு, ராகினி-யின் ஒவ்வொரு தருணங்களையும் சொல்லிக் கொண்டிருந்தார். தங்கள் மரு-மகனின், வார்த்தைகளில், அவர் ராகினி மேல் கொண்ட அன்பின் ஆழம் தெரிந்தது.

ரகுவீர், ஜானகி கல்யாணம் பற்றிப் பேசி முடித்ததும், ஹேமந்த் பங்குரி முதலில் கிளம்பினர். ராத்தோட் குடும்ப மருமகள்கள், கஜேந்தருடன் கிளம்பிச் சென்றனர் .பெரியவர்கள், மற்ற ஆண்கள் வீட்டில் தங்குவது எனவும், ராஜ்வீர், ராகினி, பார்வதி, ப்ரீத்தோ, பர்க்காவை அழைத்துச் செல்வதாக ஏற்பாடு.

மதிய உணவு பரிமாறும் பொறுப்பை, மயூரி, அமிர்தா, ஜானகி ஏற்றனர்.

இப்போது, ராஜ்வீருடன் கிளம்பத் தயாரான ராகினி, மஞ்சள் எடுக்கத் தனது அறைக்குச் சென்றார்.

ப்ரீத்தோ அங்கு வந்தவர்,"பாபிஜீ, நாம் இப்ப போயிட்டு வந்து தானே சங்கீத்துக்குப் போவோம்?" என்றார்.

"ஆமாம், பாபி வந்துடுவோம், ஒரு ஃபார்மாலிட்டி, ஹேமந்த் ஜீஜூக்காக, உடனே வந்துடுவோம்." என்றார் ராகினி. தன்னுடைய பெட்டியிலிருந்து, இரண்டு மஞ்சள் பாக்கெட்களை எடுத்தார்.

"இது என்ன இங்க கிடைக்காத மஞ்சளா?" என்றார் ப்ரீத்தோ.

"பாபி, அங்க இருந்து தான்,மஞ்சள் இரஜஸ்தான் வருகிறது. ஈரோடுன்னு ஒரு ஊரிலிருந்து வரும்.அங்கயும் இரஜஸ்தானி குடும்பம் நிறைய வந்துட்டாங்க. அவர்கள் இங்க அனுப்புகிறார்கள்" என்றார் ராகினி.

"இதைக் கலந்து எடுத்துட்டு வருகிறேன் பாபி, நீங்க மத்த இரண்டு பாபிஜியும் ரெடியான்னு பாருங்கள்" என்றார் ராகினி. "பாபிஜீ, புள்ளைங்க இருக்கும் போது நீங்க எதற்கு இதற்கு அலையவேண்டும், ஜானகி புத்தரைக் கூப்பிடுகிறேன்" என்று விட்டு, மஞ்சளைக் கையில் வாங்கினார்.

ஜானகியைத் தேடி வந்தார்.தனது அப்பாவின் நண்பர்களுடன் பேசிக் கொண்டிருந்தாள் ஜானகி.இளைஞர் கூட்டமும், இவர்களோடு மாடியிலிருந்தனர்.இவர்கள் அனைவரும் , ரகுவீரைத் தவிர , RR மிஷனின் உறுப்பினர்கள் ஜானகி அவர்களோடு வார்த்தையாவதை, ரசித்துக் கொண்டிருந்தான் ரகுவீர்.

" அம்மா மருமகளே, இந்தச் சீக்ரெட் மிஷன் முடிந்தது இல்லை, இனிமே மாமா மூனுபேரையும் நிம்மதியா தூங்க விடுவியா"என்றார் ரெட்டி.

"மாமையா, இதற்கே சலிச்சுக்கிட்டா எப்படி, இனி ஜானகிக்காக அலையனுமே" என்றாள்.

"புத்தரு, மாப்பிள்ளை தான் ரெடியா இருக்கிறாரே, அடுத்த முகூர்த்தத்தில் முடிச்சிடலாம்,அப்பறம் எதற்கு அலையனும்" என்றார் பல்லா.

"புதுசா எதையாவது,இழுத்துவிடாத ஜானும்மா, நான் இப்ப எங்கேஜ்டு" என்றான் அமுதன்.

"இதெல்லாம் போங்கு ஆட்டம், உங்களுக்காக, என் மஞ்சு படிப்பென்றால், என்ன விலைனு கேட்பாள், அவளையே எம்பிஏ எல்லாம் படிக்க வைத்தேன். இத்தோட இந்தக் கேமை முடிச்சிக்கோ, மேரி மா, இல்லை, இல்லை மேரி பாபிஷா" எனக் கையைத் தூக்கிக் கும்பிட்டான் ராஜ்வீர்.

"ஆமாம் டி, மஞ்சரி இதற்கும் மேல் தாங்க மாட்டாள்" என்றாள் மயூரி.

"அப்படி எல்லாம், சுலபமா எல்லாரையும், விட்ருவேனா, வீரூஜீ, மாட்டை அடக்குவாங்க, இளவட்டக்கல் தூக்குவாங்க, ரேக்ளா வண்டி ஓட்டுவாங்க, அதுக்கு ஜட்ஜ் வேலை பார்க்கிறது நீங்க மூனு பேரும் தான்" என, ரகுவீரைப் பார்த்தபடி சொன்னாள்.

"ஏய் ஜானிம்மா,எங்கள் பேட்டாஜீ செய்ய மாட்டாரென்று நினைச்சியா, இரஜஸ்தானி ஸேர், எங்கள் ரகுவீர்" என்றார் மங்கள் பாண்டே.

"மாமாஜீ, நல்லாதான் இருக்கிறது உங்கள் பஞ்ச் டயலாக். ஆமாம் அதென்ன கட்சி மாறி, எங்கள் பேட்டாஜீன்னு அவர்கள் பக்கம் சேருறீங்க?" எனக் கேட்டாள் ஜானகி.

"புத்தரூ, நாங்கள் உனக்கு மாமான்னா, ரகுவீர் புத்தருக்கு,காக்காஷா, ஆகனும் தானே?" என்றார் பல்லாஜீ.

"இது சீட்டிங் மாமாஜீ, உங்களுக்கு ஜானியை விடப் பேட்டாஜீ முக்கியமா போய்விட்டாரா?" என்றாள் ஜானகி.

"ஜானும்மா, அங்க கீழ கொஞ்சம் எட்டிப் பாரு, உங்கப்பா உட்கார்ந்து உங்கள் நாநா , நாநியிடம் பேசிட்டு இருக்கிறான். இத்தனை வருஷம் கழித்துப் பார்த்த மகளை விட மருமகன் கிட்டப் பாசத்தைக் கொட்றாங்க ஏன்?" எனக் கேட்டார் ரெட்டி. "ஏன் மாமையா" என்றாள் ஜானகி.

"இதுதான் இந்தியப் பண்பாடு, இந்தியாவில் எங்க வேணாலும் போ, இதே தான் நடக்கும். ஏன்னா மருமகன் சந்தோஷமா இருந்தால், மகளும் சந்தோஷமா இருப்பார் அதுனாலதான்."என்றார் ரெட்டி.

"இது செயற்கையா தெரியாதா அங்கிள்" எனக் கேட்டாள் மயூரி.

"அது எப்படிம்மா, அவங்க மகளைக் கட்டும் போதே, இரத்த பந்தம் ஆகிடுதே. இரண்டு தரப்பிலும் தன்னவர்கள் என்ற சொந்தம் வந்திடும்." என்றார் ரெட்டி.

"சிவா,ராகினி, இத்தனை வருடங்கள் கழித்துப் பார்த்தாலும்,இந்த பிணைப்பு ஒருநாளில் வந்தது இல்லை. உங்கள் புவாஷா மேல் சிவா வச்ச அன்பு உங்கள் குடும்பத்தோடு சேர்ந்தது.உங்கள் அப்பா,பெரியப்பாக்களைச் சிவா இன்றைக்குத் தான் நேரில் பார்த்திருப்பான். ஆனால் ராகினி மூலம், தினந்தோறும் வாழ்வில் அவர்களும் ஓர் அங்கம், ராகினியின் பேச்சுக்கள் மூலமாக" என்றார் பாண்டே.

"புத்தரூ, எங்கள் நட்பும் ஒரு வகையில் உறவு தான். ரகுவீர் பேட்டா, எப்படி உங்கள் ஹவேலிக்கு கூட்டிட்டு வந்தார், அவர் பூஃபாஷா நண்பர்கள், இதுவும் ஒரு உறவு தானே."என்றார் பல்லாஜீ.

ரகுவீர்,"நீங்க சொல்றது நிச்சயமான உன்மை அங்கிள்ஜீ. ஜான்வியை, மயூரியின் தோழியாகத் தான் முதல் அறிமுகம். அந்தத் தோழமைக்காக, வீட்டில் தங்க வைத்தோம்.ஸ்வரூவும் அதே மாதிரி தான் அங்கே தங்குனா" என்றான்.

"உறவுகள், நண்பர்கள் இல்லாத வாழ்வு, வெறுமையானதாக இருக்கும். உங்கள் அம்மா முகத்தில் இன்று இருக்கும் சந்தோஷம், நீங்க இரண்டு பேரும் பிறந்ததிலிருந்து பார்த்திருக்க மாட்டீர்கள்" எனப் பாண்டே கூற, அமுதன் ஜானகி ஆம் எனத் தலை ஆட்டினர்.

இவர்கள் இருக்குமிடம் வந்த ப்ரீத்தோ,ஜானகி, மயூரியிடம் இரண்டு பாக்கெட்டை கொடுத்தார். "ஜானகி புத்தரு, இந்த ஹல்தியை பன்னீர் விட்டு கரைத்துக் கொண்டு வா, செகாவத் ஹவேலி போகனும், டெகரேட் பண்ணிக் கொண்டுவா பேட்டா" என அனுப்பினார். அமிர்தாவும் இவர்களுடன் கீழே போனாள்.

"ப்ரீத்தோ, இந்த வேலையை நீங்களே செய்ய வேண்டியது தானே, எதற்குப் புள்ளைங்களைக் கஷ்டப்படுத்துறது" எனப் பல்லாஜீ கேட்டார்.

"தேகியேஜி, பொண்ணுங்களுக்கு , எல்லா வேலையும் தெரிஞ்சு இருக்கனும். இது போலச் சின்னச் சின்னதா ஆரம்பித்தால் தான் குடும்பப் பொறுப்பு வரும்" என ப்ரீத்தோ அவர்களுக்கும் சேர்த்துப் பாடம் நடத்தினார்.

"ஆண்டிஜீ, சரியாகத்தான் சொல்றாங்க அப்பத்தான், இவர்களை மாதிரி எக்ஸ்பெர்ட் ஆகலாம். அங்கிள் எத்தனை வீட்டுப் பொறுப்பை, இவர்களிடம் விட்டுட்டு , டென்ஷன் ஃப்ரீயா வேலை பார்க்குறீங்க" எனக் கேட்டான் ரகுவீர்.

அதே நேரம் அங்கே வந்த, பர்க்கா "பேட்டாஜீ, நீங்க டெல்லி வந்து பாருங்கள், வேலைக்கும் போய்கிட்டு, வீடு, குடும்பம் எல்லாம் பேலன்ஸ்டா கொண்டு போகிறார்கள். எங்கள் மருமகளையே எடுத்துக்கங்க, வீட்டில் எத்தனை வேலையாட்கள் இருந்தாலும், அதில் ஒரு டிஷ், அவளுடையதா இருக்கும், இல்லை டெகரேஷன்,சர்விங்க்னு எதிலாவது அவளுடைய இருப்பை நம்மை உணரவைப்பாள்." என்றார் பெருமையாக.

"பர்க்கா, அப்படியே ரிகார்ட் பண்ணி, உன் மருமகளுக்கு அனுப்பிடுறேன். ஒரு நாளாவது இதை அவளுக்கு நேரா சொல்லியிருக்கியா, என்ன இருந்தாலும், அந்த நேரம் சாசுமா ஆகிடுவ" என்றார் பாண்டே.

"பாய்ஸாப், இங்க தான் நீங்க தப்பா புரிஞ்சுகிறீங்க, பர்க்கா வார்த்தைகளில் சொல்லவேண்டும் என்கிற அவசியமே இல்லை, உங்கள் மருமகள், இதை எப்படிச் செய்ய ஆரம்பிசாசு இருப்பாளென்று கவனித்தது உண்டா" எனக் கேட்டார் ப்ரீத்தோ.

"இல்லையே, ரொம்ப நாளாகச் செய்கிறாள்,ஆப்கோர்ஸ், இது பர்க்காவின் ஸ்டைல், எங்க அம்மா,தேசி, அவர்களுக்கு இந்த மாதிரி செய்யத் தெரியாது, ஆனால் சமையல் சூப்பரா செய்வார்கள்" எனச் சிலாகித்தார் பாண்டே.

பர்க்கா, அவரை முறைத்துக் கொண்டு இருந்தார். ப்ரீத்தோ சிரித்துக் கொண்டே," கணவருக்குத் தன் மேல் கவனம் கொண்டுவர இதெல்லாம் செய்ய வேண்டியது உள்ளதே. இத்தனைக்கும் அப்பறம், பர்க்காவை, ஸ்டை-

லுக்குச் சொன்ன நீங்க ,உங்கள் அம்மாவைத் தானே ருசிக்குச் சொன்னீர்கள்" எனக் கேட்டு பாண்டேயை, மாட்டி விட்டார் ப்ரீத்தோ.

"பாபி,கரெக்டா சொன்னீர்கள், இவர்களுக்கு எத்தனை செஞ்சாலும், எங்கம்மா கை ருசி என வந்து நிற்பார்கள். அதுவும் சிவா இருக்கிறாரே, இரஜஸ்தானி டிஷ்ஸே ஆகாது, அத்தை சமைக்கும் போது தட்டில், கருவேப்பிலை கூட மிஞ்சாது" என்றார் ராகினி.

"என்ன,ஏன் தலை உருளுது, ஹேமந்த் போன் அடிச்சுட்டான் கிளம்புங்கள்" என்றார் சிவகுரு.

"நீங்க நான்கு பேரும் என்ன செய்யப் போகிறீர்கள்?" எனக் கேட்டார் ராகினி.

"எங்கள் காலேஜ் க்ரூப், வீடியோ கால் வருகிறார்கள், ஏய் வாங்கப்பா" என நண்பர்களை அழைத்துக் கொண்டு ஒரு ரூமில் அமர்ந்தார்.

"புவாஷா, நான் கார் எடுக்கிறேன்," என ராஜ் வீர் முன்னே நடந்தான்.

"ஹல்தி இன்னும் வரலை "என ராகினி கேட்டார்.

"நீங்க எல்லாரும் கார்ல ஏறி உட்காருங்க, நான் அனுப்புகிறேன்" என ரகுவீர், அடுப்படி நோக்கிச் சென்றான்.

ரன்வீர், தீப்திக்கு போன் ட்ரை பண்ணிக் கொண்டு இருந்தான், லைன் கிடைக்கவில்லை, சோகமாக முகத்தை வைத்துக் கொண்டான்.

ஹரிணி குடும்பம், மற்றொரு உறவினர் விசேஷம் எனச் சென்று விட்டனர். அமிர்தா வீடியோ காலில் கணேஷுக்கு வீட்டைக் காட்டிக் கொண்டு இருந்தாள்.

ரன்வீரை காண்பித்து, அவனை அறிமுகம் செய்து வைத்தாள். இருவரும் பரஸ்பரம் பேசி எங்கே, என்ன என்று வீடியோகால் ஓடிக் கொண்டிருக்க, சிவகணேஷ் தன்னைச் சுற்றி உள்ள இடங்களைக் காட்ட, எல்லாரும் ஹாய் சொல்லிக் கொண்டே வந்தனர். தீபதியைத் திரையில் பார்த்த ரன்வீர், "தீபூ பேபி, நீ என்ன பண்ற "என்றான். "நீ எப்படி, இவன் வீடியோ காலில் வந்த" என நதிமூலம், ரிஷிமூலம் சொல்லி வழவளர்த்துக் கொண்டிருந்தனர்.

ரகுவீர் ஜானகி மயூரியைத் தேடி வந்தான். ஒரு பாத்திரத்தில், மஞ்சள் பன்னீர் என, இது மாற்றி,அது என ஊற்றி, ஒரு குண்டான் வைத்திருந்தார்கள்.

"ஏய், என்ன பண்றீங்க, புவாஷா வெயிட் பண்றாங்க" என வந்தான் ரகுவீர்.

"அதைக் கரைச்சு குடிங்க இரண்டு பேரும்" என்றவன். அவர்களை நகரச் சொல்லி, மற்றொரு பாக்கெட்டை பிரித்துச் சிறிது கொட்டி, அதில் ஏற்கனவே ஜானகி கரைத்த கரைசலைக் கொஞ்சமாகச் சேர்த்துப் பதமாகக் கரைத்தான் ரகுவீர். மயூரியின் கைகளில் மஞ்சள் இல்லை, எனவே அவளைக் கொண்டே, அலங்காரமான மங்கு பௌலில் ஊற்றி, ஃபாயில் பேப்பர் கொண்டு மூட வைத்து, ரோஸ் பெடல், ஆகியவை கொண்டு அலங்-

கரித்து, மயூரியை எடுத்துப் போகச் சொன்னான்.

அவளும் புவாஷாவிடம் கொடுத்து நல்ல பெயரெடுத்துக் கொண்டாள். திரும்பி வந்தவளை, ஓர் வளைவில் அமுதன் மடக்கி, அறைக்குள் அவளைச் சிறை வைத்துக் கொண்டான்.

ரகுவீர், மஞ்சள் கலந்ததை, வைத்த கண் வாங்காமல் ஜானகி பார்த்து ரசித்துக் கொண்டிருந்தாள்."ஏய்,மிர்ச்சி ஒரு ஹல்தி கலக்கத் தெரியுதாடி உனக்கு" எனத் தன் கையிலிருந்ததை,ஒரு விரலால் அவள் மூக்கில் தடவி-னான். ஜானகி குறும்பு மோட்டுக்குத் தாவினாள்.

தன் கையிலிருந்ததை, அவன் கன்னத்தில் தடவினாள், "ஏய் என்னடி பண்ற" என்றவன் அதைத் துடைக்கப் போக,"வீரூஜீ , நோ துடைக்காதீங்க" என்றவள் தொடர்ந்து அடுத்தக் கன்னத்தையும் இன்னொரு கை எடுத்து மஞ்சள் ஆக்கினாள்.

"ஏய், குட்டி பிசாசு உன்னைய விட்டேனாப் பாரு." என்றபடி ஒரு கை நிறைய மஞ்சள் அள்ளிக் கொண்டான்.

ஜானகி'' முடிந்தால், மஞ்சளை அப்புங்க பார்ப்போம் ''எனப் பின்னாடி ஓடினாள், ரகுவீர் துரத்திக் கொண்டே ஓடினான். ரகுவீரை பிருந்தாவன கண்ணனாக மாற்றி, தான் ராதை ஆனாள்.

ராத்தோட் ஹவேலியின் பின்புறம்,தோட்டமும், அதன் பின்னே சிறிய ஏரியும் இருந்தது. பின் கதவைத் திறந்து, அங்கே ஓடி, ஆட்டம் காட்டினாள் ஜானகி.

சாதாரணமாக போகட்டும் இது சிறுபிள்ளைத்தனம் எனக் கடக்கும் ரகு-வீரை, சிறுவனாக மாற்றினாள் ஜானகி. அவள் அகப்படும் நேரம் அதிகரிக்க அவனுள்ளும் அவளை அணைக்கும் ஆவல் கூடியது.ஓர் மூலையில், மரத்-தின் கீழ் வசமாக மாட்டினாள் ஜானகி. அவளை, ஒரு கையால் தடுத்துச் சிறையெடுத்த ரகுவீர், அருகில் நெருங்கினான். ஓடியதில் துடித்த இதயம் படபடவெனத் துடித்தபடி, மூச்சிரைக்க நின்றாள் ரகுவீரின் ஜான்.

ஒரு கையால், அவளை மரத்தோடு ஒட்டி நிறுத்தியவன், ஹல்தி நிறைந்த கையால், அவள் இடது கன்னத்தில், சிவந்திருந்த அதன் வன்-னத்தை, மஞ்சளாக மாற்றினான், கன்னம் தொட்டு,கழுத்தைத் தழுவி மஞ்சள் அவள் மேனியில் இறங்க, "வீரூஜி" என அவன் கைகளைப் பிடித்தாள்.

மயக்கும் அவன் விழிகளைப் பாராமல், பார்வைத் தளர்த்திய பாவை-யைப் பார்த்தவன், சுரப்பிகள் வேலையைத் தொடங்க, அவளின் மறு கன்-னத்துக்குத் தடவக் கையில் மஞ்சள் இல்லாததால், தன் மழித்த கன்னத்தின் ஹல்தியை, அவள் சிவந்த கன்னத்திற்கு, கன்னத்தோடு கன்னம் பதித்துப் பூசினான்.

ஜானகி, மூச்சிரைத்ததும் அடங்கி மோன நிலையில், இடது கை அவன் தோள்களைப் பற்ற, வலது கை அவன் கைகளை அழுத்தியவண்ணம், மெய்-யுருகி நின்றாள். அவன் இதழ்களின் சூடு அவள் கழுத்திலும், அவள்

அழுத்திய கை நீண்டு அவள் இடையையும் அனைத்துக் கொண்டது.

"வீரூஜி" என்ற அவள் தவிப்பும், "மேரிஜான்" என்ற அவனின் அழைப்பும், அவர்கள் இருவருக்கும் ஆனந்தம் தந்தது. அவனின் அணைப்பு இறுகியது,அவளும் அவனில் புதைந்தாள். இந்த நிலை எவ்வளவு நேரம் நீடித்ததோ, தூரத்து மணி ஓசை அவர்களை நிகழ்வுக்குக் கொண்டு வந்தது.

அவளை அதே மரத்தடியிலிருந்த கல் பலகையில் அமர்த்தியவன்,தானும் பக்கத்தில் அமர்ந்தான். மொபைலை எடுத்து நேரம் பார்த்தவன், அந்த ஹவேலி கேர் டேக்கர்,சரஸ்வதி பெண்ணுக்கு,போன் செய்து, லன்ச் எடுத்து தயாராக வைக்கவும்,அனைவர் வசதியைக் கேட்டறிந்து பரிமாறவும் சொன்னான்.

ஜானகியின், கைகளைத் தன் கைகளில் தாங்கியவன், "என்னைத் தேடி,என் வாழ்க்கையில் வர்றதுக்கு, இவ்வளவு நாளாடி மேரிஜான்" என்றான் ரகுவீர்.

"நீங்க மாதாஜீ யோட பலகோபாலனா தானே என் கற்பனையில் இருந்தீங்க. பிருந்தாவனக் கண்ணனா, என் கனவில் வந்திருக்கவேண்டும்" என்றாள் ஜானகி.

"இப்படி ஒருத்தி இருக்கிறதே, எனக்குத் தெரியாதே, தெரிந்தால் வந்திருப்பேனே. எனக்குள்ள இருந்த வீரூ, திரும்பக் கிடைப்பான்னா, ஏழு, மலைக்,கடல் தாண்டி காவியங்களில் வர்ற மாதிரி வந்தருப்பேன்டி" எனக் காதலில் உருகினான் ரகுவீர்.

"உங்களுக்கென்று, ஜோடி இப்படி இருப்பானு ஆசை,எதிர்பார்ப்பு இதெல்லாம் கிடையாதா" எனக் கேட்டாள்.

"நான், அப்படி யோசித்ததே இல்லை, பிஸ்னஸ் பார்ட்டில, பார்க்கிற பெண்கள், பெரிய குடும்பத்து பொண்ணுங்க, ஒரு டெகோரம் மெயின்டைன் பண்ணுவார்கள். அந்தப் பக்கமே திரும்ப மாட்டேன், மேலே விழும் பெண்களுக்காகத் தான் கு'வா முகம். ஸ்பௌசோட வரனும்னு போட்டிருந்தால், சாசாஷாவை அனுப்பிடுவேன்" என்றான்.

"நான் 'மர்த்' தானாவென்று சந்தேகம் வரும், கேர்ல் ஃப்ரண்டு வச்சுக்குங்கன்னு, ரன்வீர் கூடச் சொல்லுவான்" என்றான்.

"வீரூஜீ, நீங்க சொல்லச் சொல்ல எனக்குப் பயம்மா இருக்கிறது, நான் பத்தாம் மாசம் புள்ளைப் பெத்துக் காட்டலைனா, எங்கள் அப்பத்தா என்னை பொம்பளையாவே ஒத்துக்கொள்ளாது. நீங்க என்ன பண்ணுவீங்களோ எனக்குத் தெரியாது, அடிகிடி பட்டிருந்தால் மாத்திரை மருந்து வாங்கிச் சாப்பிட்டு ரெடி ஆகிடுங்க, எனக்கு என்னமோ டவுட் தான்" என்றாள் ஜானகி.

"ஊர் உலகத்தில் தனக்குப் புருஷனா வருகிறவனை யாரும், சைட் அடித்திருக்கக் கூடாது, லவ் பண்ணியிருக்கக் கூடாது, நான் தான் அவன் முதல் லவ்வா இருக்கவேண்டும்,இப்படித் தான் சொல்லுவாங்க, நீ என்னடி தலைகீழ். அப்கோர்ஸ், மும்பை வந்ததுக்கு அடுத்த நாள், சௌத் இண்டியன்

சாப்பாட்டுக்கு, கொடுத்த பாரு ஒரு ஸ்பெஸல்,அது தான் முதல் முத்தம்" என்றான் ரகுவீர்.

"இத்தனை வயசுக்கு, எவளைப் பார்த்தும் கண்ணடித்ததில்லை, கிஸ் பண்ணது இல்லை, லவ் பண்ணலை பின்னாடி அலையலை,மனுசனா நீங்க. எந்திரிங்க நீங்க" என்றாள் ஜானகி.

"இப்படியே போய் அப்பா ஜான் முன்னாடி நிற்போம், அப்பத்தான் அடுத்த முகூர்த்தத்தில் கல்யாணம் வப்பாங்க" எனக் கையைப் பிடித்து இழுத்தாள்.

"போடி பாகல் கைகி" என்றவன், ஓஸ் பைப்பை எடுத்து, முகத்தைக் கழுவி கொண்டிருந்தான்.

"வீரூஜீ, இந்த ஏரி ரொம்ப ஆழமா? " எனக் கேட்டாள், "இல்லைடி ஸ்விமிங்பூல் அளவுதான், எங்கள் ஃபோர் பாதர்ஸ் காலத்தில் தோண்டினது, நாங்கள் இதில் தான் ஸ்விம்மிங் கற்றுக்கொண்டோம்" என்றான்.

அவன் முகம் கழுவி கொண்டிருந்தான், "வீரூஜி" பசாவ் என்ற ஜானகி-யின் குரலும் தொப் என்ற சத்தமும் கேட்டது, ரகுவீர் திரும்பிப் பார்த்தான், ஜானகி கையை மேலே தூக்கி, முங்கி எழுந்து, மூழ்கிக் கொண்டிருந்-தால்,"ஜானூ" என்ற கதறலுடன், ரகுவீரும் தண்ணீரில் பாய்ந்தான்.

மனதின் வார்த்தை-45

ரகுவீர் பைஜாமாவுடன், ஈரமான தன் தலையைத் துவட்டிக் கொண்டிருந்-தான், இன்னும் அவனுக்குப் படபடப்பும் கோபமும் அடங்கவில்லை. கண்கள் ரத்தச் சிவப்பேறி இருந்தது. தன் கோபத்தைக் குறைத்துக் கொள்ள, கண்-களை மூடி, மனதைக் கட்டுப்படுத்த முயலும் போது ஜானகி, தத்தளித்ததே நினைவில் வந்தது.

அவன் அறையின் கதவு தட்டப் பட்டது. யாராக இருக்கும் என யோசித்தவன், மிகவும் கஷ்டப்பட்டுத் தன் கோபத்தை அடக்கிக்கொண்டு வந்து கதவைத் திறந்தான். வெளியே சிவகுரு நின்றார்.

ரகுவீர் அவரைப் பார்க்கவும் தர்மசங்கடமாக உணர்ந்தான்,"உள்ளே வரலாமா?" என அவர் கேட்டவுடன் பதறிய ரகுவீர்,"வாங்க, பூஃபாஷா" என அவரை அழைத்து உட்காரவைத்து விட்டு, ஒரு நிமிடம் என்றவன் ஒரு வெள்ளை குர்தாவை அணிந்து வந்தான்.

"சாரி, பூஃபாஷா நான் அப்படி ரியாக்ட் பண்ணியிருக்கக் கூடாது, அந்த நேரம் எனக்குப் பதறிடுச்சு, அதுதான்." என வாக்கியத்தை முடிக்காமல், ரகுவீர் திணறி நின்றான்.

சிவகுரு அவனையே பார்த்திருந்தவர் அவன் தலை முடியைத் தொட்டுப் பார்த்து," ஈரம் இன்னும் காயலை துவட்டுங்க,என மற்றொரு காய்ந்த துண்டை எடுத்துக் கொடுத்தார்"

ரகுவீர், அவரை ஆச்சரியமாகப் பார்த்திருந்தான்," என்ன மாப்பிள்ளை அப்படிப் பார்க்குறீங்க. இன்றைக்குத் தான், இவர் மகளைப் பேசிமுடிச்சோம், அவளை ஓங்கி அறைஞ்சுட்டு வந்திட்டோம், இவர் என்ன நினைப்பா-ரோன்னு பார்க்குறீங்களா?" எனக் கேட்டார்.

அவன் ஆம் என்பது போல் தலையாட்ட, "இன்னைக்கு, உங்களுக்கு ஜானகியைக் கல்யாணம் செய்து வைக்க எடுத்த முடிவை சரியென்று நிரூ-பிச்சிட்டீங்க. உங்களை ஏன், என் மகள் விரும்புனாங்கிறதும் புரிஞ்சிடுச்சு" என அவர் மர்ம புன்னகை சிந்தினார்.

"என் கண் முன்னாடியே,என் மகளை,இப்படி அறைந்தானே இவனெல்-லாம் மனுசனான்னு உங்களுக்குக் கோபம் வரலையா?" எனக் கேட்டான் ரகுவீர்.

ரகுவீரின், தோள் மீது கை போட்ட சிவகுரு," ஒரு ரகசியம் சொல்-லட்டா, இது மாதிரி நடந்துக்கனும்னு தான் நானும், நினைப்பேன், அவள் முகத்தைப் பார்த்ததும் எல்லாம் மறந்துடுவேன். என் வீக்னெஸே என் மகள் தான் மாப்பிள்ளை. ஆனால் இன்றைக்கு நீங்க விட்ட அறைக்கு, உங்ககிட்ட சாரி சொல்லிட்டு ஓடினாளே , என்னால் என் கண்ணையே நம்ப முடி-யலை. அவள் கிணற்றில் குதிச்சிட்டு வரும் போது, நான் இப்படி ஒரு அறை விட்டு இருந்தால், அவளுக்காக நான் துடிச்சது தெரிந்திருக்கும்.ஆனால் நான் செய்தது தப்புன்னு, இன்னைக்கு உங்ககிட்ட கற்றுக்கொண்டேன். சாரி மாப்பிள்ளை ஜானகி செய்யும், குறும்புக்கு நானும் தான் காரணம்" எனச் சிவகுரு மன்னிப்பு கோரினார்.

"பூஃபாஷா, இதென்ன பெரிய வார்த்தை. உன்மையில் நீங்க தான் என்னை மன்னிக்கனும், என்ன இருந்தாலும், கை நீட்டி இருக்கக் கூடாது. ஆனால் எனக்கு என்ன தோனுதுன்னா, நீங்க உங்கள் இடத்தில் சரி தான். என்னையவே, உங்கள் இடத்தில் யோசிக்கிறேன், என் ஜான்வியையும் என்-னையும் கலந்த கலவையான என் மகள், இப்படிச் செய்யும் போது, நானும் இப்படித்தான் சும்மா இருந்திருப்பேன், ஏன்னா ஜான்வியே அடிப்பிச்சிடுவா. இதையெல்லாம் செய்கிற உரிமை அவளுக்கு மட்டுமே இருக்கிறது. ஆனால் என் ஜமாயீஷா கிட்ட உங்களை மாதிரி வந்து விளக்கம் கேட்க மாட்டேன், சட்டையைத் தான் பிடிப்பேன்" என ரகுவீர் சிரித்தான்.

"இல்லை மாப்பிள்ளை, நீங்க இன்றைக்கு இருக்கிற ராத்தோட் ஆக அன்னைக்கு இருக்க மாட்டிங்க. அப்புறம் இன்னொரு இரகசியம், இப்படியே கோபமா, கெத்தா மெயிண்டைன் பண்ணுங்கள், இரங்கி போனீங்க, பிரிச்சு மேஞ்சுடுவா, அப்பறம் உள்ள சேதாரத்துக்கு நான் பொறுப்பில்லை" எனச் சொல்லி அவனைக் கட்டியணைத்தார்.

அவர் கையைப் பிடித்த ரகுவீர்,"தாங்க்ஸ், என்னைப் புரிஞ்சுகிட்டதுக்கு. " என்றான்.

"மாப்பிள்ளை, இன்னோன்னு கேட்கவா ஜானகி மேல் இவ்வளவு அன்பு வச்சிருக்கீங்க சரி. அதே சமயம் பதட்டம். ஏன்?" என்றார்.

"எனக்கும் தெரியலை, இத்தனைக்கும் இரண்டு பேரும் மோதல்ல தான் சந்தித்தோம். இன்னை வரைக்கும் சண்டை தான். உங்கள் கிட்ட சொன்னாளாவென்று தெரியாது, நீயுயர்க்கு முன்னால், ஒருத்தன்,நான் இருக்கும் போதே,அவள் இடுப்பில் நல்ல சதையோடு ஸ்கேரட்ச் பண்ணிட்டான், இவ்வளவு வம்பு பேசறவ, வேரில்லாத கொடி மாதிரி என் கையில் கிடந்தாள், ஹாஸ்பிடல் ல சேர்த்து,இவள் வீடு வருகிறதுக்குள்ள, அவனைப் பீஸ் பீஸாக,எதற்கும் ஆகாமல் பண்ணேன்." என்றவன் குரலில் இன்னும் கோபம் இருந்தது.

இந்த மாமனார்,மருமகன் ஜோடி தான், எதிர் வரும் கடினமான நாட்களை, நடத்திச் செல்ல, ஒருவருக்கு ஒருவர் துணை. இப்போது ரகுவீரை சமாதானப் படுத்தும் சூழல் வந்த காரணத்தைப் பார்ப்போம்.

ஜானகியின்,"வீரூஜீ பசாவ்", என்ற குரலில் சகலமும் அதிர்ந்தது ரகுவீருக்கு. கையில் பிடித்திருந்த ஓஸ் பைப்பை உதறியவன், முகத்தில் வழிந்த நீரோடு, அவள் குரல் வந்த திசையில் ஓடினான். ஏரி தான் இருந்ததது.

அதற்குள் பார்த்த போது, ஜானகி முங்கி மேலே வருவது தெரிந்தது, ரகுவீர் நொடி தாமதிக்காமல் உள்ளே குதித்தவன், ஜானகியை நோக்கி நீந்திச் சென்றான். அவளை ஒரு கையில் இடையோடு அணைத்து ஒற்றைக் கையால் நீந்திக் கரை சேர்ந்தான்.

படிக்கட்டில் கிடத்தி வயிற்றை அமுக்கத் தண்ணீர் வரவில்லை, மூர்ச்சையும் தெளியவில்லை, பயந்து பதறிய ரகுவீர் "ஜானூ,ஜானூ,ஜான்வி" எனக் கன்னங்களில் தட்டி,அவள் பதிலளிக்காமல் போகவே,கைகளில் ஏந்தியவாறு மேலே வந்தான்.

பெருங்குரலெடுத்து,"யாராவது இருக்கீங்களா கதவைத் திறந்து விடுங்கள் " என்ற இவனின் கர்ஜனையில், ஹவேலியின் வேலையாள் கதவைத் திறக்க, பின்கட்டு தாண்டிமுன்கட்டுக்கு ஜானகியைச் சுமந்தபடி வந்தவன், "சோட்டே, சாசு,அமுதன் யாராவது வண்டியை எடுங்கள் " எனக் கத்தினான்.

அவரவர் வேலையில் மும்மரமாக இருந்த சிவகுரு, நண்பர்கள், அமுதன் மயூரி, அமரேன்,ராஜேன், ரன்வீர்,அமிர்தா என அனைவரும் கூடி விட்டனர். எல்லாருக்கும் ரகுவீரின் பதட்டம் தொற்றியது.

அமுதன்,"ஜானும்மா,என்ன ஆச்சு" என ரகுவீர் கைகளிலிருந்து அவளை வாங்க முற்பட "வண்டியை எடு ஏரியில் விழுந்துட்டா" என ரகுவீர் கத்தினான்.

அமிர்தா ஏரியில் விழுந்தாள் எனச் சொல்லவும், "அண்ணா ஜானகிக்கு நீச்சல் தெரியுமே அப்புறம் ஏன்?" எனக் கேட்டாள். அமுதன் சுதாரித்தான், ரகுவீரை நிறுத்தினான். ரகுவீர் பொறுமை எல்லை மீறியது."வழியை விடு அமுதன்" என்றான்.

ரன்வீர், காரை கிளப்பித் தயாராக நின்றான். சிவகுரு நண்பர்களோடு இறங்கி வந்தார். ஜானகியைப் பார்த்து பதட்டமானார். நண்பர்கள் அவரைத் தேற்றினர். அமுதன் ரகுவீருக்கும் மேல் குரல் உயர்த்தி, "ஜானகி போதும் உன் விளையாட்டு. கீழே இறங்கு" என்றான்.

ரகுவீர்,"அமுதன்,அவள் பேச்சு, மூச்சு இல்லாமல் இருக்கா, நீ விளையாடாத நகரு வழியை விடு" என்றான்.மற்றவர், ஒன்றும் புரியாமல் வேடிக்கைப் பார்த்தனர்.

அமிர்தா கவனமாக ஜானகியைப் பார்த்தவள்,'இவள் என்றைக்குத் தான் மாறப் போறாளோ'எனக் கவலை கொண்டாள். அமுதனும்,ரகுவீரும்மோதிக்கொள்ளும் நிலை வந்துவிடுமோ என்ற பயத்தில், இதை முடிக்க ஓர் உபாயம் செய்தாள் அமிர்தா.

"அண்ணா, உங்கள் மேல் என்னமோ ஊறுகிறது, பூரான், பூரான்" எனக் கத்தினாள்.ரகுவீர் அசையாமல் நின்றான், ஜானகி தான்அவன் கைகளிலிருந்து துள்ளிக் குதித்தாள்."எங்கடி,எங்கப் பூரான்" எனத் தன் துணிகளை உதறி, ரகுவீரையும் சுற்றிப் பார்த்தாள்.

"நல்ல பொண்ணுமா நீ, இதுவும் ஃப்ராங்கா" எனப் பல்லாஜீ கேட்டார்.

"ஜானகின்னாலே, இந்தக் குறும்பு தானே" எனப் பாண்டே சிலாகித்தார்.

"ஜானகி, மாப்பிள்ளை எப்படிப் பதறிவிட்டார், என்னம்மா இப்படி" என ரெட்டி கடிந்து கொண்டார்.

ராஜேன், அமரேன் நிம்மதி பெருமூச்சு விட்டனர். "இத்தனை வருஷம் கழிச்சு தீதிஷா, வந்திருக்காங்க, இதென்னடான்னு பயந்திட்டேன்டா" என அமரேன் ஆசுவாசமானார்.

ரன்வீர்,"ஜானி தீ, எப்பவும் போல நாங்கள் தான் மாட்டினமா" என்றான்.

"ஜானி, என்னடி இதெல்லாம் பய்யா எவ்வளவு பயந்துட்டாங்க தெரியுமா" எனக் கேட்டாள்.

ஜானகி, ரகுவீர் பக்கம் திரும்பி, சாரி சொல்லும் முன், அவளின் ஒரு கையைப் பிடித்தவாறு,அவளை ஓங்கி ஒரு அறை விட்டான் ரகுவீர். ஜானகி தடுமாறி அதிர்ந்து,நின்று கன்னத்தைப் பிடித்துக் கொண்டாள்.

"இதுதான் முதலும், கடைசியா இருக்கனும், போய் ஈரத் துணியை மாத்து" என அடக்கப்பட்ட!,ஆமாங்க,அடங்கப்பட்ட கோபத்துடன் அவளை அழைத்துப் போகச் சொல்லி அமிர்தாவிடம் கண் ஜாடைக் காட்டினான்.

அங்கிருந்து போகப் போனவனின், கையைப் பிடித்து "சாரி வீரூஜி" எனத் துடித்த உதடுகளுடன் சொல்லிமாடிக்கு ஓடினாள் ஜானகி அமிர்தாவும், மயூரியும் பின்னாடியே சென்றனர்.

ரகுவீர் எதிர் புறமாக நாலே எட்டில் மாடியை அடைந்தான். ராஜேன், பதறியவராக, "ரகுவி,என்ன இது" என அதட்டிய ஓசை அடையும் முன், ரகுவீர் தன் அறையை அடைந்து கதவை அடைத்திருந்தான். இன்னும் பதட்டம் குறையவில்லை.

ராஜேன், சிவகுரு கைகளைப் பிடித்துக் கொண்டு,"ஜமாயீஷா தப்பா எடுத்துக்காதீங்க, அவன் பாசமும் அப்படித்தான் கோபமும் அதீதமாக வரும்" என மகனின் செய்கைக்கு விளக்கம் தந்தார்.

"சம்பந்த்ஷா நீங்க பதறாதீங்க, எனக்கு இப்பத்தான முழுத் திருப்தியாக இருக்கிறது. ஜானகிக்கு ஏற்ற மாப்பிள்ளை உங்கள் மகன் தான். அவர் கோபத்திலையும் அவள் மேல் உள்ள உரிமையை நிலைநாட்டிட்டு போறார் பாருங்கள். நமக்கெல்லாம் இந்தத் தைரியம் வருமா?" எனக் கேலிப் பேசி நிலைமையைச் சகஜமாக்கினார் சிவகுரு.

"நூத்துல ஒரு வார்த்தை சொன்னடா சிவா. நமக்கெல்லாம் இந்தத் தைரியம் வருமா?" எனப் பாண்டே கேலி செய்தார்.

"அதெல்லாம் இல்லை,'இளங்கன்று பயமறியாதுன்னு' சொல்லுவாங்களே, உன் தாமாத்தும் அப்படித் தான். அறை விட்டுட்டார், இனி இருக்கிறது ஆயுசுக்கும், என் மருமகள் அப்படியெல்லாம் விட்டுடுவாளா?" என்றார் பல்லாஜீ.

அப்படித்தான் இவர்கள், இப்படிப் பேசிக் கொண்டிருக்கையில், அமித்,ப்ரீநிதி, ஜெய்,ஹர்லின் வந்து சேர்ந்தனர். அப்படியே டாப்பிக் மாறியது.

மயூரி,அமிர்தாவை அனுப்பி விட்டாள் ஜானகி.மயூரி,அமிர்தா, சரஸ்வதி பெண்ணுடன் சேர்ந்து பெரியவர்களுக்குப் பரிமாறினார். தாதாஷா, தாதிஷா விற்கு மதிய உணவு அறைக்குச் சென்று, சாப்பிட்டுப் படுத்து விட்டனர்.

அமுதனுக்கு ஜானகியின் சிறுபிள்ளைத்தனமும், ரகுவீரின் கோபமும் கவலையைத் தந்தது. இவர்கள் ஜோடி, கல்யாணத்திற்கு முன்னரே இப்படி இருந்தால், உருப்பட்டார் போலத் தான் என நினைத்தான்.

அறையில் ஃப்ரஸ்ஸாகி வந்த அமித் ஜெய் இருவரும்," என்ன பாயி இங்க தனியா உட்கார்ந்து இருக்கிறீர்கள்?" என்றபடி வந்தனர்.

அமுதன் நடந்ததைக் கூறி வருந்தினான். "விடுங்கள் பய்யா, அவங்க இரண்டு பேரும் டீன்ஏஜ் பிள்ளைகளா, காதலில் இதெல்லாம் சகஜம்" என்றான் ஜெய்.

" நீங்க சொல்றதைப் பார்த்தால், பாபிகிட்ட அடி பலமா வாங்கியிருப்பீங்க போல" எனக் கேலி செய்தான் அமித்.

இத்தனை களேபரத்துக்கும் காரணமான நம் பெண்ணரசி என்ன பண்றான்னு பார்ப்போம். ஜானகி, ஈரத்துணியை மாற்றினாள் இல்லை, தன்னைத் தொடர்ந்து வந்த அமிர்தா, மயூரி இருவரையும், "போங்கடி நான் தனியாக இருக்கனும்" என்றவள், என்ன மூடில் இருக்கிறாள் எனக் கணிக்க முடியாமல் தோழிகள் தவித்தனர்.

"நான் ஒண்ணும் பண்ண மாட்டேன், நீங்க போய் எல்லாருக்கும் சாப்பாடு எடுத்து வைங்க, வீரூஜி, சரஸ்வதி பென் கிட்ட சொல்லியிருக்கிறார்" என அனுப்பி வைத்தாள். கதவை அடைத்துக் கொண்டாள்.

கண்ணாடியில் தன் முகத்தைப் பார்த்தவள், அவனின் நான்கு விரல்கள், தன் கன்னத்தில் பதிந்திருப்பதைப் பார்த்து மகிழ்ந்தாள்.(உன்மையில் ஜானகி தேவி மாதிரி பைத்தியம் உலகத்திலே கிடையாது).

'வீரூஜி, கல்யாணம் நிச்சியம் ஆனப் பொணுக்கு, இப்படிப் பரிசு கொடுக்க உங்களால் மட்டும் தான் முடியும். கொஞ்சம் முன்னாடி தானே, இதே கன்னத்தில் ஹல்தி தடவுனீங்க, சிவந்த கன்னங்களை, மஞ்சளாக்கி திரும்பவும் சிவக்க வண்ச்சிருக்கீங்க, ஆனால் எரியுதுடா கட்வா கைகா." எனத் திட்டினாள்.

'வீரூஜி, எனக்காக எப்படிப் பதறுறீங்க , ஐ லவ் யூடா கட்வா கைகா. எனக்கே உங்களைப் பார்த்தால் பாவமா தான் இருந்தது. எத்தனை படி ஏறி, எவ்வளவு வேகமா, என்னையும் தூக்கிட்டு ஓடிவந்தீங்க. ஐ லவ் யு அத்தான்.'

ஜானகிக்கு அசந்தர்ப்பமாக, தான் அப்பத்தாவுடன் சேர்ந்து பார்த்த படத்தில் சௌகார் ஜானகி அவளும் ஜானகி, சிவாஜி கையில் அடி வாங்கிட்டு பாட்டுப் பாடுவதாக வந்த போது, பாட்டியையும், படத்தையும் கிண்டல் செய்தவள், தன் மொபைலில் அதே பாட்டை ஓட விட்டு, தன் கன்னத்தில் அவன் விரல் பதிந்ததை ரசித்திருந்தாள்.

உயர்ந்த மனிதன் படத்தின், சௌகார் ஜானகி போலவே, சுசிலாம்மாவின் பாட்டின் வரிகளுக்கு, ஜானகியும் அபிநயம் பிடித்து, அந்தக் காலத்துக் கதாநாயகி ஆனாள்.

''அத்தானின் முத்தங்கள்,அத்தனையும்முத்துக்கள்
அழகானகன்னத்தில், அடையாளச் சின்னங்கள்''

இது எவ்வளவு நேரம் ஆனதோ தெரியவில்லை, அதே பாட்டை ஐந்தாறு முறைக் கேட்டு விட்டாள்.கைப்போக்கில் கூந்தலை மட்டும் அவிழ்த்து விட்டு, அந்த லெஹங்காவின் தாவணியைக் கழற்றி எறிந்து விட்டு, ஆடிப் பாடிக் கொண்டிருந்தாள்.

இரண்டு மணி நேரம் சென்ற பின்கதவு தட்டும் ஓசைக் கேட்டு, அமிர்தா தான் என்ற நினைப்பில், அவளோடு சேர்ந்து ஆடும் ஆசையில், தாவணி இன்றி, கதவை வேகமாகத் திறந்தாள்,"அமித்து" என்றபடி. ரகுவீர் தான், கையில் சாப்பாட்டுத் தட்டுடன் நின்றான்.

சிவகுரு பேசியதில் ரகுவீருக்குக் கோபம் போனது,'குட்டி பிசாசு, என்னை என்ன பாடு படித்திட்டா' என மனதில் திட்டியவன்,அமுதனிடம் வந்து சாரி சொன்னான்.

"நான் தான் அத்தான், ஜானகி செஞ்சதுக்கு மன்னிப்புக் கேட்கனும்" என்றான் அமுதன்.

" ஜமாயீஷா, இனிமே ஜான்வி செயல்களுக்கு, நீங்கள் பொறுப்பு இல்லை. நீங்க சொல்லிக்கலாம், 'பொறுப்புத் துறப்பு ' அப்படி டீவி சேனல்ல போடுற மாதிரி. இனிமே ஜானகி தேவியின் செயல்கள் யாவிற்கும், இந்த

ரகுவீர் சிங் ராத்தோடே பொறுப்பாவான்' எழுதி கையெழுத்துப் போடவா" எனக் கேட்டான்.

"நீங்க எப்படித்தான் அவ்வளவு கோபமா இருந்தீங்க, இப்போ இவ்வளவு கூலா இருக்கீங்க?" எனக் கேட்டான் அமுதன்.

"சீக்ரெட் சொல்லவா என் சசூர்ஷா வின் மாயம். நானும் பதட்டமாகத் தான் இருந்தேன், என்னைய கூலாக்குனது பூஃபாஷா தான். சரி வாங்கச் சாப்பிடலாம்" என அழைத்தான்.

"ஜானகி இன்னும் சாப்பிடலை " என்றான் அமுதன்.

" நீங்க சாப்பிடுங்க, நான் அவளைப் பார்த்துக்கிறேன். குட்டி பிசாசு,என்ன செய்யக் காத்திருக்கோ. சாப்பிட்டுத் தெம்பா போகிறேன்," என அவன் டைனிங்கிற்கு, அமுதன் அமித் ஜெய்யை அழைத்துச் சென்றான்.

"ஜீஜூ,நீங்களே பயப்படலாமா, செம டெரரா வேலை பார்த்திருக்கீங்க. உங்கள் கிட்ட நிறையக் கத்துக்கனும்" என்றான் அமித்.

" பாய்ஸாப்க்கு ஜானியை பேசிதான் முடிச்சிருக்காங்க, ஷாதி ஆகட்டும் , அப்பறம் பார்ப்போம், நானும்' பஞ்சாபி ஷேர்' னு சொல்லிட்டு திரிஞ்சவன் தான்" எனச் சொல்லி விட்டு ஹர்லினைத் தேடினான். மற்ற நால்வரும் குலுங்கிச் சிரித்தனர். ரகுவீருக்குப் புரை ஏறியது. தலையில் தட்டி, அமுதன் தண்ணீர் குடிக்க வைத்தான். கண்கள் கலங்கி இருந்தது.

" பாய்ஸாப், இதுவே ஜானகி உங்களைத் திட்டுறது தான். மாடியில் இருந்தே இவ்வளவு தூரம் ட்ரான்ஸ்மிட் ஆகிறது. ஆல் த பெஸ்ட் ப்ரோ, இன்றைக்கு நீங்க மட்டும், ஜானகியோட சேர்ந்து, செகாவத் வீட்டு சங்கீத்ல டாண்ஸ் ஆடிக் காட்டுங்கள். நான் நீங்க என்ன சொன்னாலும் கேட்கிறேன்" என்றான் ஜெய்பல்லா.

"சேலஞ், ஒத்துக்குறேன், "எனக் கையைக் கழுவியவன், குர்தா கையை மடித்து விட்டுக் கொண்டு "அம்ரூ, ஜான்விக்கு ஒரு ப்ளேட்டில் சாப்பாடு, அவளுக்குப் பிடிச்சதா எடுத்துக்குடுடா" என்றான்.

அம்ரூ அதே போல் தட்டை நிரப்பித் தந்தாள். ரகுவீர் ஜானகி ரூமை நோக்கிச் செல்வதைப் பார்த்து எல்லாரும் நமட்டுச் சிரிப்பு சிரித்தனர்.

"பேட்டாஜி தேரீட்டீங்க" எனத் தம்ஸ்அப் செய்து அனுப்பினார் பல்லாஜி.

"மாப்பிள்ளை இப்ப மடங்குனீங்க, அவ அப்பர்ஹேண்ட் எடுத்துடுவா, அப்பறம் என்கிட்ட கம்ளைன்ட் பண்ணக் கூடாது" என்றார் சிவகுரு.

"ஜமாயீஷா அவன் பண்ணத் தப்புக்கு, என் பஹூ ஏன் சாப்பிடாமல் இருக்கனும். ரகுவி கையில் விழுவியோ, காலில் விழுவியோ ஜானகி சாப்பிடனும்" என்றார் ராஜேன். இத்தனை கேலி, கிண்டலும் தாண்டி, அவளுக்காகச் சாப்பாடோடு சென்றான். அவன் மனம் ஆறவில்லை அடித்த அவன் கையே காந்தியது. அவளுக்குக் கன்னம் எறியுமே, எனக் கவலை கொண்டான்.

கதவைத் தட்டிவிட்டு சத்தம் கொடுக்காமல் நின்றான். கோபா கிரகத்தில் இருக்கும், கைகேயி போஸ் கொடுப்பால், என எதிர் பார்த்தவன் முன்னால், அவன் மேல் காதலால் கசிந்துருகும், செம்பாவையாக நின்றாள் ஜானகி.

ஒரு நிமிடம் ஏற்றெடுத்துப் பார்த்த அவள் விழிகளில், அவனுக்கான ஏக்கமும், தன் எண்ணத்தின் நாயகன் பசியாற்றவெனக் கைகளில் தட்டுடன் நின்றதில், உதடுகள் தானாக அகத்தின் மகிழ்ச்சியைக் காட்டியது. எல்லாம் ஒரு நிமிடத்துக்கும் குறைவாகத்தான், ஊடல் கொண்ட பெண்மனம் அவளை ஆட்கொண்டது. ஜானகி, ரகுவீருக்கு முதுகுக் காட்டி நின்றாள். தட்டை மேஜை மீது வைத்தவன்.

"இன்னும், இந்த ஈரத்துணியை மாற்றலை, நான் என்ன சொன்னாலும் மாற்றிச் செய்யனும், அப்படித்தானே என்றவன். அவள் பெட்டியிலிருந்து, ஒரு சல்வாரைக் கொடுத்து, "மாத்திட்டு வா" என்றான்.

அவள், பேசாமலே மௌனம் சாதிக்கவும், அறையின் கதவை மூடினான். ஒரு உத்தேசத்துடன் அவளை நெருங்கி, சோலியிலிருந்த கயிற்றை உருவினான்.

துள்ளி நின்ற ஜானகி,"ஹலோ என்ன உங்கள் வீடுன்னா,உங்கள் இஷ்டமோ." என்றாள் ஜானகி.

"ஆமாம் வீடு என்னது, ரூம் என்னது. இந்த மிர்ச்சியும் என்னுது "என்றவன், அவளின் இடையில் கை கொடுத்து அணைத்து, அவள் கன்னத்தைப் பார்த்தான். ரகுவீர் கண்களிலிருந்து கண்ணீர் வடிந்தது.

"சாரிடி, ரொம்ப எறியுதா?" எனக் கேட்டவன், தன் வாயைக் குவித்துக் காற்றை அவள் கன்னத்தில் ஊதினான்.

ரகுவீர் கண்களின் கண்ணீர் அவளை வாட்டியது. " ஹலோ மிஸ்டர், ரொம்ப ஓவராப் பண்ணாதீங்க.அடி வாங்கினது நான், அழுகிறது நீங்களா, இது எந்த ஊரு ஞாயம் கட்வா கைகா" என்றவள், அவன் கண்களைத் துடைத்தாள்.

அவள் தலைமுடியைத் தொட்டுப் பார்த்தவன், "பிசுபிசுப்பு இருக்கு,ஏரித் தண்ணீர் சேராது திருப்பிக் குளிச்சிட்டு வா, இரண்டு நிமிசம் தான் டைம்" என்றான்.

"நீங்க போய்ட்டு, அமித்துவை வரச்சொல்லுங்கள்" என்றாள்.

"அதெல்லாம் முடியாது, என் கிட்டையே சொல்லு" என்றான் ரகுவீர்.

"பேக்ஹூக், வீரூஜி கழட்ட முடியாமல் தான் நின்றேன் , போங்க" என்றாள் ஜானகி.குளியலறை ஹீட்டரை ஆன் செய்து வந்தவன், "சரி திரும்பு" என்றான்.

"நீதானே டி, நான் எதுவுமே செஞ்சது இல்லைனு, குறைபட்ட நானும், ஷாதிக்கு முன்னாடி இந்தப் பெண்ணை சைட் அடிப்பேன், கிஸ் பண்ணுவேன், லவ் பண்ணுவேன் சரி திரும்பு" என்றான்.

"வீரூஜி போங்க,இதென்ன விளையாட்டு, மாதாஜி வர்ரதுக்குள்ள நான் குளிச்சிட்டு வரனும்" என்றவள், அவன் மார்பில் கை வைத்துத் தள்ளிக் கொண்டு வாசலை நோக்கி முன்னேற்ற இவன் அவளைக் குளியலறைக்கு அருகே தூக்கிச் சென்று, தாவணியை மேலே போர்த்தி விட்டான். ப்ளவுஸை முன்னால் இருந்தபடி கழட்டி, அவளை உள்ளே அனுப்பினான்.

ஐந்தே நிமிடத்தில் புது மலராக, சல்வாரில் வந்தவள் பசிக்கிறது எனப் பறந்தாள். பக்குவமாய்ப் பிசைந்து அவளுக்கு ஊட்டினான். நான்கு வாய் உள்ளே போன பின்னர் நீங்க எனக் கேட்டாள், "இப்போதாவது கேட்கனும்னு தோனிச்சே மகராசி, நான் சாப்பிட்டேன்" என்றான்.

"ஆமாம், எனக்குத் தெரியாது, நீங்க எப்படிச் சாப்பிட்டு இருப்பீங்கன்னு" எனச் சொன்னவள், அவனுக்கும் ஊட்டினாள்.

சாப்பிட்டு முடித்து அவள் தலையைத் துவட்டினாள். ரகுவீர் ட்ரையர் ஆன் செய்து அவளிடம் நீட்ட, அவனுக்கு வாகாகத் தலையைக் காட்டி-னாள்.

"ஏய்,நான் எப்படி டி, எனக்குப் பழக்கமே இல்லை' என்றான் ரகுவீர்.

"ம்,இதுக்கு டூ டேஸ் கிளாஸ் இருக்கு போய்ட்டு வர்ரீங்களா, என் அப்பா அண்ணன் தம்பி எல்லாரும் இதைச் செய்வாங்க, பிடிங்க" என்றாள் ஜானகி.

அவன் ஷோபாவில் அமர்ந்திருக்க, ஒரு மோடவைப் போட்டு, அவனுக்-குத் தலையைக் காட்டி அமர்ந்திருந்தாள்.

"இப்ப தான் பூஃபாஷா சொன்னது புரிகிறது, கெத்தா இருங்க மாப்-பிள்ளை, இல்லைனா பிரிச்சு மேஞ்சுடுவான்னு, இதுதான் அதுக்கு அர்த்-தமா?" எனக் கேட்டான் ரகுவீர்.

"அப்பாஜானா சொன்னார், இருக்கட்டும், மருமகனோடு கூட்டணி போடுகிறாரா, பார்த்துக்கிறேன்" என்றாள் ஜானகி.

"என்னடி பூலான்தேவி மாதிரி பேசுற?" என்றான் ரகுவீர்.

"அது யார் ஜானகி தேவிக்குப் போட்டியா?" என்றாள்.

"சம்பல் பள்ளத்தாக்கு கொள்ளைக்காரி, அப்பறம் எம்பி ஆகக்கூட இருந்தாங்களே பண்டிட் குயின் ?"என்றான் ரகுவீர்.

"பண்டிட்குயின், அந்தப் படம் பார்த்துருக்கேன். நானெல்லாம்,அதே ரகம் தான், கையில் துப்பாக்கி இல்லையானாலும் எவனாவது நெருங்குனா காளி-யாத்தாவா மாறி நான் யாருன்னு காட்டிடுவேன்" என ஓர் வெறியோடு சொன்னாள் ஜானகி.

" ஓ காளி மாதாஜி, ஜானகி மய்யாவா இறங்கி வாங்க. ஒவ்வொரு பொண்ணுக்குள்ளையும, அம்பாமாவின்,எல்லா குணமும் இருக்கும்டா ஜான்வி, தேவைப்படும் போது, அது இயல்பாக வெளியே வரும். இதெல்லாம் உனக்கு எதுக்கு, என் ஜான் மேல் நகக்கீறல் கூட விழும் முன்பு நான் அங்க இருப்பேன்." என்றான் ரகுவீர்.

"ஆமாம், நான்கு விரல் பதிஞ்சாலும், அதுக்குக் காரணம் வீரூஜி யாக மட்டும் தான் இருக்கும்" என அவள் குத்திக் காட்டினாள்.

"சாரிடி, மேரிஜான், எவ்வளவு பதறிட்டேன் தெரியுமா, இனிமே இது மாதிரி ப்ராங்க் எல்லாம் பண்ணாதே, " என்றவன், அவளைத் தன் மடியில் சாத்திக் கொண்டு, கன்னத்தை ஆராய்ந்தான்.

"என்ன ரேகை எல்லாம் நல்லா பதிந்து இருக்கா? நான் போட்டோ, வீடியோ எல்லாம் எடுத்து வைத்திருக்கிறேன். நம்ம பேரன், பேத்திகிட்ட காட்டுகிறதுக்கு. பாருங்கடா, உங்கள் தாதாஷா, கொடுத்த முதல் கிப்ட் னு காட்டுவேன்" என்றாள் ஜானகி. அந்தக் கற்பனையில் நெகிழ்ந்தது அவன் நெஞ்சம்.

ஜானகியை அப்படியே, தூக்கி தன் அருகில் அமர்த்தி,= அவளைப் பின்னோடு அணைத்துக் கொண்டு, அவள் பின்னங்கழுத்தில் முடியை ஒதுக்கி முகம் புதைத்தான். கைகள் இடையோடு சுற்றி வளைத்திருந்தன.

"நானும் சொல்லுவேன், அவங்க தாதிஷா எவ்வளவு பெரிய கேடி-யென்று"

"நான் சொல்லுவேன், உங்கள் தாதாஷா தான் சரியான அடியலென்று"

“போடி மிர்ச்சி, குட்டி பிசாசு, என் போதா,போதி, நாதா,நாதி எல்லாம் நான் சொன்னால் தான் கேட்குங்க. நான் சாக்லேட்,ஐஸ்கிரீம் எல்லாம் வாங்-கிக் கொடுத்து என் பக்கம் வச்சுக்குவேன்" என்றான் ரகுவீர்.

"விதவிதமா சமைத்துப் போட்டு, தாதிஷா தான், எங்களுக்குப் பிடிக்கு-மென்று சொல்ல வைப்பேன்" என்றாள் ஜானகி.

"அதுக்கு முதலில் ஷாதி நடக்கவேண்டும், ஏகப்பட்ட ஃபார்மாலிட்டி, எனக்குத் தெரிஞ்சு ஆறு மாதம் கடத்திடுவாங்க" என அவள் கழுத்தில் இதழ் ஊர்வலம் நடத்திக் கொண்டே சொன்னான் ரகுவீர்.

அவன் முகத்தைப் பார்த்துத் திரும்பி உட்கார்ந்து, "அவ்வளவோ நாள்-லாம் முடியாது வீரூஜி, நம்ம வீட்டில், மந்திர்ல, நான் முதல் தடவை வந்-தபோதே, கிருகப்பிரவேசம் ஆன இடத்திலேயே, நம்மவங்க மட்டும் வச்சு, குங்குமம், தாலி போதும்" என அவன் மார்பில் சாய்ந்தபடி சொன்னாள் ஜானகி.

"நடக்கிறதை பேசுடி மேரிஜான், சகாயீ, கணபதி பூஜா, மெஹந்தி, ஹல்தி, சங்கீத், முகூர்த்தம், முஹ்திகாயீ, சாந்திமுகூர்த்தம், பஹலி ரசோயி, பக்பிரே... உப், எத்தனை சடங்குகள், எல்லாத்திலும் எனக்குத் தான், விஸ்-வல் ட்ரீட். என் ப்யாரி கர்வாலியை சைட் அடிக்கலாம்." எனக் கண்ண-டித்தான் ரகுவீர்.

அவன் குர்த்தி, பட்டனைச் சுழற்றியபடி," அப்பா ஜான் ஊருக்கு வரச் சொல்கிறார்கள். அங்க பொங்கல் வேற வருது, எனக்கும் போகனும்னு ஆசைதான். ஆனால் உங்களை மிஸ் பண்ணுவேன்" என அவள் சொன்ன விதத்தில் ரகுவீர் உருகிப் போனான்.

அவள் முகத்தை நிமிர்த்தி, " போய்ட்டு வா ஷாதி நிச்சயமான பொண்ணைப் பார்க்கனும்னு, தாதாஷா, தாதிஷா ஆசைபடுவாங்க. எனக்கு வேலை இருக்கிறது விட்டுட்டு டக்குனு கிளம்பமுடியாது." என்றான்.

அவள், இன்னும் அழுத்தமாக அவனோடு ஒட்டிக் கொள்ள, அவள் ஏக்கத்தைப் பார்த்தவன்,"ஜானும்மா", என வருடிக் கொடுத்து, அவள் முகத்தை நிமிர்த்தி, நெற்றியில் இதழ் பதிந்தது,-அது தன் பயணத்தைக் கண்கள், கன்னங்கள், என இறங்கி ஊர்வலம் வந்து இதழில் தன் பயணத்தை நிறுத்தியது. அவளும், அவனில் லயித்திருக்க, தன்னில் அவனைப் பதித்துக் கொண்டாள். இது தான் அவளை இன்னும் நாற்பத்தெட்டு மணி நேரத்திற்கு, சக்தி தந்து , உயிர்ப்பித்து வைத்திருக்கும் என அப்போது அறியமாட்டாள்.

இவர்களின் தனிமைக்கு இடம் கொடுத்து, வெளியே செல்வோம். செகாவத் ஹவேலியின் சங்கீத் செர்மனியில் பார்ப்போம், இவர்களின் ரொமாண்டிக் டான்ஸ் பர்வாமன்ஸ்ஸை.

மனதின் வார்த்தை-46

செகாவத் ஹவேலியில் மாலை ஆறு மணி, வன்ன விளக்குக்களால் அரண்மனையைப் பகலாக்கி இருந்தார் ஹேமந்த் செகாவத். கிழட்டு நரி பைரவ்சிங் செகாவத், யாருக்காகவோ வெகு முக்கியமாகக் காத்திருந்தார், நிச்சயம் ராத்தோட்களுக்காக இல்லை.

மஞ்சரிசங்கீத்கான நிகழ்ச்சி நிரலை ஒருமுறை சரிபார்த்தாள். விழாவில் பாட்டு இசைக்கவென ஏற்பாடு செய்திருந்த விஜே விடம், ஒரு பட்டியலைக் கொடுத்து, தானும் ஒரு பட்டியலை வைத்துக் கொண்டாள். ராத்தோட் ஹவேலியிலிருந்து, ராஜ்வீர் ரன்வீருடன்,ராஜேன், கஜேன்குடும்பம் முதலில் வந்தது.

அமரேன், சிவகுரு, அமுதன் தங்கள் இணையுடன் ஒரு வண்டியில் வந்தனர்.

ஸ்வர்னமயூரி ஆடை அலங்காரம், தங்க மயில் போல் ஜொலிப்புடன் இருந்தாள். நீலக்கற்களும், தங்க சமிக்கிகளும் சேர்த்து ஜர்தோஷி வேலைப்பாட்டுடன் கூடிய டிஸைனர் லெஹங்கா. பொருத்தமாக ப்ளூ சபையர் நிறம் கற்கள் பதித்த நெக்லஸ், லாங் செயின், வளையல்கள், சுருட்டி அழகாகச் செட் செய்யப்பட்ட குழல்,அதிலும் சபையர் கல் என ராத்தோட்களின் செழிப்பைப் பறைசாற்றும் பதுமையாக இருந்தாள்.அவளின் கன்னச்சிவப்பிற்கும், புன்னகைக்கும், ப்ளூ ஷெர்வானியில், இருந்த அமுதனே காரணம் என்பதைச் சொல்லத் தேவையில்லை.

இங்கே வருவதற்கு முன்னர் ராத்தோட் ஹவேலியில் , ஜானகி அறையில்,ரகுவீர் ஊட்டிக் கொண்டிருக்கும் போதே ராகினி வந்துவிட்டார். வரும் போது ஜானகி லீலைத் தெரிந்து கோபமாக வந்தார், அவள் அறையைத்

தட்டும் முன்னர் சிவகுரு ராகினியை, அழைத்துச் சென்றார்.

"ஸுனியேஜி, அங்க தான் அவளை எதுவும் சொல்லவிட மாட்டீர்கள். இங்கேயும் வந்து இப்படிச் செஞ்சா, என் வளர்ப்பைத் தான் எல்லாரும் குறை சொல்லுவார்கள்" என்றார் .

"கொஞ்சம் அமைதியாக உட்கார். இனி இது மாதிரி எதுவும் செய்ய-மாட்டாள். மாப்பிள்ளை கிட்டச் சாரி சொன்னாமா." என்றார் சிவகுரு.

"நீங்க தான் உங்கள் மகளை மெச்சிக்கனும், வீரூவை நினைச்சும் பயமா இருக்கிறது, இரண்டும் ஒரே மாதிரி குணம் இவள் அவனுக்குப் பொருந்து-வாளான்னு யோசனையாக இருக்கிறது." என ராகினி கவலைப் பட்டார்.

"ராகினி என் மகளை உன் அண்ணன் மகனுக்குச் செஞ்சுவைக்க, இஷ்-டம் இல்லையென்றால் சொல்லிவிடு, சும்மா அவளைக் குறை சொல்லாதே." என முதல் முறையாக, சிவகுரு முறைத்துப் பேசினார்.

ராகினிக்கு அதிர்ச்சி தாங்கவில்லை. "சிவு, என்ன இப்படிப் பேசுறீங்க. எனக்கு ஏன் மனசு இல்லாமல் போகனும். ஜானூ எனக்கும் மகள் தானே, அவள் சின்னப் பிள்ளையா நடந்துக்கிறதை மாத்தனும்னு சொன்னேன். நாளைக்கு,நாலு பேர் நாலு விதமா பேச மாட்டார்களா? உங்க கிட்டத் தானே இதை நான் பேசவும் முடியும்." என ராகினியின் கண்கள் கலங்கின.

மனைவிக்கு, ஆதரவு தரும் பிறந்த வீடு இல்லையெனில், கணவனே அவளைக் காக்கும் பொறுப்பு ஏற்பான். அதே அவள் பக்கத்தில் ஆட்கள் உரிமை கொண்டாட வந்து விட்டால், கணவன் தான் குற்றம் சுமத்துவதில் முதல் ஆளாக இருப்பான். இங்கும், சிவகுரு எவ்வளவு பண்பட்டவராக இருந்த போதும், ராகினி வீட்டார் அவள் மேல் உள்ள உரிமை காட்டியதில் பொசசிவ்னெஸ் வந்தது.

ராகினி, தங்கள் மகள் ஜானகியைக் குறை சொல்லவும், ராகினிக்கும் அவள் மகள் தான் என்பதை மறந்து வார்த்தையை விட்டார்.

"நீ சொன்ன த்வனி அப்படித்தான் இருந்தது, உங்கள் ராஜ பரம்பரைக்கு நாங்கள் குறைஞ்சவங்களா தோனும்" என மறுபடியும் அம்பைப் பாய்ச்சினார்.

ராகினி தன் பெட்டியை எடுத்து வைத்து, தன் பொருட்களை அதில் அடுக்க ஆரம்பித்தார். அதைப் பார்த்த சிவகுரு, "இப்ப என்ன செய்யற" எனக் கேட்டார்.

"எனக்கு, உங்களையும் உங்கள் மகள், மகனையும் தவிர யாரும் வேண்-டாம் சிவா, வாங்கப் போகலாம். ராத்தோட் குடும்பத்தில் இருந்ததை விட, உங்க கூடத் தான் அதிக வருஷம் வாழ்ந்திருக்கேன். என் பிறந்த வீடு இல்-லாமல் இருந்துடுவேன். நீங்க இல்லாமல் எனக்கு மூச்சே நின்னுடும்" என அவர் மடியில் விழுந்து அழுதார். அவள் கண்ணீர் வழக்கம் போல் சிவகு-ருவை அசைத்தது.

அவளை அணைத்து கண்ணீரைத் துடைத்துத் தேற்றியவர் " ஸ்வர்னி, இதென்ன பேச்சு, இதற்குத் தான் எல்லாரும் கஷ்டப்பட்டார்களா. உனக்கே

தெரியும் ஜானகி தான் என் வீக்னெஸ்னு, அவளைச் சொன்னா கோபம் வராதா. இன்னும் ஒன்னு சொல்லவா அவள் செய்ததுக்கு, மாப்பிள்ளை எல்லார் முன்னாலும் வச்சு, அவளை அறைந்தார்" எனச் சொல்லவும் ராகினி பதட்டமானார்.

"பதிலுக்கு, நீங்க என்ன பண்ணீங்க, உங்களுக்குக் கோபம் வருமே, வீரூவை..." என ராகினி சொல்ல முடியாமல் தவித்தார்.

"அதெல்லாம் இல்லை, அதுக்கு முன்னால் மாப்பிள்ளை, அவளைக் கையில் தூக்கிட்டு ஓடி வந்து பதறினதைப் பார்த்ததால், எனக்கு அவர் மேல் கோபம் வரலை, ஆனால் அடி வாங்கிட்டு, உன் மகள் சாரி சொல்லிட்டுப் போனாமா" என வியந்தார்.

ராகினி ஒரு கருத்தும் சொல்லவில்லை. "என்ன நான் பாட்டுக்கு பேசறேன், நீ ஒன்னும் சொல்லலை" எனக் கேட்டவரிடம்."எனக்கு எதற்கு வம்பு, நீங்களாச்சு, உங்கள் மகளாச்சு பெத்தது மட்டும் தான் நான், என்னைக்காவது என்னை கண்டிக்க விட்டிங்களா. ஏதாவது சொன்னா, ராஜ பரம்பரையாம். ராஜபரம்பரை தான் கட்டின சேலையோட, அகதி மாதிரி இவர் பின்னாடி வந்தாங்க" என ராகினி கோபமும் கண்ணீருமாக வெடித்தார்.

சிவகுரு, ராகினியை இழுத்து, தன் மார்பில் சாய்த்துக் கொண்டார். அவர் சட்டையை, இவர் கண்ணீர் நனைத்தது.

"எப்படி,அப்படி சொல்லுவீங்க, இது என் சிவாவே இல்லை" என்றார் ராகினி.

"சாரிமா, நான் தெரியாமல் வாய் தவறிச் சொல்லிட்டேன் மன்னித்துக்கொள், உன்னைய போய் நோகடிப்பேனா, இங்க வந்ததிலிருந்து, என் பொண்டாட்டியை, ஆளாளுக்கு உரிமை கொண்டாடுகிறார்களா, எனக்கு அதைப் பார்த்துப் பழக்கம் இல்லைல அதுதான்" என அவர் காரணம் சொன்னார்.

"நம்ம பிள்ளைகள் கூட உங்களுக்கு அப்பறம் தான் சிவு, நீங்க இப்படிப் பேசாதீங்க" என்றவர் அவரோடே ஒட்டிக் கொண்டார். சிவகுருவும், அவரை இறுக்கமாக அணைத்தவர், அவர் நெற்றியில் முத்தமிட்டார்.அவர் கைகள் ராகினியின் முதுகை வருடிக் கொடுத்தன.

"ஸ்வர்னி, இன்னைக்கு,அக்கம் பக்கம் பார்க்கவில்லை, கதவு பூட்டியிருக்கானு செக் பண்ணலை, என் கூட இப்படி இருக்கியே, உன்னைய யாரும் ஒன்னும் சொல்ல மாட்டாசங்களா?" என ஹஸ்கி குரலில், ராகினி காதுகளில் அவர் கேட்டார். சட்டெனச் சுதாரித்த ராகினி, அவரிடமிருந்து விலகி, கன்னங்கள் சிவக்க கதவைப் பார்த்தார்.

"சிவா உன் வாய் தாண்டா உனக்கு எதிரி, பொண்டாட்டி சாய்ந்திருந்தால் அனுபவிப்பாயா, அதை விட்டுட்டு ஆராய்ச்சி தேவையா" எனச் சத்தமாகக் கேட்டுக் கொண்டார்.

ரராகினி சிரித்து விட்டு, சிவகுரு அருகில் வந்தவர்,அவரின் இரு கன்னத்தையும் பிடித்துத் திருகினார்."இனிமே இப்படிப் பேசுனீங்க கொண்ணுடுவேன்" என டிச்சரம்மா போல் மிரட்டினார்.

"விடுடி வலிக்குது" என்ற சிவகுரு கண்ணாடியில், தன் கன்னத்தைப் பார்த்து," ஸ்வர்னி, இங்க பாருடி கருத்துப் போச்சு, சும்மாவே என்னை என் பிரண்ட்ஸ் ஓட்டுவானுங்க. ஏதாவது செய்டி ஏண்டி, உன்மருமகன் ,என் மகள் கன்னத்தில் நாலு விரலைப் பதிய வைக்கிறார். நீ இப்படிக் கண்ணிப் போக வச்சுருக்க, என் மகன் என்ன நிலமைல இருக்கிறானோ. எல்லாம் ஒரே க்ரூபா ராத்தோட்ஸ் கிட்டையா மாட்டனும்" எனப் புலம்பினார் சிவகுரு.

ராகினி இவர் புலம்பலில் சிரித்தவர், அவர் கன்னத்தைத் தேய்த்து விட்டு இரத்த ஓட்டத்தைச் சீராக்கியவர், சிறப்பு மருந்தாக இதழையும் ஒற்றிச் சென்றார். சிவகுரு ஆனந்தத்தில்," ஸ்வர்னி, தினமும் ஒரு சண்டை போடுவோம், இதுதான் அதுக்குப் பரிசு சரியா?" என்றார்.

"மகனுக்கும், மகளுக்கும் சம்பந்தம் பேசியிறுக்கு, மாமனார் ஆகப் போறீங்க ஞாபகம் இருக்கட்டும்" என்றார்.

ராகினிக்கு, காஞ்சிப் பட்டுச் சேலை, அவருக்கெனச் சிவகுரு, சொல்லி நெய்து வாங்கியது, வெள்ளி ஜரிகை மின்னும் சில்வர் பார்டர், அடர் சிவப்பு காஞ்சிப் பட்டுச் சேலையை எடுத்துக் கொடுத்து "இதைக் கட்டிக்கம்மா" எனக் கொடுத்தார். "இதை எப்ப எடுத்து வச்சீங்க, நான் பார்க்கவே இல்லை" என வாங்கித் தடவிப் பார்த்தார்." ரொம்ப நல்லா இருக்கு, தாங்க்ஸ்" என்றவர். கட்டியணைத்து முத்தமிட்டுச் சென்றார்.

காரில் இருந்து இறங்கிய ராகினி, வைரத்தில் கழுத்தில் பதிந்த நெக்லஸ், வைரவளையல், ஒற்றை மூக்குத்தி, சிவகுரு அளித்த காஞ்சிப்பட்டு, அழகிய கொண்டை, அதில் வன்னம் தோய்ந்த ஆர்கிட் பூக்கள் எனச் சிவகுரு சொன்ன, ராஜபரம்பரை ராணியாக மிடுக்குடன் நின்றார் ராகினி.

சிவகுரு நண்பரகள், இரண்டு கார்களில் வந்தனர். ஹரிணி குடும்பம் ஒரு வண்டியில் வந்து சேர்ந்தனர். கடைசியாக, ரகுவீர், பக்கத்தில் ஜானகி, பின்னால் தாதாஷா, தாதிஷாவுடன் அமிர்தா அமர்ந்திருக்க, ஹவேலி வாசலில் காரை நிறுத்தினான் ரகுவீர். ஒரு சிப்பந்தி, கார் சாவியை வாங்கிக் கொண்டான்.

ரகுவீர் தாதாஷாவுக்கு இறங்க உதவி செய்தான். ஜானகி தாதிஷாவை அழைத்து வந்தாள், அமிர்தா பின் தொடர்ந்தாள். மூத்தவர்களைச் செகாவத் குடும்பம் மொத்தமும் வந்து வரவேற்றது. அவர்களை வரவேற்று முதல் வரிசையில் அமர்த்தினர்.

இவர்கள் வந்த பின்னால், பாராத் மாப்பிள்ளை அழைப்பு வந்து சேர்ந்தது.

வாசலில் டோல், ட்ரம்ஸ் அடிமுழங்க, கொம்பு வாத்தியம் முழங்க, பஞ்சாராக்களின் (நாட்டுப்புற கலைஞர்கள்) ஜூமர் ஆட்டம் ஆடிவர, படு

பிரம்மாண்டமாக வந்திறங்கியது, மாப்பிள்ளை ஊர்வலம்.

செகாவத் குடும்பம், மொத்தமாக வந்து நின்று, ஆரத்தி எடுத்து, மாப்பிள்ளைக்கு, பெண்ணின் அம்மா சில சடங்குகள் செய்து, பெரிய பானையில் சகுன் சிக்கா, சடங்குப்பணம் வாங்கி,ரூபாய் நோட்டுக்களால் திருஷ்டி கழித்து உள்ளே அழைத்தனர். மாப்பிள்ளை வீட்டாருக்கும், திலகம் வைத்து, பூமாலைப் போடப்பட்டது.

மாப்பிள்ளை உள்ளே வரும் போது, மணப்பெண்ணை அழைத்து வந்து ஜெயமாலை போட சொன்னார்கள்.

வட இந்தியர்கள், சந்திரனைக் கணக்கில் வைத்து சுப ஓரையில் வளர்பிறையில் முகூர்த்தம் வைப்பார்கள். அதன்படி இரவு பத்தரை மணிக்கு, முகூர்த்தம் நடைபெறும், அதற்கு முன்பாக, சங்கீத் விழாவை வைத்திருந்தனர்.

மாப்பிள்ளை அழைப்பில் முக்கிய விருந்தினராக ரெனாவத் குடும்பம் கலந்து கொண்டது. மாப்பிள்ளை வீட்டு உறவுமுறை என்பதால் ஆர்ப்பாட்டம் அதிகமாக இருந்தது. பைரவ் செகாவத் அவர்களுடன் இழைந்து கொண்டிருந்தார்.

ராத்தோட்ஸ், ஒரே பகுதியில் உறவினர்கள் நண்பர்கள் புடை சூழ அமர்ந்திருந்தனர். ஹேமந்த், பங்குரி வந்து பந்தி விசாரித்துச் சென்றனர்.

தாதிஷா, தாதிஷாவை அமரவைத்து விட்டு ஹேமந்திடம் சென்ற ரகுவீர், ஏதாவது தேவைப்பட்டால் அழைக்கச் சொன்னான்.

"ஜமாயீஷா, நீங்க கேட்டதே போதும்" என்றார் ஹேமந்த்.அவரிடம் விடைப் பெற்று, ராஜ் மஞ்சரியிடம் வந்து சேர்ந்தான். அங்குப் பாடல் பட்டியலைப் பார்த்தான்.இருவரும் மெரூன் வண்ணத்தில் ராயலாக இருந்தனர்.

ஜானகி, தன் அத்தானின் முத்துக்களை நான்கு விரல் தடங்களையும், தன் மேக்கப் திறமையால் அழகாக மறைத்திருந்தாள். அதன் பின்னர் ரகுவீர் தந்த இதழொற்றல் மருந்து அவளை இன்னும் மிளிரச் செய்தது.

க்ரே அனார்கலி லாங்கவுன், கீழே நெட்டட் அகலமான பாவாடை, ஆனால் உடலோடு ஒட்டியது, மேல் பாகம், முழு வேலைப்பாடு ராணியின் கழுத்து போல். நெட்டட் கையில் எம்பிராய்டரி.நகை பெரிதாக ஏதுமில்லை, ஆனாலும் அவள் உடல் ஒட்டிய அந்த உடை அவளின் வளைவுகளை எடுத்துக் காட்டி, பேரழகாகக் காட்டியது.அவளின் உதட்டுச் சாயம், ஸ்பெஷலாகத் தடத்தை மறைக்கத் தடவிய கீரிம்களின் உதவியால் விண்ணிலிருந்துஇருந்து வந்த தாரகையாய் மின்னினாள்.

கழுத்தில் அவன் அணிவித்த செயின் மட்டும். கைகளில் தாதிஷா அணிவித்த வளையல், காதில் நீண்ட தொங்கட்டான். முடியை விரித்து விட்டு சுருளாகச் செட் செய்திருந்தாள். ரகுவீர் டார் க்ரே கலர் செர்வானி. பணக்கார இரஜபுத்திரனாக ஹேண்ட்ஸமாக நின்றான்.

ராக்கேஷ் ரெனாவத்தின் கண்கள், ஜானகியைத் தான் மொய்த்துக் கொண்டிருந்தது. அவனைப் பார்க்கவும் ஜானகிக்கு ராமின் நினைவு வந்தது. அவன் மொபைல் எண்ணிற்கு டயல் செய்தால் ரிங் போனது ஆனால் எடுக்-கவில்லை.

ராகினி, தன் மகளை மாலையில் பார்க்கவில்லை, எழிலோவியமாக நின்ற அவளைக் கண்டு சிவகுரு பூரித்திருந்தார். ஆனால் தாய் மனம் அவள் பாதுகாப்புக்காகப் பதறியது. ரகுவீரை அழைத்தார் ராகினி. ஜானகி அவனுடன் வந்து தன் தந்தை அருகில் அமர்ந்தாள், பக்கத்தில் அம்மாவின் உடன் பிறந்த, பிறவா மாமன்கள் இருந்தனர்.

"மாமாஜீ, ஏதாவது விசயமென்றால் நீங்க சிம்மி தீதிக்குச் சப்போர்ட் பண்ணுவீங்களா ஜீஜாஜிக்குச் சப்போர்ட் பண்ணுவீங்களா" எனப் பல்லாஜி-யைப் பார்த்துக் கேட்டாள். வில்லங்கம் தன் பக்கம் தான் எனச் சிவகுரு சுதாரித்தார்.

"இதென்னமா சந்தேகம் சிம்மியத்தான். என்ன இருந்தாலும் நான் பெற்ற மகள்" என்றார் பல்லாஜி.

ப்ரீத்தோ மாமிஜீ நீங்க என்றாள் "கேள்வியே இல்லை புத்தரு, மகள் தப்பே பண்ணாலும், நாம எப்படி விட்டுக் கொடுப்பது, சிம்மியத்தான் சப்-போர்ட் பண்ணுவேன் " என்றார் ப்ரீத்தோ.

"மாமையா உங்க ஃப்ரண்டு, என்னைய எங்கேயிருந்து தவுட்டுக்கு வாங்-குனாரு, உங்களுக்குத் தான் தெரிஞ்சிருக்குமே" என ரெட்டியைப் பார்த்துக் கேட்டாள் ஜானகி.

"அதென்ன 'தவிடு' அதைக் கொடுத்தா பேபி விலைக்குத் தருவார்களா? " என ரகுவீர் சந்தேகம் கேட்டான் அமுதனிடம்.

"அத்தான், அது ரைஸ் டஸ்ட், சும்மாவாவது 'பொதுவா நீ தவுட்டுக்கு வாங்கினப் பிள்ளைன்னு வம்புக்கு சொல்லுவாங்க' அதைக் கொடுத்துத் தான் அவளை வாங்கினோமென்று, வம்பிலுக்குறா" என்றான்.

"அம்மா மருமகளே, நான் முன்னாடியே சொன்ன மாதிரி டீல் முடிந்-தது.இனி எதுவா இருந்தாலும் நேரா உங்கப்பாக் கிட்டையே மோது" என்றார் ரெட்டி.

"அத்தையா, ஶ்ரீமதி அக்கையாவுக்குச் சப்போர்ட் பண்ணுவிங்களா, மாமாவுக்கா" எனப் பார்வதியைக் கேட்டாள். அவரும் சிரித்துக் கொண்டே,"என் மகளுக்கு" என்றார்.

"அமுதா, உனக்கு ஞாபகம் இருக்கா, என்னை எங்கிருந்து வாங்கிட்டு வந்தார்கள்" எனக் கேட்டாள். "திண்டுக்கல்லா, மதுரையா, திருச்சியா சரியா ஞாபகம் வரலை ஜானும்மா" என்றான் அமுதன்.

"இந்தப் பேச்செல்லாம் பேசினாலும், நீ செய்தது தப்பு தான் ஜானகி, நான் உன்னை மன்னிக்க மாட்டேன்" எனக் கறாராக ராகினி சொன்னார்.

"அது தான் தெரியுமே, மாதாஜிக்கு சும்மாவே என்னை ஆகாது, இப்ப ஃபேவரைட் மருமகன் வேற வந்தாச்சு நான் எதுக்கு" எனக் கோபமானாள்.

"ஜானும்மா, இதென்ன சின்னப் பிள்ளை மாதிரி, அப்பாவோட செல்லக்குட்டி, என் தங்கம்ல " எனக் கொஞ்சினார்.

"அப்பாஜான், எதா இருந்தாலும் தள்ளியே நில்லுங்கள். என் மேக்கப் கலைஞ்சா, உங்கள் மருமகன் கைரேகை எல்லாருக்கும் தெரிஞ்சிடும்" என்றாள்.அவளை சமாதானம் செய்ய முயன்ற பொழுதில் ஹேமந்த் பேச ஆரம்பித்தார்.

இதற்குள் ஹேமந்த், கையில் மைக்குடன் மேடைக்கு வந்தார். எல்லாரையும், தங்கள் வீட்டு விசேசத்துக்கு வரவேற்றார். மற்றொருமொரு முக்கியமான குடும்பத்தை இங்கே அறிமுகம் செய்வதில் பெருமையடைகிறேன் என்றவர்.

" நானும், என் கர்வாலி பங்குரியும் லவ்மேரேஜ் . அதனை நடத்தி வைத்து வீரேந்தர்சிங் ராத்தோட் மாமாஷாவின் மகள் ராகினிஷா. ஆனால் அதுக்காக அவர்கள் கொடுத்த விலை, பிறந்த வீட்டைப் பிரிந்து இத்தனை வருடப் பிரிவு.

என் நண்பன் மதராசியான சிவகுரு நாதன்,மற்ற எங்கள் மூன்று நண்பர்களான பாண்டேஜி, பல்லாஜி, ரெட்டிஜி, அவர்கள் உதவியுடன். ராகினிஷாவை காப்பாற்றி, அழைத்துச் சென்றார்

இது ஸ்வர்கீய ஸ்வர்ன மஹாலக்ஷ்மி ராத்தோட்ஷா, நீங்க அவர்களை மறந்திருக்க முடியாது, படே மஹராஜ்ஷாவின் பெண் வழி வாரிசு" என அவர், ராகினியின் தாதிஷாவைக் குறிப்பிடும் போது, மற்றவர்களிடன் மரியாதையான தலையசைப்பு இருந்தது.

" ராணிஷாவின் கட்டளையில், ராகினிஷாவை, முன்பின் அறியாத சிவகுரு நாதன் அழைத்துச் சென்றார்.சிவகுருவின் தாதாஷா, சுப்பையாஷா அவர்களிடம், ராணிஷா கேட்ட உதவிக்காக அவர்கள் ராகினிஷாவை பாதுகாத்தனர். அதன்பிறகு மிகுந்த மரியாதையுடன், ராணிஷா கைகளினால் ராகினிஷா, சிவகுரு நாதனுக்கு, ஷாதி செய்து வைக்கப்பட்டது. இந்த விசயங்களை, இரஜபுத்திர வம்சத்தினரான நீங்கள் அறிவதும், அதை அறிவிப்பதும் நான் ராகினிஷா விற்குச் செய்யும் நன்றி கடன்." எனக் கண்கலங்கினார்.

சிவகுரு நாதன் குடும்பத்தை, முன்னால் வரவழைத்து அறிமுகம் செய்வித்தார். அதன் பின்னர் ராஜேன், மைக்கை வாங்கியவர் தொடர்ந்தார்.

" நான் ராத்தோட் குடும்பம் சார்பில், எங்கள் பஹன்ஷா ராகினியையும், ஜமாயீஷாவையும், எங்கள் பாஞ்சே, பாஞ்சியை உங்கள் முன் அறிமுகம் செய்வதில் பெருமை கொள்கிறேன்.

பல வருடங்களுக்கு முன், நம் சமுதாயத்தால் என் பஹன்சாவிற்கு அநீதி நடந்தது. அதில் எங்கள் குடும்பமும் கையாலாகாமல் நின்று வேடிக்கைப்

பார்த்தது, அது நாங்கள் வெட்கப்பட வேண்டிய ஒன்று.

எங்கள் தாதிஷாவின் கருணையால், ராகினி நன்றாக இருக்கிறார், அந்த அம்பே மாவிற்கு எங்கள் வந்தனம்.

இன்று எங்களுடன் எங்கள் பஹனை இணைத்து வைத்த ஹேமந்த் மற்றும், அவர் நண்பர்கள், எங்கள் வீட்டுப் பிள்ளைகளுக்கு நன்றி. தங்கள் வயதான காலத்தில் தங்கள் பேட்டியைக் காணத் துடித்த என் பெற்றோருக்கு அவர்கள் மகளைத் திருப்பித் தந்திருக்கிறீர்கள்.

இந்தத் தருணத்தில், எங்கள் சம்பந்தம் இன்னும் பலம் பெறுவதற்காக, பிள்ளைகள் விருப்பத்திற்கு மதிப்பு தந்து, சில ரிஸ்தா பக்கா செய்து உள்ளோம். முறையான அழைப்பு உங்கள் இல்லம் நாடி வரும். இது ஒரு அறிவிப்பு மட்டுமே.

என் மகன் ரகுவீர் சிங் ராத்தோடுக்கு, ராகினி, சிவகுரு தம்பதியின் மகள் ஜானகியை ஷாதி செய்ய உறுதி செய்துள்ளோம்," என ஜோடியாக நிறுத்தினார்.

"எனது சோடே பாயி, கஜேந்தர் மகன், ராஜ்வீர் சிங் ராத்தோட்க்கு, ஹேமந்த் செகாவத்தின் மகள் மஞ்சரி செகாவத்துடன் ரிஸ்தா உறுதி செய்யப்பட்டது.

அடுத்தப் பாயீ அமரேனின் மகள் ஸ்வர்ன மயூரி சிங் ராத்தோடை , எங்கள் பாஞ்சா சிவகுக அமுதனுக்கும் ஷாதி உறுதி செய்யப்பட்டது." என அறிவித்து, ஜோடியாக நிற்க வைத்தார். அனைவரது வாழ்த்துக்களையும் பெற்றுக் கொணடனர் ராத்தோட் குடும்பம்.இந்த அறிவிப்புகளைப் பார்த்த, பைரவ்சிங் மற்றும் ராக்கேஷ்க்கு கோபமும் எரிச்சலும் வந்தது.

சங்கீத், ஆரம்பிக்கும் அறிவிப்பை, மஞ்சரி கொடுத்தால் டிஜே மியூசிக்கை அலறவிட்டான். மஞ்சரியிடமிருந்த மைக்கை, ரன்வீர் வாங்கிக் கொண்டான்.

“இருமனம் இணைந்த இந்நிகழ்வை இன்னிசையால் கொண்டாடுவோம்.

இனிய ஸ்வரமாக ஆரம்பிக்கும் துல்ஹன்.இணைந்து தாளம் வாசிக்கும் துல்ஹா.இணைந்த ஒரே ஸ்ருதியாய் ஒலிக்கட்டும். இன்றைய தம்பதியை வாழ்த்த வருகின்றனர், எவர் கீரின் மேரே பாயீ ராஜ்வீருடன், அவன் கர்வாலி, பால்ய விவாகம் முடிந்தும், பச்சைக் கொடி காட்டுபவர் யாரோ வெனக் காத்திருக்கும், செகாவத் கி ஷான், ஹமாரே காந்தான் கி சோட்டி பஹூ மஞ்சரி”. என ரன்வீர் இன்ட்ரோ கொடுத்தவுடன் இசைக்கப்பட்டது.

‘முண்டா தோடா ஹாப் பீட் ஹை’என, ‘பார் பார் தேக்கோ’ எனும் படப் பாடல் இசைக்கப்பட, மஞ்சரியும், ராஜ்வீரும் பம்பரமாகச் சுற்றினர்.

அடுத்து , காம்பயரிங் வந்த ரன்வீர், ஷாதிக்கு இன்வைட் பண்ணியாச்சு, இப்போது துல்ஹா,துல்ஹன் ஒரு ஸ்டப் , ஆட வாங்க. என அழைத்தான்.

மோனல் தயங்கினால், ஹரிணியும், விக்ராந்த செகாவத் மனைவியும் அவளை மேடை ஏற்றி, ‘பரேலி கி பர்வி ’படப் பாடலுக்கு ஆட வைக்க,

அவர்களின் இணை துல்ஹாவை அழைத்து வந்தனர். பெரியவர்கள், ஆளுக்கு ஒரு ஸ்டெப் வைத்தனர்.

“பெண் மயிலுக்குத் தான் தோகையில்லை. ஆனால் பெண்கள் தோகை போன்ற அழகுடன் மலர்ந்து ஆடும் போது, அந்த ஆண்மயிலும் இவள் போல் நாம் அழகில்லை என வெட்கும். நீலமணிக்கற்கள் மின்ன, தோகை விரித்தாடும் மோர்னி பன்கே ஆத்திஹை மேரி பஹனா[மயிலாக மாறி வருகிறாள் என் சகோதரி] இரஜஸ்தானி மோர்னி கோ நசானே ஆதேஹை ஹமாரே ஜீஜூ அமுதன்.[ராஜஸ்தானி மயிலை ஆட்டிவைக்க வருகிறார் என் அத்தான் அமுதன்]

‘பதாயிஹோ’ படத்திலிருந்து, ‘மோர்னி பண்கே ஆவோ’ என்ற பாடலுக்கு மயூரியும் அமுதனும் நடனமாடினர்.நடுவே அமித்,பிரீ நிதி ஒரு பார்ட் ஆடினார்கள்.

ஜானகி, அமிர்தா, மஞ்சரி, மயூரி நால்வரும் இணைந்து," யாரோ யாரோடி உன்னோட புருஷன்" என்ற "அலைபாயுதே‘ பாட்டுக்கு ஆடினர்.அவர்கள், ஆடி முடிந்து களைந்து செல்லும் போது, ஜானகியின் கையைப் பிடித்து நிறுத்தினான் ரகுவீர்."வீரூஜி என்ன செய்யறீங்க விடுங்கள்" என்றாள். அதற்குள் ரன்வீரின் அறிவிப்பு வந்தது.

"நாங்கள், எங்கள் படே பய்யாவின் துல்ஹனியாவை ஊரெல்லாம் தேடினோம், எங்கள் படிமாஷா வீசிய வளையிலும் சிக்கவில்லை என் பாபிஷா. எங்கள் ராமனுக்கு ஏற்ற சீதை எங்கே, ரகுவீருக்கு ஏற்ற ஜானகி எங்கே எனத் தேடித் திரிந்தோம். இதோ புவாஷா பெற்ற மகள், எங்கள் அண்ணன் மனம் கவர்ந்த மங்கை ஜானகி தேவி." என இசையைச் சுழல விட்டான்.

"வீருஜி, டான்ஸ் ப்ராக்டீஸே பண்ணலை எப்படி " என அவள் கேட்டாள்.அவள் கையைப் பற்றி, தன் தோள் மீது வைத்துக் கொண்டவன்,மற்றொரு கையைப் பற்றி, "என் மேல் நம்பிக்கை வைத்து என் கண்ணைப் பாருடி, கையை மட்டும் விடாதே " என்றவன். அவளை ஆட்டுவித்தான்.

ஹோ வென இளைஞர் கூட்டம் கத்தி ஆர்ப்பாட்டம் போட்டனர். லைட்டிங், அவர்களை மட்டும் கவர் செய்தது. 'மோஹ்,மோஹ கே தாஹே" எனப் பாட்டு இசைத்தது. ரகுவீர், தன் கைகளில் ஜானகியைச் சுழற்றினான், அவள் அவனின் மோகத்தில் கட்டுண்டவளாக, சுழன்றாள். அவள் இடைத் தொட்டுத் தூக்கி, தன் கால்களின் பேலன்சில் நடனத்தைக் கட்டுக்குள் வைத்திருந்தான். ஜானகிக்கு அவளின் வீரூஜி மட்டுமே தெரிந்தான். மாயனின் குழல் இசை மயங்கிய ராதை போல், ஜானகி ரகுவீரின் காதலில் முழுமையாகத் தன்னைத் தொலைத்தாள்.

அவர்களின் பாவத்தில் அழகிய காதலின் சங்கமத்தில் அங்கிருந்த அத்தனை ஜோடிகளும், உண்மை காதலின் ஆழத்தைக் கண்டனர். இவர்கள் ஒருவர் மற்றவருக்காகப் பிறந்தவர்கள் என்ற எண்ணம் ஆட் கொண்டது.

ராகினியின் கண்களில், அந்த அன்பின் ஆழம் கண்ணீரை வரவழைத்-தது.

பாட்டு முடிந்தது நிசப்தம் ஆட்கொண்டது. ஜானகி, அவன்மேல் தன் தலை சாய்ந்து, ராதா கிருஷ்ணன் போசில் நின்றனர்.

வெளிச்சம் பரவி கரவொலி எதிரொலித்தது, அதில் தன்னுணர்வு பெற்ற ரகுவீர், அவளைத் திருப்பி நிறுத்தி, ஒரு கால் மடக்கி மண்டியிட்டு, அவள் கைப்பற்றி, டைமண்ட் ரிங்கை ஏந்தியபடி,

"என் உயிர் வரை நிறைந்தவளே,என்றும்

என் கைவளைவில் உன்னை இருத்தி,

உன்னைக் காத்திருப்பேன்.

என் உயிராய் இருக்க வருவாயா" எனக் கேட்டு நின்றிருந்தான் ரகுவீர்.

ஜானகிக்கு பேச்சு வரவில்லை, தன் வாழ்வின் நோக்கம் நிறைவேறியது போலே, இந்த நாளுக்காகவே பிறப்பெடுத்தது போல் ஆம் எனத் தலையசைத்தாள், கண்களில் கண்ணீர் பெருகியது.ரகுவீர், அவளுக்கு மோதிரத்தை அணிவித்து, கண்ணைத் துடைத்து அணைத்தபடி அவ்விடம் விட்டு நகர்ந்-தான்.

ரன்வீர், பேசவும் மறந்தவன், சுதாரித்து, “யார் சொன்னது, உலகில் உண்மைக் காதல் இல்லையென்று, இதோ அன்பின் சங்கமம், ஒருவருக்கு ஒருவரென ஒன்றிணைந்திட வருடங்கள், மாதங்கள்,வாரங்கள் எனும் கால அவகாசம் தேவையில்லை’. என வர்ணித்தான் ரன்வீர்.இதோ மற்றுமொரு க்ருப் சாங் என மாப்பிள்ளை வீட்டினரை ஆடவைத்துக் கொண்டிருந்தான்.

ரகுவீர், ஜானகி அந்த மோனத்தில் இருந்து வெளி வரவில்லை, செகாவத் ஹவேலியின் லானில், ஊஞ்சலுக்கு அழைத்துச் சென்றான் அவளை.அவன் தோளில் தலை சாய்த்து, அமர்ந்திருந்தாள்.

"வீருஜி, நிஜமாகவே உங்களுக்கு என்னை இவ்வளவு பிடிச்சிருக்கா" என்றாள்.

"இதென்னடி கேள்வி, என் உடலின் ஒரு பாகம் நீ." என்றான் ரகுவீர்.

"எப்போது இருந்து , என்னைப் பிடிக்கும்" எனக் கேட்டாள்.

"ம், இந்த மிர்ச்சி,என் மேல் மோதி என் கையில் விழுந்த நொடியிலி-ருந்து." என்றவன் குரல் ஆத்மார்த்தமாகச் சொல்லியது.

" ஐஸ்கிரீம் அபிஷேகம் செய்தியே, அப்பவே ஐஸ் வச்சுட்ட" என்றான்.

"எனக்கு எப்போது இருந்து பிடிக்கும்னு நீங்க கேட்கமாட்டீங்களா" எனக் கேட்டாள்."எனக்குத் தெரிந்த பதிலுக்கு, எதற்குக் கேள்வி கேட்பது" என்-றான்.

"என்ன தெரியும்" எனக் கேட்டவளிடம்,"என் பூபாஷா வயிற்றுக்குள்ள, நீ இருக்கும் போதிருந்து என்னை விரும்புகிற, இது பூர்வ ஜென்ம பந்தம்." என்றான் ரகுவீர்.

"அப்படித்தான் இருக்கும் போல உங்களைப் பார்க்கும் போது, பல வருடங்கள் பழகின என் வீரூஜியாக இருந்தீங்க. நீங்க தான்னு, ராஜ் காரில் சொன்னபோது தெரிஞ்சது." என்றவளிடம்,

"அப்ப சண்டை காரங்களா இருந்தோமே," என்றான்.

"உங்கள் முகத்தைத் தான் புதுசா பார்த்தேன், உங்கள் சோல் எனக்குப் பழக்கம் தானே. என் அம்மா கூடச் சண்டை போடுற மாதிரி உங்களோடு போடுவேன்" என்றாள்.

"வீரூஜி, ஏர்போர்ட்ல போட்டது முதல் சண்டை கிடையாது, சின்ன வயசிலிருந்து, சண்டை, சமாதானம் எல்லாம் உங்களோடு தான்" என்றாள்.

"மேரிஜான், கொஞ்சம் மரை கழண்டவளா நீ " என்றான்.

" பயம்மா இருக்கா, இந்தப் பாகல் கைகியை எப்படிச் சமாளிப்போமென்று" என்றாள். "என் லுகாயி, எப்படி இருந்தாலும் எனக்குத் தான். அதுவும் என் மேல் பைத்தியமா இருக்கிறவள் என்னவள் தான்" என்றான்.

அமிர்தா, இவர்களைத் தேடி அங்கே வந்தவள், செருமி, கவனத்தை ஈர்த்தாள்.

"வாடா அம்ரூ, உட்கார்"என ஊஞ்சலில் அவளுக்கும் இடம் கொடுத்தான் ரகுவீர்.

"இல்லை அண்ணா, அங்க உங்கள் இரண்டு பேரையும் தேடுறாங்க. சங்கீத் முடிஞ்சது, டின்னர் ஆரம்பிச்சிட்டாங்க" என்றாள்.

"வீரூஜி, போகலாமா பசிக்குது" என்றாள் ஜானகி.

ரகுவீர் கடகடவெனச் சிரித்தவன், ஜானகி முறைக்கவும் அமிர்தாவிடம்,

" என்ன மூடில் இருந்தாலும், சாப்பாடுன்னு சொன்ன உடனே, டக்குனு பசிக்குதுன்னு வருவாள் பாரு அதுதான் நம்ம ஜான்வி" என்றான்.

இருவரும், ஜானகி யை பார்த்துச் சிரித்தனர்.

"பார்த்துகிட்டே இருங்கள், ஒருநாள் இல்லை ஒருநாள்,நீங்க இரண்டு பேரும் ஒருவாய் சோறை நீட்டிக்கிட்டே என்னைச் சாப்பிட வைக்க அலைய போகிறீர்கள்" என்றாள். "அப்படி ஒரு நாள் கேலண்டரிலேயே இல்லை" என ரகுவீர் கமெண்ட் அடிக்கச் சிரிப்போடு ஹவேலியை நோக்கிச் சென்றனர்.

அருகே செடி மறைவில் இருந்து, அந்த அரக்கனின் கண்கள் அவர்களைப் பார்த்துக் கொண்டு இருந்தது. கழுத்தில் பாம்பு, கைகளில் ருத்ராட்சம் உடுக்கை கட்டிய காட்டான் அவன்.

மனதின் வார்த்தை -47

உதய்பூரின்,பெரிய குடும்பங்களுள் ஒன்றான செகவத் குடும்பத்தின் ஷாதி, அவர்கள் வீட்டின் நடுக் கூடத்தில் இரஜஸ்தானி பழக்கவழக்கங்களுடன் நடைபெற்றுக் கொண்டிருந்தது. முழுச்சேலை அளவு, டை அண்ட் டை சாயம் தோய்க்கப்பட்ட, துணியைச் சுருட்டி, சுருட்டி பகடி எனச் சொல்லப்ப-

டும் தலைப்பாகையை, அவரவர் தகுதிக்கேற்ற துணிகளில் அணிந்திருப்பர்.

இரஜஸ்தானி மாப்பிள்ளைகள், குதிரையில், பரம்பரை வாள் பிடித்தப-டியே பாராத்-மாப்பிள்ளை அழைப்பு ஊர்வலத்தில் வருவர்.முகூர்த்தம் ஆரம்-பித்தது, மோனல் முக்காடிட்டு அழைத்து வரப்பட்டாள்.மண்டபம், அக்னி வளர்க்கப்பட்டு, மந்திரம் முழங்க, கன்னிகாதானம் ஸாத்பஹரே, எனச் சொல்லப்படும் ஏழுமுறை அக்னி வலம் வந்து, வாக்கு கொடுத்தல், மணம-கன், மணமகள் ஒருவருக்கு ஒருவர், திருமணப்பந்தத்தில் பிணைந்திருக்கும் உறுதிமொழி ஏற்பர்.

இது போன்ற தருணத்தில் தான், ராகினி தன்னிடத்தை, பங்குரிக்கு விட்-டுச் சென்றார். பங்குரி, அதை நினைத்து ராகினியின் கையைப் பிடித்து, உணர்ச்சி பொங்க நன்றி நவின்று கொண்டிருந்தார்.

இரவு, முகூர்த்தம் முடிந்தவுடன், தாதாஷா, தாதிஷாவை ஓய்வெடுக்கத் தங்கள் ஹவேலிக்கு அழைத்துச் சென்று விடுமாறு, ராஜேந், ரகுவீரிடம் சொன்னார். அதற்குப் பிறகான சுப ஓரையில் விதாயி- மணப்பெண், மாப்-பிள்ளை வீட்டுக்குச் செல்லும் சடங்கு நடக்கும்.

அமிர்தாவுக்கு முழிக்க இயலாமல் தூக்கம் சொக்கியது. அவளை அழைத்துக் கொண்டு ஜானகி, மஞ்சரியின் அறைக்குச் சென்றாள்.முக்கி-யமான குடும்ப உறுப்பினர்கள் தவிர மற்றவரை அழைத்துச் செல்ல முடி-வெடுத்தனர். வீட்டிலிருந்து வரும்போது, ஒரு சீராக, வந்தவர்கள், இப்போது மாற்றி மாற்றிச் சென்றனர்.சென்றவர்கள் அவரவர் அறைகளில் படுத்தும் விட்டனர்.

முகூர்த்தம் முடிந்து, தாதாஷா தாதிஷாவை வீட்டுக்கு அழைத்துச் செல்-லும் நேரம், ரகுவீர் ஜானகி, அமிர்தாவைத் தேடினான். அதற்கு முன்னரே ஜானகி, அமிர்தாவை மஞ்சரி அறைக்கு அழைத்துச் சென்று விட்டாள்.

அந்த நேரம் ஜானகியின் போன் அடித்தது, அமிர்தா உடை மாற்றிப் படுத்திருக்க அவளை எழுப்பாமல், அழைப்பில் வந்த ராமின் நம்பரைப் பார்த்துப் பதறி, சிக்னல் கிடைப்பதற்காக வெளியே வந்தாள்.

"ஹலோ,ஹலோ ராம், ராம் அத்தான், எங்க இருக்கீங்க" என்றபடி காரி-டரில் நடந்தாள். எதிரே விதாயிக்கான பொறியை எடுக்க வந்த பம்மி," ஜானி மா, யாரு போன்ல ஜமாயீஷா வா" எனக் கேலி செய்து முன்னேறி-னாள்.

ஜானகி அவருக்குப் பதட்டமாக ஓர் புன்னகையை, உதிர்த்து விட்டுப் பின் கட்டை நோக்கிச் சென்றாள்.

மயூரியும் ஶ்ரீநிதியும், ஜானகி சென்ற பின்னர் வந்து, மஞ்சரி அறையில் கையோடு கொண்டு வந்த சல்வாரை மாற்றிக் கொண்டு படுத்து விட்டனர்.

சிறிது நேரம் சென்று, மஞ்சரி தன் கஸினுடன் வந்து, அமிர்தா பக்கத்தில் அவளைப் படுக்க வைத்தாள்.

"ஹலோ, கௌன் ஹை, கிஸ்கே பாஸ் ஹை யஹ் போன்" என ஜானகி கேள்வி எழுப்பிக் கொண்டே வந்தாள். ராமின் போனை வேறு ஒருவன் கையில் பிடித்திருந்தான். அவன் வேறு யாருமில்லை, அந்தக் காட்டான் தான். காலையில் ஜெய், அமித்துடன் மோதியவன். ஜானகி வளைவில் திரும்பும் போது, கைக்குட்டையில் மயக்க மருந்தை, வைத்து, அவள் முகத்தில் அழுத்தினான்.

பின்னால் ஏதோ சத்தம் கேட்டுத் திரும்பிய வேலையாளை, மாப்பிள்ளை வீட்டுக்காரன் ஒருவன் அதிகாரமாய் அழைத்து, வேறு வேலைச் சொன்னான்.

ஜானகி, மயக்க மருந்து என அறிந்து மூச்சை அடக்கினாள், அதை எதிர்பார்த்த, அந்தக் காட்டான், நீண்ட நேரம் வைத்து அழுத்தினான்.

தாக்குப்பிடிக்க முடியாத, ஜானகி, "வீரூஜி" என்ற அழைப்புடன் மயக்கமானாள். மயக்கமடைந்த ஜானகியின் மேல், இரஜஸ்தானி, பஞ்சாராக்களின் உடையை அணிவித்து, முக்காட்டையும் போட்டு விட்டான். அவனும் பெரிய பகடி அணிந்து கொண்டு, பஞ்சாரக்களின் வேடம் அணிந்தான்.

ஜானகியைத் தோளில் போட்டுக் கொண்டு, அந்த டெம்போவில் ஏற்றிக் கொண்டான். இந்த நிகழ்ச்சிக்காக வந்த பஞ்சாராக்கள் ஏற்கனவே டெம்போவில் இருந்தனர்.

காட்டான் தூக்கி வருவதைப் பார்த்து, "அரே பணா, என்னாச்சு உன் லுகாயிக்கு"எனக் கேட்டனர். "மயக்கம் போட்டுவிட்டாள்" என மார்வாரியில், பேசி தன்னோடு வைத்துக் கொண்டான்.

அதே நேரம் தான் ரகுவீர், ஜானகிக்கு, போன் செய்தான். ரிங்கிங் சத்தம், டெம்போவில் இருந்து வந்தது. ரகுவீருக்கு, சந்தேகம் வந்தது, திரும்பி டெம்போ வண்டியைப் பார்த்தான், அதற்குள், அந்த, அந்தக் காட்டான், போனை சைலண்டில் போட்டான்.

தாதாஷா ரகுவீரை அழைத்தார். இதோ எனப் போனை கட் செய்து, காரில் ஏறி அமர்ந்தான். ரகுவீர் கார், ஜானகி இருந்த டெம்போவைத் தாண்டி சென்றது. ரகுவீருக்கு மனதே சரியில்லை.

ஜானகியின் மொபைலை,டெம்போ கிளம்பும் முன் பக்கத்திலிருந்த, செடியின் மறைவில் வீசி எறிந்தான் அந்தக் காட்டான். டெம்போ கிளம்பி ரயில்வே ஸ்டேசன் சென்றது, அங்கே கிளம்பிக் கொண்டிருந்த அகமதாபாத் வண்டியில் ஜானகியை ஏற்றினான். இவர்களோடு வந்தவர்கள், அடுத்த இரண்டாவது ஸ்டேசனில் இறங்கினார்கள்.

ராத்தோட் ஹவேலியில் தாதாஷா, தாதிஷாவை இறக்கி விட்ட ரகுவீரின் மனம், தங்கள் ஹவேலியில் இருப்புக் கொள்ளவில்லை. பெரியவர்களை, அவர்கள் அறையில் விட்டுவிட்டு, செகாவத் ஹவேலிக்குத் திரும்பினான்.

முகூர்த்தம் முடிந்து ஆசீர்வாதம் வாங்கும் படலம் நடந்து கொண்டிருந்தது. ராத்தோட்கள் ஆசீர்வாதம் செய்யும் முன் ரெனாவத் முன் சென்றனர்.

ராக்கேஷ், போனில் யாருடனோ பேசிக் கொண்டு இருந்தான். அவன் முகத்தில் மகிழ்ச்சி தாண்டவமாடியது.

ரகுவீர் வேகமாக வந்த பாதையை , வேண்டுமென்றே, அடைத்து நின்றான். ரகுவீர், உள்ளே போகும் அவசரத்தில் , ராக்கேஷ் மீது மோதினான்.

" ஓ,மேரே தோஸ்த், என்ன அவசரம். மெதுவா வாங்க. இங்க என்ன டிலா நடக்கிறது. அண்ட் கண்கிராட்ஸ், ஷாதி பீக்ஸ் ஆனதுக்கு. ஃபைனலி உங்களுக்கும், ஒரு பொண்ணு கிடைச்சடுச்சு" எனக கையை நீட்டினான்.

ரகுவீரும், ராக்கேஷும் ஒரே, ஸ்கூல், காலேஜ் எனப் படித்த போது, எல்லாவற்றிலும், போட்டி தான். திருமணம், மட்டும் இரண்டு முறை செய்து விட்டான். முதல் திருமணம், மகேஸ்வரி குடும்பத்தில் செய்தான், அந்தப் பெண், இவனின் வன்கொடுமையால் மனநிலை பாதித்து , போராடி டைவர்ஸ் பெற்றது. அதன் பின்னர், வசதி குறைந்த பெண்ணைக் கட்டி குடும்பம் நடத்தி வருகிறான்.

ரகுவீர் ஏளனச் சிரிப்புடன்," இது ட்ரயல் அண்ட் எரர் இல்லையே, ப்ரோ, ஷாதி, என் மனசுக்குப் பிடித்து, என்னை விரும்புகிறவளைத் தானே விவாகம் செய்ய முடியும். எனிவே தாங்க்ஸ்" எனக் கை குலுக்கி அவனைக் கடந்து சென்றான்.

தன் குடும்பம் இருக்கும் வந்தவன், பாதி ஆட்களைக் காணாமல் கேட்டான்.

ராகினி, " பூபாஷா நண்பர்கள், நம்ம ஹவேலிக்கு கிளம்பிட்டாங்க, எதிரே கிராஸ் பணாணியிருப்பாங்க" என்றார்.

ராஜேன், கஜேன், அமரேன், ராகினி இணைகள் மட்டுமே அங்கே நின்றனர்.

" கஜேன், ஸர்குன் காலையில் விதாயி முடிஞ்சு தான் வருவார்கள், நம்ம கிளம்பலாம். " என்றார் ராஜேன்.

"மயூரி, ஜானகியெல்லாம் காணோம்" என ரகுவீர் கேட்டான்.

" ஆகா, வீரூவுக்கு இனிமே நாம கண்ணுக்குத் தெரியுவோம். சுற்றி அவ்வளவு பேர் இருக்கிறோம், நீங்க இரண்டு பேர் மட்டும் தான் உலகம், அப்படிங்கிற மாதிரி என்ன டான்ஸ், ப்ரபோஸல். வீரூ கலக்கிட்ட " என ராகினி கேலி பேசினார்.

"புவாஷா, உங்கள் மகளைத் தானே ப்ரபோஸ் பண்ணினேன், அதுக்கு எதுக்கு இப்படிப் புகையிது" எனச் சிரித்தபடிக் கேட்டான் ரகுவீர்.

"அப்படிச் சொல்லுங்கள் மாப்பிள்ளை, என் மகள் மேல் என்ன இருந்தாலும் இவ்வளவு பொறாமை ஆகாது, ஸ்வர்னி" என்றார் சிவகுரு.

" ராகினி என்ன, இன்றைக்கு இங்கிருந்த அத்தனை பொண்ணும், வயசு வித்தியாசம் இல்லாமல், ஜானகியைப் பார்த்துப் பொறாமை பட்டிருப்பார்கள். கண்படப் போகிறது, என் பஹூவுக்குச் சுத்திப் பேடனும்." என்றார் ஷப்னம்.

"ரகுவி, என்ன ஒரு ப்ரபோசஸ், உங்க சாசாஷால்லாம் சுத்த வேஸ்ட் பேட்டா, ஜானகி உனக்காகவே, உங்கள் புவாஷா பெற்று வளர்த்திருக்காங்க. சந்தேகமே இல்லை" எனப் பூனம் ரகுவியைச் சிலாகித்தார்.

"அவன், ப்ரபோஸ் பண்ணினான் ஓகே, என்னை எதற்குமா வம்பிலுக்குற?. உங்கள் வீட்டையே சுத்தி வந்தது, வேலையே இல்லாத ஜெய்ப்பூருக்கு, பிங்க் பேலஸ் எல்லாம் பார்க்க வந்தேன்" என அமரேன் சலித்துக் கொண்டார்.

அமுதன் அங்கு வந்தவன், "அம்மா, உங்கள் மகள், மருமகள் எல்லாம், மஞ்சரி ரூமில் செட் ஆகிட்டாங்க. ராஜ் காலையில் கூட்டிட்டு வரனாம்." எனச் சொன்னான்.

"ஜானகியும், அங்க தான் இருக்கிறாளா?" எனத் தவிப்புடன் ரகுவீர் கேட்டான்.

"அத்தான், நான் உள்ளே எல்லாம் போய்ப் பார்க்கவில்லை, இதற்கே என்னை செம ஓட்டு ஓட்டுச்சுங்க" என்றான் அமுதன்.

ரகுவீருக்கு மனசே இல்லை, ஜானகி தன்னை அழைப்பது போலவே இருந்தது. அவன் திரும்பி, திரும்பிப் பார்த்தான்."மேரிஜான், இது என்னடி ஃபீல், புரிய மாட்டேங்குது. மனசுக்குக் கஷ்டமா இருக்குடி" என மனதில் புலம்பினான்.

ரகுவீரின் தவிப்பைப் பார்த்த, சிவகுரு, "மாப்பிள்ளை, ஒரு நாளைக்கு, தோழிகளோடு இருக்கட்டும் வாங்க, ஒரு நான்கு மணி நேரம் விதாயி முடியவும் கூப்பிட்டு வந்துடுங்க" என்றார்

.

ரகுவீர், ஒரு வண்டியையும் அமரேன் ஒரு வண்டியையும் ட்ரைவ் செய்து, ஹவேலிக்கு வந்து சேர்ந்தனர். தன் அறைக்குச் சென்ற பின்பும், ரகுவீர் மொபைலில் இருந்த ஜானகியின் போட்டோவைப் பார்த்துக் கொண்டே இருந்தான். ரகுவீர், ஜானகி நடனத்தையும், ப்ரபோஷலையும் ராஜ் தன் மொபைலில் வீடியோ எடுத்ததை அனுப்பி வைத்திருந்தான்.

அதிகாலை நான்கு மணியளவில், ஜானகிக்கு மயக்கம் தெளிய ஆரம்பித்தது. ட்ரெயின் அகமதாபாத் வந்தடைந்தது.ஜானகியைக் கடத்தி வந்த அந்தக் காட்டான் அவளை தூக்கிக் கொண்டு, ஸ்டேசனில் இறங்கினான்.

ஜானகி, சுதாரித்தாள், அவன் போக்குக்குப் போன பின்பு, ஓரிடத்தில் தப்பிக்க முயற்சி செய்தாள், கடத்தியவனைத் தன் முக்காடு வழியாகப் பார்த்தாள். அவனுக்குப் போன் வரவும், உன்னிப்பாகக் கவனித்தாள். இவள் மயக்கத்தில் இருப்பதாக, நினைத்து அவன் பேசினான்.

" கம்மாகனி ரெனாவத்ஷா, வந்துட்டேன். ஒன்னும் பிரச்சனை இல்லை, மயக்கமா இருக்கிறது பட்சி. மும்பை மத்தியானம் வந்துடுவேன். ராம் ராம்" எனப் போனை துண்டித்தான்.

ஜானகி, அவனறியாமல் அங்கிருந்து நகர்ந்தாள் இரயில் பெட்டிகளில், ஏறி இறங்கி ஆட்டம் காட்டினாள். தன் சல்வாருக்கு மேலிருந்த, பஞ்சாரா உடையை அவிழ்த்துப் போட்டாள். அடுத்த ப்ளாட்ஃபார்மில் இருந்த பப்ளிக் பூத்தை பார்த்தவள் அதனைக் கஷ்டப்பட்டு அடைந்தாள்.

அங்கிருந்த குஜராத்தியிடம், தாதிஷா கொடுத்த, வளையலைக் கழட்டித் தந்தவள், ரகுவீருக்கு போன் செய்தாள். அவன் அப்போது தான் அசந்து உறங்கியிருந்தான். வாய்ஸ் மெயில், பதியும் சேவை ஆரம்பித்தது.

"வீரூஜி, என்னை ஒருத்தன் கடத்திட்டான், அகமதாபாத்..." என அவள் மேலே பேசும் முன் அந்தக் காட்டான் வந்து விட்டான். கடைக்காரன் என்னவென்று கேட்டான்.

"என்னுடைய லுகாயி, பைத்தியம். வைத்தியத்துக்குக் கூட்டிட்டுப் போகிறேன்" எனச் சொன்னான். அவனைப் பார்க்க பயமாக இருந்ததால், பூத்தில் இருந்தவன், அமைதியாக இருந்தான். அவன் நகரவும் தன் மொபைலில் போட்டோ எடுத்தான்.

அதே ப்ளாட்பாரமில் மும்பை ட்ரைன் வரவும் மீண்டும் மயக்க மருந்து கொடுத்து அவளைத் தூக்கிச் சென்றான். ஏசி முதல் வகுப்பில் மயக்கமடைந்த ஜானகியைப் படுக்க வைத்து, கம்பளி போட்டு மூடி வைத்தான். இவன் உடன் வந்த அடியாட்கள், மற்ற இடங்களில் பத்து பேர் இருந்தனர்.

ரகுவீர், ஐந்து மணிக்கு, திடீரென விழித்தான். ஜானகி அவனை அழைப்பது போல் இருந்தது. ப்ரெஷ் ஆகி வந்தவன், ஜானகி போன் செய்ய யோசித்தவன் அதனை விடுத்து, ஜார்ஜிலிருந்த தன் மொபைலை, எடுத்துக் கொண்டு, செகாவத் ஹவேலி கிளம்பினான்.

செகாவத் ஹவேலியில் மோனலின் விதாயி நடந்து கொண்டிருந்தது.

ரகுவீர் சரியாக அங்கு வந்து சேர்ந்தான். ராஜ், ரன்வீர் அவனை ஆச்சரியமாகப் பார்த்தனர். ஹவேலிக்கு உள்ளே வந்தவன், மஞ்சரி அறையை நோக்கிச் சென்றவன் கதவைத் தட்டினான்.அமிர்தா, அதிகாலை எழும் பழக்கம் உள்ளவள் எனவே வந்து கதவைத் திறந்தாள்.

"அண்ணா, என்ன இந்த நேரம்" என ரகுவீரைப் பார்த்துக் கேட்டாள்.

"ஜான்வியை எழுப்புமா மயூரி, ப்ரீநிதியையும் எழுப்புப் போகலாம்" என்றான்.

அமிர்தா உள்ளே சென்று, ஒவ்வொருவராய் எழுப்பினாள். ஜானகி படுத்திருந்த இடத்தில் மஞ்சரியின் உறவுக்காரப் பெண் தான் படுத்திருந்தாள்.

மயூரி ப்ரீநிதி, அமிர்தா வெளியே வந்தனர்," அண்ணா, ஜானகி வீட்டுக்கு போய்ட்டாளா, இந்த ரூமில் இல்லை" என அமிர்தா கேட்டாள்.

ரகுவீர் பதட்டமாக,"இல்லமா ராத்திரி இங்க தான் இருந்தாள்" என்றான்.

"என்னைக் கூட்டிட்டு வந்தாள், ட்ரெஸ் சேஞ்ச் பண்ணிட்டு இங்கேயே படுத்துட்டோம். என் பக்கத்தில் தான் படுத்திருந்தாள் இப்ப காணோமே"

எனக் கண் கலங்கினாள் அமிர்தா.

"நாங்கள், இரண்டு பேரும் வரும் போது நீ மட்டும் தான் இருந்த அம்ரூ" என்றனர் மயூரியும் ஸ்ரீநிதியும்.

மோனலை அனுப்பி விட்டு, மேலே வந்த பங்குரி ரகுவீரின் விசாரணையைப் பார்த்து," ஜமாயீஷா ஜானி நைட் உங்கள் கூடப் போன்ல பேசிட்டே வந்தாளே" என்றார் பம்மி.

"இல்லை புவாஷா நைட் முகூர்த்தம் முடிந்து அமிர்தாவும், ஜான்வியும், மேல வந்தாங்க, நான் தாதாஷா தாதிஷாவைக் கூட்டிக்கிட்டுக் கிளம்பிட்டேன். என் போனை அவள் எடுக்கவே இல்லை, நான் தூங்குவான்னு ட்ரை பண்ணலை " என்றான் படபடப்பாக.ராஜ், ரன்வீரும் அங்கு வந்து சேர்ந்தனர்.

"பய்யா பதட்டமாகாதீங்க, அமுதன் கூடப் போயிருப்பாள்" என ராஜ்வீர் அவனைத் தேற்றினான்.

"இல்லை, ராஜ் நான், தாதாஷாவை இறக்கிவிட்டுட்டு இங்குத் திரும்பி வந்தேன், அமுதன்,புவாஷா, பூஃபாஷா எல்லாரையும் கூட்டிட்டிக்கிட்டு சேர்ந்து தான் போனோம். அமுதன், ஜானகி இங்க இருக்கிறதா சொன்னார்" என்றான்.

அமித் ஜெய் இரண்டு வண்டியில் போனாங்க ,அவங்களைக் கேட்போம். என ரகுவீரைத் தோளோடு அணைத்து ராஜ் சொன்னான்.

"இதுவும், ஏதாவது ப்ராங்கா" என ரன்வீர் கேட்டான்.

"நோ, திரும்பச் செய்யமாட்டாள்" என ரகுவீர் உறுதியாகக் கூறியவன்.

ஜானகியின் போனுக்கு, அழைத்தான். அழைப்புப் போய்க் கொண்டே இருந்தது. பதில் இல்லை. இவர்கள் பதட்டத்தைப் பார்த்து, ஹேமந்த், கஜேன், ஸர்குனும் அங்கு வந்து சேர்ந்தனர்.

தன் அண்ணன் மகனை, இவ்வளவு பதட்டமாகப் பார்த்த கஜேந்தர்,"ரகுவி என்னாச்சு" என அவன் தோள் மீது கைப் போட்டார். ரகுவீருக்கு நேரம் ஆக,ஆக உடல் நடுங்கியது. அவன் நடுக்கத்தை உணர்ந்த கஜேந்தர்,"ரகுவி, இதென்ன சின்னப் பையன் மாதிரி. தைரியமா இரு" எனச் சத்தம் போட்டார்.

ராஜ்வீரும், ரன்வீரும் அமித், ஜெய்க்கு போன் செய்ததில் ஜானகி அவர்களோடு வரவில்லை என்பது உறுதியானது. மீண்டும், ஜானகிக்கு போன் அடித்த வண்ணம் இருந்தான். மயூரி அமுதனுக்குப் போன் செய்து , ஜானகியை ராத்தோட் ஹவேலி முழுவதும் தேடச் சொன்னாள்.

"மயூ, உன் கூட இரவு ஸ்டே பண்ணலையா? அத்தான் அத்தனை தடவை கேட்டார், நான் உன் கூட இருப்பான்னு நினைச்சேனே, அமிர்தா இருக்கிறாளா?" எனப் பதட்டமான அமுதனின் போனை அமிர்தாவிடம் கொடுத்தாள் மயூரி.

அமிர்தா போனில்,"அத்தான், எனக்குப் பயமா இருக்கு ஜானகியை காணோம்." என வெடித்துக் கதறினாள். "என் கூடத் தான் நைட் படுத்திருந்-தாள் , இப்ப ரகுவீர் அண்ணா வந்து கூப்பிடவும் எழுந்து பார்த்தேன், அவள் படுத்திருந்த இடத்தில் வேறு ஒரு பொண்ணு படுத்திருக்கா அவளைக் காணோம். எனக்கு எனக்கு பயமா இருக்கு, அவளுக்கு ஒண்ணும் ஆகியி-ருக்காதே " என அழுகையோடுப் பேசினாள்.

"அமிர்தா அழாதே, நான் இங்க ஹவேலியில் பார்க்கிறேன்,ஜானகிக்கு ஒண்ணும் ஆகாது தைரியமா இரு " என அமிர்தாவுக்கு ஆறுதல் சொல்வது போல் தனக்குத் தானேச் சொல்லிக் கொண்டு, பெரியவர்களுக்குப் பதட்டம் தராத வகையில் ஒவ்வொரு ரூமாகப் பார்த்தான் அமுதன்.

செகாவத் ஹவேலியில் மஞ்சரி வேகமாக ஓடிவந்தாள்," அம்ரூ,இது ஜானியோட போனா " எனப் போனைக் காட்டி கேட்டாள்.

ரகுவீர் மேலும் பதட்டமாகி அதைப் பார்த்தவன். அமிர்தாவிடம் அன்-லாக் செய்யச் சொன்னான். அமிர்தா அன்லாக் செய்ய, ரகுவீரின் மிஸ்டு கால் இருந்தது.

ரகுவீருக்கு, என்ன செய்வது எனப் புரியாமல் பதட்டமாக, இங்கும், அங்-கும் நடந்தான். அமுதன் ஜெய், அமித் வந்து சேர்ந்தனர்.

"என்ன ஆச்சு அத்தான், அமிர்தா" என அமுதன் பதட்டமாக வந்தான்.

"அமுதன், உன்னை நைட் பாருன்னு சொன்னேன்ல, அவளுக்கு என்-னமோ நடந்துருக்கு" என்றவன் "ஜான்வி எங்கடி இருக்க" எனக் கதறி கீழே மண்டியிட்டான்.அவன் மொபைல் நழுவி விழுந்து, வாய்ஸ் கால் திறந்தது.

"வீரூஜி, என்னை ஒருத்தன் கடத்திட்டான், அகமதாபாத்..." எனும் ஜானகியின், குரலும், ரயில்வே ஸ்டேசன் சத்தமும் கேட்டபடி வாய்ஸ்கால் முடிந்தது. ரகுவீர், தன் மொபைலை வெறித்தவன், அதனைத் திரும்பவும் ப்ளே செய்தான்.

அதனைக் கேட்ட அமுதன்,"ஜானும்மா" என்றபடி கண்ணீர் மல்க அந்-தப் போன் அருகில் வந்தான். அமிர்தா தான்," ஜானி, எங்கடி இருக்க" எனக் கத்தினாள். "இதுவும் உன் விளையாட்டாகவே இருக்கட்டும் டி" என அழுதாள்.

ரகுவீருக்கு தன் உயிர் பிரிந்தது போல் வலித்தது. இறுகிய முகத்துடன், கோபமாக வெறித்துப் பார்த்தவன்."ராஜ், அகமதாபாத், ப்ளைட் எப்பனு பாரு" என்றான்."

செகாவத் ஷா உங்கள் ஹவேலி சிசிடிவி போட்டேஜ் பார்க்கனும் " என்-றான்." ரன்வீர், பாபுஷா சாசாஷா, பூபாஷாவை வரச் சொல்லு" என்று அவன் சொல்லி முடிக்கும் முன்னே, ஹவேலி முன் வரிசையாக வண்டிகள் வந்து நின்றது.

ஹேமந்த், ரெட்டியிடம் சொல்லி, சிவகுருவை அழைத்து வரச் சொன்-னார். கஜேன், தன் சகோதரர்களுக்குப் போன் செய்தார்.ஆண்கள் அறுவரு-

டன், ராகினி மட்டும் வந்தார்.

விதாயி முடிந்து வெறிச்சோடி வீட்டில், டீவியை வைத்துச் சிசிடிவி போட்டேஜ் பார்க்க ஏற்பாடு நடந்தது.சிவகுரு, ராகினி தம்பதியை ஹேமந்த் அழைத்து வந்து, ஹாலில் சோபாவில் அமர வைத்து, எப்படிச் சொல்வது எனத் தயங்கிக் கொண்டிருந்தார்.

அப்போது, அமிர்தா தன் தகப்பனினும் மேலான தாய் மாமனைக் காண-வும், "மாமா, ஜானகியைக் காணோம்" என அவர் மடியில் தலை வைத்துக் கதறினாள்."என்னடா சொல்றா ஏதாவது விளையாட்டுக்கு, செய்திருப்பாள். ஜானும்மா, எப்படிக் காணாமல் போவா, அவள் ஒன்னும் சின்னப் பிள்ளை இல்லை" எனத் தனக்குத் தானே சமாதானமாகச் சொல்லிக் கொண்டார்.

ராகினியின், இதயத் தடிப்பு வேகமானது,"அமுதா, இவள் என்ன சொல்றா நீங்களும் அவளோட சேர்ந்து விளையாடாதீங்க" என அமுதனைப் பார்த்துச் சொன்னார்.அமுதன், தன் அம்மாவின் அருகே வந்து நின்றவன், அவரைத் தன் வயிற்றோடு அணைத்து," நிஜமாத்தான்மா, ஜானகியை யாரோ, கிட்னாப் பண்ணியிருக்காங்க" என்று அழுகையோடு சொன்னான்.

"சிவு, இவன் என்ன சொல்றான் பாருங்கள்" என அவரை உலுக்-கினார்."ஜானகி, ஜானகிக்கு என்ன?" என அவர் திரும்பவும் கேட்-டார்.அவரைப் பார்த்த நண்பர்களும் கலங்கி நின்றனர்."அப்பா, அப்பா" என அமுதன் அவரை, கன்னத்தில் தட்டிக் கூப்பிட்டான்.

" அப்பா ஜானகியை, யாரோ கடத்தி ட்டாங்க. இது தான் உண்மை. பாருங்கப்பா" என அமுதன் உலுக்கினான்.சிவகுரு, அமுதனை ஓங்கி ஓர் அறை விட்டார், " என் கிட்ட விளையாடாத அமுதா, அவள் தான் அப்-படிச் செய்வான்னா, நீயும் செய்யாதே" என்றவர்,

"ஜானகி, ஜானும்மா, வாடா போதும் விளையாட்டு" என ஹவேலி முழுதும் எதிரொலிக்கக் கத்தினார்.பைரவ் செகாவத், இதையெல்லாம் தன் அறையிலிருந்து பார்த்து ரசித்துக் கொண்டிருந்தான்.சிவகுரு, நம்பமாட்டாமல் பிதற்றினார். அவர் நண்பர்கள் அவரைத் தேற்றியும் உணர்ந்தாரில்லை. ராகி-னியின், மடியில் அழுத அமிர்தாவும் அவரும் அழுது மயங்கி இருந்தனர்.

பிதற்றிக் கொண்டிருந்த சிவகுருவின் அருகில் இறுகியிருந்த ரகுவீர் வந்-தான். அவரின் வேதனையை உணர்ந்தான். மாமனார், மருமகனின் புரிதல் அசாத்தியமாக இருந்தது. "பூஃபாஷா, ஜான்விக்கு ஒண்ணும் ஆகலை, என்னை பாருங்கள், என் மேல் நம்பிக்கை இருக்கா, நான் கூட்டிட்டு வரு-கிறேன்" என அவரிடம் இறுகியபடியே சொன்னான்

."மாப்பிள்ளை, இதுவும் கூட விளையாட்டுத்தனமா செய்வாள், ஆனால் அடிச்சுறாதீங்க. நான் சொல்கிறேன் புரிஞ்சுக்குவா." என அவனிடம் சொல்-லியபடி, அவனைக் கடந்து, மேலே பார்த்து," ஜானும்மா வாடா. என் விளையாட்டு இது. அம்மா ரொம்பக் கோவப்படுவா. நான் கொடுக்கிற இடம் தான், நீ இவ்வளவு சேட்டை பண்றன்னு திட்டுவா வாடா, அப்பாக்கு நெஞ்-

செல்லாம் வலிக்கிறது" என அவர் தான் கண்ணீர் விடக் கூடாது, தன் மகளுக்கு ஒன்றும் இல்லை என நம்பினார்.

ரகுவீர், ஜானகியின் வாய்ஸ் மெயிலை அவருக்கு நேரே காட்டி ஓடவிட்டான்."வீருஜி, என்னை ஒருத்தன் கடத்திட்டான், அகமதாபாத்..." என ஜானகியின் குரலில், அவர் உடைந்தார்," ஜானும்மா" எனக் கதறிச் சாயப் போனவரை ரகுவீர் தாங்கிக் கொண்டான்.ராகினியும், அமுதனும் அவரிடம் ஓடி வந்தனர்.

" சிவு, ஜானு வந்துடுவாள், நீங்க பேசாமல் இருங்க. எமோசனல் ஆகாதீங்க. உங்கள் உடம்புக்கு ஆகாது. நீங்களே உடைந்து போனால் அவளை எப்படித் தேடுகிறது."எனத் தேற்றினார்.

"பூஃபாஷா, அவளுக்கு ஒண்ணும் ஆகாது. நீங்க உட்காருங்கள், அவளைக் கூட்டிட்டு வர்றது என் பொறுப்பு" என்றான் ரகுவீர்.

"நீங்க நேற்று ராத்திரியே, திரும்பத் திரும்பக் கேட்டீங்க மாப்பிள்ளை. எனக்குத் தான் புரியாமல் போச்சு" எனக் கண்ணீர் உதிர்த்தார்.

ரகுவீர் ஒரு கையில், புவாஷா, மற்றொரு கையில், தன் பூஃபாஷாவையும் தாங்கி, தன்னோடு அணைத்துக் கொண்டான்.

" நான் உறுதி தர்றேன், அவளை, இன்னும் 24 மணிநேரத்தில் உங்கள் முன்னால் நிறுத்துவேன் . பூஃபாஷா, இப்ப சிசி டிவி போட்டேஜ் பார்ப்போம், கவனமா பாருங்கள், ஒருத்தர் கண்ணுக்குத் தெரியாத விசயம் அடுத்தவங்க கண்ணுக்குத் தெரியலாம். எல்லாரும் ஜான்வி மேல பாசமா இருக்கவங்க ப்ளீஸ் கவனமாகப் பாருங்கள் " என ரகுவீர் பேச்சோடு, அமித், ராஜ், ரன்வீர் இணைந்து டிவி ஸ்கிரீனில் போட்டனர்.

அமிர்தாவுடன், இருந்த நேரம் பங்குரி சொன்ன நேரத்தையும் கணக்கிட்டுச் சிசிவி போட்டேஜை பார்த்தனர். ஜானகி அந்தக் காரிடாரில் போன் பேசியபடி நடந்தாள் "அம்ரூ,இந்த ட்ரெஸ் தான் போட்டிருந்தாளா" என ரகுவீர் கேட்டான், ஆமாம் எனக் கண்ணீரோடு ஆமோதித்தாள்.

ஜானகி, ஒரு வளைவில் திரும்புவது வரை தெரிந்தது. இன்னொரு ஆங்கில் பார்த்தனர்அதில் இதே தான், ஆனால் அடுத்த வளைவில் திரும்பியவள், மீண்டும் வரவில்லை.இந்த நேரம் தான் கிட்னாப் ஆகியிருப்பாள் என்றனர்.

ரெட்டி தான்,"ஜானகி போன் இருக்கா, யார்கிட்ட பேசுறான்னு பாருங்கள்" என்றார்.

ரகுவீரிடம் இருந்த போனில், அமிர்தா அன்லாக் செய்த பின் அந்த அழைப்பைப் பார்த்தவர்களுக்கு, அதிர்ச்சி ஆனது.ஃபீராமிடமிருந்து வந்திருந்தது. அமிர்தாவும், ரகுவீரும் ஒருவரை ஒருவர் பார்த்துக் கொண்டனர்.

"அண்ணா, ஃபீராம் அண்ணா சிம், போன வாரமே தொலைஞ்சிடுச்சே" என்றாள் அமிர்தா.

"என்னது அவன் சிம் எப்படித் தொலைந்தது, என்கிட்ட கூட நேற்று ராமை பற்றி ஜானகி கேட்டாள் " என்றான் அமுதன்.

ரகுவீர் ராமின் கதை முழுவதையும் சுருக்கிச் சொன்னான்.அமுதன், தலையில் அடித்துக் கொண்டான்," ஐயோ நான், அவன் வீட்டில் பேசி இருந்தால், இந்த நிலைமை வந்திருக்காதே, சாதாரணமா விட்டுட்டேனே, அவன் பெயரைச் சொல்லிக் கடத்தி இருக்கானுங்க." என தன்னை நொந்துக் கொண்டான்.

அமிர்தா,"எனக்கும், ரகுவீர் அண்ணாவுக்கும், ராம் அண்ணா சிம் தொலைந்தது தெரியும், அவங்களும் நாங்க மும்பையில் இருக்கும் போதே பேசிட்டாங்களே. ஜானகி இதுக்காக இவ்வளவு கவலைபட்டாள்ன்னு தெரியலையே" என்றாள் அமிர்தா.

"அப்ப ரெனாவத்தான் இதற்குப் பின்னாடி இருக்க ஆள்" என்ற ஹேமந்த்தும், கஜேந்தரும் ஒருவரை ஒருவர் பார்த்துக் கொண்டு கிழட்டு நரிக்கு முன்னால் போய் நின்றனர்.

ரகுவீர் மீண்டும் சிசி டிவி கேமராவை ஓடவிட்டான். முகப்பு பகுதி தெரிந்தது .ரகுவீர், தாதாஷா, தாதிஷாவை காரில் ஏற்றிக் கொண்டிருந்தான்.

அதே நேரம், பஞ்சாராக்கள் கூட்டம், டெம்போவில் ஏறினர். ஒரு பஞ்சாரா, ஒரு பெண்ணைக் கைகளில் ஏந்தி வந்தான். அவளை உள்ளே ஏற்றி அவனும் ஏறியது. பின்னர் ரகுவீர் போன் செய்ய நின்றது, போன் இசைக் கேட்டுச் சுற்றிப் பார்ப்பது. என வரிசையாக வந்தது.

அந்த இடத்தில், ஸ்டாப் பண்ணச் சொன்னாள் ப்ரீநிதி."அமித், ஜெய் பய்யா, இந்த ஆள் முகத்தைப் பாருங்கள், கார்டன் ஹோட்டல்ல சண்டைக்கு வந்தானே அவனை மாதிரி இருக்கிறது" என ப்ரீநிதி இருவரையும் கேட்டாள்.

"தலைப்பாகை இல்லாமல் யோசிங்க, கழுத்தில் பாம்பு மாதிரி, கையில் உடுக்கு" என அவள் சொல்லச் சொல்ல ஏதோ , நாட் அவிழ்வது போல் இருந்தது. திருப்பி ரீவைண்ட் செய்தனர். அவன் பஞ்சாராப் பெண்ணை தூக்கி வந்தான்.

ரகுவீரைப் பார்த்து,"நீங்க யாருக்குப் பய்யா போன் பண்றீங்க" என அமித் கேட்டான்.

"ஜான்விக்கு தான் பண்ணேன். ரிங்டோன் பக்கத்தில் கேட்ட மாதிரி இருந்தது" என்றான் ரகுவீர்.

"ஜூஜூ, அந்தப் பக்கத்துச் செடி மறைவில் தான் ஜானகி போன் கிடைத்தது " என்றாள் மஞ்சரி. மறுபடியும், ரீவைண்ட் செய்து பார்த்தனர்.

"பய்யா அந்தப் பஞ்சாராப் பொண்ணு தான் நம்ம ஜானி. ஸ்டாப் பண்ணி ஸூம் பண்ணுங்கள், ராஜ் பய்யா கையை ஸூம் பண்ணுங்க.அந்த வளையல் தாதிஷா உடையது" என்றாள் மயூரி. "ரிங் நான் போட்டது" என்றான் ரகுவீர்.

ரன்வீர் ஓர் தகவலுடன் வந்தான்,கூடவே அமர்சிங்கும் வந்தார். "ரகுவீர், ஜானகி இப்போது அகமதாபாத்தில் இல்லை" என்றார்.

"எப்படி ஜீஜூ சொல்கிறீர்கள்" எனக் கேட்டான் ரகுவீர்.

ரகுவீர், மொபைலில் இருந்த வாய்ஸ் மெயில், தங்கள் அனைவருக்கும் அனுப்பிக் கொண்டனர். "ஜானகி, போன் செய்தது, ப்ளாட் பாரம் போன்ல இருந்து, ட்ரேஸ் பண்ணிட்டோம். இரு அந்தப் பூத் காரனுக்குப் போன் போடுகிறேன்" எனப் போன் செய்தார்.

டெலிபோன் பூத்காரன் நடந்ததைச் சொன்னான் அந்தப் பொண்ணு கொடுத்த வளையல் என்கிட்ட தான் இருக்கிறது, வந்து வாங்கிக்குங்க என்றான். எப்பக் கூப்பிட்டாலும் போன் எடுங்க. உங்களுக்கு ஒரு பிரச்சனையும் வராது. நாங்கள் உங்களை நல்லா பார்த்துக்குறோம்" என அமர்சிங் வாக்கு கொடுத்தார்.

அந்த நேரம் அங்கிருந்து கிளம்பியது மும்பை எக்ஸ்பிரஸ், சோ மும்பைக்குத் தான் கடத்தி இருக்கவேண்டும்.

"இங்கே கம்ப்ளைண்ட் ரெஜிஸ்டர் பண்ணியாச்சு" என்றார் அமர்சிங்.

ரன்வீர்,"பய்யா, பாபியோட போட்டோ" என அந்தப் பூக்காரன் அனுப்பியதைக் காட்டினான். ஜானகியை, அதே காட்டான் தூக்கிச் சென்றான்.

"ராஜ், மும்பைக்கு டிக்கெட் போடு, ப்ளைட்டு எப்ப இருக்குன்னு பாரு, இல்லையென்றால் ப்ரைவேட் அரேஞ்ச் பண்ணு ' என்றான் ரகுவீர்.

மணி பதினொன்று ஆனது.

'என் உயிரைத் தொட்ட என் கண்மணியே, உன்னைத் தேடி மலையும், கடலும் தாண்டி பறந்து வருவேனடி , எனக்காக நம்பிக்கையோடு காத்திரு. என் ஜானகியை, சிறை மீட்க, உன் ரகுவீரன் வருகிறேன்'. எனக் கண்கள் கசிந்துருக தன் இணையாளிடம், டெலிபதியில் தூது விட்டான். அவள் நெஞ்சம் வரை தன் மனதின் வார்த்தைகள் சென்றடையும் என்ற நம்பிக்கையில்.

மனதின் வார்த்தை-48

ஜானகி தேவி சிவகுரு நாதன், சிறுமலை சிவமாளிகையின் இளவரசி. இந்தத் தலைமுறையின் ஒரே பெண் வாரிசு. பெற்றோர் உற்றார் உறவினர், நண்பர்கள் என அவளோடு பழகிய யாரும் அவளைச் சாதாரணமாகக் கடக்க இயலாது, எல்லாரிடமும், அன்பும் அக்கறையும் கொண்டவள்.

காவிய நாயகி சீதையின் பொறுமை இவளிடம் கிடையாது, ஆனால் ஜனகர் பெற்ற மகள் ஜானகி, எனில் சிவகுரு ஜனகரையும் பாசத்தில் மிஞ்சியவர்.

மனைவியை நேசிப்பவர்கள், அவள் அம்சமாக இருக்கும் மகளைக் கையில் வைத்துத் தாங்குவார்கள். இங்கு ஜானகி, சிவகுருவின் பாசத்துக்கு

உகந்த பெண்மணிகள், ராகினி, தாய் சிவகாமி, சகோதரி சுந்தர வள்ளி ஆகியோரின் ஒட்டு மொத்தக் கலவை. அவளைக் கடிந்தும் பேசமாட்டார். செல்லக் கண்ணன், சேட்டை கண்டு மகிழும் யசோதைக்கு, எதிர் பாலினம், இந்தத் தகப்பனும், மகளும். ராகினிக்கே பொறாமை வரும்படியான பாசம் அவர்களது.

ஒரு சில மணி நேரங்களில் ஒருவர் மூப்படைய முடியுமா , என வியக்-கும் வண்ணம் இருந்தார் சிவகுரு. இதே சிவகுரு தான், ராகினிக்காக அடி வாங்கி, அவரைக் காத்தவர். வயது ஏறும் போது, பாசமும் பதட்டமும் அதி-கமாகிவிட்டது. ராகினி மகள் கடத்தப்பட்டதற்காகக் கவலைப் படுவதா, தன் கணவரின் மனநிலைக் கண்டு கவலை கொள்வதா? இருதலைக் கொல்லி-யாக நின்றார்.

அமுதனை பொறுத்தவரை, அவனின் செல்லத் தங்கை,எல்லாவற்றிலும் விலைமதிப்பற்ற செல்வம்.சிறு வயது முதலே அவளைக் கண்கொத்திப் பாம்-பாக அவளைப் பார்த்துக் கொண்டே இருப்பான். அவளின் அத்தனை குறும்புகளிலும், அரணாக அவளைக் காப்பவன் அவன் தான். அவனுக்குக் குற்ற உணர்ச்சி அதிகமாக இருந்தது. தலையைப் பிடித்துக் கொண்டு, தன்-னையே நொந்து கொண்டிருந்த அமுதனை, மயூரி சமாதானம் செய்து கொண்டிருந்தாள்.

"சின்ன வயசிலிருந்து ஜானும்மா பின்னாடியே திரிவேன்.ஏதாவது செய்து ஆபத்தை வரவச்சுக்குவான்னு பயமா இருக்கும். இங்க வந்து அவளைத் தொலைச்சிட்டு நிற்கிறேன். நேற்று அத்தான் திரும்பத் திரும்பக் கேட்டார், ஜானகியை பார்த்தியான்னு, அவர் சொன்னதைக் கேட்டிருந்தாலும் இதைத் தடுத்திருக்கலாம். நான் நல்ல அண்ணனா இல்லை ." என மயூரியிடம் புலம்பி கண்ணீர் வடித்தான்.மயூரி அவனைத் தேற்றிக் கொண்டிருந்தாள்.

அழுது கொண்டிருந்த அமுதனிடம் வந்த ரகுவீர்," அமுதன் கெட் அப். அவளுக்கு ஒன்றும் ஆகாது. எத்தனை பேர் வந்தாலும் சமாளிப்பா மேரி-ஜான். பார் மயக்கம் தெளியவும் கடத்தினதை தெரியபடுத்திட்டா. ப்ளைட் டிக்கெட் போட்டாச்சு ஒன் அவரில் எல்லாரும், ஏர்போர்ட் போகனும் நம்ம ஹவேலிக்குப் போகலாம். இங்க டைம் வேஸ்ட் பண்ணக் கூடாது" என அமுதனை எழுப்பி தோளோடு அணைத்துக் கொண்டான்.ரகுவீரின் ஆறுதல் மொழி அமுதனுக்கும் தேவையாக இருந்தது.

"போன் ஆனிலையே வை, உனக்கு, எனக்கு, பூபாஷா அமிர்தா, ராஜ், நம்ம நம்பர் ஞாபகம் வச்சுருப்பா, யாருக்கு வேணும்னாலும் போன் வரும்" என்றான் ரகுவீர்.

செகாவத் ஹவேலியில் இருந்து, ராத்தோட் ஹவேலிக்குச் சென்றனர். ஒரு மணி நேரத்தில் மும்பை ப்ளைட்டுக்கு, அவர்கள் செல்வாக்கை வைத்து மொத்தமாக டிக்கெட் புக் செய்தனர்.

ஹேமந்தும், கஜேந்தரும், பைரவ் செகாவத் முன் நின்றனர்.

"பூஃபாஷா, ஜானகி எங்கே" எனக் கஜேந்தர் கடுமையாகக் கேட்டார்.

"ஜானகி யாரு" எனக் கிழட்டு நரி நடித்தது.

"எங்கள் தீக்ஷாவை வைத்து ஆடின ஆட்டத்தை, திரும்பச் செய்யலாமென்று நினைக்காதீர்கள். உங்களை எப்படி வழிக்குக் கொண்டு வருகிறதென்று எங்களுக்குத் தெரியும். உங்களோடு சேர்ந்தவன் எவனோ, அவனுக்கும் பாடம் கத்துத் தருவோம் ராத்தோட்ஸ்" என எச்சரிக்கை விடுத்தார், கஜேந்தர் சிங் ராத்தோட்.

" படேபாபுஷா இது யாரு செஞ்சதுன்னு எனக்குத் தெரியும். இந்த ஹவேலயில் இருந்து ஒரு துரும்பு கூட உங்களை மீறிப் போகாது, நடந்து என்ன சொல்லுங்க" எனக் கோபமாக நின்றார் ஹேமந்த் செகாவத். "எனக்கு ,எதுவுமே தெரியாது" எனத் திரும்பிக் கொண்டார் பைரவ்.

"பாபுஷா, உங்க மகள், ஸ்வர்ன மஹல்ல நல்லா இருக்கனும்னு நினைச்சிங்கன்னா தயவு செய்து சொல்லுங்கள். சும்மாவே, தீக்ஷா விசயத்தில் கலங்கப்பட்டு நிற்கிறோம்." எனக் கெஞ்சினார் ஸர்குன் ராத்தோட்.

"சரி சொல்லமாட்டிங்க எனக்காக ராகினி பண்ணத் தியாகத்துக்கு, பரிகாரம் செய்கிறதுக்கு நான் தான் என் நண்பனை இங்க வரவைத்தேன் உங்களுக்கு அன்பு பாசம் உறவு இதன் அருமை என்றைக்குமே தெரியாது. உங்கள் பாஷைலதான் பதில் சொல்லனும்" என்றார் ஹேமந்த்.

" பம்ம, மஞ்சு, விக்ராந்த், பஹூ எல்லாரும் உங்கள் பொருட்களை மட்டும் பேக் பண்ணுங்கள். இனிமே இந்த ஹவேலியில் நமக்கு வேலை இல்லை. மும்பையில், இருக்கும் நம்ம வீட்டுக்கு மாறிடுவோம்." எனச் சொல்லவும்,

"ஹேமா, உன் படே பாபாவையே மிரட்டுற, போ எனக்கு ஒன்றும் பிரச்சனை இல்லை" என்றான் பைரவ்.

"இன்னோன்னு, நாளைக்கு இராஜஸ்தான்ல இருந்து வரும் அத்தனை செய்தித்தாளிலும், 'ஹேமந்த் எனும் நான், செகாவத் பரிவார், ஹவேலி, உறவுக்காரர்கள், உதய்பூருடன் உறவை ரத்துச் செய்கிறேன்' என்ற அறிவிப்பு வரும்". எனக் குண்டைத் தூக்கிப் போட்டார்.இராஜஸ்தானிகளுக்குக் குடும்பப் பெயர் என்பது அவர்களின் கௌரவம். அதையே தூக்கி எறிவேன் எனச் சொல்லவும் பைரவ் கொஞ்சம் ஆடித்தான் போனார்.

"உனக்குப் பைத்தியம் பிடிச்சிடுச்சு, நம்மை ஏமாற்றித் தலை குனிய வைத்தவள் பெண்ணுக்காகக் குடுப்பத்தையே தூக்கிப் போடுவியா" எனக் கோபமானார் பைரவ்.

"பூஃபாஷா, வார்த்தை அளந்து பேசுங்கள், நீங்க யாரை சொல்கிறீர்களோ, அவர் என் தீக்ஷா, படே மகராஜின் பெண்வழி வாரிசு. இரஜபுத்தான் மொத்தத்தையும் உங்களுக்கு எதிராகத் திருப்புவேன்" என மிரட்டல் விடுத்தார் கஜேன்.உண்மையில் ஆட்டம் கண்டார் பைரவ். மகன், மருமகன் இருவரும், சேர்ந்து மிரட்டியதில் உண்மையை ஒத்துக் கொண்டார்.

"ராக்கேஷ் ரெனாவத்தான், அவனுடைய ஆளை வைத்துத் தூக்கினான். இங்க வைத்திருந்தால், இது மாதிரி பிரச்சனை வருமென்று மும்பைக்குக் கடத்திட்டான். அவன் ஆளுங்கள் பத்து பேருக்கு மேல் இங்கிருந்து கூடப் போகிறார்கள். மும்பையில், இன்னும் பெரிய கேங் வச்சிருக்கான். அவனைப் பிடிக்கிறது அவ்வளவு சுலபம் இல்லை" எனத் தனக்குத் தெரிந்ததைச் சொன்னார்.

ராத்தோடுகளோடு ஹேமந்த் மும்பை கிளம்பினார்,மஞ்சரி அழுது அடம்பிடித்து அவருடன் கிளம்பினாள். ராத்தோட் ஹவேலி வந்த அனைவரும் பம்பரமாகச் சுழன்று ஏர்போர்ட் சென்றடைந்தனர். தாதாஷா, தாதிஷிவிடம் விசயத்தைச் சொல்லாமல், மும்பை போகவேண்டும் என மட்டும் சொன்னார்கள். ராகினி யும் பெற்றோரை நேருக்கு நேர் சந்திக்காமல் விமானம் ஏறி விட்டார்.

ரகுவீர் அங்கிருந்த ஆண்களுடன் டிஸ்கஸனில் இருந்தான். ஹேமந்த், கஜேந்தர், பைரவ் செகாவத் சொன்ன விவரங்களைக் கவனமாகக் கேட்டுக் கொண்டான். ரகுவீர், ராக்கேஷை கவனிக்க ஆள் போட்டான், காலை விமானத்தில் அவன் மும்பை சென்றது உறுதியானது.

அமுதனிடம், ராமிடம் போனில் , ராக்கேஷின் இடங்கள் பற்றிக் கேட்கச் சொன்னான். பல்லாஜி, நேற்று பேசிய நண்பன் ஒருவன், மும்பையில், ஐபிஎஸ் ஆக இருக்கிறான் எனச் சொல்லி, ஜானகி போட்டோ அனுப்பி ரயில்வே ஸ்டேசனில் தேடச் சொன்னார்.

பாண்டேஜி, தன் பெரிய மகனுக்குப் போன் போட்டு விசயத்தைச் சொன்னார், ஆரவ் பாண்டேயும் தனது பதவியை உபயோகித்துத் தேவையான ஏற்பாடுகளைச் செய்தான்.சிவகுரு எதையும் யோசிக்கும் நிலையில் இல்லை. ராகினி அவரைக் கைப்பிடியில் வைத்திருந்தார். அமிர்தாவும் அவர்களோடு அழுதபடி வந்தாள்.

அகமதாபாத்திலிருந்து மும்பை நோக்கி பயணம் செய்த அந்த எக்ஸ்பிரஸில் ஜானகிக்கு ஐந்து மணி நேரத்தில் முழிப்பு வந்தது. சட்டெனத் தான் எங்கிருக்கிறோம் என்று புலப்படவில்லை அவளுக்கு. சற்று யோசித்து தலையைப் பிடித்தவளுக்கு, தான் கடத்தப்பட்டதும் ரெனாவத் ஆள் கடத்தியதும் புரிந்தது.மயக்க மருந்தின் வீரியம் எழ முடியாமல் அமுக்கியது.

ஜானகிக்கு அவளின் இயல்புப் படி பயம் முதலில் வரவில்லை. நம்மளை கூடக் கடத்தி வந்து பெரிய ஆளா ஆக்கிட்டானுங்க எனத் தோன்றியது. ரகுவீரிடம் ஒருமுறை,"இந்த ஏழு கடல் மலை எல்லாம் தாண்டி தான் வரனுமா, நாங்கள் என்ன அயல்நாட்டு அதிபர் மகளா?" எனக் கேட்டது நினைவு வந்தது.

கம்பளியை விளக்கி மெல்ல எழுந்து உட்கார்ந்தாள். எதிரே அந்தக் காட்டான், தலையை ஜன்னலில் சாய்த்துத் தூங்கிக் கொண்டு இருந்தான்.

முதல் வகுப்பு ஏசிகோச். 'பரவாயில்லை கடத்தின பக்கி, நல்லா வசதியா தான் கூட்டிட்டுப் போறான்' என மனதில் நினைத்தாள்.எதிரே இருத்த காட்-டான் டெரராகத் தான் இருந்தான், ஆனால் அவனின் வித்தியாசமான கெட்அப். காலையில் அமித் ஜெய் பார்த்தது போல் கழுத்துக் கையில் மாட்-டியிருந்தவன். இப்போது போதை இல்லாமல் தெளிவாக இருந்தான். பஞ்-சார ட்ரெஸ் அவனைக் கோமாளியாகக் காட்டியது. வந்த சிரிப்பை அடக்கிக் கொண்டாள்.

தப்பிக்கும் வழியைத் தேடினாள். 'ஓடும் வண்டியிலிருந்து குதிக்க முடி-யாது, கை கால் உடைஞ்சா வீரூஜி தங்கப்பதக்கம் சிவாஜி மாதிரி சேரில் வைத்து தள்ளிட்டு பாட்டெல்லாம் பாடனும் வீரூஜிக்கு அது செட்டே ஆகாது. அதனால் அது வேண்டாம்' என முடிவெடுத்தாள்.

அடுத்த ஸ்டேசனில் வண்டி நிற்கும் சுவடு தெரிந்தது. ஜானகி கஷ்டப்-பட்டு ஏசி கண்ணாடி வழியாகப் பார்த்தாள், கிராசிங்கில் வண்டி நின்றது. பூனை போல் எழுந்து நழுவ முயன்றாள், அவளின் பின்னிருந்து அந்தக் காட்டான் கழுத்தில் கத்தியை வைத்தான்.

"தப்பிக்க முயற்சி பண்ணா குத்திடுவேன்" என அவன் மார்வாடியில் சொன்னான். திரும்பி வந்து அதே இடத்தில் அமர்ந்த ஜானகி அவனை நிதானமாகப் பார்த்தாள். பயந்து அழுவாள் என எதிர் பார்த்தவன் ஏமாந்து போனான்.

"நீ எவனா வேணா இருந்துட்டுப் போடா லூசு பயலே நேற்று தான் என் வீரூஜி, ப்ரபோஸ் பண்ணார். அதுக்குள்ள கடத்தி வைத்திருக்க உருபுடுவியா நீ." எனத் தமிழில் பேசினாள் ஜானகி.

" நீ, பைத்தியமா, நான் அந்தப் பூத்வாலாகிட்ட சொன்னது சரிதான், பைத்தியம்னு தான் சொன்னேன்" என்றான் ஹிந்தியில்.

"இப்ப ஹிந்தியில் பேசினது புரிஞ்சது என்னைய பைத்தியம்னு சொன்-னியா, ஆமாம், என் வீரூஜி மேல் சின்னபுள்ளைல இருந்து பைத்தியா இருக்கேன்" என்றாள்.

"கௌன் வோ, ராத்தோட்ஷா நேற்று பார்த்தேனே உங்களைக் கடத்துனது கூடத் தெரியாமல் பெரியவரை கூட்டிட்டுப் போனார்" என்றான் அவன்.

"பார்த்திருந்தாரென்றால் உனக்கு அங்கேயே சமாதி கட்டியிருப்பார்" என்றாள் ஜானகி.

"எனக்கா", ஹாஹாவெனச் சிரித்தான். "என்னைய அவ்வளவு சீக்கிரம் பிடிக்க முடியாது" என்றான்.

"உன் பெயர் என்ன?" என்றாள் ஜானகி. "ருத்ர, ருத்ரநாத் பவாரியா" என்றான் அவன்."ஓ இந்த லாரி கொள்ளைகாரங்க, அந்தக் கூட்டமா? உங்-களை வைத்துத் தமிழ்ப் படமெல்லாம் வந்திருக்கு " என்றாள் ஜானகி.

"நீங்களும், பெரிய தைரியசாலி தான் கும்ரிஷா" என்றான் ருத்திர நாத்."என்ன சொன்ன" எனக் கேட்டாள் ஜானகி.

"அதே தான், கும்ரிஷா, என்ன சொல்லுவாங்க, ராஜ்குமாரி, படே மகராஜின் பெண்வழி வாரிசு நீங்க. அதுதான் அந்த மிடுக்கு இருக்கு. " என்றவன் கட்டை விரலைத் தூக்கிக் காண்பித்தான்.

"நிஜமாகவே நான் ராஜகுமாரியா, இது தெரியாமல் போச்சே இன்னும் கொஞ்சம் பந்தா பண்ணியிருப்பேன். விடு இது ஒன்று போதும், வீரூஜியை ஒரு வழி ஆக்கிடுவேன்" என்றாள் ஜானகி.

"உங்களைக் கடத்திட்டு போகிறோமேன்னு பயமா இல்லையா" எனக் கேட்டே விட்டான் அந்தக் காட்டான் ருத்ரநாத்.

ஜானகி, ரஜினி ஸ்டைலில் ஒரு ஏளனச் சிரிப்பை உதிர்த்தவள்,"நீங்க ஆழம் தெரியாமல் காலை விட்டுடீங்க. நாளைக்கு இந்த நேரம் நான் என் வீரூஜி கை வளைவில் இருப்பேன்" பார்க்குறியா" எனச் சவால் விட்டாள்.

"படியா, கும்ரிஷா படியா.[சிறப்பு] அப்ப எங்கள் கையிலேயே இருங்கள் உங்கள் ராத்தோட்ஷா என்ன செய்வாரென்று பார்ப்போம்" என்றான் ருத்ர-நாத்.

"ஓகே டீல், இப்போதிலிருந்து ஆனால் நான் தப்பிக்க முயற்சி பண்ணு-வேன், அப்புறம் ஜானகி தேவி யாரென்று காட்ட வேண்டாமா, நீ பெரிய ஆளா இருந்தால் வாய்ப்பு கொடுக்காத. அதுக்கும் மீறி நான் உன் கஸ்ட-டியில் இருந்தால் என் ராத்தோட்ஷா கையில தான் உன் சாவு" என்றாள் அவனை நேருக்கு நேர் பார்த்து.

அந்த நேரம், ருத்ரநாத்க்கு போன் வந்தது, " எடுத்துப் பேசு, உன் ரெனாவத்ஷா பேசுகிறார். இரண்டு தடவை என் கிட்ட தோத்துப் போயும் புத்தி வரலையான்னு கேளு" என்றாள் ஜானகி. எதிரே இருந்த ருத்ரநாத் பவாரியா அதிர்ந்தான், போனில் கேட்ட ராக்கேஷ் சிரித்தான்.

"கம்மாகனி, ரெனாவத்ஷா, இது பொண்ணா இல்லை பிசாசா, கடத்-திட்டுப் போகிறோம் சுற்றுலா போகிற மாதிரி வருகிறது" என அவனிடம் மார்வாடியில் பேசினான்.அந்தப் பக்கம்,ராக்கேஷ் ஏதோ சொன்னான் சரி,சரி எனப் பவ்யமாகச் சொல்லி போனை வைத்தான் .

ஜானகிக்குப் பசித்தது.," சாப்பிட ஏதாவது வச்சிருக்கியா எனக்குப் பசிக்-கிறது " என்றாள் ஜானகி.

அவளை வினோதமாகப் பார்த்தவன் ஒரு சுருட்டி வைத்திருந்த ரொட்டி கச்சோரி தண்ணீர் பாட்டிலும் கொடுத்தான். அதைப் பார்த்த ஜானகி," ம்ப்ச், கொடு வேற வழி, எல்லாம் என் தலையெழுத்து, இந்த மார்வாடிகளோடு அவதிப் படனும்னு" என்றபடி வாங்கிக் கொண்டாள்.

"கும்ரிஷா எங்கள்மார்வாடிச் சாப்பாடே பிடிக்கலைனா, மார்வாடி கூட எப்படிக் குடும்பம் நடத்துவீங்க" எனக் கேட்டான்.

"பார்த்தியா,உனக்கு புரியுது என் கஷ்டம் என்ன பண்றது, குழந்தைப் பருவத்திலிருந்து, அவரை லவ் பண்றேன். சாப்பாடு தான் தொண்டையில்

இறங்க மாட்டேன்குது" எனத் தன் சோகக் கதையை அந்தக் காட்டான் பவாரியா விடமும் சொல்லிக் கொண்டிருந்தாள் ஜானகி.

மணி பன்னிரண்டை நெருங்கியது மும்பைக்கு முன்னால் வந்த ஊரிலேயே ஜானகியை இறங்க வைத்தான் ருத்ரநாத். "கும்ரிஷா, உங்கள் வாயையும், கண்ணையும் கட்டி முக்காடு போட்டுவிடுவேன்,எந்த ஹோசியாரியும், இங்க காட்டாதீங்க, நான் சூழ்நிலை வந்தால் நீங்க யாரென்று மறந்துடுவேன்." என மிரட்டினான்.

ஜானகிக்கு நிஜமாகவே உள்ளுக்குள் உதறல் எடுத்தது. அவளும் எவ்வளவு நேரம் தான், பயப்படாத மாதிரி நடிப்பாள்."வீரூஜி, சீக்கிரம் வாங்க வந்து என்னைக் கூட்டிட்டுப் போங்க" என அவனோடு மனதில் பேசினாள்.

விமானத்தில், கண்ணை மூடி யோசித்துக் கொண்டிருந்த ரகுவீருக்கு, ஜானகி தன்னை அழைப்பது போல் ஓர் உள்ளுணர்வு." வந்துட்டே இருக்கேன்டி மேரிஜான் தைரியமா இரு எப்படியும், நீ மும்பையில் இறங்கும் போது, நானும் வந்துடுவேன் " என மனதில் அவளுக்கும் தனக்குமான தைரியம் சொல்லிக் கொண்டான். கண்ணீரை உதிர்த்து தன் மனபாரத்தைக் குறைக்கவும் அவன் விரும்பவில்லை. ரகுவீர், சிந்தனையில் இருக்கும் போதே ப்ளைட் சத்ரபதி சிவாஜி விமான நிலையத்தில் தரை இறங்கியது.

பெரியவர்களையும், பெண்களையும், ஸ்வர்ன மஹலுக்கு அனுப்ப ரகுவீர் ஏற்பாடு செய்தான். அவ்வளவு நேரம் பேசாமல் வந்த சிவகுரு, "மாப்பிள்ளை, நாங்கள் எல்லாம் ஓமி வீட்டுக் கெஸ்ட் ஹவுசுக்குப் போகிறோம். ராகினி வேண்டுமானால் உங்கள் வீட்டுக்குப் போகட்டும்" என்று அவர் சொல்லும் போது அனைவருமே அதிர்ந்தனர்.

ராகினியும்,"ஆமாம் வீரூ, ஜானகி கிடைக்கட்டும், அதுக்கப்புறம் நம்ம வீட்டுக்கு வருகிறேன் இப்ப என்னால் முடியாது" என உதட்டைக் கடித்து அழுகையை அடக்க முயற்சி செய்து தோற்றார்.

புவாஷா என அவரை அணைத்துக் கொண்ட ரகுவீர், "உங்களுக்கு எது சரியென்று படுதோ அது மாதிரி செய்யிங்க, நான் அடுத்து ஜான்வியோட தான் உங்களைச் சந்திப்பேன்" என்றான்.

ராஜேன் ஷப்னம், ஏதோ பேச முற்பட்டவர்களைக் கண்களால் அடக்கி பேச வேண்டாம் என்றான் ரகுவீர். ப்ரீத்தோ பர்க்கா, பார்வதியைப் பார்த்து ,"இரண்டு பேரையும் பார்த்துக்குங்க ஆண்டிஜீ, இந்த நேரம் நீங்கல்லாம் கூட இருப்பது தான் எங்கள் பலமே " என அவர்களிடம் கை குவித்தான்.

"புத்தரு கவலைபடாதீங்க, ஜானகி ஸேர்னி மாதிரி, உங்கள் கிட்ட வந்துடுவா" என ப்ரீத்தோ தைரியம் சொன்னார். ஹரிணி மயூரியிடம் பெரியவர்களைப் பார்த்துக் கொள்ளும் பொறுப்பை ஒப்படைத்தனர்.

அமிர்தா, ஶ்ரீநிதி, மஞ்சரி, ரயில்வே ஸ்டேசனுக்குத் தாங்களும் வருவோம் எனச் சென்றனர். அமர் அமரேன் ராக்கேஷ் பற்றிய விவரம் அறிய டிடக்டிவிடம் சென்றனர்.

கஜேன், ஹேமந்த் பல்லாஜீ மூவரும் கமிஷனர் ஆபீஸ் சென்றனர்.

ரகுவீர் ராஜ்வீர்,அமுதன், அமித்,ஜெய், ரன்வீர், அமிர்தா, மஞ்சரி, ப்ரீ-நிதி எல்லாரும், மும்பையில் பாந்திராவிற்கு வந்து சேரும் வண்டியைப் பிடிக்க வந்தனர். இவர்கள் உள்ளே நுழையும் நேரம், அகமதாபாத், மும்பை எக்ஸ்-பிரஸ் வந்து சேரும் என்ற அறிவிப்பு வந்தது.

இரண்டு பேராகப் பிரிந்து ஜானகியைத் தேடினர்.அகமதாபாத் கடைக்கா-ரன் ஏசி கோச்சில் ஏறியதைப் பார்த்தான், எனவே அந்தக் கோச் நோக்கி, ரகுவீர் அமிர்தா ஓடினர்.

ஒவ்வொரு வாசலையும் வந்த எட்டுப் பேரும் லென்ஸ் கொண்டு தேடு-வது போல் கூர்ந்து கவனித்தனர். ஏசி கோச்சில், ரகுவீர் ஒரு புறமும் அமிர்தா ஒரு புறமும் ஏறித் தேடிக் கொண்டே வந்தனர். எல்லாக் கோச்சும் காலியாகிக் கொண்டே இருந்தது. ஜானகி பயணித்த கோச்சைப் பார்த்து விட்டு, அமிர்தா திரும்பும் முன்

ஜன்னல் கண்ணாடியைப் பார்த்தாள்,"ரகுவீர் அண்ணா" எனக் கோச்சி-லிருந்தபடி குரல் கொடுத்தாள் அமிர்தா. அடுத்த நிமிடம் ரகுவீர் அந்தக் கோச்சுக்கு வந்தான். "இங்கே யாருமே இல்லையே" என அமிர்தாவைப் பார்த்துக் கேட்டான்."இந்தக் கோச்சில் தான் அவள் வந்திருக்கா,அங்கே பாருங்கள்" என்றவள், ஓரிடத்தைக் காட்டினாள்.

ஒரு பூவும் பக்கத்தில் வில்லும் அம்பும் அதில் ஆர் வி என அவள் மெஹந்தியில் இருந்தது போல் வரையப் பட்டு இருந்தது. ரகுவீர் யோசனை-யாகப் பார்த்தான்.

அதற்குள் அமுதன் அங்கே வந்தவன், "அமிர்தா இது ஞாபகம் இருக்கா, பொன்னியின் செல்வன் படிச்சிட்டு, குந்தவை மாதிரி நானும் இந்-தப் பூ சின்னம் வரைவேன், நீங்க கண்டுபிடிச்சக்கனும் சொன்னாளே" என்-றான் அமுதன் .

ரகுவீர் அதைப் போட்டோ எடுத்துக் கொண்டான். வேறு ஏதாவது தடயம் இருக்கிறதா எனப் பார்த்தவர்கள் கண்ணில் கீழே சிதறியிருந்த ருத்-ராட்சம், உடுக்கை டாலர் கண்ணில் பட்டது.

ஜானகி ருத்ரநாத், அவள் வாயைக் கட்டும் போதே, திமிறுவதைப் போல் பாவலா செய்து அவன் கை செயினை அறுத்து விட்டாள். அதற்குப் பிறகு தான் அவளைத் திட்டியவன், ருத்ராட்சத்தைப் பொறுக்கி எடுத்துக் கொண்-டான்.

பக்கத்து கோச்காரர், அப்போதுதான் இறங்கப் போனவரைக் கேட்கவும், மும்பைக்கு முன்னாடியே இறங்கிட்டாங்க. "இரஜஸ்தானி மாதிரி இருந்தது, அந்தப் பொண்ணு தலையில் முக்காடு போட்டு இருந்தது.அந்த ஆள், கும்-ரிஷா போகலாம் என்றான். நான் கூட அதிசயமா பார்த்தேன், இந்தக் காலத்திலும் ராஜபரம்பரையான்னு" என்றார்.

அகமதாபாத் காரன்,அனுப்பிய போட்டோவைக் காட்டி உறுதி செய்தனர்.

ரகுவீர் அதே கோச்சில் ஜானகி அமர்ந்த இடத்தில் அமர்ந்து, அவளை உணர முயன்றான். ஜன்னல் ஓர சீட்டுக்கு அடியில் கை வைத்தவனுக்கு, தாதிஷா பரிசளித்த மற்றொரு வளையல் கிடைத்தது.

"அம்ரூ அமுதா" எனக் கூப்பிட்டு அந்த வளையலைக் காட்டினான். மூவரின் கண்களிலும் ஜானகியைத் தவறவிட்ட வலி தெரிந்தது. ஜானகியை தேடிய மற்றவர்களுக்கும் செய்தி போனது.

ராஜ், மஞ்சரியைப் பார்த்துக் கொண்டே ஒருவன் வேகமாக நடந்தான். அவனைக் கவனித்த மஞ்சரி,"ராஜ், இந்த வேலைக்காரன் நேற்று நம்ம ஹவேலியில் வேலைப் பார்த்தான் என்று சொல்லவும். ராஜ் வீர், ஜெய் சேர்ந்து அவனை அமுக்கிப் பிடித்தனர். அவன் வாயைத் திறக்காமல் கல்லுளிமங்கனாக இருந்தான்.

ரகுவீர் அவனருகே வந்து,ஓங்கி ஓர் அறை விட்டதில் சுருண்டு விழுந்தான் அவன். அடுத்த அடியில் அவன் மரணம் உறுதி, ரகுவீர் கையை ஓங்க "பாயீ,நிறுத்துங்கள் அவன் தான் ஒரு உன்மையைச் சொல்ல நமக்குக் கிடைத்தவன்" என அமித் ரகுவீரைத் தடுத்தவன்.

"இப்போது நீயா சொல்லலை, பாயீ அடிங்கன்னு விட்டுறுவேன். எங்களுக்குப் பயன்படாதவன் இருந்து என்ன பயன்?" என்றான் அமித்.

"ராத்தோட் ஷா, மன்னிச்சிடுங்க, ரெனாவத்ஷா தான் கடத்துனாரு, உங்களை வேவு பார்க்க நான் இங்க இருக்கிறேன். கும்ரிஷாவை மும்பை ஊருக்கு முன்னாடியே இறக்கீட்டாங்க. இரண்டு காரில் ஆளுங்கள் போகிறார்கள். அதில் பாதி ஆள் பவாரியா கூட்டம் "என்றான் வேலையாள்.

ருத்ரநாத் படத்தைக் காட்டி ரகுவீர் கேட்டான் ஆம் எனப் பதில் வந்தது.

இந்தத் தகவல்களை கஜேந்தருக்கு போன் செய்து சொன்ன ரகுவீர், அந்த வேலைக் காரனை போலீசில் ஒப்படைத்தான்.

வளையலைக் கையில் பிடித்தபடி காரில் அமர்ந்திருந்த ரகுவீர், கண்களை மூடி, 'ஹே, ராம்ஜி, உங்களைப் போலவே நானும் என் ஜான்வியைத் தொலைத்து விட்டேன், உங்களுக்கு அனுமன் உதவியது போல் எனக்கு உதவிக்கு, கண்டேன் ஜானகியை எனச் சொல்லும் ஜீவனை அனுப்பு என மனசார வேண்டினான் ரகுவீர் சிங் ராத்தோட்.

மனதின் வார்த்தை-49

மும்பை நகர்ப் பகுதி வரும் முன்பே, ஜானகியை இறக்கிய பவேரியா கூட்டம் அவளை ஒரு காரில் ஏற்றிவிட்டு அவளுக்கு இருபுறமும் இடைவெளி விட்டு அமர்ந்தனர். இரண்டு கார்களில் தரை வழியாக மும்பைக்கு வடமேற்கு கடற்கரையை அடைந்தனர்.

அங்கிருந்த ஸ்ட்ரீமர் போட்டில் ஏறியவர்கள் வழக்கமான ரோந்துப் பணிக்கு வரும் கடற்படை பாதுகாப்புப் போட்டுகளிலிருந்து தப்பி மறைந்து

சென்றனர். இதனால் அவர்கள் செல்ல வேண்டிய தீவின் தூரமும், நேரமும் அதிகரித்தது.

ஜானகி முதலில் ருத்ரநாதுடன் துடுக்காகப் பேசி வந்தவள், அதிகப்படியான ஆட்களைக் காணவும் வாயும் கண்ணும் கட்டப்பட்ட பின்னர், அமைதியாகவே வந்தாள். ருத்ரநாத் தன் உடையை மாற்றி ஹோட்டல் வேலைக்குச் செல்லும் சிப்பந்தி போல் உடையணிந்து இருந்தான். அவன் கூட்டாளிகளும் அதே உடையிலிருந்தனர்.

ருத்ரநாத் தனது கையில் கயிற்றின் ஒரு முனையைக் கட்டியவன், ஜானகியின் கையில் கயிற்றின் மறு முனையைக் கட்டினான்.

"கும்ரிஷா இதுவும் நீங்க தப்பிக்க முயற்சி பண்ணுவேன் வாய்ப்பு கொடுக்காதேன்னு சொன்னீர்களே அதனால் தான் கையைக் கட்டி வச்சுருக்கேன்" என்றான்.அதற்கும் ஜானகியிடம் பதில் இல்லை

மும்பை பீச் ஹவுசில் பல்லாஜீயின் வீட்டில் அவர் நண்பர்கள் இருந்தனர். ப்ரீத்தோ ஏற்கனவே வந்திருந்த அனுபவத்தில் சாப்பாடு ஆர்டர் செய்தார். வலுக்கட்டாயமாக மதிய உணவைச் சாப்பிடவும் வைத்தார்.

ராகினி அழுதுஅழுது சோகமாகச் சோர்ந்து இருந்தார். சிவகுருவின் அருகிலேயே தலை சாய்த்து அமர்ந்திருந்தவர், "சிவு,உங்களுக்கு மீனாட்சி அம்மன் கோவிலில், அந்தக் குறிசொல்லும் பெண்மணி சொன்னது ஞாபகம் இருக்கா "எனக் கேட்டார்.

சிவகுரு,"எனக்கு ஒன்றும் ஞாபகம் வரலை" எனச் சோர்ந்து இருந்த நேரம், அவர் தம்பி சண்முகத்திடமிருந்து போன் வரவும்,"ஹலோ, சண்முகம், ஜானகியை யாரோ கடத்திட்டு போயிட்டாங்கடா" என உடைந்து அழுதார்.

"அண்ணா என்ன சொல்றீங்க, இது எப்ப நடந்தது நீங்க எங்க இருக்கீங்க "என அவர்பதறியபடிக் கேட்ட கேள்விக்கு சிவகுரு அழுகையே பதிலாகச் சொல்ல, ரெட்டி போனை வாங்கி விவரம் சொன்னார்.

சண்முகம் பாலன் மற்றும் குடும்பத்தினருக்கு விவரம் சொல்லி மகனை, மும்பைக்கு விமானத்தில் டிக்கெட் போட சொன்னார். பாலன்,அமுதனிடம் பேசிய பின்பு ஐந்து பேருக்கும், மதுரையிலிருந்து மும்பை டிக்கெட் புக் செய்தான்.

சிவகாமி ராகினிக்கும் சிவகுருவுக்கும் சமாதானம் சொன்னார், தைரியமாக இருக்கச் சொல்லி, அறிவுரை கூறினார். அழுது புலம்புவதால் ஒன்றும் புலப்படாதுஅமைதியாக யோசிக்கத் தூண்டினார். தாயிடம் பேசியப் பின்னர் சிவகுரு சிறிது தெளிந்தார்.

சிவகுரு நீண்ட யோசனைக்குப் பின் அந்தக் கம்பளத்துக்கார பெண்மணியின் வாக்கை ஞாபகம் செய்து சொன்னார்.

"சித்தர் மலையில் குடியிருக்க.
சீதா தேவி போல் மகள் உனக்கு.
சூதானமா வச்சுக்கத் தாயி.

ராவணன் வாறான் சிறையெடுக்க.
ராமன் பக்கத்திலிருந்தாலும் பயனில்லை.
கடலோரம் வசிக்கும் மகள்,
தீவில் சிறை இருக்கும் சாபம் உண்டு.
மீனாட்சியைக் கும்பிட்டு, மூன்று
மகராசிகளுக்கு, கன்னிப் பெண்ணுக்கு,
சிற்றாடை கட்டினவளுக்கு, நிறைக்க வளையல் போடு.
அந்தச் சத்தம் அவள் காதில் ஒரு தாயின் கோரிக்கையாய் ஒலிக்கட்டும்,
உம் மகளைக் களங்கமில்லாமல் காத்துத் தருவாள்"

இப்படிச் சொன்ன சிவகுருவிடம், ராகினி அதுக்கு என்ன அர்த்தம், எனக் கேட்டார்.

"ராவணன் வருகிறான் சிறை எடுக்க, அப்படியென்றால், இப்ப கடத்தியது. தீவில் சிறை இருக்கும் சாபம் உண்டு, அப்ப இங்கிருக்கும் தீவுகளில் தேடச் சொல்லனும்." எனப் பரபரத்தார்.

ரகுவீருக்கு போனில் தொடர்பு கொண்டார், சிவகுரு.ரயில்வே ஸ்டேசனில், ஜானகியின் வளையலை மட்டும் கண்டெடுத்து மனதில் ராமனை வேண்டிக் கொண்டிருந்த ரகுவீர், சிவகுருவின் நம்பரைப் பார்த்ததும்,"பூஃபாஷா, ஜானு கூப்பிட்டாளா" என வேகமாகக் கேட்டான்.

"இல்லை மாப்பிள்ளை ஆனால் எங்கத் தேடனும்னு தெரியும் மும்பை பக்கத்தில் சுற்றியுள்ள தீவுகளில் தேடவேண்டும் மாப்பிள்ளை." என்றார் சிவகுரு.

"இவ்வளவு உறுதியா எப்படிச் சொல்றீங்க, மும்பை சிட்டியில் அதைச் சுற்றி இருக்கத் தொழிற்சாலைனு, மறைத்து வைக்கிறதுக்கு நிறைய இடம் இருக்கு அதை விடுத்து தீவுகளில் ஏன் மறைத்து வைக்கணும் " என்றான் ரகுவீர்.

"இல்லை மாப்பிள்ளை கட்டாயம் தீவு தான். ஏற்கனவே ஒரு அம்மா குறிச் சொன்னது, நாங்கள் தான் அசட்டையாக இருந்துட்டோம்" என்றவர் மீனாட்சி அம்மன் கோவிலில் நடந்ததை விவரித்தார்.

"சரிங்க, பூஃபாஷா கமிஷனர் ஆபீஸ் தான் போகிறேன், கட்டாயம் நீங்க சொன்ன மாதிரியும் தேடுவோம். ஜானும்மா நம்மிடம் வர்றது தான் முக்கியம்" என ரகுவீர் குரலில் சுரத்தில்லாமல் பேசினான்.

"மாப்பிள்ளை ஜானும்மா நமக்குக் கட்டாயம் நல்ல விதமா கிடைப்பாள். நீங்க தான் கூட்டிட்டு வருவீர்கள் பதட்டம் இல்லாமல் தேடனும் மாப்பிள்ளை, அப்பத் தான் கண்டுபிடிக்க முடியும்" என்றார் சிவகுரு.

"ஆமாம், பூஃபாஷா போற பக்கம் எல்லாம் நமக்கு க்ளூ கொடுக்குறா உங்கள் மகள்" என ஜன்னலில் வரைந்து இருந்ததையும், வளையலையும் சொன்னான்.

"அதெல்லாம் தைரியமா இருப்பா எங்கள் அம்மா மாதிரி, நமக்குத் தான் அவளைப் பிரிந்து துடிப்பா இருக்கு" எனக் கண்ணீர் விட்டார். ராகினி மொபைலை வாங்கியவர்."வீரூ வேறு ஏதாவது தகவல் தெரிந்தா" எனக் கேட்டார். அவரிடமும், விவரங்களைச் சொன்னான்.

"வீரூ அது தான் ஜானகி படி தாதிஷா மாதிரி தைரியம், முடிந்த அளவு முயற்சி செய்வா நீ டென்சன் ஆகாமல் இரு" எனச் சில வார்த்தைகள் பேசி வைத்தார்.

ரகுவீருக்கு தன் புவாஷா பூஃபாஷா விடம் பேசியது தைரியம் தந்தது.

'ஜானூ எங்கடி இருக்க?, பூஃபாஷா என்னான்னா கடலில் தீவில் தேடுங்குறார். ஜானகின்னு பேர் வச்சத்துக்கு இந்தக் கஷ்டம் எல்லாம் அனுபவிக்கனுமா. என்னைப் பார்க்காமலிருந்திருந்தால் இந்தத் துன்பம் உனக்கு இல்லை' என மனதில் தன்னை நொந்து கொண்டான்.

ஜானகி, அதே நேரம் இதே விசயத்தை நினைத்தாள்,'மாதாஜி கூடத் தைரியமா இருக்கும்,அப்பாஜான் தான் அவர் ஜானை தொலைச்சிட்டு அழுவார், அதுக்கு அடுத்து என் வீரூஜி, அவரால் தான் என்னைக் கடத்தினாங்கன்னு ஃபீல் பண்ணுவார். உங்களுக்குகாக நான் ஜான்சிராணி மாதிரி, சண்டையே போடுவேன் வீரூஜி என் வளையலை பார்த்தீங்களா? நான் உங்களுக்கு எட்டும் தூரம் தான். சீக்கிரம் வந்து உங்கள் கை வளைவில் என்னை வச்சுக்குங்க. ஐ லவ்யூ வீரூஜி"என இத்தனையும் மனதில் பேசினாள்.

ஜானகி தன்னவனின் நினைவில் அமைதியாக வந்தவள் சிறிது நேரம் கழித்து, கயிற்றை இழுத்தாள்,என்னவென்று அந்தக் காட்டான் கேட்கவும், வாய்க்கு நேராகக் காட்டினாள். அவன் வாய்க் கட்டை அவிழ்க்கவும்," ருத்ரா, கண்ணை அவிழ்த்து விடு, உமட்டுது வாந்தி வருகிறது" என வேகமாகச் சொன்னாள்.

அவன் கண் கட்டையும் அவிழ்த்தான். சுற்றிலும் கடல் நீரைப் பார்த்து, போட்டின் நுணியில் நின்று வாந்தி எடுத்தாள். தண்ணீரைக் கொடுத்து ஆசுவாசப் படுத்தினான் பவாரியா.

கண்ணை மூடி மயங்கிச் சரிந்தாள் ஜானகி. அவன் பதட்டமாகி அழைத்தான். " கும்ரிஷாவுக்கு, ஏதாவது ஆச்சுனா ரெனாவத்ஷா கொண்ணுடுவார்" என்றவன் தண்ணீர் எடுத்து அவள் முகத்தில் தெளித்தான்.

ஜானகிக்கு, நிஜமாகவே வாந்தி வந்தது அதைச் சாக்காக வைத்துக் கட்டை அவித்துக் கொண்டவள் திரும்ப அவன் கட்டாது இருக்கும் பொருட்டு மயக்கமானது போல் நடித்தாள். சரியான நேரம் வரட்டும் என்ற எதிர் பார்ப்புடன் காத்திருந்தாள்.இரண்டு மணிநேரப் பயணத்திற்குப் பின், ஒரு தீவின் அருகில் போட் நின்றது. ஜானகிக்கு முக்காடு போட்டு மூடி வைத்திருந்தான். அவளைப் பெண் எனத் தெரியாதபடி, மறைத்து வைத்தான்.

ஜானகி இருந்த போட் வந்தடைந்த தீவுப் பகுதியில் ஒரு ரிசார்ட் இருந்தது. அதனைத் தாண்டிய ப்ரைவேட் ப்ராப்டி. டிஸ்கோ ட்ரிங்கஸ் போதை மருந்து எனச் சகல இல்லீகல் வேலையும் உள்ளே இருக்கும், அதை மறைக்கத் தான் எடுத்தவுடன் வெளியே ரிசார்ட். அதனைச் சுற்றி சில சன் பாத் எடுக்க ஏதுவான சாய்வு பென்சுகள். சில வெளிநாட்டுப் பயணிகள் அங்கே இருந்தனர்.

ஜானகியைக் கரையில் இறக்க ருத்ரநாத் நேரம் பார்த்துக் கொண்டிருந்த சமயம், போட்டோ கிராபிக்காக வந்த சிவகணேஷ் டீம், அங்கிருந்து கிளம்பிக் கொண்டிருந்தது. கையில் கேமராவுடன் ஆர்ப்பாட்டமாகப் போட்டோ எடுத்துக் கொண்டு இருந்தனர். ருத்ரநாத், எரிச்சலாக, இவர்கள் எப்போது கிளம்புவார்கள் எனப் பார்த்துக் கொண்டிருந்தான்.

வெளிநாட்டுப் பயணிகள் வந்தவர் போனவரென எல்லாருடனும், போட்டோ எடுத்தவர்கள், கரை இறங்கிய ஹோட்டல்சிப்பந்திகளுடனும் போட்டோ எடுத்தனர்.

போட் நின்ற இடத்திற்கு மேற்கே, சூரியன் அஸ்தமனம் காட்சி தெரிந்தது.

"ஹே கைஸ், இன்னைக்கு நம்ம சன்செட்டை போட்டோ எடுப்போம்" என இருபது கேமராக்களும் களமிறங்கின. போட்டின் உள்ளிருந்து ஜானகி முக்காட்டைத் தூக்கிய வண்ணம் , முகத்தைத் தூக்கிப் பார்த்தாள். சிவகணேஷ் கேமரா, தன் அக்காவோடு சேர்த்து சூரியனைக் கவர் செய்தது, ஆனால் துரதிஷ்ட வசமாக ஜானகியை அவன் கவனிக்கவில்லை.

போட்டோகிராபி குழு, தங்கள் ஸ்ட்ரிமரில் ஏறிக் கிளம்பும் போது, ஜானகி தன்னைச் சுதாரித்து அதில் தம்பியைப் பார்த்தவள், "கணேஷ்" என விழுந்து புரண்டு ஓடினாள். ருத்ரநாத் அப்போது தான் போட்டோ காரர்களுக்காகக் கை கட்டை கழட்டி இருந்தான். பின்னாடியே வந்த ருத்ரநாத், மயக்க மருந்தோடு அவள் முகத்தில் வைத்து அமுக்கி தூக்கிச் சென்றான்.

சிவகணேஷ் இருந்த போட், மார்வேக்கு வட மேற்கில் உள்ள தீவுகளிலிருந்து மார்வே தீவுக்குப் பயணமானது.

ரயில்வே ஸ்டேசனில், ஜானகியைத் தேடி ஓய்ந்த ரகுவீர் குழுவினர், அமிர்தா, ப்ரீநிதி, மஞ்சரியை ஜெய்யுடன் பல்லா வீட்டுக்கு அனுப்பி விட்டு, கமிஷனர் அலுவலகம் வந்தனர்.

ஹேமந்த், கஜேன்,பல்லாஜீ அங்கே இருந்தனர். அவர்களோடு ரகுவீரை ஒத்த தோற்றம் உடைய ஒரு போலீஸ் அதிகாரி பேசிக் கொண்டிருந்தான். ரகுவீர், ராஜ், அமுதன்,அமித் அங்கு வந்து சேர்ந்தனர்.

"பாய்ஷா காகாஷா சொன்னார்கள், கவலைபடாதீங்க, பாபிஷாவை கண்டு பிடிச்சடலாம்" என அணைத்து ஆறுதல் சொன்னான் அந்த உதவி கமிஷனரான, ஐபிஎஸ் ஆபீஸர் சைலேந்தர் ராத்தோட்.

"சைலேன், நீ எப்போது இங்கே மாறி வந்த?" எனக்கேட்டான் ரகுவீர்.

"போனவாரம் தான் பாயீஷா. ஹேமந்த் பூபாஷா, ப்ரண்டு தான் கமிஷனர், என்கிட்ட பாபிஷாவை தேடும் பொறுப்புத் தந்திருக்கிறார்கள், இதுவரை நடந்ததைச் சொல்லுங்கள்" என அத்தனை தகவலையும் வாங்கிக் கொண்டவன், அமுதன் அமித்தையும் அறிமுகம் செய்து கொண்டான்.

மூத்தவர்கள் மூவரையும் வீட்டுக்கு அனுப்பிய ரகுவீர், அவ்வப்போது தகவல் சொல்வதாகச் சொன்னான். கஜேந்தர் ஹேமந்த் இருவரும், ரெனாவத் பிஸ்னஸை ஒடுக்கத் திட்டமிட்டு வேலையைத் தொடங்கினர். சைலேந்தரின், போலீஸ் வேலை துரிதமாக வேலை செய்தது. பாபிஷா போன் எங்கே எனக் கேட்டவன், ரகுவீரிடமிருந்து வாங்கினான்.

அதை அன்லாக் செய்யும் முன் கையில் வாங்கியவனுக்கு, ஜானகியின் சந்திரமுகி தரிசனம் கிடைத்தது. சைலேந்தர் அதிர்ந்து போனான். மற்றவர்களுக்கு ஜானகியின் இயல்பு தெரிந்ததால் சோகமான முறுவலைக் காட்டினார்.

"பாயீஷா போனை அன்லாக் பண்றவனுக்கே இந்த நிலமைனா, நீங்க பாபிஷா வை பற்றிக் கவலையே பட வேண்டாம், தைரியமா இருப்பார்கள்" என அவன் சொன்னான். அன்லாக் செய்து கொடுத்த ரகுவீர்,

"அவளுடைய தைரியம் தான் பிரச்சனையே, எவனுக்கும் பயப்பட மாட்டாள். எதிர்த்து நிற்பாள் கடத்தினவன் சரியான ஜங்கிலி காட்டான். இவ மேல் எரிச்சல் பட்டுத் துன்புறுத்தாமல் இருக்கவேண்டும்" என்றான் ரகுவீர்.

"இதில் ராம்னு போட்ட நம்பரிலிருந்து கால் வந்திருக்கு" என்றவன் ட்ரேஸ் பண்ண அந்த எக்ஸ்பேர்டிடம் கொடுத்தான்.

அவர் சிறிது நேரத்தில் வந்தவர்,"சார் நீங்க ட்ரேஸ் பண்ணச் சொன்ன நம்பர், கடலுக்கு உள்ளே காட்டுகிறது. அதைவிட முக்கியமான விசயம் இதில் இன்னொரு ஈமெயில் ஐடி மொபைல் நம்பர் பேர் ஆகியிருக்கு, அந்த நம்பரும் ராம் சிம் நம்பரும் ஒரே இடத்தில் அரைமணி நேரம் முன்னால் இருந்ததா சேட்டிலைட் காட்டுகிறது." எனச் சொன்னார்.

"இன்னொரு நம்பர் யாருடையது" என நம்பரைப் பார்த்தவர்களுக்கு அதை டயல் செய்யவும் 'சிவகணேஷ்' என ஒரே நேரம் கூவினார்கள்.

"போட்டோகிராபி சூட்டிங் போனான்" என்றபடி ரகுவீர் அவனுக்கு ட்ரை செய்தான். நம்பர் நாட் ரீச்சபில் ஆக இருந்தது.

"தீப்தி, தீப்தி கணேஷ் கூடத் தான் போயிருக்கா" என அவளுக்குப் போன் செய்தான். தீப்தி போனை எடுத்து விட்டாள் ஆனால் சிக்னல் இல்லாமல், பேசுவதற்குள் கட்டாகி விட்டது.

"பாயீஷா அப்ப அரேபியன் சீயில் இருக்க ஒரு தீவு தான்" என்றான் சைலேந்தர்.

"இப்பத்தான் பூஃபாஷா, ஐலேண்டில் தேடச் சொன்னார், சயின்ஸக்கு முன்னாடி, நம்ம ஜோதிடம் வந்து நிற்கிறது" எனச் சிவகுரு சொன்னதை ரகுவீர்சொன்னான்.

அமுதனும்,"ஆமாம், அன்னைக்கு அம்மா பெண்களுக்கு வளையல் குங்குமம் தந்தார்கள் இது தான் காரணமோ?" என யோசித்தான்.

அமர்சிங்கிடம் தீப்தியின் செட்யூல் பற்றிக் கேட்டான் ரகுவீர். "மார்வே ஐலேண்ட் பக்கம் தான் ரகுவீர் போயிருக்கா, ட்ரிப் இன்சார்ஜை கேட்டுச் சொல்கிறேன்" என்றார் அமர்.

ராஜ்,"சைலேன் ரெனாவத் மேல் கம்ப்ளைண்ட் தர்றோம் அரெஸ்ட் பண்ணுங்கள். அவனைப் பிடித்தாலே பாதிப் பிரச்சனை சால்வ்ட்" என்றான்.

"ராக்கேஷ் மும்பை வந்து இறங்கினான்,ஆனால் வீட்டுக்குப் போகவில்லை. ஆள் பார்த்திட்டு வந்தாயிற்று" என்றான்.

"நாமேப் போய் மார்வே பக்கத்தில் தேடலாம்" என்றான் அமுதன்.

"அது அவ்வளவு சுலபம் இல்லை, செண்ட்ரல் கவர்ண்மென்ட் கீழே நேவி, ஏர்போர்ஸ் எல்லாம் வரும்" என்றான் சைலேந்தர்.

அமித்," நீங்க ப்ரோட்டோகால் என்னனு சொல்லுங்கள், பய்யா பாபிகிட்ட சொல்லி நான் ஏற்பாடு செய்கிறேன். ஹெலிகாப்டர்ல தேடுவதாக இருந்தால், நான் ஸ்பெஸல் பர்மிஷன் வாங்கிடுவேன்" என்றான்.

சைலேந்தர் சொல்லியபடி ஆரவிடம் பேசினான் அமித். இரண்டு மணி நேரத்தில் சொல்கிறேன்.செகரெட்டரியேட் தான் இரண்டு பேரும் போகிறோம் என்றனர்.

"ரெனாவத், நம்ம நினைத்ததை விடப் பெரிய வேலை செய்கிறான் போல, நமக்கும் ஆள்வேண்டும், என்ன செய்யலாம் சைலேன்" எனக் கேட்டான் ரகுவீர்.

"ஆமாம் காகாஷாவும் சொன்னார். பரைவேட் செக்யூரிட்டி ஏற்பாடு செஞ்சுக்குவோம், நான் அரேஞ்ச் பண்றேன். சிவகணேஷ் போன் கிடைத்த பிறகு தான் அடுத்த ஸ்டெப்.ட்ரை பண்ணிகிட்டே இருங்க" என்ற சைலைந்தர் தொடர்ந்து

"பாயீஷா, துப்பாக்கி லைசன்ஸ் வைத்திருக்கிறீர்களா?" எனக் கேட்டான் சைலேந்தர் ராத்தோட்.

"ஆமாம், சைலேன் வைத்திருக்கிறேன்.அப்ப நாங்கள் வீட்டுக்குப் போய் எடுத்துட்டு மார்வே வந்துடுறோம். அதுக்குள்ள டெல்லியிலிருந்தும் பர்மிஷன் கிடைச்சிரும். என்ன அமித்" என ரகுவீர் கேட்டதற்கு ஆமாம் எனத் தலை ஆட்டினான்.

"ராஜ், நீ அமித்தை கூட்டிட்டு, பல்லாஜீ வீட்டுக்குப் போ, நான் அமுதனோடு வீட்டுக்கு போயிட்டு வந்திடுறேன். மும்பை ட்ராஃபிக் இவர்களுக்கு ஓட்டி பழக்கம் இருக்காது. "என ரகுவீர் தம்பிக்குத் தான், ராத்தோட் மேன்ஷன் சென்றான்.

ரகுவீர் அமுதனைப் பார்த்த பெரியவர்கள் ஏதாவது விசயம் தெரிந்ததா? எனக் கேட்டபடி வந்தனர்.தாதிஷா, தாதாஷாவிற்கு, ஜானகி கடத்தப்பட்ட விசயம் தெரிந்து விட்டது. அமுதனிடம் வந்து வருந்தி அழுதனர்.

"நானிமா அழாதீர்கள், ஜானகியைக் கண்டு பிடிச்சிடலாம், ஒவ்வொரு இடத்திலும் துப்பு கொடுத்துக் கிட்டே தான் இருக்கிறாள்." என நடந்தவற்றைச் சொன்னான்.

தாதாஷா," என் மாஷா இப்படித்தான் மிகவும் தைரியமா இருப்பார்கள். எத்தனை பேர் நின்று கூச்சல் போட்டாலும், அவர்களின் ஒரு பார்வையில் எல்லாம் அடங்கிடுவாங்க. "என நா தழுதழுக்கப் பேசினார்.

தாதிஷா ஜானகி வரவழைத்த இராமர் பட்டாபிஷேக படம் முன்னால் வந்து, நின்று,"ஹே ராம்ஜி, எங்கள் நாதியை மீட்டுக் கொடு" என வேண்டினார்.

மயூரி அமுதனையும்,ரகுவீரையும் கட்டாயப்படுத்திச் சாப்பிட வைத்தாள்.

அமுதனை மொட்டை மாடி அறைக்கு அழைத்துச் சென்ற, ரகுவீர்,ஒரு சுரங்கம் போலிருந்த அறைக்குள் இறங்கினான். அதிலிருந்து ஒரு மரப் பெட்டியை எடுத்து, அவனிடம் கொடுத்து விட்டு தானும் மேலேறினான்.

அமுதன் அந்தப் பெட்டியை, திறக்க முயன்றும் முடியவில்லை.

"நம்பர் லாக்," எனச் சொல்லி சிறிய நாபை இழுக்க, நம்பர் டிஸ்ப்லே வந்தது. அன்லாக் செய்து மூன்று துப்பாக்கி தோட்டாக்கள் மற்றும் குண்டுத் துளைக்காத ஜாக்கெட் இவற்றையும் எடுத்துக் கொண்டான்.

அமுதன் வியப்பாகப் பார்த்தான். எங்கள் மூன்று பேருக்காக வாங்கியது.என விளக்கம் தந்தவன்."சூட் பண்ணத் தெரியுமா?" எனக் கேட்டான். தெரியாது என அமுதன் சொல்லவும், நாலு உரையோடு கூடிய பொடியான கூர் கத்திகளைக் கொடுத்தான்.

அமுதனைச் சட்டையைக் கழட்டி, புல்லட் ப்ரூவ் ஜாக்கெட் அணிவித்த பின், சட்டையை மாட்டி விட்டான். தானும் அணிந்து, ரகுவீருக்கும் எடுத்து வைத்தான். இது எப்படி என ஆச்சரியப் பட்ட அமுதனிடம், ஒரு சேப்டிக்கு வாங்கியது, இன்றைக்கு உபயோகம் ஆகிறது என்றான்.

பழையபடி சுரங்கக் கதவை மூடி விட்டு வெளியேறும் முன், அவன் கைப் பட்டு, ஜானகி வரைந்த பெயின்டிங், கீழே விழுந்தது. ரகுவீர் அதை நிமிர்த்தி வைத்தான், அதில் ராதா கிருஷ்ணன் படம் ஜானகி ராதையாக, ரகுவீர் கிருஷ்ணனாக முகச் சாயல் இருந்தது.அதைப் பார்த்தப் படி அப்படியே நின்றான் ரகுவீர். அமுதன் ரகுவீரை ஏதோ கேட்கத் திரும்பியவன், தன் தங்கை வரைந்த ஓவியம் கண்டு சிலையானான்.

ரகுவீர்,"அமுதா, அது என்ன எழுதி இருக்கிறது என ஓவியத்தின் கீழே இருந்த தமிழ் வார்த்தைகளைக் காட்டி கேட்டான். அமுதன் வாசித்தான்,

"சிறு பிராயம் முதல் என்னில் நிறைந்தவனே,
உன் கையில் எனைத் தாங்கிய என்மன்னவனே,
ருக்குமணியை நீ தேடி மனம் முடித்தாலும்
இந்தப் பேதைக்கு என்றும் நீ மணாளன் தான்.
ராதைக்கு என்றும் நீ காதலன் தான்.

ஜானகியின் மனம் கவர்ந்த ரகுவரன் தான்.

என்னை விட்டு நீ பிரிந்தாலும், என்னுள்ளே என்றும் நீ இருப்பாய்,

எனைத் தேடி வருவாயோ,என் உள்ளம் கவர் கள்வனே.

உனக்காக நான் காத்திருப்பேன்,மண்ணிலும் ,விண்ணிலும்."

ஒருதலைக் காதலாகக் கூட ரகுவீர் போதும் என்ற ஜானகியின், அன்பின் ஆழம் மெய்சிலிர்க்க வைத்தது. ரகுவீரிடம்,மொழி பெயர்த்துச் சொன்னான்அமுதன்.

ரகுவீருக்கு அவ்வளவு நேரம் அடக்கிய கண்ணீர், மடை திறந்த வெள்ளமாக வந்தது தாங்க முடியாமல் கதறியவன்,"உன்னைத் தேடி வர்றேன்டி மேரிஜான்" எனக் கண்ணீர் விட்டான்.

அமுதனின் கண்களிலும், கண்ணீர் வெள்ளம் பெருகியது. "அத்தான், அவள் மனதில் இப்படி வேரூன்றி இருப்பிங்கன்னு, எனக்கே கூடத் தெரியலை" என்றவன் ரகுவீரை அணைத்துக் கொண்டான்.

"இது ஏன் அமுதா, இவ்வளவு அன்பு வச்சிருக்கா அந்தளவுக்கு நான் என்ன செஞ்சேன் அவள் என்னைப் பார்த்து ஒரு மாதம் தான் ஆகிறது." எனக் கதறினான் ரகுவீர்.

"உங்களை நேரில் பார்த்துத் தான் ஒரு மாதம், ஆனால் நினைவு தெரிந்ததிலிருந்து நீங்க தான் அவளுக்கு ஐடியல் ஹீரோ" எனச் சிரித்தான் அமுதன்.

அந்த நேரம் சிவகணேஷிடமிருந்து போன் வந்தது. "ஜானகி அக்கா, நான் எடுத்த போட்டோவில் இருக்கிறாள்". என அதையும் அனுப்பினான்.ஒரு உறுதியோடு மார்வே தீவுகளை நோக்கி, கிளம்பினர் ரகுவீரனின் படை.

மனதின் வார்த்தை-50

ரகுவீரும்,அமுதனும் மொட்டை மாடி அறையில் தங்கள் பாதுகாப்புக்குத் தேவையான பொருட்களை எடுத்துக் கொண்டு கிளம்பும் நேரம், ஜானகி வரைந்த ஓவியமும், கவிதை வரிகளும் தென்பட்டது. தமிழில் இருந்த வரிகளை வாசித்த தமையனுக்கும், அதன் மொழி பெயர்ப்பில் அவளை உணர்ந்த மனங்கவர்ந்தவனும், பேசும் மொழி மறந்து சொல்ல இயலாத உணர்ச்சி மிகுதியில், ஜானகியின் காதலின் ஆழத்தையும், அன்பையும் நினைத்து நெகிழ்ந்து நின்றனர்.

ரகுவீரின் அலைப்பேசி, தன்னைச் செவிமடுக்கச் சொல்லி அழைப்பு விடுத்தது. சிவகணேஷ் அழைத்தான்."ஹலோ,கணேஷ் எங்க இருக்க" என ரகுவீர் அவசரமாகக் கேட்டான்.

"அத்தான், நான் மார்வே ஐலேண்டில் இருக்கிறேன், உங்கள் மிஸ்டுகால் அலர்ட் பார்த்தேன், ஏதாவது முக்கியமான விசயமா" என்றான்.

"ஜானகியை கிட்னாப் பண்ணிட்டாங்க. நீ இப்போ எங்கிருந்து வந்தாய் "என்றான் ரகுவீர்.

"என்னத்தான் சொல்கிறீர்கள், இது எப்ப நடந்தது எங்கிட்ட யாருமே சொல்லலை, இப்ப ஜானகிக்கா எங்கே இருக்காங்க?" எனக் கண்ணீர் விட்-டான் சிவகணேஷ்.

"கணேஷ் அதுக்குத்தான் உனக்குப் போன் பண்ணினோம்." என்ற ரகுவீர் நடந்ததைச் சுருக்கமாகச் சொன்னான்.

"அத்தான்,நீங்க சொல்றதைப் பார்த்தால், நான் கிளம்பும் நேரம் ஒரு போட் வந்தது. அக்கா அதில் இருந்திருப்பாளோ இருங்கள் போட்டோ செக் பண்ணிட்டுக் கூப்பிடுகிறேன்" என்றவன். இரண்டாவது நிமிடம் சில போட்-டோக்களை அனுப்பினான்.

"அத்தான் நீங்கச் சொன்னது சரிதான் அக்கா அந்ததீவுல தான் இருக்-கனும். நான் உடனே போகிறேன்" என்றான்.

"கணேஷ்,அவசரப்படாத யார் கிட்டயும் எதுவும் சொல்ல வேண்டாம். நீ அங்கயே இரு நாங்கள் ஒரு டீமே அங்க வருகிறோம், அந்த ஐலேண்ட் பற்றிய விவரத்தை சேகரித்து வை" எனக் கட்டளை இட்டவன் அமுதனுடன் சேர்ந்து போட்டோக்களைப் பார்த்தான்.

ஒரு போட்டோவில், ஜானகி போட்டுக்கு மேலே முக்காட்டை விலக்கி தலையைத் தூக்கிப் பார்த்துக் கொண்டிருந்தாள். முகத்தில் சோர்வு இருந்தது ஆனால் பயமில்லை அதுவே அவர்களுக்குத் தைரியம் தந்தது. போட்டோக்-களை, சைலேந்தர்,ராஜ், அமுதன், பூஃபாஷாவிற்கு அனுப்பினான் ரகுவீர்.

"அமுதா வா போகலாம், 'ராம்ஜி' என் கோரிக்கையை, நிறைவேற்றி விட்டார். ஜானுவை,அவன் வேற இடத்துக்குக் கடத்தும் முன் மீட்கவேண்-டும்" என்றவன், கீழே பெரியவர்களிடம், "ஜான்வி இருக்குமிடம் தெரிந்தது, அவளோடு தான் வருவேன்" எனக் கிளம்பும் நேரம் அமரேன் அமர்சிங் இருவரும் ஒரு முக்கியமான தகவலுடன் வந்தனர்.

"ரகுவி ராக்கேஷ் ரெனாவத் கடலுக்குள்ள இருக்கத் தீவுக்கு மதியமே போய்விட்டான். அந்தத்தீவில் மேலோட்டமான பார்வைக்கு ஒரு ரிசார்ட் இருக்கிறது, ஆனால் இன்டீரியரில் ஒரு ப்ரைவேட் ஏரியா,அதில் எல்லா இல்லீகளும் நடக்கிறது.போதை மருந்து லிக்கர் பொண்ணுங்க எல்லாமே. நீ எவ்வளவு சீக்கிரம் முடியுமோ, ஜானகியை ரெஸ்கியூ பண்ணு, ரெனாவத் ரொம்ப வக்கிரம் பிடித்தவன். அவனோடு வக்கிரத்துக்கு விக்டிம் அவன் முதல் மனைவி. வசதியான வீட்டுப் பெண் அதனால் தப்பித்தது. கொஞ்சம் இரு நானும் வருகிறேன் " என்றார் அமரேன்.

"சாசு,நீங்க எதற்கு அலையறீங்க" என்றான் ரகுவீர். "இல்லை ரகுவீ, என் தீக்ஷாக்கு தான் என்னால் ஒண்ணும் செய்ய முடியலை, ஜானகிக்கு எதுவும் ஆகக்கூடாது. அவள் நம் உயிர் நம் சொத்து, நம் ஷான்" என உணர்ச்சி வயப்பட்டார்.

அமர்சிங் கிளம்பியவனை,"ஜீஜூ,நீங்க இங்க இருங்கள்.எங்களுக்கு உதவி பண்ண மும்பையில் ஆள் வேண்டும். நான் கூப்பிடுகிறேன்" என வீட்டில் விட்டுச் சென்றான் ரகுவீர்.

"ரகுவி, இன்னொரு விஷயம், நாம் ரெனாவத்தை வாட்ச் பண்ற மாதிரி, அவனும் ஆள் வச்சுருப்பான். உன்னை ஒரு வண்டி ஃபாலோ பண்ணுகிறது, எங்களைப் பார்த்ததும், வண்டியைத் திருப்பினான் கேர்ஃபுல்" என அமர்சிங் டாக்கூர் எச்சரிக்கை செய்தான்.

"தாங்க்ஸ் ஜிஜூஷா எச்சரிக்கை செய்ததுக்கு " என்றவாறே மூவரும் கிளம்பினர். அமர் சொன்னது போல், ஒரு வண்டி ஃபாலோ செய்தது நேர் எதிர் திசையில் நவி மும்பையை நோக்கி காரை செலுத்திய ரகுவீர், சிறிது தூரத்தில், தன் நம்பிக்கைக்கு உகந்த யூகியிடம் வண்டியை மாற்றி விட்டு அவனை நவிமும்பை டாக்கூர் பீச் ஹவுஸ் போகச் சொன்னான். இவர்கள் சாதாரணக் காரில் மார்வே வந்து சேர்ந்தனர்.

மார்வே தீவுப்பகுதியில், ஐபிஎஸ் சைலேந்தர்,ஓர் ப்ரைவேட் காமண்டோ டீமை இவர்கள் எல்லாரும் எக்ஸ்சர்வீஸ் மென் ஏற்பாடு செய்திருந்தான். ரகுவீர், ராஜ், ரன்வீர், அமுதன், அமித், ஜெய் இருந்தனர். சிவகணேஷ் அவர்களோடு தேடி வந்து சேர்ந்தான்.

"அண்ணா" என அமுதனைக் கட்டிக் கொண்டு அக்காவிற்காக அழு-தான். அமுதன் அவனைத் தேற்றினான்.

ரகுவீரிடம் வந்தவன், "நீங்க இருக்கும் போது, எப்படி அத்தான்,என் அக்காவைக் கடத்த விட்டீர்கள்" என ரகுவீர், தன்னைத் தானே ஆற்றாமை-யோடு கேட்டுக் கொள்ளும் கேள்வியை, மற்றவர் கேட்க யோசிக்கும் கேள்-வியைக் கேட்டே விட்டான் சிவகணேஷ்.

"அதுக்கான தண்டனையைத் தான், ஒவ்வொரு நொடியும் அனுபவிக்கி-றேன்" என ரகுவீர் இயலாமையோடு சொன்னான்.

"கணேஷ்,என்னப் பேச்சு இது" என அமுதன் கண்டித்தான்.

"அமுதா, என்னை நானே கேட்கிற கேள்வியைத் தான் அவன்,கேட்கி-றான் விடு" என்றவன், "உன் மொபைல் அவளோடு பேர் ஆகியே இருக்கி-றது எப்படி " எனக் கேட்டான் ரகுவீர்.

"உங்களை முதல்முறை பார்க்கும் போதே, நீங்க தான் அத்தானென்று சொன்னேன் அதுக்கு அடுத்துச் சொல்ல வந்தவனை அக்கா யாருன்னு தெரிஞ்ச சந்தோஷத்தில் நீங்க கேட்கவே இல்லை" எனக் குறைப் பட்டான் கணேஷ். "சரி இப்ப சொல்லு" என்றான் ரகுவீர்.

"எங்கள் அக்காவுக்கு,என் மேல் அவ்வளவு பாசம்.நான் வேற மாதிரி போய்விடுவேனென்று கண்காணிக்க மெயில் ஐடி ,கூகுள் ஐடி மொபைல் நம்பர் எல்லாத்தையும் மெர்ஜ் பண்ணி வச்சிருக்கு. அதோட போன் காண்-டேக்ட் எல்லாம் எனக்கும் வரும், என்னோடது அதுக்குப் போகும்.இங்க பாருங்கள்" எனக் காட்டினான்.

கடைசியாக, அவர்கள் எடுத்துக் கொண்ட ரொமான்டிக் செல்பி வரை அவன் போனில் இருந்து. ஜானகி வந்த நாளில் இருந்த போட்டோக்களில், ரகுவீரின் பல போஸ்களில், ஜானகி அவனைப் பார்த்திருந்த அத்தனையும் தருணமும் ஏதோ ஒரு போட்டோ இருந்தது.

"டேய்,அக்காவும் தம்பியும் என்னடா செய்றீங்க, அவள் சைட் அடிக்கிறதைப் பெருமையா நீயும் காட்டுகிற. ஷாதிக்கு முன்னாடி, என் லுகாயிக்கு வேற மொபைல் நம்பர் வாங்கனும் . ப்ரைவசியே இல்லை" எனக் குறை பட்டான் ரகுவீர்.

"அத்தான்,ஓவரா சீன் போடாதீங்க, எங்கள் அக்கா தீர்க்கதரிசி,அதுதான் எப்படி ஒரு ஏற்பாடு" என்றான் கணேஷ்.

"அரே சாலா உன் அக்கா பெருமை போதும், அங்க என்ன செய்து வைத்திருக்கிறாளோ, ராக்கேஷ் ஒரு வக்கிரம் பிடிச்சவன், என் மேல் உள்ளக் கோபத்தை, அவள் மேல் காட்டுவான்" எனக் கவலைப் பட்டான் ரகுவீர்.

"போகலாம் நம்ம இப்ப எதற்கு நிற்கிறோம்" எனக் கேட்ட சிவகணேஷிடம் ,அமரேன் வந்த திசையைக் காட்டினான்.

சைலேந்தர், அமரேன்,அமித் மூவரும் வந்தனர்.சிவகணேஷை ராத்தோட்களுக்கு அறிமுகம் செய்தான் அமுதன். அமித்ஜெய்யை ஏற்கனவே தெரியும்.

ஒரு பத்து பேர் கொண்ட க்ரூப், ப்ரைவேட் பார்ட்டிக்குப் பணம் கட்டியிருக்கு அதுக்குப் போகனும். மீதி ஆளுங்க போட்டில் வெயிட் பண்ணுவோம், போறவங்க சிசுவேசன் பார்த்துச் சொல்லட்டும்.

இது இல்லாமல் ஹெலிகாப்டர் இருக்கிறது அமித் ஓட்டிட்டு வருவார், நம்ம கமேண்டோஸ் அண்ட் ரகுவீர் அதில் போய் ப்ரைவேட் ஏரியாவில், யாருக்கும் தெரியாமல் இறங்கனும்" என்றான் சைலேந்தர்.

"ஹெலிகாப்டர் பறந்தால் சந்தேகம் வராதா?" என அமுதன் கேட்டான்.

"இல்லை, இங்கே இது சகஜம், கடலோரப் பாதுகாப்புப் படை சுற்றிக் கொண்டே இருப்பார்கள், நமக்கு ஸ்பெஷல் பர்மிஷன், பாண்டே ஸாப் வாங்கித் தந்துவிட்டார். அவங்களும் நாம் சிக்னல் கொடுத்தோனே வந்துருவாங்க" என்றான் சைலேந்தர்.

"நம்ம ராத்தோட்களை, ரெனாவத் ஆளுங்களுக்கு நல்லாத் தெரியும், என்னைத் தெரியாது அதனால்,நான், அமுதன், கணேஷ்,ஜெய் மாறு வேஷத்தில் பெண் காமேண்டோ சிலரோடு ப்ரைவேட் பார்ட்டிக்குப் போகனும். காகாஷா ராஜ் ரன்வீர், இன்னும் சிலர் போட்டில் இருங்கள், மொபைல் எல்லாம் வைபிரேட்டில் இருக்கவேண்டும்" எனத் திட்டம் போட்டான் சைலேந்தர்.

தீப்தி, மறைந்து நின்று கேட்டவள், ஒரு பொண்ணோடு முன்னே வந்தாள் .

"படே பய்யா, நாங்களும் உங்களுக்கு ஹெல் பண்றோம்,பை த வே, இவள் சாந்தினி, சாந்தினி ரெனாவத், ராக்கேஷ் ரெனாவத்தின் பஹன்" என்றாள் தீப்தி.

எல்லாரும் அதிர்ச்சியாகப் பார்த்தனர். "என் பாய்ஷா,கொஞ்சம் ரஃப் அண்ட டஃப்னு தெரியும், ஆனால் சிவாவின் அக்காவைக் கடத்தி வச்சிருப்பாருன்னு நினைக்கவில்லை. நான் அவங்களைக் காப்பாற்ற என்னால் முடிந்த ஹெல்ப் செய்கிறேன், சொல்லுங்கள்" என்றாள்.

அமரேன்,அவளை அழைத்தவர்,"எங்கள் தாதிஷா குடும்பத்துப் பொண்ணு, அதே துணிச்சல் இருக்கிறது " என்றவர். "நீங்க இரண்டு பேரும் உதவ வந்தது நல்லது தான், ஆனால் சின்னப் பொண்ணுங்களை என்னால் இதற்கு அனுமதிக்க முடியாது. வீட்டுக்குக் கிளம்புங்கள்" என அனுப்பினார் அமரேன்.

"சரிங்க அங்கிள், பாய்ஷா எங்க இருக்கார்னு பார்ப்போம்,உங்கள் முன்னால் பேசுகிறேன்" என்றவள் டயல் செய்தாள்.

"பாய்ஷா, சாந்தினி பேசுகிறேன்,நீங்க எங்க இருக்கீங்க" எனக் கேட்டாள்.

"இதென்ன புதுசா கேள்வி கேட்கிற " என்றான் ராக்கேஷ்.

"இல்ல பாய்ஷா, போட்டோ சூட் முடிந்தது, வீட்டுக்கு போகனும், நீங்க பக்கத்தில் இருந்தால் சேர்ந்து போகலாம் னு பார்த்தேன்" என்றாள். அதற்குள், ரெனாவத் ஷா,உஸ் லட்கி காயப் ஹோகயி[அந்தப் பெண் காணவில்லை]" என்ற குரல் கேட்டது.

"சுப் ரஹோ பாகல் கைக்கா, என அங்கே திட்டியவன்,"பாய்ஷா, யார் காணோம்?"; எனக்கேட்டாள். "ஒண்ணும் இல்லை டேன்ஸர் பணம் பத்தாதுன்னு, தகராறு செய்தாள் அவளைத் தான் காணாமல் தேடுகிறார்கள். நம்ம ஐலேண்ட் விட்டு எங்கேயும் போக முடியாது . நான் இரண்டு நாள் கழித்துத் தான் வருவேன். அடிக்கடி போன பண்ணாதே, பார்த்துப் பத்திரமா வீட்டுக்குப் போ வெளியே சுற்றாதே" எனப் போனை வைத்தான்.

மூச்சு விட மறந்தவர்கள்,அப்போது தான் பேசினர்."அப்ப ஜானி தப்பிச்சிட்டளா?" என ராஜ் கேட்டான்.

"இல்லை பாய்ஷா, அங்கிருந்து தப்பிக்க முடியாது. நிறைய செக்யூரிட்டி சிஸ்டத்தில் கணக்ட் ஆகி இருக்கும். யாரும்,உள்ளே போனாலோ வந்தாலோ காட்டிடும். நீங்க எப்படிப் போனாலும், பாய்ஷா கண்ணில் பட்டுடுவீங்க" என்றாள் சாந்தினி.

"அதோட கண்ட்ரோல் எங்க இருக்கிறது," எனச் சைலேந்தர் கேட்டான். எங்கள் வீட்டில் எனச் சாந்தினி சொல்லவும்.

"குட், நீ போய், அதை ஹேக் பண்ணு, நான் ஒரு நம்பர் தர்றேன், அவர் சொல்கிறபடி வீட்டில் போய்ச் செஞ்சேன்னா போதும்" எனச் சொல்லி, தீப்தியையும். அமரிடம் சொல்லி அனுப்பி வைத்தனர்.

"தீப்திகிட்ட இருந்து மெசேஜ்,வரட்டும் என முக்கால் மணி நேரம் காத்திருந்தனர்.

ஜானகியை, மயக்கமடையச் செய்த ருத்ரநாத், அவளை ரிசார்டைச் சுற்றி, உள்பகுதிக்குத் தூக்கிச் சென்றான். இந்த முறை வீரியம் குறைவாக மயக்க மருந்தை உபயோகித்ததால், ஒருமணி நேரத்தில் முழித்தாள். தலை சுற்றியது.

"ஏய், ருத்ரா தண்ணீர் கொண்டுவா" என அதிகாரமாக அழைத்தாள் ஜானகி.

தண்ணீர் பாட்டில் முன்னால் நீட்டப் பட்டது, அதை வாங்கி முகம் கழுவியவள், கொஞ்சம் குடித்தாள். அதன் பின்னரே மசமசத்த கண்கள் தெளிவடைந்தன.

"ஏய்,ருத்ரா இனிமே இந்த மயக்க மருந்தை வைத்தேனா பாரு, தலை வலிக்குதடா காட்டுப் பயலே" எனத் திட்டினாள்.

"கும்ரிஷாவிற்கு, இனிமே அந்தச் சிரமத்தைத் தரமாட்டோம், வரவேண்டிய இடத்துக்கு வந்துட்டீங்க கம்மாகனி" என்றவன் குரலில் நிமிர்ந்து பார்த்தாள் ஜானகி, ராக்கேஷ் ரெனாவத் நின்றான்.

ஏளனமாக வளைந்த உதடுகளில் புன்னகையைத் தவழ விட்ட ஜானகி, "ஹலோ மிஸ்டர் நீ என்ன மயக்க மருந்து ஃபேக்டரி வச்சிருக்கியா, எலிக்கு குடுக்குறதுக்குப் பதிலா எனக்குக் கொடுத்து டெஸ்ட் பண்ற" என்றாள்.

"கும்ரிஷா, நாங்கள் கொண்டு வந்திருக்கிறது ஸேரிணியை.(பெண் சிங்கம்) எலியெல்லாம் இவ்வளவு டோஸ் தாங்குமா என்ன." என்றான்.

"இரஜபுத்திரர்கள்,பெரிய வீரனென்று கதை சொல்றீங்க, இதென்ன அப்பாவி பெண்ணைக் கடத்துகிறது தான் வீரமா?" என்றாள் ஜானகி.

ராக்கேஷ் சிரித்தான்"கும்ரிஷா, இரண்டு விசயம், கடத்திட்டுப் போய் ஷாதி பண்றது ஏற்கப்பட்ட ஒன்று, ப்ரத்வி ராஜ் மகராஜ்ஜே செஞ்சிருக்கார். இன்னோன்னு நீங்க அப்பாவி கிடையாது" என்றான்.

"உங்கள் இரண்டாந்தரக் கடத்தலுக்கு, அந்தக் கிரேட் கிங் பேரைச் சொல்லாதே, இரஜபுத்திரர்கள் காரி உமிழ்வார்கள். அவர் தன்னை விரும்பியவளை தானே கடத்தினார், அதுவும் மணாளனாக மாலையிட்ட பின்பு." என ஜானகி கொந்தளித்தாள் ஜானகி.

"சரி விடுங்கள் எப்படியோ வந்தாயிற்று, இனி திருமதி ரெனாவத் ஆகத் தான் திரும்புவீங்க" என்றான்.

" எந்தக் காலத்தில் இருக்க ராக்கேஷ், அதுவும் நான் தமிழ்நாட்டுப் பொண்ணு, சுய மரியாதை, உரிமையைப் பற்றி அதிகம் பேசறவங்க நாங்கள். நீ என்னை ரேப் பண்ணாலும் உன்னவள் ஆகமாட்டேன் தெரிஞ்சுக்கோ, என் மனசும், ஆத்மாவும் என்றும் என் வீரூஜிக்காகத்தான் துடிக்கும்." என அவனை உதாசினப்படுத்தினாள் ஜானகி.

"அதையும் தான் பார்ப்போம்,இந்த மிடுக்கு எத்தனை நாளைக்கு இருக்கிறதென்று?" என்றான்.

"அது பிறந்ததில் இருந்து இருக்கிறது உனக்குத் தான் ,டைம் ரொம்பக் கம்மியா இருக்கிறது, இந்நேரம் என் வீரூஜி,உனக்குச் சமாதி கட்டுகிற எல்லா வேலையும் செய்து இருப்பார்" என்றாள் ஜானகி.

சாதாரணமாகவே ராக்கேஷ்க்கு, ரகுவீர் மீது கோபம் இருக்கும், அது ஸ்வர்ன மாஹாலக்ஷ்மி காலத்திலிருந்து, வரும் பகை இது.

ஜானகியைக் கடத்தியதின் முக்கிய நோக்கம், ராஜா வீட்டுப் பரம்பரை நகை. ரெனாவத்களிடமிருந்து நகையானது தாதிஷாவை, ராத்தோட் குடும்பத்தில் திருமணம் முடித்தால் அவர்களுடையதானது. படி தாதியின் மகளை, பைரவ் செகாவத்துக்கு மணம் முடித்த போதும், ஸ்வர்ன மஹாலக்ஷ்மி பெயருக்கு ஓரிரு நகைகளைப் போட்டார், அவருக்கு வாரிசு இல்லாமல் போனது,எனவே ராகினியை தன் வாரிசாக்கி, அவர் திருமணம் நடந்த போது, பேத்திக்கு ஞாயம் செய்வதாகத் தனது நகைகளை அவர் குடும்பத்தாரிடம் ஒப்படைத்தார். இது ராத்தோட்களுக்கே இப்போது தான் தெரியும்.

பைரவின் குறுக்குப் புத்தி அவர்களைப் பலி வாங்க யோசித்து, தன் குடும்பம் தன் பேச்சைக் கேட்க மாட்டார்கள் என ரெனாவத்தைத் தேர்ந்தெடுத்தார். அவனுக்கும் ஜானகியால் இழப்பும் ரகுவீருக்கு அவளை மணமுடிக்க விடக்கூடாது என்ற எண்ணமும் அதோடு பரம்பரை நகையை அடையும் வேகமும் சேர்ந்து கடத்தி விட்டான். ஜானகி வழிக்கு வந்தால் சரி, இல்லாவிட்டால் வேறு சிலதும்அவளுக்காக யோசித்திருந்தான்.

ஜானகியை ஓர் அறையில் அடைத்து வைத்து விட்டு, ரகுவீரின் நடவடிக்கையை வேவு பார்க்க வைத்திருந்தவனிடம் விசாரித்தான். அவன் ராத்தோட்டை பின் தொடர்ந்து நவிமும்பை பகுதியில் வந்திருப்பதாகச் சொல்லவும், திருப்தி அடைந்தான்.

ருத்ரநாத் பவாரியாவுடன் ஜானகியை, அடுத்து என்ன செய்வது என்பதைக் குறித்து பேசிக் கொண்டிருந்தான். அதே நேரம், சாந்தினியிடமிருந்து போன் வந்தது. அவளிடம் பேசிக் கொண்டிருக்கும் போது, ஜானகி பூட்டிய அறையில் இல்லை என ஒருவன் வந்து சொன்னான்.

போன் பேசி முடித்த ராக்கேஷ் சிசி டிவி மூலம் ஜானகி பதுங்கிய இடத்தைக் கண்டு பிடித்தான். ஜானகி, அடைக்கப்பட்ட பிறகு, அந்த அறையை ஆராய்ந்து, ஒரு ஜன்னல் வழியாகத் தப்பிக்க நினைத்தாள். அவள் ஏறிக் குதித்ததில் அவள் காலில் ஆணி குத்தி இரத்தம் வழிந்தது. கைகளிலும் சிராய்ப்பு இருந்தது.

அவளை இழுத்து வந்தான் ருத்ரநாத், "கும்ரிஷா ஒரு நகக்கீறல் கூட இல்லாமல் நாங்கள் பத்திரமாகப் பார்த்திக்கிட்டு இருக்கிறோம், நீங்க என்ன சின்னப் பிள்ளை மாதிரி கை,கால்களைக் காயப்படுத்திக்கிட்டு இருக்கீங்க. என் மனசுக்கு ரொம்பக் கஷ்டமா இருக்கிறது. இனிமே இப்படிச் செய்யா-

தீர்கள். இங்க பாருங்க எல்லா இடமும் இதில் தெரியும்" என சிசி டிவி கேமராவைக் காட்டினான் ராக்கேஷ்.

"ருத்ரா கும்ரிஷா, கண்ணைத் திறந்து பார்த்தால் தானே, தப்பிக்க நினைப்பாங்க. அவர்களே கண்ணை மூடிக்கனும்.அப்படிக் காவல் போடு" என்றான் ராக்கேஷ்.

அந்தக் கருணை இல்லாத காட்டானே அதிர்ந்தான், " ரெனாவத்ஷா, அதுக்கு அவர்களைக் கட்டாயப்படுத்தி ஷாதி செஞ்சுக்குங்க" என்றான்.

"நான் சொன்னதை மட்டும் செய்" எனக் கட்டளை இட்டான் ராக்கேஷ்.

"கும்ரிஷா, நீங்க ரெனாவத்ஷாவை ஷாதி செஞ்சுக்குங்க இங்க ராணி மாதிரி இருக்கலாம். மறுத்துப் பேசாதீங்க" என அவளிடம் வாதாடினான்.

"அதுக்கு உங்கள் ஊரில் ஜோஹர் வளர்பாங்களே அதைச் செய், அந்தத் தீயில் குதிச்சுடுவேன்" என்றாள் ஜானகி.

"இதுவும்,வாழ்நாள் பூராவும் அக்னியில் இருப்பது போல் தான். நிம்மதி போகும்" என்றான் ருத்ரநாத். வேறு வழியின்றி ஒளி நிறைந்த அந்த அறையில் ஜானகியைக் கொண்டு விட்டு வந்தான்.

சாந்தினியும் தீப்தியும் ரெனாவத் வீட்டிற்கு வந்தனர். தங்கள் அறையில் கம்யூட்டர் வேலை செய்யவில்லை எனத் தன் பாபிஷாவிடம் சொன்னவள், பாயீஷா இரண்டு நாள் வரமாட்டாங்கலாம், நான் அவர்கள் கம்யுட்டர் உபயோகப் படுத்திக் கொள்கிறேன் என அவன் அறைக்குள் சென்று கதவை அடைத்தாள்.

சைலேந்தர் கொடுத்த, எண்ணிற்குப் போன் செய்தார்கள், அந்த ஹேக்கர் சொல்லச் சொல்ல, அவனுடைய கம்பெனி முதலான சகலத்துக்குள்ளும்,அந்த ஹேக்கர் நுழைந்து தகவல்களை எடுத்தார். தீவின் சிசிடிவி கேமராவும்,அசைவு இருப்பது போல் செட் செய்யப் பட்டது.

தன் அண்ணனின் சாம்ராஜ்யம் அழிக்கப்படுகிறது என்பதை அறியாமல் சாந்தினி, ரெனாவத்தை வீழ்த்த வழிவகைச் செய்தாள் .தீபதியிடமிருந்து ரகுவீருக்கு மெசேஜ் வந்தது சைலேந்தருக்கும் டிபார்ட்மென்டில் இருந்து தகவல் வந்தது. கமிஷனர் உதவியால் ரெனாவத் அரஸ்ட் ஆர்டரும் சைலேந்தர் கையில் இருந்தது.

ஜானகியை மீட்கும் பணியை ஆரம்பித்தனர். அமித், ரகுவீர் மற்றும் மூன்று கமேண்டோஸ் ஹெலிகாப்டரில் ஏறுவதற்காக, ஏர்போர்ஸ் தளத்தில் தயாராக இருந்தனர். ஏற்கனவே பாரா ஃப்ளையிங் க்ளப் போன்றவற்றில் மெம்பராக இருந்ததால் ரகுவீருக்கு அனுமதி கிடைத்தது. மற்றவர்கள் ஏர்போர்ஸ் சர்வீஸ் முடித்து ரெஸ்கியூ டீமில் இருப்பவர்கள்.

ஒரு பயணிகள் ஸ்ட்ரிமரில் ராக்கேஷின் ஐலேண்ட் செல்லும் கேங்குடன், சைலேந்தர், அமுதன்,கணேஷ், ஜெய் மற்றும் நான்கு பெண் கமாண்டோகளுடன், பார்ட்டி செல்லும் கெட்டப்பில் ஏறிச் சென்றனர்.

மற்றொரு கப்பற்படை ரோந்து போட்டில், அந்த வீரர்களுடன், அமரேன்,ராஜ், ரன்வீர் சென்றனர். இவர்கள் லைப் ஜாக்கெட் அணிந்து இருந்தனர்.

ஹெலிகாப்டரைக் அமித் சிறப்பு அனுமதி பேரில் இயக்கினான். அதில் அமர்ந்திருந்த ரகுவீருக்கு மனம் வேகமாகத் துடித்தது, ஜானகி சகிக்க இயலாத வேதனையில் இருப்பது போல் தவிப்பாக இருந்தது.

"ஜானும்மா நீ இருக்கும் இடத்துக்கு இன்னும் பத்து நிமிடம் வந்துடு-வேன்டி, தைரியமா இரு" என மனதில் பேசினான்.

ஜானகி கடத்தப்பட்டு இருபத்தி நான்கு மணி நேரத்தில் , ஜானகியை அடையும் வழித் தேடிவிட்டான் ரகுவீர்.

அமித், அந்தத் தீவின், அமைவிடம் ஸ்பாட் செய்து, அமித் சுற்றி வந்து கொண்டிருந்தான். அதனோடு ஒட்டிய மேட்டுப் பாங்கான இடத்தில் கயிறு மூலம் இறங்குவதாகத் திட்டம்.

முதலில் தீவை அடைந்தது அமித் தான். மூன்று முறை வட்டமடித்தான், சாதாரணமாக, மும்பையில் தரை இறங்க ஸ்லாட் கிடைக்காத விமானங்க-ளும், அரைமணிநேரம் ,ஒரு மணிநேரம் எனக் கடல் பகுதியில் வட்டமடிக்-கும், ஹெலிகாப்டரில் ரோந்து செல்வதும் வழக்கமாதலால், ரெனாவத் ஆட்-களுக்குச் சந்தேகம் வரவில்லை.

அமித் மேட்டுப்பாங்கான பகுதியில் ஹெலிகாப்டரை 20 அடி உயரத்தில் ஃப்ளோட் செய்து கொண்டிருந்தான், முதலில் இரண்டு கமேண்டோஸ் இறங்-கிய பின் ரகுவீர் இறங்கினான், மற்றவர்கள் அவன் பின்னே இறங்க அமித் மார்வே தீவுக்குப் பறந்தான்.

முதலில் சமதளத்தில் நின்றவர்கள், கூகுள் உதவியுடன் சரிவுப் பகுதியில், ராக்கேஷின் இடத்திற்கு மெல்ல நகர்ந்தனர். ஒளி வெள்ளம் சூழ்ந்து காட்டுப் பங்களா போல் இருந்தது.

சீக்ரெட் ரிசார்ட். அதைச் சுற்றி வேலித் தடுப்பு இருந்தது, சந்தே-கத்துடன், ஒரு காய்ந்த கட்டையைத் தூக்கிப் போடவும், அது எரிந்தது. அதனைத் தாண்டும் மார்க்கத்தைக் கமேண்டோஸ் யோசித்தனர்.

ஸ்ட்ரீமரில் வந்த அமுதன் சைலேந்தர் டீம், மற்ற பயணிகளோடு போதை ஏறியவர்கள் போல் உள்ளே நுழைந்தனர். ஒரு பப் இருந்தது அதில் ஆண்-பெண் வித்தியாசமின்றி அரைகுறை ஆடையில் ஆடித் திரிந்தனர். இவர்கள் பாவ்லா செய்த வண்ணம் ஒவ்வொரு அறையாகச் சோதனை செய்தனர்.

அமரேன் ராஜ், ரன்வீர் கடலில் இருந்தனர். வேலியைத் தாண்ட சரியான உபாயம் கிடைத்தது. வேலியின் ஓரிடத்தில் லைட் எரிந்தது, கமேண்டோஸ், ஒருவர் மேல் ஒருவர் ஏறி, ரகுவீரை மேலே ஏற்றினர். வேலியைத் தொடா-மல், பல்பை கழட்டி ஒரு நாணயத்தை வைத்துத் திரும்பி மாட்டவும், ஃப்யூஸ் போனது,அதனால் வேலிக்குச் செல்லும்,பவர் கட்டானது. இப்போது சுலபமாக வேலியைத் தாண்டினர். இரவை பகலாக்கிக் கொண்டிருந்த ரிசார்ட்டுக்குள்,

மறைந்து ,மறைந்து சென்றனர். இவர்களைக் கடந்த மூன்று நான்கு ஆட்-களை ஒரே தட்டில் மயக்கமடையச் செய்தனர்.

ஒவ்வொரு அறையாக,நோட்டமிட்டுக் கொண்டே வந்த ரகுவீரின் கண்-களில் கண்ணை இருக்க மூடிக்கொண்டு, காதைப் பொத்திக் கொண்டு சுருண்டு கிடந்த ஜானகி தென்பட்டாள் . ஜானகி ஏன் அப்படிக் கிடந்-தால்,ரகுவீர் அவளைச் சேதமில்லாமல் மீட்பானா பொறுத்திருந்து பார்ப்போம்.

மனதின் வார்த்தை -51

ஹெலிகாப்டரில் இருந்து கயிறு கட்டி இறங்கிய ரகுவீர் அண்ட் கமேண்-டோஸ், கஷ்டப்பட்டு ரெனாவத்தின் சீக்கிரெட் ரிசார்ட்டை அடைந்தனர். ஒவ்வொரு அறையாகப் பார்த்து வந்த ரகுவீரின் கண்களில் தென்பட்டாள் ஜானகி.

தாகமாகத் திரிந்த காகத்திற்கு பானையின் அடியில் தென்பட்ட தண்ணீ-ரைப் பார்த்த ஆசுவாசம் ரகுவீருக்கு.தண்ணீர் குடிக்கக் காகத்தின் முயற்-சியை விடப் பலமான போராட்டம் போராடவேண்டியிருந்தது. அதனால் என்ன ஜானகி கண் எதிரே இருக்க,யமனையும் எதிர்ப்பான் ரகுவீர்.

ஆனால் ஜானகி குறுகிப் படுத்திருந்தது அவனுக்குச் சந்தேகமாக இருந்-தது. மயக்க மருந்தின் வீரியத்தில் அப்படி இருக்கிறாள் எனச் சமாதானம் அடைந்தான்.ஜானகியைப் பார்த்துவிட்டேன் என க்ரூப்பில் மெசேஜ் செய்-தான் . பின்பக்கம் உள்ள அறை என அடையாளம் சொன்னான்.

அதற்குள் ஜானகி இருந்த அறைக்கு ருத்ரா வந்தான்," கும்ரிஷா, சாப்-பாடு கொண்டு வந்திருக்கிறேன் பாருங்கள். ஒண்ணும் இல்லை ருத்ரா மட்-டும் தான் இருக்கிறேன்" என்றான் அவன்.

"சீ போங்கடா தடி மாடுகளா, எனக்கு ஒண்ணும் வேண்டாம் போடா" எனக் கண்ணைத் திறக்காமல் கத்தினாள் ஜானகி ரகுவீர் அதிர்ந்தான்.

ராக்கேஷ் இருந்த இடத்தை சைலேந்தர் பார்த்து விட்டான். அவனைத் தன் கண் பார்வையில் வைத்துக் கொண்ட , ஒரு பெண் கமேண்டோவுக்குச் சைகை செய்ய அவள் கேட்ட நின்ற காவலாளியை ஒரே அடியில் மயக்க-மடையச் செய்து ராஜ் வீருக்கு உள்ளே வருவதற்கு மெசேஜ் செய்தாள்.

எல்லாக் கமேண்டோக்களும் அங்கங்கே ராக்கேஷின் ஆட்கள், பவே-ரியா ஆட்களையும் தட்டி மயக்கத்தில் ஆழ்த்தி வழியைக் கிளியர் செய்-தனர்.

கடற்கரை ரோந்து டீமும் உள்ளே வரவும் ஆக்ஷன் என மெசேஜ், சைலேந்தரிடமிருந்து வந்தது. களத்தில் இறங்கிய கடற்கரை ரோந்துப் படை, அங்கிருந்த கடத்தல் பொருட்கள், போதைப் பொருட்கள் ஆகியவற்றைச் சீஸ் செய்யும் வேலையில் இறங்கினர். தடுக்க வந்த ஆட்களை அடித்துக் காயப்-படுத்தினர்.

ரகுவீர் ஜானகி இருந்த அறைக் கதவை உடைத்துக் கொண்டு "ஜானு, ஜான்வி, மேரிஜான், வந்துட்டேன்டி உன் வீரூ" என்ற அழைப்புடன் உள்ளே வந்தான். ஜானகிக்கு, தன் காதுகளை நம்ப முடியவில்லை," வீரூஜி, வீரூஜி" எனக் கண்ணைத் திறவாமல் புலம்பினாள்.

ருத்ரநாத் ரகுவீரைத் தாக்கினான், அவனைக் கண்ட ரகுவீருக்கு, இவன் தான், என்னுயிரானவளை என்னிடமிருந்து பிரித்தது, என ஓங்கி அறைந்தான். ஜானகி தன் வீரூஜியை சொன்னது ருத்ராவிற்கு ஞாபகம் வந்தது.

ருத்ராவிற்கும், ரகுவீருக்கும் சரியான மோதல் சண்டை நடந்தது. சைலேந்தர் ராகேஷை, பார்த்து,"யூ ஆர் அண்டர் அரெஸ்ட் " என்றான் துப்பாக்கியை நீட்டியபடி. ராக்கேஷ் தன் கண்களைத் தானே நம்பமுடியாமல் இருந்தான். தன்னுடைய சீசி டீவி, செக்யூரிட்டி சிஸ்டம் எல்லாவற்றையும் தகர்த்து எப்படி, உள்ளே வரமுடியும் என்ற கேள்வி வந்தது. இதனை யார் செய்திருக்க முடியும்?. இது ரகுவீர் வேலையா, அவன் நவிமும்பை சென்றானே எனக் குழம்பினான்.

சைலேந்தர் முடி வெட்டில் போலீஸ்காரன் என்பதை உணர்ந்தவன். சைலேந்தரை தள்ளி விட்டு ஓடினான் எதிரே வந்த அமுதன் ராக்கேஷின் முகத்தில் ஒரு குத்து விட்டான். கோபம் கொண்ட ராக்கேஷ், அமுதனைத் தாக்கி விட்டு ஜானகி இருந்த இடத்தை நோக்கி ஓடினான். இவன் ஜானகியின் அண்ணன் நேற்றும் பார்த்தோமே மயூரியுடன் டான்ஸ் ஆடினான். அப்போது ராத்தோட்ஸ் வந்துவிட்டனர். ஜானகியை வேறிடம் மாற்ற வேண்டும் என ஓடினான்.

ருத்ராவை துவம்சம் செய்து கொண்டிருந்தான் ரகுவீர். மற்ற கமேண்டோக்கள், எதிர்ப்பவரை எல்லாம், பவேரியாக்களை விஷேசமாகத் தாக்கி மரணப் பயத்தைக் காட்டிக் கொண்டிருந்தனர். தாய் நாட்டுக்காகப் போராடிய வீரர்களின் சக்தியை அந்தக் கயவர்கள் தாங்க முடியாமல் சுருண்டனர்.

அமரேன் ரிசார்டுக்குள் நுழைந்தவர், ராக்கேஷ் ஆட்களைத் தன் கைகளால் முறித்துக் கொண்டிருந்தார். ராஜ், ரன்வீர், சிவகணேஷ் ஆகியோர் அவரவர் பங்குக்கு யாரையாவது வெளுத்தனர்.

பெண் கமேண்டோஸ் பப்பில் அரைகுறை ஆடையோடு மயங்கிக் கிடந்த பெண்களை, ஓர் அறையில் அடைத்துக் கொண்டிருந்தனர். ஜானகியின் அறையோடு ஒட்டிய அறையில் போதையில் மயங்கி, குறை ஆடையும் இல்லாத சில ஜோடிகள் காம மயக்கத்தில் இருந்தனர். அதைக் காண சகியாத பெண் கமேண்டோ உமட்டியபடி அறையை இழுத்துப் பூட்டினார்.

தங்களுக்கு ஏன் வம்பு என, ஆடித் திரிந்த பணக்கார பையன்கள் தங்கள் இணைகளோடு பாதுகாப்பாக ரூம்களில் அடைந்தனர்.

ருத்ரநாத் பவாரியாவை ரகுவீர் தன் ஆத்திரம் அடங்காமல் அடித்துக் கொண்டிருந்தான். "என் ஜானுவை எப்படிடா கடத்துனா, என் கண்ணு முன்னாடியே எனக்குத் தெரியாமல் தூக்கிட்டு போய்ட்டியேடா" என ஒவ்வொன்-

றாகச் சொல்லி அடித்தான்.

"நான் வந்தும்,கண்ணைத் திறக்காமல் நடுங்கி இருக்காளே என்னடா பண்ணுனீங்க, மேரிஜானை" என உதைத்தான். அவன் கீழே விழுந்து கிடக்கவும் அவனை விடுத்து, "ஜானும்மா" என அவள் அருகில் அமர்ந்து, தூக்கி தன் கைகளில் ஏந்தி தன் மார்போடு அணைத்துக் கொண்டான்.

ரகுவீர் ஸ்பரிசம் உணர்ந்த ஜானகி, "வீரூஜி, நிஜமாகவே வந்துட்டிங்களா, கனவு இல்லையே " எனக் கேட்டாள். அவளைத் தன்னுள் புதைந்த மாதிரி அணைத்தவன்"நான் தான் உன் வீரூ வந்துட்டேன் கண்ணைத் திறந்து பாருடி மேரிஜான்" என அவள் முகத்தை நிமிர்த்தி, கண்களில் நெற்றியில் என முத்தமிட்டான். அவன் ஸ்பரிசமும் மூச்சுக்காற்றும், ரகுவீர் தான் என உணர்ந்தாலும் கண்ணைத் திறக்க பயந்தவளைச் சேர்த்து அணைத்துக் கதறினான் ரகுவீர்.

அதே நேரம், உள்ளே வந்த ராக்கேஷைக் கண்ட ரகுவீர் தன்னவளை அதே இடத்தில் கிடத்தி விட்டு, அவனை நோக்கி ஓடி வந்து ஒரு உதை விட்டான். அவன் எதிர் பாராமல் மல்லாக்க விழுந்தான்.

அவன் மேல் இரு புறமும் கால்களை ஊன்றி சட்டையைப் பிடித்துத் தூக்கி, பல்லைக் கடித்து,"என்னடா பண்ணின என் ஜானுவை?" என்ற கேள்வியோடு கன்னம் கன்னமாக மாற்றி மாற்றி அறைந்தான். குரல் வளையை நெறித்த ரகுவீரை உயிர் பயத்தில் பலம் கொண்ட மட்டும் தள்ளி தன்னை அவனிடமிருந்து விடுவித்துக் கொண்டான். ராக்கேஷ் எழுந்து ரகுவீரைத் தாக்கிவிட்டு ஜானகியை நோக்கி ஓடினான்.

ரகுவீர் சுதாரித்து ஜானகியிடம் வருவதற்குள், அவளை அடைந்த ராக்கேஷ், ஜானகியின் தலையில் துப்பாக்கியை வைத்தான்.

"நோ, ராக்கேஷ், உன் பிரச்சனை என்னோடு தான், ஜான்வியை விடு" என்றான் ரகுவீர்.

"ஆமாண்டா, பிரச்சனை உன்னோடு தான், தலைமுறையாகத் தொடர்ந்து வருகிறது, உங்கள் பிஸ்னஸ் சாம்ராஜ்யத்தை ஒழித்துக் கட்ட தான் எல்லாம் செஞ்சேன். அதே மாதிரி கீழே இறங்குச்சு.அப்போது தான் நீ இன்சார்ஜை எடுத்த. சின்ன ஆர்டர் மட்டுமே உனக்குக் கிடைக்கிற மாதிரி பார்த்துக்கிட்டேன். உன் பிஸ்னஸ் பிசியில், உனக்கு அது கவனத்தில் வரலை. நீ ஓடின ஓட்டம் தனியா காம்படீஸன் இல்லாமல் காண்ட்ரேக்ட் கிடைச்சது.

ஓரளவு பரவாயில்லை எனும் போது உன் ப்ராஜெட் ட்ரைனி வந்து சேர்ந்தாள். ஊரில் இல்லாத மாமன் மகனா நீ. இவள் தூண்டித் துருவும் போதே மிரட்டினேன் கேட்டாளா?, என் வேலையை எனக்குப் பார்க்கத் தெரியும், நீ உன் வேலையைப் பாருன்னு சொன்னாள்.அது தான் என் வேலையைக் காட்டுறேன்" என்றான்.

ரகுவீர், அவனுக்குப் பேச்சுக் கொடுத்துக் கொண்டே முன்னேறினான்.

"என்னோடு நேரா மோதுடா காயர் கைக்கா.,ஏன் ஒரு பாவமும் அறியாத ஜான்வி மேல் காட்டுற" என்றான் ரகுவீர்.

"அவளா ஒண்ணும் தெரியாதவள், எங்கள் பரம்பரை நகை அங்க தானே இருக்கிறது, உன் புவாஷா எங்க வீட்டுக்கு வந்திருக்கனும். மாட்டேனுட்டீங்க. செகாவத்காவது கொடுத்தீங்களா போகிறது ராஜஸ்தானின்னு விட்டுருப்பேன். ஆனால் எவன்னே தெரியாத மதராசி வீட்டுக்கா எல்லாம் போகனும். இதெல்லாம் உங்களுக்குத் தெரியாதென்று நாடகமாடாதீங்க. உதய்பூர்காரன் நம்புவான். நான் நம்ப மாட்டேன். எப்படி ராஜ வம்சத்து நகைக்காக, நீயே அவளை மயக்கி ஷாதி செஞ்சுக்குவ. நீ செஞ்சா ரைட்டு, நான் செஞ்சா தப்பா?" என்றான் ராக்கேஷ்.ராக்கேஷ் கைபிடியில் இருந்த ஜானகிக்குக்கு அவன் பேச்சே குமட்டல் தந்தது.

"போய்த் தொலைடா சனியனே எனக்குக் கல்யாணமும் வேண்டாம், ஒரு கருமமும் வேண்டாம். எவனுமே வேண்டாம் நான் போகிறேன் எங்கப்பாகிட்ட, எங்கள் ஊருக்கு. அப்பாஜான் வாங்க" எனத் தமிழில் பேசித் திட்டிக் கத்தினாள் ஜானகி. இருவருக்குமே ஒன்றும் புரியவில்லை.

ரகுவீர்," ஜானும்மா என்னடா ஆச்சு" என அவளை நோக்கி முன்னேறினான். அவனுக்கு ராக்கேஷை விட ஜானகியின் புலம்பல் அதிகமாகப் பாதித்தது.

" ரகுவீ, முன்னே வராதா இவளைச் சூட் பண்ணிடுவேன" எனத் துப்பாக்கியை, அவள் பொட்டில் வைத்தான்.

"இல்லை வரலை விட்ரு அவளை விடு, உனக்கு எது வேணும்னாலும் தர்றேன். என் ஜானுவை விடு" என ரகுவீர், அவனிடம் பேச்சு வார்த்தையில் இருக்கும் போதே ஜானகியுடன் அந்த இடத்தை விட்டு நகர்ந்தான் ராக்கேஷ்.

"ருத்ரா எழுந்திரு போகலாம்" எனத் தன் வலது கரமான, ருத்ராவையும் அழைத்தான், அவனும் தட்டுத் தடுமாறி ராக்கேஷுடன் இணைந்தான்.

அவனுக்கு ஒரு துப்பாக்கியைத் தந்தவன், ஜானகியோடு வெளியேறினான். ஜானகி, பிணையில் இருந்ததனால், செய்வதறியாது அவன் பின்னோடு நகர்ந்தான் ரகுவீர். வெளியே அவன் ஆட்கள் அனைவரையும் கட்டுக்குள் கொண்டு வந்த சைலேந்தர் தலைமையிலான கமேண்டோஸ் குழு, ராக்கேஷை தாக்க சமயம் பார்த்தனர்.

ராக்கேஷ், ருத்ரா என இருவர் கைகளிலும் துப்பாக்கி இருந்தது. மிரட்டியே நகர்ந்தான். கடலோரம் போட்டுக்கு அருகில் வந்து விட்டான், இனி அதிரடியாக இறங்க வேண்டிய தருணம், என எல்லாரும் முன்னேற, ராக்கேஷ், ருத்ரா இருவரின் தலையிலும் இடி போல் அடி தாக்கியது. அமரேன்,அமுதன் தான் அவர்களைத் தாக்கியது.

ரகுவீர் ஜானகியைப் பிடிக்க முன்னால் ஓடினான். .ராக்கேஷ், ஜானகியின், தலையில் குறி வைத்திருந்த நிலையில் பின் தலையில் தாக்கப்பட்ட

அதிர்வில் துப்பாக்கி ட்ரிகரை அழுத்தி இருந்தான். ரகுவீர் , ஜானகியைக் காப்பாற்ற இழுத்து அணைத்தான், அதனால் ராக்கேஷ் துப்பாக்கி தோட்டா, ரகுவீரின் இடது கையை உரசி சதையோடு சென்றது.

துப்பாக்கி சத்தத்தில் கண் திறந்த ஜானகி ரகுவீர் கைகளில் இரத்தம் பீரிடுவதைப் பார்த்து "வீருஜி" அவனைக் கட்டிக் கொண்டாள்.

ராக்கேஷ் மற்றும் ருத்ராவின் தலையில் இடியென இறங்கிய, அடி அமரேன் மற்றும் அமுதனுடையவை. ராக்கேஷ், முன்னேறுவதைக் கணித்து, அங்கே முதலில் சென்று விட்டனர்.கடலோர காவல்படை சைலேந்தர் இணைந்து ராக்கேஷ் மற்றும் அவன் ஆட்களைக் கைது செய்தனர்.

ரகுவீர்,"சைலேன், இதில் ஜான்வி யின் பெயர் வெளியே வரக்கூடாது" என்றான்.

"தெரியும் பாயீஷா நீங்க பாபிஷாவைக் கூட்டிட்டுக் கிளம்புங்கள். அதெல்லாம் ரெனாவத்ஷா நிறையக் கிரிமினல் வேலை பார்த்து இருக்கார். கேஸுக்கு பஞ்சமே இல்லை" என்றான். ஜானகி, தன் துப்பட்டாவைக் கிழித்து ரகுவீருக்கு கட்டுப் போட்டாள் .

ராக்கேஷ் ஏளனச் சிரிப்பில், "ராத்தோட்ஷா,பிச்சர் அபி பாக்கி ஹை. போகப் போகத் தெரிஞ்சுக்குவ, நான் தான் ஜெயிச்சேன்னு" என்றான்.

ரகுவீர், ராக்கேஷை நோக்கி,"எனடா சொல்ற, தெளிவா சொல்லு" என்றான்.

அமரேன்,"ரகுவீ, வா போகலாம், அடிபட்ட பாம்பு அது தான் துள்ளுறான். " என அழைத்துச் சென்றார்.

அமுதனும், கணேஷும் ஜானகியிடம் வந்தனர்,"ஜானும்மா நேத்து ராத்திரி, அத்தான் திரும்பத் திரும்பக் கேட்டார், ஜான்வியைப் பார்த்தியான்னு, நான் தாண்டா நீ இருக்கியான்னு பார்க்காமல் அசால்டாக இருந்துட்டேன்." என அவளை அணைத்தான்,கணேஷ் ஒரு புறம்,'அக்கா' என அழுதான். ஜானகி சிலையென நின்றிருந்தாள்.

அமரேன் தான் சமாதானம் செய்தார். "அது தான் ஜானிம்மா வந்தாச்சே, வாங்க முதலில் கரைக்குப் போகலாம்'' என்றார்.

ரன்வீர்,"ஜானி தீதீ, நீங்க எவ்வளவு ப்ரேவ்னு காமிச்சிட்டீங்க" என்றான்.

ராஜ், அவன் தலையில் தட்டி," அதென்ன தீதீ, பாபிஷான்னு சொல்லு பய்யா முறைக்கிறார் பார்." என்றான் ராஜ்.

"ஜானி பேபி, ஆர்யூ ஓகே. நிஜமாகவே, நீ ஷேர்ணி தான் பவேரியாவே, உன்கிட்ட பம்மிகிட்டு இருக்கிறான்." எனக் கேலி செய்தான் ஜெய்.ஜானகி, யாருக்கும் பதில் சொல்லாமல் தலையைக் கவிழ்ந்து நின்றாள்.

ரகுவீர், சைலேந்தரிடம் பேசினான். "நீங்க பாபிஷா வோடு முன்னாடி போங்க பாயீஷா, நாங்கள் முடிச்சிட்டு தான் வரனும். போலீஸ் டீம் வருகிறது" என்றான்.

ஜானகியிடம் வந்த சைலேந்தர், "கம்மாகனி பாபிஷா, நான் உங்களுக்கு இன்னொரு தேவர்(கொழுந்தன்). உன்மையில், நீங்க ஷேர்ணி தான். சல்யூட்" என்றான்

ஜானகி, அப்போதும் பதில் பேசினாள் இல்லை. தலைக் கவிழ்ந்தே நின்றாள்.

ரகுவீர், கைவலியை பொருத்துக் கொண்டு, பெண் கமேண்டோவிடம் சொல்லி எடுத்துவரப் பட்ட ஷாலை ஜானகிக்குப் போர்த்தினான்.ஜானகி கவிழ்ந்தப் பார்வை நிமிரவே இல்லை.ஸ்டிரிமரில் ஒவ்வொருவராக ஏறினர்.

ஜானகி ஏறப் போனவளைக் கைவிலங்கோடு இருந்த ருத்ரா கூப்பிட்டான். " கும்ரிஷா இந்தாங்க இது உங்களுடையது" என நீட்டினான்.அவள் திரும்பாமல் இருக்கவும்.

ரகுவீர், ருத்ரா கையில் இருந்ததை வந்து பார்த்தான் ஜானகிக்கு, அவன் அணிவித்த செயின். "கும்ரிஷா, தப்பிக்க முயற்சி செய்தபோது விழுந்துடுச்சு" என்றான். அதை ரகுவீர் வாங்கிக் கொண்டான்.

"ராத்தோட்ஷா கும்ரிஷா, இதைத் திருப்பி உங்கள் கையால் போட விடுவாங்களான்னு எனக்குத் தெரியாது. ஆனால் இப்படி ஒரு ஷேர்ணியை நான் என் வாழ்க்கையில் பார்த்தது இல்லை. பத்திரமா பாரத்துக்கங்க" என்றான்.

ஜெய் அமித் சொன்னதை வைத்து, ஈவு இரக்கமற்ற காட்டான் என இந்தப் பவேரியாவை நினைத்திருக்க, ஜானகியிடம் ,அவன் காட்டிய கரிசனை, ஏதோ பெரிய விசயம் உண்டு என யோசித்தான் ரகுவீர்.

ஸ்ட்ரிமரில்,ஜானகியை ஏற்றி, ஓர் இருக்கையில் அமர்த்தி, வலது பக்கம், தன் கைவளைவில் வைத்து, அவள் தலையைத் தன் மீது சாய்த்து வைத்துக் கொண்டான் ரகுவீர். அவள் எதற்கும் மறுப்பு சொல்லவில்லை. நேராக மும்பை வந்தது ஸ்ட்ரீமர்.

அங்கே மார்வே சென்று, ஹெலிகாப்டரை ஒப்படைத்து விட்டு, பல்லாஜீ வீட்டிற்குச் சென்ற அமித் சிவகுரு, ராகினியை அழைத்து வந்திருந்தான். தம் மகளைக் கண்ட பெற்றவர்கள் வாரி அணைத்துக் கொண்டனர்.

சிவகுரு,"ஜானும்மா" என்றவர் பேச்சு வராமல் கண்ணீர் விட்டார். ராகினியின் பார்வை தலை முதல் பாதம் வரை அங்குலம் அங்குலமாக அவளை ஆராய்ந்தது. "ஜானூ " என நெஞ்சோடு அணைத்துக் கொண்டார். வாய் ஓயாமல் பேசும் ஜானகி, அன்று பேசாமடந்தையானாள்.

சிவகுரு அவளை, தன் மேல் சாய்த்துக் கொண்டு,மகளின் தலையைத் தடவி விட்டுக் கொண்டே கண்ணீர் வடித்து நின்றார். ஜானகிக்கு தன் தந்தையின் அரவணைப்பில் ஆசுவாசம் கிடைத்தது. "அப்பாஜான், நாம ஊருக்குப் போகலாம்" என்றாள்.

அவள் பேசிய முதல் வார்த்தையில் உணர்ச்சி வசப்பட்டவர், "போகலாம்டாமா, அப்பா உன்னை என்னோடவே கூட்டிட்டுப் போகிறேன். இப்ப ஹாஸ்பிடல் போய் மருந்துப் போட்டுக்கலாம்" என்றார்.

அமரேன்," தீதீஷா ரகுவீக்கு குண்டு பட்டிருக்கு, ஜானகிக்கும் சிராய்ப்பு எல்லாம் இருக்கிறது, ஹால்பிடல் போகலாம்" என்றார்.

அப்போது தான் தன் வீருவைப் பார்த்த ராகினி," வீரூ, இதெப்படி ஆச்சு" என அவனைப் பார்த்துக் கண்ணீர் வடித்தார். "இத்தனை வருஷம் கழித்து வந்தும் உனக்குக் கஷ்டத்தைத் தான் கொடுத்திருக்கிறேன்" என்றார் ராகினி.

"புவாஷா இதென்ன பேச்சு, என்னால் தான் ஜான்விக்கு இந்த நிலைமை, அவன் என்னைப் பலி வாங்குகிறதுக்கு என் ஜானுவை காயப்-படுத்திட்டான். எனக்குப் பயமா இருக்கு" எனக் கலங்கினான் ரகுவீர். அமரேன் மூன்று கார்களை அமர்த்தி,ஹால்பிடலுக்கு அழைத்துச் சென்றார்.

ரகுவீர் ஜானகிக்கு ட்ரஸ்ஸிங் செய்து மருந்து வைத்துக் கட்டினர். ஜான-கிக்கு, அவள் தப்பிக்க முயன்ற போது ஏற்பட்ட காயம் மட்டுமே இருந்தது. ஒரு நாள் முழுவதும் தரப்பட்ட மருந்தின் வீரியம், மயங்கிப் போனாள். ராகி-னியும், சிவகுருவும் பதறினர்.

மருத்துவர் பயப்படும் படி ஒண்ணும் இல்லை, தொடர்ந்து கொடுக்கப் பட்ட மயக்க மருந்தின் வீரியம், அலைச்சல் என்று சொல்லி, ட்ரிப்ஸ் போட்டு விட்டார்.

ரகுவீர், தன் காயத்துக்குப் பேண்டேஜ் போட்டுக் கொண்டு ஜானகியிடம் வந்துவிட்டான். அவள் மயங்கி இருப்பதைப் பார்த்துக் கேள்வி கேட்டான்.

"மயக்க மருந்து தாக்கம் இப்படி இருக்கிறாள்,சரியாகிடும். கையில் குண்-டடி பட்டிருக்கு, நீங்க ரெஸ்ட் எடுங்க" எனப் பக்கத்திலிருந்தஇருந்த பெட்-டில் வலுக்கட்டாயமாகப் படுக்க வைத்தார் சிவகுரு.அவளைப் பார்த்துக் கொண்டே , போடப்பட்ட ஊசியின் வேகத்தில் கண்ணயர்ந்தான் ரகுவீர்.

பொழுது விடிந்தது, மதுரையிலிருந்து கிளம்பிய ஐவரும், மும்பை வந்து இறங்கி இருந்தனர். ஜானகி கிடைத்துவிட்டாள் என்ற செய்தி, அவர்கள் நெஞ்சில் பால் வார்த்தது. நேரே எங்கே போவது என யோசித்த பாலன் அமுதனுக்குப் போன் செய்தான்.

அமுதன், நேராக ஹால்பிடலுக்கு வரச் சொன்னான். விசிட்டிங் நேரம் இல்லாத போதும், அந்தச் சிப்பி ஹாஸ்பிடல் ராத்தோட்களுக்குப் பழக்கமான-வர்கள் அதனால் சிறப்பு அனுமதி இருந்தது. இரண்டு அறைகளும் ஒதுக்கி இருந்தனர்.

அப்பத்தா, சிவகாமி தன் பேத்தியை, வாடிய கொடியாகப் பார்த்து இரத்-தக் கண்ணீர் வடித்தார். ஜானகி ஆழ்ந்த உறக்கத்தில் இருந்ததால். முகத்தில் எப்போதும் இருக்கும், கலை இல்லாமல் இருண்டு கிடந்தது முகம்.

சண்முகத்தைக் கட்டிக் கொண்டு சிவகுரு சத்தமில்லாமல் குலுங்கினார்.

அண்ணனை இப்படிக் காணாத தம்பியும் கலங்கி நின்றார். சிவபரங்கிரி தாத்தா தான்,"குரு, நீயே இப்படி இருந்தால் எப்படி, சண்முகம் அண்ணனை அடுத்த அறைக்குக் கூட்டிட்டுப் போ" என்றார்.

தெய்வா, சேலைத் தலைப்பை வாயில் வைத்து, மகளின் தலையை வருடிய வண்ணம் நின்றார். ராகினி,சிவகாமியை அணைத்து அழுது கொண்டிருந்தார்.

"அழாதே, ஆத்தா மலை போல வந்தது,பனி போல விலகிடுச்சு.ஜானகி,ஒரு குறையும் இல்லாமல் வந்துட்டாளே, அப்பறம் என்ன ஆக வேண்டியதைப் பார்ப்போம்" என்ற சிவகாமி பக்கத்துப் பெட்டில் கையில் கட்டோடும், முகத்தில் சிராய்ப்பு, பேண்டேஜ் என மயங்கிக் கிடந்த ரகுவீரைப் பார்த்தார்.

"ராகினி, இது மாப்பிள்ளை தானே, என்னாச்சு, உம் மருமகனுக்கு?" என்றார்.

"ஜானகியை, காப்பாற்றப் போன இடத்தில், கையில் குண்டடி பட்டிருச்சு அத்தே, அவளைக் காணாமல் துடிச்சு போயிட்டான்" என்றார் ராகினி.

தன் பேத்திக்கு ஏற்ற மாப்பிள்ளை தான் என ரகுவீரை கவனமாகப் பார்த்தார். ஜானகி முகத்தில் இருளும், ரகுவீர் முகத்தில் முடிச்சும் கண்டார் அனுபவத்தில் தேர்ந்த சிவகாமி அம்மாள். "அப்பாமுருகா, இந்தப் புள்ளங்களை நல்லபடியா சேர்த்து வை என வேண்டினார்.

ராத்தோட், குடும்பம் மொத்தமும் அடுத்தடுத்து, ரகுவீர் ஜானகியைக் காண மருத்துவமனை வந்தனர்.பரஸ்பரம், இரு குடும்பமும் அறிமுகமாகிக் கொண்டனர்.தாதாஷா, தாதிஷா தங்கள் சம்பந்தியை தங்கள் ஸ்வர்னமஹாலுக்கு அழைத்தனர்.

சிவபரங்கிரி," கட்டாயம் வருகிறோம் சம்பந்தி, பேத்தி கண்ணு முழிக்கட்டும்" என்றார்.மருத்துவமனை வளாகத்தில் கூட்டத்தைப் பார்த்து ஊழியர்கள் முகம் சுழித்தனர். ஜானகி அனைவருக்கும் தொந்தரவு தராமல் கண் விழித்தாள்.தன் குடும்பம் மொத்தத்தையும் பார்த்துத் தெளிச்சி அடைந்தாள்.

ராஜேன்,சிவகுரு கூடிப் பேசி, சிவகுரு, ராகினி மட்டும் உடன் இருப்பது என்றும் சிவகுரு குடும்பமும் ,அமுதன் முதல் அனைவரையும் ராத்தோட்களுடன், வீட்டுக்குச் செல்வது என முடிவானது.

இவர்கள் கிளம்பும் போதே, ஜானகியின் நிழலான அமிர்தா, மஞ்சரி, ஶ்ரீநிதி ஹேமந்துடன் வந்து சேர்ந்தனர். மஞ்சரியை ராத்தோட்களுடன், சிவகுரு குடும்பத்திற்கும் பழக்கம் என்பதால் அவர்களோடு அனுப்பினர்.

ஜானகி, இயல்புக்கு வருவது எப்போது. நிச்சயித்த திருமணங்கள் நடப்பது எப்போது , வரப் போவது வசந்த காலமா, கடும் கோடை இடியோடு வருமா? பொறுத்திருந்து பார்ப்போம்.

மனதின் வார்த்தை -52

ராத்தோட்களின் ஸ்வர்ன மாளிகையில், இந்த நாள் புயல் கரையைக் கடந்தது போல் மனதில் அச்சத்தை மிச்சம் வைத்துக் கடந்து சென்றது. தங்க-

ளது ஹேவேலியோ,மேன்சனோ பாதுகாப்பு வாய்ந்த கோட்டையாகக் கருதிய அவர்களுக்கு, ஜானகி கடத்தப்பட்டது பெரிய அடியாக இருந்தது.

தாதாஷா, தாதிஷா, ராஜேன் கஜேன் அமரேன் அவர்களின் இணைகள், என அனைவரும் இதையே நேற்று முதல் எண்ணிக் கலங்கி இருந்தனர். ஜானகி நல்ல முறையில் கிடைக்க வேண்டும் என்பது ஒரே பிரார்த்தனையாக இருந்தது. காலை நான்கு மணியளவில், அமரேன் தன் குடும்பத்தாருக்கு ஜானகி பத்திரமாக மீட்கப்பட்ட செய்தியைச் சொல்லி, அவர்கள் கவலையைப் போக்கினார்.

ரகுவீருக்கும் குண்டடிபட்டது எனவும், மருத்துவமனையில் அனுமதிக்கப்பட்டவர்களைக் காண, பொழுது விடிந்ததும் கிளம்பிச் சென்றனர் ராத்தோட்'ஸ்.

சிவகுரு குடும்பத்தினரும் அங்கிருந்தனர், ஜானகியை, மீட்கச் சென்ற எல்லோரும் ஏதோ ஒரு சிறு காயத்தோடு காணப்பட்டனர். தங்கள் பிள்ளைகளின் நிலையைப் பெற்றோரின் கண்கள், ஆற்றமாட்டாமல் வருடியது.

மயூரி,பூனம் அமரேனை மருத்துவமனை வரவேற்பு பகுதியில் பார்த்தனர், அவரிடம் ஓடிச் சென்று, நடந்தவற்றை விசாரித்தாள் மயூரி.

ஓபி வார்டில் காயங்களுக்கு மருந்து கட்டிக் கொண்டிருந்த,அமுதனைச் சென்று பார்த்தாள். கைகளில் கன்னத்தில், வீக்கமும், சில இரத்தக் காயங்கள் என இருக்கவும் கண்ணீர் ததும்ப நின்றாள். " ஜானி, எப்படி இருக்கா" எனக் கேட்டாள்.

"அதிர்ச்சியில் இருக்கிறாள் போல, இது போல் அவளைப் பார்த்ததே இல்லை, வேற யாரோ ஒரு பொண்ணைக் கூட்டிட்டு வந்த மாதிரி இருக்கிறது" என அமுதன், மனவேதனையை அவளிடம் பகிர்ந்தான்.

அங்கிருந்த கணேஷ், "அக்காதான் வந்துட்டாளே, நீங்க இப்படிச் சோகமா இருந்தால் அவள் எழுந்ததும் பாசமலர் சிவாஜின்னு நினைப்புன்னு கேலி பண்ணுவா, ஒண்ணும் இல்லை அண்ணன்" என்றான்.

"மயூ,கணேஷ் இவனால் தான் ஜானுவை இவ்வளவு சீக்கிரம் மீட்க முடிஞ்சது." என அறிமுகம் செய்தான்.

தன்னிலும் சிறியவனான, கணேஷிடம் மயூரியும், இயல்பாகப் பழகினாள்.

"நான் வந்ததுக்கு அப்புறம் ,நீ ஊருக்கே வரலையே" என்ற மயூரியிடம். "இந்த மும்பை ட்ரிப்புக்காக ரெடி பண்ணிக்கிட்டு இருந்தேன் அத்தாச்சி " என்றான் கணேஷ்.

ஜெய்க்கு கட்டுப் போட்டு, அமித் அழைத்துச் சென்றிருந்தான். அமரேன் கட்டாயப்படுத்தி அனுப்பி வைத்தார். ராஜ், ரன்வீரின் காயங்களுடன் பார்த்த பூனம், அவர்களிடம் விசாரித்து நிற்க பின்னோடு வந்த ஸர்குனும், மகன்களைப் பார்த்து முகம் வாடினார்.

" ஜவான் லட்கே ,இரண்டு நாளில் காயமெல்லாம் சரியாகிடும், நமக்கு ஜானிம்மா கிடைத்தது தான் சந்தோஷம்" என்றார் கஜேன் தொடர்ந்து, "நீங்க

ஒரு எட்டு ஜானியை, பார்த்துட்டு வந்துடுங்க, பசங்களைக் கூட்டிட்டுக் கிளம்புங்கள். ஹால்பிடலில் கூட்டம் போட கூடாது" என்றார்.

ஜானகியைப் பார்க்க வந்த ராத்தோட்கள், துருதுருவெனச் சுற்றித் திரிந்தவளை இப்படி வாடிய கொடி போல் மயங்கிக் கிடந்ததைப் பார்த்துக் கலங்கினர்.

ஜானகி, கடத்தப்பட்ட பிறகு, ராகினியை இப்போது தான் பார்க்கும் பெற்றவர்கள் அந்த நேரம் மகள் துடித்த துடிப்பையும் உணர்ந்தவர்கள், அவரைக் கட்டியணைத்து, ஆறுதல் தந்தனர்.

ஷப்னம், ரகுவீர் எங்கே என விசாரித்துப் பதட்டமாக வந்தார், ராகினி ஷப்னத்தைப் பார்க்கவும் பாபிஷா எனக் கட்டிக்கொண்டார். அன்னை இருவரும் தங்கள் பிள்ளைகளின் நிலை கண்டு கண்ணீர் விட்டனர்.

ரகுவீர் அருகில் சென்றவர்,அவன் புஜத்தில் போடப்பட்டிருந்த கட்டைப் பார்த்துத் தவித்துப் போனார்.தாயின் கேவல் மகனையும் எழுப்பியது." மாஷா,ஒண்ணும் இல்லை, கட்டு தான் பெரிசு காயம் சின்னதாகத் தான் இருக்கு" எனச் சமாதானம் சொன்னான்.

"ஏதாவது ஆகியிருந்தால்" எனத் தாயுள்ளம் பரிதவிக்க, தனையன்," ஒண்ணும் ஆகலை மாஷா, உங்கள் மகன் மேல் உங்களுக்கு நம்பிக்கை இல்லையா" என்றான். அவனைத் தேடி வந்த ஹரிணி," ரகுவீ காயம் பலமா பட்டிருக்கா, புல்லட் உரசிட்டு போச்சு, லேசான காயம் தான் ஜீஜூ சொன்னார்,இவ்வளவு பெரிய கட்டாக இருக்கே" எனக் கலங்கினாள் ஹரிணி.

"தீதீ, ஐயம் ஓகே, நீங்க ஜீஜூக்கு கூடச் சண்டை போட, இதை ஒரு சான்ஸா எடுத்துக்காதீங்க" எனக் கேலி செய்தான், ஞாபகம் வந்தவனாக,

"தீப்தி, வந்துட்டாளா தீதீ, அவளும், ராக்கேஷ் தங்கை சாந்தினியும் உதவி செய்யலைனா, இன்னும் அடி பலமா இருந்திருக்கும்." என விவரம் சொன்னான் ரகுவீர். "நைட்டே, ஜீஜூஷா கூட்டிட்டு வந்துட்டார். அவர் தான், நீ போய்ப் பாரு, பசங்களைப் பார்த்துக்கிறேன்னு அனுப்பி வைத்தார்." என்றாள் ஹரிணி.

ராத்தோட்கள்,அனைவரும் ஒருவர் பின் ஒருவராக வந்ததை ரகுவீர்ப் பார்த்தான்

"ஹேய், பூரா ராத்தோட் குடும்பமும் இங்க தானா, தாதாஷா, தாதிஷா எல்லாரையும் எதுக்கு அலையவச்சீங்க பாபுஷா, என்ன இது நீங்களே எல்லாரையும் இப்படிக் கூட்டிட்டு வந்திருக்கீங்களே" எனக் குறைபட்டான்.

"உங்கள் இரண்டு பேர் நிலைமைக் கேட்டுட்டு ஒரே அழுகை, கண்ணால் பார்த்தா தான் சமாதானம் ஆவாங்கன்னு கூட்டிட்டு வந்தேன். குண்டு, ஆழாமா பட்டுச்சா ரகுவீ" எனக் கேட்டார் ராஜேன்.

"இல்லை பாபுஷா, ஜானகி தலைக்கு நேரா கன்னை பிடித்திருந்தான் ரெனாவத், அவன் தலையில் பின்னால் இருந்து சாசாஷா அடிக்கவும், கை தன்னால் ட்ரிக்கரை அழுத்திடுச்சு, ஜானுவைக் காப்பாற்ற முன்னால் ஓடி

அவளை இழுத்தேன். அதில் குறி தடுமாறி புல்லட் என் கையில், உரசி போச்சு." என நடந்ததைத் தந்தையிடம் விளக்கினான்.

"தாதிஷா, இவ்வளவு தூரம், தாதாஷா வையும் கூட்டிட்டு வந்திருக்கீங்க எதுக்கு இவ்வளவு சிரமம். ஒரு ஜெனரல் செக்கப்புக்குப் பிறகு, மதியம் வீட்டுக்கு வந்துடுவோம்" என்றான் ரகுவீர்.

"சுப்கர்,ரகுவீ எவ்வளவு பெரிய வேலை செஞ்சு, என் நாதியை மீட்டுட்டு வந்திருக்க. கையில் குண்டு பட்டிருச்சுன்னு சொன்னபிறகு, உன் தாதிஷா, வீட்டில் உட்கார்ந்து பூ கட்டுவேனா?" என்றார் மயூரா தேவி.

"தாதிஷா நிஜமாகவே போய் இரண்டு மாலை கட்டி வையுங்கள், உங்கள் நாதியை (பேத்தியை) நான் வீட்டுக்கு வந்தவுடனே ஷாதி பணிக்கிறேன்." என விளையாட்டு போல் தன் எண்ணத்தைச் சொன்னான் ரகுவீர்.

'நீ முதலில், உன் லுகாயி கூட வீடு வந்து சேரு, பாரு தாதிசாஸ்,(மாமியாருக்கு மாமியார் முறையைத் தாதிசாஸ், எனச் சொல்வார்கள்) அவளுக்கு டஃப் டாஸ் கொடுக்கத் தயாரா இருப்பேன்" என்றார்.

"தாதிஷா, என் லுகாயி பவாரியா கொள்ளைக்காரனையே கதற விட்டவள், பார்த்து இருந்துக்குங்க" என ரகுவீர் ஜானகியின், வீரத்தைப் புகழ்ந்தான்.

பூனம்,ஸர்குன், மயூரி ரகுவீரின் கைக் கட்டைப் பார்த்துப் பதறிக் கேட்டனர்,"சாசிஷா, இரண்டு பேரும் பயப்படாமல் இருங்க ஒண்ணும் இல்லை" என்றவன்

மயூரியை அழைத்து, "அமுதனை பார்த்தியா, ரொம்பக் கலங்கிட்டார். ஜானி, ஜான்வி தாதாஷா, தாதிஷா எல்லாரும் வந்திருக்காங்க, வீட்டுக்கு கூட்டிட்டுப் போ" என அவளின் பொறுப்புகளை எடுத்துச் சொன்னான்.

"பய்யா, ஜானகி சீக்கிரம் சரியாகிடுவாள், ரொம்ப நேரம் கோபம்,வருத்தம் எதையுமே பிடிச்சு வச்சுக்க மாட்டாள். நீங்க கவலைப் படாதீங்க" எனத் தன் பய்யாவையே தேற்றிய தன் சோட்டி' தங்கையைப் பெருமையாகப் பார்த்தான் ரகுவீர்.

மூத்த சம்பந்திகள்,தாதாஷா வீரேந்தர் சிங் ராத்தோட், சிவபரங்கிரி அவர்களின் சந்திப்பும் நல்ல விதமாகவே அமைந்தது

அமரேந்தர், முதலிலேயே மருத்துவமனையிலிருந்ததால், அவருக்கு அறிமுகம் ஆகியிருந்தார். தன் பேரன்,பேத்திகளைப் பார்த்து வந்த பெரியவர்களை, அமர்ந் தான் பக்கத்து அறைக்கு அழைத்துச் சென்றார்.

சிவகுரு, தன் குடும்பத்துடன் பேசிக் கொண்டிருந்தார்.மாமனாரைப் பார்க்கவும் எழுந்து வந்தார். " வாங்க பாபுஷா" என்றவர் தன் குடும்பத்தை அறிமுகம் செய்து வைத்தார். சிவகாமி,தெய்வா இருவருக்கும் பதில் பேசத் தெரியாதே தவிர ஓரளவு ராகினியோடு இருந்ததில் ஹிந்தி புரிந்துக் கொள்வார்கள்.

தாதாஷா தாத்தாவின் கையைப் பிடித்துக் கொண்டு," உங்களை, சந்தோஷமான சூழலில் சந்திக்கனும்,உங்கள் ஊருக்கே வந்து நன்றி சொல்லனும்னு நினைச்சேன். இப்படி ஒரு சூழல் ஆகிப்போச்சு" என உணர்ச்சி ததும்பச் சொன்னார்.

"அதனால் என்ன சம்பந்தி, ஜானகி தான் கிடைச்சிட்டாளே, இதுவும் சந்தோஷமான விசயம் தான்." எனப் பெருந்தன்மையாகப் பேசினார் சிவபரங்கிரி.

"எங்கள் மகளை,உங்கள் மகளாட்டம் இத்தனை வருஷம், எவ்வளவு உயர்வா வச்சிருந்திருக்கீங்கன்னு, ஸ்வரூவை பார்த்தாலே தெரிகிறது சம்பந்தி. நான் தான் துரதிட்டமான தகப்பன், என் மகளை, தேவையில்லாமல் இத்தனை வருஷம் பிரிந்து இருந்தேன்." என்றார் ராத்தோட்.

"சம்பந்தி, நானும் மகளைப் பெற்றவன் தான், யாருக்கும் தன் மகளைப் பிரிந்து இருப்பது, பிடிச்ச விசயமா என்ன. மகள்கிட்ட தானே, நம்ம அம்மாவைப் பார்ப்போம். சந்தர்ப்பம் அப்படி அமைந்து போச்சு, பெரிய இழப்பு தான். இனிமே உள்ள காலத்தை மகளோடு சந்தோஷமா செலவழியுங்கள் . எங்கள் ஊருக்கு வாங்க,இனிமே என்ன, மகள்,பேத்தி இரண்டு பேரும் அங்க இருப்பாங்களே" என்றார் சிவபரங்கிரி.

"கட்டாயம் சம்பந்தி, இப்ப வாங்க நம்ம வீட்டுக்குப் போகலாம். ஜமாயீஷா நேற்று இருந்த நிலையில் அங்கே வரலைன்னுட்டார். நானும் முதன் முதலில் வரும்போது மனக் கஷ்டத்தோடு வர வேண்டாமென்று விட்டுட்டேன். இப்ப வாங்கப் போகலாம். உங்களுக்கும் பயணக் களைப்பு வேற இருக்கும்." என்றார் ராத்தோட்ஷா.

"வரோம் சம்பந்தி, பேத்தி கண்ணு முழிக்கட்டும், நிம்மதியா உங்கள் கூட வருவேன் " என்றார் சிவபரங்கிரி. இவர்கள் பேசிக் கொண்டிருந்த நேரம், தாதிஷாவும், பூனமும் சிவகாமி, தெய்வாவை சந்தித்தனர். இவர்களுக்கு இடையே இருந்த மொழிப் பிரச்சனையை, அமுதன் தீர்த்து வைத்தான்.

"அப்பத்தா, அம்மாவோட அம்மா இவங்க மயூரியோட அம்மா" என அறிமுகம் செய்தான் அமுதன்.

"நல்லா தான், வக்கணையா சொல்ற பேராண்டி, இது எங்கள் ஆச்சி,அத்தைனு சொல்லு" என்றார். சிவகாமி பேச்சு அதிகாரமாக இருக்கவும், தாதிஷா யோசனையாகப் பார்த்தார். அமுதன் சிரித்துக் கொண்டே, தன் நாநிஷாவிடம் அப்பத்தா சொன்னதை விளக்கினான்.

முகம் மலர்ந்த மயூரா தேவி, சிவகாமியின் கையைப் பிடித்துக் கொண்டு," என் மகள் கொடுத்து வைத்தவள்,உங்களை மாதிரி அருமையான மாமியார் கிடைத்தற்கு. நான் தான் அவளுக்கு எதுவுமே செய்தது இல்லை. கண்ணை மூடும் முன்னை பார்க்க மாட்டமான்னு தவித்தேன்" என்றவரை அவர் உடல் மொழியில் புரிந்து கொண்ட சிவகாமி அம்மாள்.

"வருத்தப்படாதீங்க அண்ணி, உங்கள் மகளுக்கு எல்லாமே ஒரு குறையும் இல்லாமல் நல்லா நடந்தது. எங்கள் குரு பொண்டாட்டியை, முகம் வாட விடமாட்டான்" என்றார். அமுதன் மொழி பெயர்த்தான்.

ஜானகி கண் முழித்தாள் என ஹரிணி வந்து கூப்பிட்டாள். சிவகுரு குடும்பத்தை முதலில் அனுப்பினர். தன் அப்பத்தா தெய்வாம்மாவைப் பார்த்த ஜானகி, கலங்கிப் போனாள். "ஜானகி கண்ணு" என வந்த அப்பத்தாவிடம், ட்ரிப் ஏறியபோதும் பொருட்படுத்தாமல், அவரைக் கட்டிக் கொண்டாள்.

ஜானகியின் அணைப்பில் அவளின் மனம் துன்பப்படுவதை அறிந்த சிவ-காமி அவளை அணைத்து, "என் இராசாத்தி, எவன் கண்ணு பட்டுச்சோ இந்த நிலைமை, மனசைப் போட்டு அலட்டிக்காத கண்ணு, உனக்கு நாங்கள் எல்லாரும் இருக்கோம். " என்று முதுகைத் தடவிவிடவும். அப்பத்தா தோளில் குலுங்கி அழுதாள் ஜானகி. அவள் பார்வையில் சுற்றி நின்றவரைத் தாண்டி, இவளின் கண்ணீரில் ரகுவீரின் கண்களில் வலியைப் பார்த்தவள் சுதாரித்தாள்.

"ஏன் கிழவி, பேத்தியை கடத்தினவன் யாருடான்னு பார்க்க வந்தியா" எனக் கேட்டாள். ஜானகி துக்கத்திலிருந்து வெளியே வர முயல்கிறாள் என்று புரிந்த அப்பத்தா எசப் பாட்டுப் பாடினார்.

"ஆமாடியம்மா, புலியை முறத்தால் அடிச்சு துரத்தியப் பரம்பரையில் வந்த பெண்ணரசியை, கடத்தினவனுக்கு எம்புட்டு துணிச்சல்னு பார்க்க வந்-தேன். அது தான் பேராண்டி பறந்து வந்து காப்பாற்றினாராம், உங்கப்பன் சொன்னான்" என்றார் சிவகாமி. ஜானகி பேசாமடந்தையானாள்.

"சிவகாமி, உன் பேச்சை எல்லாம் அப்புறம் வச்சுக்க. புள்ளை ஓய்வெ-டுக்கட்டும்' என்றார் தாத்தா. தெய்வாவிடமும் அதே போல் அணைத்துக் கொண்டவள், "அம்மா, உங்கள் கூடவே வந்துடுறேன். கூட்டிட்டு போங்க சண்முப்பா" என அவள் அம்மாவிடம் ஆரம்பித்து, அப்பாவிடம் கண்ணீர் சிந்தினாள்.

"நீ மனசைப் போட்டு மருகிக்காதே. போதும் உன் படிப்பும் வேலையும். இங்க பாருங்க, உங்கள் அண்ணன் கிட்ட சொல்லிருங்க. நம்ம மகளை நாம கூட்டிட்டுப் போவோம். பாலா, பெரியப்பா கிட்டக் கேட்டு டிக்கெட் போடு." என்றார் தெய்வா.

பாலனைக் கண்ட ஜானகி, தலை கவிழ்ந்து உதட்டைக் கடித்து வேறுபுறம் பார்த்தாள். பாலன் அவளை ஒரு முறைப் பார்த்து விட்டு, ராத்தோட்ஸ் வரவும் அங்கிருந்து நகர்ந்தான். அனைவரும் கிளம்பும் போது வந்த அமிர்தா, ஆச்சி தாத்தாவிடம் அழுதாள். தெய்வா, "அழாதடா அம்மு,எல்-லாம் தெரிஞ்சா நடந்தது" எனத் தேற்றினார்.

ஜானகியின் செய்கையில் ரகுவீர் ஒன்றை அறிந்தான்,அவள் தங்கள் ஊருக்குச் செல்வதில் குறியாக இருக்கிறாள் .அதற்காக எமோசனலாக சிவ-குரு, சண்முகம், தெய்வா அப்பத்தாவிடம் மட்டுமே பேசுகிறாள். மற்றவர்

முன்னால் தலை கவிழ்ந்தே இருந்தாள்.

ராகினி, சிவகுருவைப் பக்கத்து அறையில் ஓய்வு எடுக்கச் சொல்லி விட்டு அமிர்தா மட்டும் அங்கிருந்தாள். ஃப்ரீநிதி, ஹேமந்துடன், டாக்டரைப் பார்க்கச் சென்றாள்.

அமிர்தா, ஜானகியிடம் வந்தவள் அவளைக் கட்டியணைத்து அழுதாள் "அமித்து ஒண்ணும் இல்லைடி விடு" என்றாள். "என்னால் தான் என் பாழாப் போன தூக்கத்தால் தான், உன்னைக் கடத்திட்டான்."எனத் தன் தலையில் அடித்துக் கொண்டாள்.

ஜானகி சொல்லிப் பார்த்தும் கேட்கவில்லை. எரிச்சலான ஜானகி, அடக்கி வைத்திருந்த அத்தனை கோபத்தையும் அவளிடம் காட்டினாள்.

ரகுவீரும் அமிர்தாவும் மட்டுமே அந்த அறையிலிருந்தனர்.

ஜானகி எரிச்சல் மேலிட," நான் என்ன செத்தாப் போயிட்டேன், உயி-ரோடு தானடி இருக்கேன். சும்மா அழாதே அழுகறதுன்னா நான் அழனும்டி. போ" என வார்த்தைகளை நெருப்பாகக் கொட்டினாள். அமிர்தா அதிர்ந்த அவளைப் பார்த்திருந்தாள்.

ரகுவீர், எழுந்து வந்து விட்டான்.," ஜான்வி என்ன பேச்சு இது, அம்ரூ மனசு கேட்காமல் தானே அழறா" என அதட்டினான்.

"ஆமாம், உங்க மனசெல்லாம் சரியில்லைனு இங்க வந்து கொட்டுங்க. என் மனசுக் குப்பைத் தொட்டி தானே, எதை வேணாலும் கொட்டலாம்" என்றவள், எதையோ நினைத்து ஓங்கரித்து தன் கையில் போடப்பட்டிருந்த ட்ரிப்ஸை, பிடுங்கி எறிந்து ஓடப் போனாள்.ரகுவீர் அவளை இறுக்கமாக அணைத்துப் பிடித்துக் கொண்டவன்,"அம்ரூ டாக்டரை கூட்டிட்டு வா" என அனுப்பி வைத்தான்.

அவளைதன்னுள் வைத்துக் கொண்டு, " ஜானும்மா எதுவா இருந்தாலும் என்கிட்ட சொல்லுடி நான் சரிபண்றேன், நீ என்னோட ஜானுடி. ஜானு, ஜானு" எனும் போதே அவன் கைகளில் மயங்கிச் சரிந்தாள்.

கட்டுப் போட்டக் கையோடு அவளைத் தாங்கியவன் கஷ்டப்பட்டுத் தூக்கி கட்டிலில் படுக்க வைத்தான். அம்ரூ புயலென ஓடிச் சென்று மருத்-துவரை அழைத்தாள்.ஹேமந்த் ஃப்ரீநிதியும் அவர்களோடே வந்தனர்.

இரத்தம் சொட்டிய ட்ரிப்ஸ் போட்டக் கையை சரியாக மாட்டி விட்டு. ஊசியும் போட்டார் மருத்துவர்.சிவகுரு, ராகினியும் வந்து சேர்ந்தனர்.

" உடலால், அவங்களுக்கு எந்தப் பிரச்சனையும் இல்லை. சீ இஸ் வெர்-ஜின். ஆனால் அதைத் தாண்டி ஏதோ மன பாதிப்பு , அதை நினைக்கும் போதே இப்படி ஹைப்பர் ஆகுறாங்க. நான் சைகாலஜிஸ்டை ரெஃபர் பண்-றேன். அவர் வந்து பார்க்கட்டும், அதுகப்புறம் முடிவு பண்ணலாம்" என்று விட்டு சென்றார்.

ரகுவீரின், கைக்கட்டிலிருந்து இரத்தம் வந்தது. நர்ஸைக் கூப்பிட்டு, அதனைச் சரி செய்தனர். ஆற்றாமையோடு அமர்ந்திருந்தான் ரகுவீர். எங்கே

பிரச்சினை நடந்தது. கணேஷ் காண்பித்த போட்டோவில், பயம் என்பதே இல்லாமல் மிடுக்காக இருந்தாள். சாந்தினி பேசும் போது, ஜானகியை, காணவில்லை என்றனர். அதற்குப் பிறகு ரகுவீர் அவளைக் கண்டது, மூன்று அல்லது நான்கு மணி நேரத்தில் அதற்குள் என்ன நடந்தது எனக் குழப்பமாக இருந்தது.

ரகுவீர் ஜானகியுடன் ராகினி மட்டும் அங்கே இருந்தார். தன் புவாஷாவின்

மடியில் தலைவைத்து, தன் கவலையை அவரோடு பகிர்ந்தான் ரகுவீர். ஜானகி ஊசி மருந்தின் வீரியத்தில் அசந்து தூங்கினாள்.

அமிர்தாவிடம் நடந்ததைக் கேட்டுக் கொண்டிருந்தார் சிவகுரு. ப்ரீநிதிக்கு , பிரச்சினையின் போக்குப் புரிந்தது. ஆனால் பிரச்சனை என்னவெனப் புரியவில்லை. ரகுவீர், ரூமை விட்டு வெளியே வந்தவன்,அமரேன் சாசாஷாவை அழைத்தான். தனக்கு, ராக்கேஷ் ரெனாவத்தின் டிடைல் ரிபோர்ட் வேண்டும் என்றான்.

சைலேந்தருக்கு போன் செய்தான். மும்பையில் காவலில் வைத்திருப்பதாகச் சொன்னான்.வேறு ஏதாவது விசேஷமான தகவல் எனக் கேட்டதற்கு, பப்பில் குடிச்சிட்டு அரைகுறையா இருந்தவர்களை எச்சரிக்கை செய்து அனுப்பினோம். என்றான்.

மாலை நேரம் ,மனோதத்துவ நிபுணர் வந்தவர், ஜானகியைப் பார்த்தார். இப்ப வீட்டுக்கு கூட்டிட்டு போங்க. தனியாக விடாதீங்க. இந்தச் சம்பவத்தைப் பற்றிப் பேச்சே கூடாது. இரண்டு கவுன்சிலிங் உட்கார்ந்தால் தான், அவங்க மனதில் இருப்பது தெரியும். நான் மெடிசன் தருகிறேன். எடுத்துக்கட்டும். எனச் சொல்லிச் சென்றார்.

சிவகுருவும் ரகுவீரும் சேர்ந்து பேசி, ஜானகியைப் பற்றி வீட்டில் யாருக்கும் தெரிய வேண்டாம் என முடிவெடுத்தனர். அந்த மாலைப் பொழுதில் டிஸ்சார்ஜ் செய்யப்பட்டாள் ஜானகி. ஸ்வர்ன மஹலில், சிவகுரு, ராகினிக்கு முறையாக ஆரத்தி எடுத்து தாதிஷா உள்ளே அழைத்தார். அதே போல்,ரகுவீர், ஜானகிக்கும் ஆரத்தி எடுத்தார்.

ஜானகி, மறுப்பேதும் சொல்லாமல் ரகுவீருடன் சேர்ந்து நின்றாள். அவளுடைய அறையில் ஓய்வெடுக்க அனுப்பி வைத்தனர். இரண்டு குடும்பமும் சேர்ந்து சீராட்டியது ஜானகியை. யாராவது மாற்றி, மாற்றி அவளைக் கவனித்துக் கொண்டே இருந்தனர்.

சிவகுருவின் நண்பர்களும் வந்தனர். பாண்டேயிடம், ராத்தோட்கள் நன்றி கூறினார்கள். "அமித் டூட்டி ஜாயின் பண்ணக் கிளம்பிட்டான். ஜானகி நல்லபடியா கிடைச்சுட்டா, நாங்கள் நாளைக்குக் காலை ப்ளைட்டில் கிளம்புகிறோம்" என்றார் பாண்டே.

"எனக்கு நைட் ட்ரையின்" என்றார் ரெட்டி. பல்லாஜி," நான் நாளைக்கு நைட் கிளம்புகிறேன்" என்றார். "அங்கிள், இரண்டு நாள் தங்கிட்டு போங்க-

ளேன்" என்ற ரகுவீரின் கோரிக்கைக்குச் சரி எனத் தலை சாய்த்தனர்.

அடுத்த நாள், அமர்சிங்குடன் வெளியே கிளம்பிய ரகுவீரை வீட்டில் அனைவரும் தடுத்தனர். ஆனால் யார் பேச்சையும் கேட்கும் நிலையில், ரகு-வீர் இல்லை. மதியம் உணவு நேரத்தில் வீட்டுக்கு வந்தான்.

இரண்டு வீட்டுப் பெரியவர்களும் ஹாலில் அமர்ந்து இருந்தனர். ஜானகி-யும், ஒரு ஷோபாவில், அப்பத்தா, ஆச்சிக்கு நடுவில் அமர்ந்து இருந்தாள்..

தாதாஷா, தாத்தா இருவரிடமும் வந்த ரகுவீர்," உங்கள் பேத்தி ஜானகி தேவியை எனக்கு ஷாதி செய்து வையுங்கள்" எனக் கேட்டான். ஜானகி முகம் அதிர்ச்சி அடைந்ததை ரகுவீர் மனதில் குறித்துக் கொண்டான்.

"ரகுவீ, ஏற்கனவே பேசினது தானே பேட்டா எப்ப வச்சுக்கலாம், எங்க வச்சுக்கலாம் னு பேசிடுவோம்" என்றார் தாதாஷா.

"ஆமாம் பேராண்டி, அன்னைக்கே பேசியாச்சே குரு நீ என்னப்பா சொல்றே" எனக் கேட்டார் சிவபரங்கிரி. "பெரியவர்கள் நீங்க முடிவு பண்-ணுங்கப்பா." என்றார் சிவகுரு. ஜானகிக்குத் தவிப்பாக இருந்தது.

ராஜேனை பார்த்துத் தாதாஷா கேட்டார். "ராஜேன், நீ என்னப்பா சொல்ற, முதலில் ரகுவி ஷாதியை முடிச்சா அடுத்தடுத்து, ராஜ்வி, மயூரிக்-கும் செய்திடலாம்"

"எல்லாரும் இங்க தான் இருக்கோம், அரேஞ்ச் மென்ட் பண்ண, பணமோ, ஆள் பலமோ பெரிய விசயம் இல்லை. ஷப்னம்,ஸர்குன், பூனம் வீட்டு ஆட்கள், சம்பந்தியோட அக்கா வந்தால் போதும். அடுத்த முகூர்த்-தத்தில் கூட ஷாதி வச்சுடலாம் பாபுஷா" என்றார்.

"பாபுஷா, அடுத்த முகூர்த்தம் இன்னும் நான்கு நாளில் இருக்கிறது, வரிசையா ஃபங்சன் வைத்து, முகூர்த்தம் வச்சுடுங்க. என்னால் இதற்கு மேல் வெயிட் பண்ண முடியாது" என்றான் ரகுவீர்.

ஹேய், படே பய்யா அவசரத்தைப் பாரு எனக் கலாய்த்தனர்.

"ஹேய்,எது அவசரம் மேரி ஜானைக் கேளு, இப்பவே முடி நரைச்சிடுச்சு. டை அடிச்சிட்டாவது வந்து மணவறையில் உட்காரச் சொல்லுவா, என்ன ஜானு உன்மை தானே?" என அவளைப் பார்த்துக் கண் சிமிட்டினான். ஜானகி முறைத்தாள்.

"பெண்மணிகள், என்னம்மா சொல்றீங்க" எனத் தாதாஷா, பொதுவாகக் கேட்டார். ஷப்னம்," பாபுஷா, நான் ரெடி, எப்படி வேணும்னாலும் ஷாதி நடக்கட்டும் .என் பஹூராணி வீட்டுக்கு வந்தால் சரிதான். " என்றார்.

"ஆமாம் பாபுஷா, ரகுவீக்கு முடிந்தால், மூன்று மாசத்தில் ராஜ்வி, மஞ்-சரி ஷாதியையும் முடிக்கலாம்" என்றார் ஸர்குன்.

"பாபுஷா, இந்த ஷாதியோட,மயூரிக்கும், ஜமாயீஷா வுக்கும் சாகயீ, திலக் முடிச்சிருவோம். மயூ படிப்பு முடிந்து ஷாதி வச்சுக்கலாம்" என்றார் பூனம்.

"ராகினி, உன் பாபிஷா எல்லாம் சொல்லிட்டாங்க, நீ என்னம்மா சொல்ற" எனக் கேட்டார் தாதாஷா.

"அத்தை சொல்லட்டும் பாபுஷா, என்னை விடப் பேரன் பேத்திகள் என்ன நினைப்பாங்கன்னு அவர்களுக்குத் தான் நல்லாத் தெரியும்" என்றார் ராகினி.

தாதிஷா, தன் மகளின் பேச்சில் அதிசயித்துப் போனார், தன் மருமகள்கள், தங்கள் மகன்,மகள் ஷாதிக்கு நாள் குறிப்பதில் மும்மரமாக இருக்க, ராகினி சிவகாமியைக் கை காட்டவும் யோசனையாகப் பார்த்தார்.

சிவகாமி கொஞ்சம் நிதானித்தார், "ஜானகி மாப்பிள்ளை, உடனே கல்யாணம் வைக்கனும்னு சொல்லுதுன்னா, ஏதோ காரணம் இருக்கும். அவுகளுக்கு ஜானகி மேல் இருக்கப் பாசத்தைக் காட்டுது. அதுவும் இல்லாமல், கண்ணுக்குள்ளேயே வச்சுப் பார்த்துக்கனும்னு நினைக்கிறாங்க. சரியா பேராண்டி. உங்கள் ஜான்வி யை நாங்கள் கூட்டிக்கிட்டு போயிடுவோம், தாலியை கட்டிட்டா, உங்கள் சம்சாரமாகிடும், அப்படித்தானே" என்றார் சிவகாமி. ராகினி தன் அத்தை சொன்னதை மொழி பெயர்த்தார்.

ரகுவீர், அப்பத்தாவின் புத்திக் கூர்மையைப் பார்த்து வியந்தான்.

"ஆமாங்க அப்பட்டா, எனக்கு அவளைக் கூடவே இருபத்தி நான்கு மணி நேரமும் வைத்து பார்த்துக்கனும் .அதுக்கான உரிமை தான் இந்த ஷாதி. மற்றபடி, என் ஆசையையோ தேவையையோ ஜான்வி மேல் ஃபோர்ஸ் பண்ண மாட்டேன். அவள் மனசு தான் முக்கியம். நீங்க எப்படிச் செய்து வைத்தாலும் சரிதான், அவள் இந்த வீட்டை விட்டு காலடி எடுத்து வைக்கிறது, 'திருமதி ஜானகி தேவி ரகுவீர் சிங் ராத்தோட்' ஆகத் தான் இருக்கவேண்டும்" என ரகுவீர் உறுதியாகச் சொன்னான்.

"மாப்பிள்ளை, ஜானகி மேல் உங்களுக்குச் சகல உரிமையும் உண்டு, பிறகு ஏன் இவ்வளவு அவசரமா செய்யனும்னு சொல்றீங்க. குடும்பத்துக்கு மூத்த வாரிசு உங்கள் கல்யாணத்தை ஆடம்பரமாக நடத்தனும்னு எல்லாரும் ஆசை படுவார்கள் தானே" என்றார் சிவகுரு. அவருக்கு, தங்கமான மாப்பிள்ளையை ஊர் மெச்ச மருமகன் ஆக்கிக் கொள்ள வேண்டும் என்ற எண்ணம்.

"ஜானகி மனசிலும், இப்படி இப்படி கல்யாணம் நடக்கனும்னு ஆசை இருக்கும்ல" என்றார் சண்முகம்.

" அங்கிள் ,உங்கள் மகள் தான் அடுத்த முகூர்த்தத்தில், இதோ இந்த வீட்டுப் பூஜை அறையில் நம்மவர்களை மட்டும் வச்சுக் ஷாதி பண்ணலாமென்று சொன்னாள்" என சண்முகத்திடம் சொன்னான் ரகுவீர்.

இவ்வளவு நேரம் மௌனம் காத்த ஜானகி," வீரூஜி, நான் எப்ப உங்கக்கிட்ட சொன்னேன் "என வேகமாகக் கேட்டாள்.

ரகுவீருக்கு தன் காதுகளையே நம்ப முடியவில்லை, ஜானகி இந்தக் கடத்தல் நாடகம் முடிந்து இப்போது தான் இவ்வளவு உரிமையாகப் பேசு-

கிறாள். உற்சாகம் பிடிபடவில்லை அவனுக்கு, தான் தேர்ந்தெடுத்த பாதை சரியானது எனும் முடிவில் அவளிடம் வம்பிலுத்தான்.

" நீதானே, நம்ம ரிஸ்தா பேசின அன்னைக்கே ஹவேலியில் வைத்துச் சொன்ன, பேச்சு மாறாத" என்றான். "நான் ஒண்ணும் பேச்சு மாறலை. விளையாட்டா சொல்லியிருப்பேன்" என்றாள் ஜானகி.

"பூஃபாஷா, உங்கள் மகளே ஒத்துக்கிட்டா, இப்ப ஆக வேண்டியதைப் பார்ப்போம்" என்றான் ரகுவீர்.

"அப்பத்தா, எனக்கு நம்ம வீட்டில் வந்து இருக்கனும், நான் வேலைக்குத் தான் வந்தேன். உங்களை எல்லாம் விட்டுட்டு இவ்வளவு தூரத்தில் இருக்க முடியாது" என ஜானகி சிவகாமியிடம் முறையிட்டாள்.

"அப்பட்டா, அவளை நம்பாதீங்க, அங்க வந்து, வீருஜி வேணும்னு கேட்பாள்." என்றான் ரகுவீர்.

எல்லாருக்கும் முன்னே இப்படி வாக்கு வாதம் செய்தனர்.

"பேராண்டி நான் ஒரு யோசனை சொல்கிறேன், நீங்க முதலில் ஜானகியை சரி கட்டுங்கள், அப்புறம் எல்லாரும் பேசுவோம்" என்றார் சிவபரங்கிரி.

மயூராதேவி,"ஆமாம் ரகுவீ, நீ உன் லுகாயி, கை பிடிப்பியோ, காலில் விழுவியோ எனக்குத் தெரியாது . டைட் டின்னருக்கு முடிவை சொல்லுங்கள். உங்கள் பூஃபாஷா தோஷித் எல்லாம் இன்னைக்குக் கிளம்புறேன்னு சொன்னவர்களை, நிறுத்தி வச்சிருக்கோம்" என்றார்.

பெரியவர்கள் ஓய்வெடுக்கச் சென்றனர். ரகுவீர், ஜானகியிடம் வந்தவன்," என் கூட வா" எனக் கூப்பிட்டான். "எனக்குத் மாத்திரை போட்டது துக்கம் வருகிறது" என்றாள் ஜானகி. " வா,நான் தூங்க வைக்கிறேன்" என அவள் மறுத்தும் கேளாமல், கைப்பிடியாக மொட்டை மாடி அறைக்கு அழைத்துச் சென்றான்.

ஜானகி, 'இவனிடம் தனியா மாட்டினால் என் மனசை படிச்சிடுவானே' என வேதனையோடு சென்றாள். மாடி அறையின் கதவை அடைக்கவும், ஜானகி,"வீருஜி என்ன செய்யிறீங்க" என்றாள்.

அவளருகில் வந்து தன் மார்பில் ஜான்வியை அணைத்துக் கொண்டான்.இடது கையில் கட்டு இருந்தது. அவளும், தன்னிலை மறந்து அவனுக்குள் மறைந்துக் கொண்டாள். சிறிது நேரம், அவள் முதுகை வருடினான். " ஜானூ" என்ற அவனின் அழைப்புச் செவிமடலில் விழுந்து அவள் மனதில் பதிந்தது.கிரக்கமாக,"ம்" என்றாள்.

'இப்போ என் கூட இப்படி இருக்கிறது மனசுக்குக் கஷ்டமா இருக்கா?" எனக் கேட்டான். "ம்கூம்" என மறுப்பாகத் தலையாட்டினாள்.

"இவனைக் கட்டிக்கிட்டா ஆபத்தைச் சந்திக்கனுமேன்னு, பயமா இருக்கா" என்றான்.

"பயமா உங்களுக்காக என் உயிரையும் தருவேன் வீருஜீ. உங்கள் கையில் இரத்தத்தைப் பார்த்து, எவ்வளவு மனசு கஷ்டமா இருந்தது தெரி-

யுமா?" என அவன் அடிபட்ட கையைப் பூ போல் வருடினாள்.

"அப்புறம் என்ன ஷாதி செஞ்சுக்கலாம். உங்கள் ஊருக்கு தானே போகனும், நானும் வருகிறேன். ஷாதி பண்ணிக்கிட்டு கர் ஜமாயாக வந்துடுறேன். சகூர்ஷா இரண்டு பேரும், நல்லா கவணிப்பாங்க. சாசுமா இரண்டு பேரும் அருமையா சமைச்சுப் போடவும், என் லுகாயியை சைட் அடிச்சுக்கிட்டே உட்கார்ந்துக்கிறேன்." சரியா என்றான்.

"ம்,அப்ப உங்கள் பிஸ்னஸ்" என்றாள்.

"அதுக்கென்ன, உனக்கு இரஜஸ்தானிகளைத் தெரியாது, ஷாதி முடிந்து ஆறுமாதம் எங்க வேணாலும் சுற்றலாம். பொண்ணாட்டியோட என்ஜாய் பண்ணிட்டு தான், திரும்ப வேலைக்கு வருவார்கள்" என அவன் சொல்லவும்.

அவ்வளவு நேரம் அவனோடு ஒட்டி இருந்தவள், அவன் பிடியிலிருந்து விலகி, அங்கிருந்த ஷோபாவில் அமர்ந்தாள். குரல் நடுங்கியது.

"வேண்டாம், ஷாதி எல்லாம் வேண்டாம். என்னால் முடியாது" என்றாள்.

ரகுவீருக்கு பிரச்சனை கொஞ்சம் புரிந்தது போல் இருந்தது. அவன் மொபைல் மூலமாக வீடியோ காலில் பார்த்துக் கொண்டிருந்த மனோதத்துவ நிபுணருக்கும், பிரச்சினை என்ன வெனப் புரிந்தது. ஜானகியின், பிரச்சனை என்ன, அதை முடித்து, ரகுவீரன், தன் ஜானகியுடன் கூடும் நாள் எப்போது பொறுத்திருந்து பார்ப்போம்.

மனதின் வார்த்தை - 53

இன்பமோ துன்பமோ, பகிரவும்,அதைக் கடக்கவும் துணை இருந்து விட்டால் போதும், எதிர்வரும் எதையும் தாங்கலாம். கொண்டவன் துணை இருந்தால் கூரை ஏறியும் முழங்கலாம். இங்கு ஜானகியின் மனதைத் தனதாக்கிக் கொண்டவனின் துணை உண்டு, அவள் தான் ஏற்கவேண்டும். ஜானகிக்காக எதுவானாலும் செய்யத் தயாராக இருக்கிறான் ரகுவீர்.

திருமணப் பேச்சை எடுத்தால் மறுப்பவள் அவனோடு பழகுவதில் விளகலைக் காட்டவில்லை. பின்னர் அவனின் முயற்சியால் திருமணப் பேச்சிலும், இணையாகப் பேசினாள். இராஜஸ்தானிகள், ஆறு மாதம் வரை கூடப் புது மனைவியுடன் எங்கு வேண்டுமானாலும் சென்றுவிட்டு உல்லாசமாக இருந்து விட்டு வருவார்கள், என ரகுவீர் சொன்ன நொடியில் ஜானகி மறுத்தாள். ரகுவீருக்கு விசயம் கொஞ்சம் பிடிபட்டது.

ஜானகி வரைந்த ராதா கிருஷ்ணன், ஓவியத்தை அவள் முன் கொண்டு வந்து நிறுத்தினான். அதைப் பார்த்தாள். கண்களில் அதே காதல் ரசம் பொங்க, ரகுவீரைப் பார்த்து, "இதை எப்ப பார்த்தீங்க. அமித்துச் சொன்னாளா" என வெட்கப் பார்வைப் பார்த்தாள் ஜானகி.

" அடிப் பாவி, இவ்வளவு லவ்வா, யாருடி அது" என்றான். ரகுவீர் வேண்டுமென்றே.

"உங்களுக்கு அடையாளம் தெரியலையா வீரூஜி, நல்லாப் பாருங்கள், அவ்வளவு மோசமாகவா வரைந்து இருங்கேன்" எனக் கேட்டாள்.

"நல்லா தான் இருக்கு. ஆனால் நான் ரகுவீர் ஏகபத்தினி விரதன்.என் ஜானகி நீ. எதற்கு உன்னை ராதையாகவும்,என்னைக் கிருஷ்ணனாகவும் வரைந்து வைத்திருக்க? ரொமேன்டிக் கப்பில்னு சொல்லு ஒத்துக்குறேன். மற்றபடி, இந்தக் காவிய நாயகன் மாதிரி காதலி,பொண்டாட்டி இப்படித் தியாகமெல்லாம் பண்ணமுடியாது." என்றான் ரகுவீர்.

ஜானகி வாயடைத்து நின்றாள். பேச்சை மாற்றும் விதமாக இருங்கள்

உங்களுக்கு இன்னும் சர்ப்ரைஸ் இருக்கிறது என்று தான் வரைந்த மற்ற ஓவியங்களைக் கபோர்டில் இருந்து எடுத்து வந்தாள்.

"வீரூஜி" என அழைத்து ஒவ்வொன்றாக, தன் அன்னையை யசோதையாகவும், ரகுவீரை பாலகோபனாகவும் சித்தரித்து இருந்த பத்து படங்களையும் வரிசையாகக் காட்டினாள். தொட்டிலிடல், குளிப்பாட்டல், தவழ்தல்,உலகம் காட்டல்,வெண்ணெய் உண்ணுதல் என இருந்தது.

" நான் இதைப் பார்க்கவில்லையே, புவாஷாவை யசோதையா மாற்றி இருக்க, என்னைச் சின்ன வயதில் பார்த்து இல்லையே, எப்படி வரைந்த" என ஆச்சர்யமாகக் கேட்டான்.

"ஷப்னம், ஆண்டி உங்கள் போட்டோவை, காமிச்சாங்க, அதிலிருந்து சுட்டுட்டு வந்தேன்." என்றாள். "என்னையவே சுட்டுட்ட, என் போட்டோ என்ன பெரிய விசயமா அப்கோர்ஸ், இது எல்லாமே புவாஷா எனக்குச் செய்து இருக்காங்க. அவர்களிடம் எடுத்துட்டுப் போய்க் காட்டலாம்." என்றவன் தொடர்ந்து,

"ஜானும்மா என்மேல் இவ்வளவு அன்பு வைத்திருக்க, நான் உனக்கு என்னடித் தந்தேன். வெறும் காயங்கள் தான்" என அவன் வருந்தினான். அவன் வருத்தமும் தாளவில்லை ஜானகிக்கு.

"இங்க பாருங்க, இப்படிச் சோகமான முகம் எல்லாம் வேண்டாம். எனக்கு என் வீரூஜி, கோபமா கூட இருக்கலாம், ஆனால் வருத்தமாக இருக்கக் கூடாது" என்றாள்.

"நான் வருத்தப்படக்கூடாது அவ்வளவு தானே. நீ என் கூடவே இரு. நான் வருத்தப்பட மாட்டேன். நம்ம ஷாதி பண்ணிக்கலாம். ஐ ப்ராமிஸ் யூ, உனக்குப் பிடிக்காத எதுவும் நடக்காது" என்றான்.

"ஐயோ வீரூஜி, நீங்க என்னைப் புரிஞ்சுக்க மாட்டேங்கிறீங்க. எனக்கு உங்கள் மேல் அன்பு, பாசம் எல்லாமே உண்டு. என்னையும் மீறி நான் உங்களைக் காயப்படுத்திடுவேன்னு பயமா இருக்கு" எனத் தவித்தாள் ஜானகி.

ஜானகியை ஷோபாவில் அமர்த்தி நிதானமாகப் பேசினான் ரகுவீர்.

"நான் சொல்றதை முழுசா கேட்டுட்டு அப்பறம் பேசு. இத்தனை வருஷம் கழித்து, புவாஷா அவங்க அம்மா வீட்டுக்கு வந்திருக்காங்களா. நீ எதற்குப் போராடின, அவங்க சந்தோஷமா இருக்கனும்னு தானே. அவங்க மகளை ஒருத்தன் கடத்திட்டு போய்விட்டான், கிடைச்சிட்டாலும், மகள் வாழ்க்கை என்ன ஆகுமோவென்று கவலை இருக்குமா? இருக்காதா?" என்றான்.

"கவலை இருக்கும், ஆனால்." என்றாள்.

"கேட்டதுக்கு மட்டும் பதில், இப்ப நம்ம ஷாதி முடிந்தால் அவங்க நிம்மதி ஆயிடுவாங்க. நமக்கு அடுத்து, அமுதன், ராஜ்,பாலன் எல்லாருக்கும் அடுத்தடுத்து ஷாதி நடக்கும். இது ஒரு பக்கம். இப்ப நம்ம ஷாதி நடக்கலைனா, இவர்கள் யாருக்குமே ஷாதி நடக்காது. எனக்கு ஷாதி செய்யாமல், ராஜ்வி, மயூக்குச் செய்ய மாட்டார்கள். அதே மாதிரி உனக்கு ஷாதி செய்யாமல்உங்கள் அண்ணன் இரண்டு பேருக்கும் நடக்காது. அதுமட்டும் இல்லை. ஏன்டா, நம்ம குடும்பத்தைத் திரும்பி பார்த்தோமென்று புவாஷா மனசு வேதனை படுவார்கள். இப்ப சொல்லு, ஷாதி செஞ்சுக்கலாமா?" என அவளின் முகத்தைக் கையில் ஏந்திக் கேட்டான்.

கண்ணீர் வழிய ஜானகி சொன்னாள், "வீருஜி நீங்க என் குழந்தைப் பருவத்திலிருந்து வரும் என்னுடைய காதல். உங்களைப் பார்க்காமலே இருந்திருந்தாலும் நான் அதே நினைவோடதான் இருந்திருப்பேன். என் கனவு நீங்க, அது நிஜமாகவே கிடைக்கும் போது எவ்வளவு சந்தோஷம் தெரியுமா. ஆனால் எனக்கு, எனக்கு.." அவள் சொல்லமுடியாமல் அழுதாள். அவள் அழுகையில் இவன் கரைந்தான்.

"போதும்டா போதும் நீ ஒண்ணும் சொல்ல வேண்டாம். எனக்கு எல்லாமே புரிஞ்சிடுச்சு. உன் மனதின் வார்த்தையைப் படிக்கிறவன் நான். எனக்குத் தெரியாதா என் ஜானுவை. இப்பவும் நீ எனக்காகத் தான் ஷாதி வேண்டாமென்று சொல்ற சரியா?" என அவன் கேட்கவும் ஜானகி, அதிர்ச்சியாகப் பார்த்தாள்.

"அதே மாதிரி, என் ஜானுக்காக நான் ஷாதி வேண்டுமென்று சொல்கிறேன் சரியா" என்றான் ரகுவீர். ஜானகிக்கு இன்னும் குழப்பம் தீர்ந்தபாடு இல்லை.

"உன் மனசு திருப்திக்காகச் சொல்கிறேன், நம்ம ஷாதி செய்துக்குவோம். முழு மனசோடு செய்துக்குவோம். நான் ஓப்பனா பேசவா?" என்றதும் அவள் அவன் முகத்தை ஏக்கமாகப் பார்த்தாள்.

"ஷாதி செய்துக்குவோம். மனசால் இப்பவே நாம ஒன்று தான். நீ எனக்காக யோசிப்ப, நான் உனக்காக யோசிப்பேன். ஆனால் தாம்பத்தியம் இப்போதைக்கு வேண்டாம். ஒரு வருஷம் டைம் எடுத்துக்குவோம். நம்ம முதல் வெட்டிங்டே அன்னைக்கும், இதே நிலைமை, கணவன்மனைவியா வாழ முடியாதென்றால், அடுத்து என்னன்னு யோசிப்போம்" என ரகுவீர்,சிறு குழந்தைக்குப் புரிய வைப்பது போல் பாடம் நடத்தினான்.

ஜானகியின் கண்கள் அலை பாய்ந்தன. அவளை யோசிக்க விடக் கூடாது என முடிவெடுத்த ரகுவீர் கை வலிப்பது போல் முகத்தைச் சுழித்-தான்.

"வீரூஜி, வலிக்கிறதா,ஒழுங்கா, மாத்திரை மருந்து போட்டீங்களா, எது-வுமே செய்திருக்க மாட்டீங்க" என்றபடி காயத்தை ஆராய்ந்தாள்.

" போடி, இதற்கெல்லாம் ஒன்றும் குறைச்சல் இல்லை, பூஃபாஷா கிட்ட ஊருக்குப் போகனும்னு சொன்னவ தானே நீ, இப்போது என்னை விட்டுட்டு போணீன்னா, நானும் வேற எங்கேயாவது, பிஸ்னஸ் செட் பண்ணிக்கிட்டு, வெளிநாடு போய்விடுவேன். இது தான் கடைசியா நீ ,என்னைப் பார்க்கி-றதா இருக்கும். உன்னால் நம் குடும்பமும் என்னைப் பிரிந்து இருக்கட்டும்" எனவும்,

"வீரூஜி, சும்மா மிரட்டாதீங்க.அதெப்படி விட்டுட்டு போவீங்க." எனக் கண்ணீர் விட்டாள்.

" வேற என்ன செய்யச் சொல்ற, இங்கே அவனவன் என்னை ராத்தோட் மூத்த பையனுக்கு ஷாதி ராசியே இல்லை குண்டலியில்(ஜாதகம்) பிரச்-சனை. அதனால் தான் அவன் புவாஷா மகளையே ரிஸ்தா பேசுனாங்க, இவன் ராசி அந்தப் பெண்ணுக்கும் தொத்திடுச்சுப் பாவம் அந்தப் பெண். இவனுக்கெல்லாம், ஷாதி என்ன ஒரு குறையான்னு பேசுகிறார்கள். ஏன் அந்தப் பவாரியா சங்கிலியைக் கையில் கொடுத்துட்டுச் சொன்னான், கும்-ரிஷா உங்களை, திருப்பி அவங்க கழுத்தில் இதைப் போட விடுவாங்க-ளான்னு தெரியலைன்னு. ரெனாவத் கூட இரண்டு ஷாதி செய்துகொண்-டான். கடைசி வரைக்கும் நான் ஹனுமான் பக்தனா இருந்துட்டுப் போகி-றேன். நீ போ உங்கள் ஊருக்கு. சும்மா சொல்றது வீரூஜி, வீருஜின்னு. " என ரகுவீர் புலம்பலாகப் பேசப் பேச ஜானகிக்கு அழுகைப் பீரிட்டது.

ரகுவீரின் சட்டைக் காலரைப் பிடித்து, "இன்னொரு வார்த்தை, அந்தக் கேடு கெட்டவனுங்க கூட உங்களைக் கம்பேர் பண்ணி பேசுனீங்கப் பாருங்-கள், கொண்ணுடுவேன். மொதவே சொன்னது தான், நரை முடி வர்ற வரைக்கும் என் வீரூஜி, எனக்காகத் தான் காத்து இருந்தார். வாங்க அடுத்த முகூர்த்தில் கல்யாணம் வச்சுக்கலாம்" என்று அவன் முகம் பார்க்காமல் முணுமுணுப்பாகச் சொன்னாள்.

"கடைசியா,ஏதாவது சொன்னியா ஜானும்மா, என் காதில் விழவே இல்லை" என்றான் ரகுவீர்.

"போங்க நீங்க " என அவள் அவனுள்ளே முகத்தைப் புதைத்துக் கொள்ள, அப்படியே என்னைப் பாருடி, ஒரு போட்டோ என அவள் முகம் நிமிர்த்தி ஒரு செல்பி எடுத்துக் கொண்டவன். அவள் தலையில் முத்தமிட்-டான்.

"ஐயோ, ஜானும்மா எனக்கு ஒரு சந்தேகம். இந்த முத்தத்துக்கு மட்டும் ஸ்பெஷல் பர்மிஷன் குடுடி. ஏன்னா , இவ்வளவு க்யுட்டான லுகாயியை

வச்சுக்கிட்டு, கிஸ் பண்ணாமல் இருந்தால், எனக்குப் பாவம் வந்து சேரும்" எனக் கலகலவெனச் சிரித்தான்.

"போங்க வீருஜி" என்றவள்,அவனை நோக்கி எம்பி அவன் கன்னத்தில் முத்தமிட்டு,"நானும் பாவத்துக்கு ஆளாகமாட்டேன்" என்றபடி, சிரித்துக் கொண்டே லிப்டை நோக்கி விரைந்தாள்.

ரகுவீர் நிம்மதி பெரும் மூச்சு விட்டான். அலைபேசியில்,மனோதத்துவ நிபுணருக்கு அழைத்து, அடுத்துச் செய்ய வேண்டியதைப் பேசிக் கொண்டான். ஜானகிக்கு, ரகுவீரே மருத்துவன் ஆனான்.

மாலைநேரம், வீட்டு ஹாலில் எல்லாரையும் கூட்டிவிட்டான் ரகுவீர்.ஜானகி, அமிர்தா, மயூரியோடு உட்கார்ந்து இருந்தாள். "மாப்பிள்ளை முகத்தில் சந்தோஷக் கலையைப் பார்த்தால், மேலிடத்தில் அனுமதி வாங்கிவிட்டார் போல இருக்கிறதே" என்றார் சிவகுரு.

" ரகுவீ, அதுக்குள்ள எங்கப் போய் மாட்டை அடக்கின?" என்றார் அமரேன்.

அமரேன், கால்களில் ஓடி வந்து விழுந்த ரகுவீர், " சாசாஷா, இப்ப தான் கஷ்டப்பட்டுச் சம்மதிக்க வைத்திருக்கிறேன், திருப்பி ஆரம்பிச்சு விட்டுறாதீங்க" என்றான் ரகுவீர். அவன் செய்கையில் எல்லோரும் சிரித்தனர்.

"ஜானிமா, படே பய்யா சொல்லித் தர்றேன், இப்போதைக்கு ஷாதி பண்ணிக்க, மூன்று கண்டிசன் முடிச்சா தான், மத்தது எல்லாமென்று சொல்லிடு" என்றான் அமர்சிங்.

‘ கண்டிசன் முடிச்சா மட்டும் என்ன ஆகப் போகிறது, இந்த ஜீஜூ வேற, எரிகிற கொள்ளியில் எண்ணெய்யை ஊற்றுகிறார் ’ என மனதில் நினைத்துக் கொண்டு நின்றான் ரகுவீர்.

"சாலேஷா என்ன சிலையாகிட்டீங்க, இத்தனை நாள் சோலோவா இருந்தேன், இப்போது, ஜானகி, அமுதன், மஞ்சரின்னு ஒரு டீம் ஆகிட்டோம், ரெடியா இருங்கள்" என்றார்.

"ஜீஜூஷா, நீங்க என்ன சொன்னாலும் செய்யறேன், உங்கள் பஹனை ஷாதி மட்டும் பண்ணிக்கச் சொல்லுங்கள்" என்றான் ரகுவீர்.

" ஜானிமா போணாப் போகிறது சரியென்று சொல்லு, நாம சாலேஷாவைத் தனியா கவனிக்கலாம்" என்றான் அமர்சிங்.

"என்னடாம்மா, என்ன சொல்ற" என்றார் சிவபரங்கிரி.எல்லாரும் ஜானகியையே பார்த்தனர்.அவள் தலையை ஆட்டினாள்.

"இது என்னடி அதிசயமா இருக்கு, சிவகாமி பேத்திக்குப் பேசத் தெரியாமல் போயிடுச்சா" என்றார் அப்பத்தா.

"அத்தை ,எம்மகளே இப்பத்தான வெக்கப்படுதுன்னு பார்த்துக் கிட்டு இருக்கிறேன். உங்களுக்கு அது பொறுக்கலையா." என்றார் தெய்வா.

"ஆச்சி, மௌனம் சம்மதம்" என்றாள் அமிர்தா.

"ஏண்டி, உன் கல்யாணத்துக்கா சம்மதம் கேட்டேன். ஜானகி வாயால் சொல்லனும் .அப்பத்தான் எங்களுக்குத் திருப்தி,என்னங்க சம்பந்தி" என மயூரா தேவியையும் அதில் இழுத்து, பேத்தியிடம் சம்மதம் கேட்டார் சிவகாமி.

"சொல்லுடா, ஜானிமா, ரகுவீரை ஷாதி பண்ணச் சம்மதமா" என்றார் தாதிஷா. ரகுவீர், என்ன சொல்லப் போறாளோ என ஜானகியையே பார்த்துக் கொண்டிருந்தான்.

"எனக்கு வீருஜியை கல்யாணம் பண்ணிக்கச் சம்மதம், ஆனால் ஒரு கண்டிசன்" என்றாள். ரகுவீர் அவளிடம் பேசியதில் கொஞ்சம் பயம் தெளிந்து இருந்தாள். அவன் சொன்னக் காரணம் அத்தனையும் சரியானதே. தங்கள் திருமணத்தில் இத்தனை சந்தோஷம் அடங்கியுள்ளது. ஒரு வருடம் இல்லை, இவர்கள் மூன்று ஜோடித் திருமணம் முடிந்த பிறகு, வீருஜியை சரிக்கட்டி வேறு வழி யோசிக்கலாம். என முடிவெடுத்து, மற்றவருக்காகத் தன் பயத்தையும் மறைக்க முயற்சி செய்தாள்.

ரகுவீர் அடுத்து என்ன வரப் போகிறதோ எனப் பயந்து பார்த்திருந்தான்.

"தமிழ் பெண்ணாகத் தான் நான் வீருஜியை கல்யாணம் பண்ணிக்குவேன். காஞ்சிபுரம் சேலை வேண்டும் , இரண்டு முறையும் கலந்து எதையும் விட்டுக் கொடுக்காமல் ஷாதி நடக்கவேண்டும் " என்றாள்.

ரகுவீருக்கு, இப்போது தான், உயிரே வந்தது. முகத்திலும் மலர்ச்சி வந்தது.

" ஜானிமா,நீ என்ன விரும்புறியோ, அதே மாதிரி நடத்திடுவோம்" என்றார் ராஜேன்.

" ஜானிமாவின் , ஷாதி சாரியிலிருந்து நகை வரை அத்தனையும் , மாயிரா தஸ்தூராக,(தாய் மாமன் சீர்) நான் தான் செய்வேன். பாயீஷாவும், அமரேனும் தீதீஷா கூடச் சம்பந்தியாகப் போகிறார்கள், அதுனால தீதீஷா, என்ன சொல்லுவீங்க ஹாங் தாய் மாமன் சீர், ஆமாம் தாய்மாமன் சீர் என்னுடையது தான்." என்றார் கஜேன்.

" சரியா சொன்னீங்கஜீ, ஜானி மாதிரி மகள் வேண்டுமென்று ஆசைப் பட்டோம், அதுனால நாங்கள் தான் அதைச் செய்வோம்" என்றார் ஸ்ர்குன்.

"ஜீஜாஷா உங்களுக்கு ஒன்றும் ஆட்சேபனை இல்லையே" எனச் சிவகுருவிடம் கேட்டார் கஜேந்தர்.

" சாலேஷா,இதென்ன கேள்வி எங்கள் ஊரில் தாய்க்கு அடுத்து தாய் மாமனுக்குத் தான் முதல் உரிமை, உங்கள் மருமகள், கேட்கனுமா என்ன" என்றார் சிவகுரு.

ஷப்னம், ஜானகியின் அருகில் வந்து, "பாயீஷா, எங்கள் பஹூராணிக்காக எது வேணும்னாலும் செய்வோம். ஷாதியே வேண்டாமென்று ஓடிக்கொண்டே இருந்த ரகுவியை, நான்கு நாளில் முகூர்த்தம் வைங்கன்னு சொல்ல வச்சிட்டாளே இதே போதும்" என ஜானகியை அணைத்து முத்தம்

தந்தார்.

ஜானகிக்குத் தான் ஒரு தாயை ஏமாற்றுகிறோமோ, என மனம் அடித்துக் கொண்டது.அதை மாற்றுவதற்காக ரகுவீர் அவர்கள் அருகில் வந்தவன் ஷப்னத்தின் தோளில் சாய்ந்து ஜானகியைப் பார்த்த வண்ணம் ,"மாஷா, எனக்காகப் புவாஷா அழகான பெண்ணைப் பெற்று, அனுப்பி இருக்கிறார்கள், அதை மிஸ் பண்ணலாமா?" எனக் கேட்டான்.

"வீரு, இந்தப் பாராட்டு புவாஷாவுக்கா, இல்லை புவாஷா மகளுக்கா" எனக் கேட்டார் ராகினி.

"புவாஷா, உங்களுக்குத் தான் பாராட்டுத் தாங்க்ஸ் எல்லாம். நீங்க என் புராணம் பாடப் போய்த் தானே, ரகுவீரின் ஜானகி கிடைத்திருக்கா" என்றான் ரகுவீர்.

" மாப்பிள்ளை, எனக்கும் நீங்க தான் மூத்த மகன் தெரிஞ்சுக்குங்க, உங்கள் புவாஷா யசோதையென்றால், நான் நந்த கோபர் தானே" என்றார் சிவகுரு.

" என்ன சொல்கிறீர்கள் ஒன்றும் புரியலை, மருமகனை மகனென்று சொல்கிறீர்கள்" என ராகினி கேட்டார்.

"உன்னை யசோதை ஆக்கினது உன் மகள் தான், அங்க பார்" என்றார் சிவகுரு. ஜானகி வரைந்த ஓவியத்தை இளைய தலைமுறையினர் ஆளுக்கு ஒன்றாகப் பிடித்து இருந்தனர். வீட்டினர், அனைவரும் அந்த ஓவியங்களைப் பார்த்து பிரமித்தனர்.

" ஜானிமா , இதையெல்லாம் எப்போது வரைந்த" என்றார் அமரேன்.

"மொட்டை மாடி அறையில் மாமூ, நீங்க இரண்டு பேரும் ஒரு நாள் மாடிக்கு வந்தீர்களே, அப்போ இது தான் வரைந்தேன்" என்றாள்.

ராகினி, தன் இளமைக்கால நினைவுகளை, அதில் புரட்டிப் பார்த்தவர் உணர்ச்சி மிகுந்துக் காணப் பட்டார். ஜானகியை அணைத்துக் கொண்ட ராகினி, " ஸூனியேஜீ, உங்களை மாதிரியே என் பிள்ளைகளும், எனக்காக எவ்வளவு செஞ்சிருக்காங்க. ஜானும்மா, உன் மாதாஜி கதை சொல்லியே, வீரூவை விரும்பவச்சுட்டேனா, இவ்வளவு அன்பை வச்சிருக்கியேடா, நாம் பார்க்கும் முன்னையே வீருவுக்கு ஷாதி ஆகியிருந்தால், உனக்கு மாப்பிள்ளை தேட, நான் என்னடி செய்வேன்" என ராகினி அவளைக் கட்டிக் கொண்டு அழுதார்.

"அம்மா, இப்ப என்ன அத்தான் தானே உங்களுக்கு மருமகனா வந்திருக்காரு. இவளாவது, நீங்க சொன்னதிலிருந்து மனசில் வச்சிருந்தாள், ஜானுவைத் தெரியாமலே அத்தான் காத்திருந்தாரே, அதுக்கு என்ன சொல்லுவீங்க" என்றான் அமுதன்.

ரகுவீரின் கையைப் பிடித்துக் கொண்ட ராகினி, " வீரு, எனக்கு நிஜமாகவே தெரியாது, ஜானும்மா உன்னை இவ்வளவு விரும்புவான்னு, இவங்க இரண்டு பேருக்கும் முன்னாடி நீ தானே நான் தூக்கி வளர்த்த பிள்ளை.

உன்னைப் பிரிந்த ஏக்கம் வேற, அதையே சொல்லுவேன், அமுதனைக் கூடச் சோட்டா வீருன்னு கூப்பிடுவேன். ஜானூ அதை இவ்வளவு சீரியசா நினைச்சிருப்பான்னு தெரியாது. அமரேன் முதல் தடவை போனில் பேசும் போது தான் உனக்கு, ஷாதி ஆகவில்லையென்று தெரியும். நம்ம ஊரில் இவ்வளவு நாள் விடமாட்டாங்களேன்னு நினைத்தேன். எல்லாம் மேல் இருப்பவனின் இஷ்டம்" என்றார் ராகினி.

"புவாஷா, அது தான் உங்களுக்கும், எனக்குமான பிணைப்பு. இந்தக் கல்பிரிட்ஸ் எல்லாம் என்கிட்ட முதலிலேயே சொல்லியிருந்தால், அப்பவே உங்கள் ஊருக்கு வந்திருப்பேன்" என்றான் ரகுவீர்.

"என் வீருவே, எனக்கு ஜமாயீஷான்னா எவ்வளவு சந்தோஷம் தெரியுமா, ஜானகியைக் கடத்தவும் பயந்துட்டேன், இவளுக்கு ஏதாவது ஆயிருந்தால், என்னை நானே மன்னித்திருக்க மாட்டேன். என்னோட துரதிஷ்டம் தான் இவளையும் பிடிச்சிருக்குன்னு வேதனைப் பட்டிருப்பேன்" என ராகினி அழவும், ரகுவீரின் கண்கள், ஜானகியை தொட்டு மீண்டது. ஜானகி ரகுவீருக்கு கண்களால் நன்றி சொன்னாள்.

" ஸ்வர்னி, இதென்ன சின்னப் பிள்ளை மாதிரி " எனச் சிவகுரு கண்டித்தார்.

"ஸ்வரூ, ஷாதி நிச்சயம் பண்ணின வீட்டில் கண்கலங்கக் கூடாது எந்திரி" எனத் தாதிஷா அவரைச் சமாதானம் செய்தார்.

ஹரிணி, தன் பிள்ளைகளுடன் உள்ளே வந்தவள், " என்னப்பா, எமோஷனல் காட்சி ஓடிக்கிட்டு இருக்கு, புவாஷா உங்கள் வீரு நான்கு நாளில் ஷாதி பண்ணுன்னு சொல்கிறான். உங்கள் மகள் இரண்டு சம்பிரதாயமும் விடாமல் ஷாதி நடக்கனும்னு சொல்றா, இதெல்லாம் என் வீட்டுக்காரர், சொன்னார். டைம் ரொம்பக் குறைவு. வாங்க ஷாதி ப்ளானிங் பண்ணலாம்" என்றாள்.

ஆமாம், ஆமாம் என ஒத்துக் கொண்டு, இராஜஸ்தானி, தமிழ் சம்பிரதாயங்களை இரு வீட்டாரும் மாற்றி மாற்றிச் சொன்னார்கள்.

ரகுவீர் சந்தடி சாக்கில் அலுங்காமல், ஜானகியிடம் , ஒட்டி அமர்ந்து கொண்டு , " ஏய் மிர்ச்சி இப்ப சந்தோஷமாடி, அங்க பாரு எல்லாம் தலையைப் பிச்சுகிறாங்க" என ரகசியமாகக் கேட்டான் ரகவீர்.

"வீருஜி, இதுங்க பேசறதைப் பார்த்தால், கல்யாணமே ஆறுமாதம் செய்வார்கள் போல வாங்க நாமப் பேசாமல், நம்ம வீட்டுப் பூஜையறையில் ஷாதி செஞ்சுக்கலாம். " என்றாள் ஜானகி.

"ஆமாம்டி, இதுங்க நம்மளை ஷாதி வரை நடுவில் பார்க்க வேற விடாதுங்க, அந்தக் கண்டிசனுக்கு நான் ஒத்துக்க மாட்டேன், நீயும் ஒத்துக்காத" என அவன் பேசிக் கொண்டிருக்கும் போதே, மஞ்சரி, மயூரியின் சைகையால்,எல்லார் பார்வையும் இவர்கள் பக்கம் திரும்பியது.

பூனம், " ரகுவி எந்திரி, இனி முஹ் திகாயீ முடிந்து தான் ஜானியைப் பார்க்கலாம் " என்றார்.

"சாசிஷா, அதெல்லாம் முடியாது, அவளைப் பார்த்துக் கிட்டே இருக்கத்தான் ஷாதியே, முடியாது, முடியாது. ஜானும்மா நீயும் சொல்லிடு முடியாதென்று" எனச் சின்னப் பையன் போல் பிடிவாதம் பிடித்தான் ரகுவீர்.

எல்லோரும் சிரித்தனர்.

" டேய் நல்லவன்களா, எனக்குச் சப்போர்ட் பண்ணினா தான் உங்கள் ஷாதிக்கு எல்லாம் ஹெல் பண்ணுவேன்" என ரகுவீர் மிரட்டலில்.

" சாசிஷா, இது அன்ஃபேர், இதெல்லாம் செல்லாது" என்றான் ராஜ்வீர்.

"மாமிஷா, அதெப்படி, மயூவைப் பார்க்கக் கூடாதென்று சொன்னா, நான் ஒத்துக்குவேனா, அதே மாதிரி தான் அத்தானும்" என்றான் அமுதன்.

" அண்ணா, பக்கத்து இலைக்கு நல்லா பாயாசம் ஊத்துற" என்றான் பாலன்.

மயூரி, அமுதனின் பேச்சில் முகம் சிவந்தாள்.

"ரகுவி,இதெல்லாம் ரீதி ரிவாஸ் (சடங்கு, சம்பிரதாயம்) , வழக்கமா கடைப்பிடிக்கிறது. பெரியவர்கள் சொன்னா கேட்டுக்கோ" என்றார் ஷப்னம்.

"மாஷா, எல்லாத்தையும் விட எனக்கு ஜான்வியின், பாதுகாப்பு முக்கியம். நான் அதில் எந்தச் சமரசமும் செய்வதாக இல்லை. " என்றான் .

" ஆண்டி, நான் ஒண்ணு சொல்லவா, வீருஜி வரும் போது மட்டும் முகத்தை மறைத்து ஒரு ஷால் போட்டுக்குறேன்." என்றாள் ஜானகி.

"ஜானி, இதென்ன இன்னும் ஆண்டின்னு கூப்பிடுகிற, மாமியென்று சொல்லு, இல்லையென்றால் மாஷான்னு சொல்லு " என்றார் ஷப்னம்.

"மற்ற இரண்டு பேரும் மாமிஷா, அதுனால உங்களை மட்டும் வீருஜி மாதிரி மாஷான்னு சொல்கிறேன், சரிங்க மாஷா" என்றாள் ஜானகி.

அங்கே ஓடிக்கொண்டிருந்த, ஷாதி பிரச்சனைக்கு, சிவகாமி தீர்வு சொன்னார்," நம்ம இரண்டு குடும்பத்துப் பழக்கமும் ராகினிக்குத் தெரியும் , அதனால் எப்ப எதை நடத்தனும்னு, எம் மருமகள் சொல்லட்டும்" என்றார்.எல்லாரும் ஏக மனதாய் ஒத்துக் கொண்டனர்.

சிவகாமி,தொடர்ந்து," ஆத்தா ராகினி நாளைக்குத் தை பிறக்கிறது, நம்ம பொங்கல் வைப்போம். இங்க முடிந்தால் காலையில் பொங்கல் வைத்து சாமியைக் கும்பிடவேண்டும்" என்றார்.

"சரிங்க அத்தை, நான் ஏற்பாடு பண்றேன் " என்றார்.

இரவு உணவுக்குப் பின் ஒரு அட்டவணைப் போட்டார் ராகினி. அதில் இரண்டு குடும்பங்களின் எல்லாச் சடங்குகளும் இருந்தது. ஒரே மாதிரியான நிகழ்ச்சிக்குப் பெயர் மட்டும் அவரவர் மொழியிலிருந்தது.

1,நிச்சயதார்த்தம்- திலக்- சகாயீ.

2,அழைப்பிதழ்,- ந்யோதா.

3, கணபதி ஸ்தாபனா- கிரகச் சாந்தி பூஜா- முகூர்த்தக்கால் ஊன்றுதல்.

4. மயேரா தஸ்தூர்- நாள் வைத்தல்- மாமா வீடு செய்யும் முறை.
5, மெஹந்தி
6, பிதாயி தஸ்தூர்- ஹல்தி- நலங்கு.
7,ஜானேவ்- பூணூல் அணிதல்
பாலா தஸ்தூர்- சுமங்கலி பூஜை
8,மெஹ்பில்- சங்கீத்
9,பாராத்- தோரணம் தொடுதல். தோரனாஞ்சூர்.
10, ஜெய்மாலா
11.முகூர்த்தம். கங்கணம் கட்டுதல். கட்பந்தன், பானிக்ரஹ், கன்யாதான், ஹவன்.ப்ரே, ஸப்தபதி, தாலி/ மங்கள் சூத்திர பஹன்னா, சிந்தூர் தான்.
13. விதாயி, க்ரஹ் ப்ரவேஷ்.

"இதுதான், இரண்டு குடும்பத்திலும் செய்யும் சடங்கு சம்பிரதாயங்கள். ஒரே மாதிரி இருக்கும் நிகழ்ச்சிகளை ஒன்றாகச் சேர்த்து இருக்கிறேன்". என அதனை அழகாக இரு குடும்பத்துக்கும் விளக்கிச் சொன்னார். மற்ற ஏற்பாடுகள் எப்படி எனப் பேசினர்.

ரகுவீர் வெட்டிங் ப்ளேனர் மூன்று பேரையும், காஸ்ட்யும் டிசைனர் மூவரையும் அழைத்திருந்தான். "புவாஷா கொடுத்த லிஸ்ட் படி, நாளைக்கு மாலையில், திலக்,சகாயீ - இரண்டு ஜோடிக்கும் நடக்கும். காலையில் அப்பத்தா ,சரியா சொன்னேனா? அப்பத்தா சொன்ன மாதிரி காலையில் பொங்கல் வைத்து சங்கராந்தி சூரிய வழிபாடு சாமி கும்பிடுவோம். அதுக்கப்புறம் பதங்-கைட் ஃபெஸ்டிவல்(பட்டம்). அதை முடித்து, ரெஸ்ட். மாலை சகாயீ" என முடித்தான்.

மற்ற ஏற்பாடுகளைப் பற்றி, அட்டவணைப் படி, ஒவ்வொரு வெட்டிங் ப்ளானரிடமும், ஒப்படைத்தனர். இடம் மற்றும் உணவு பற்றிப் பேசிய பின்னர் நிகழ்ச்சிகளுக்கும், ஒவ்வொருவர் பொறுப்பு ஏற்றனர்உறவுகளுக்கு அவசரமான அழைப்புச் சென்றது.

தைப் பிறந்தால், வழி பிறக்கும் .ஜானகி-ரகுவீருக்கும் நல்வழிப் பிறக்கட்டும்.

ஜானகி மனதில் இருக்கும் பயம் தலை தூக்காமல் இருக்க வேண்டும். ரகுவீர் அவளைச் சமாளித்து எப்படிக் கைத்தலம் பற்றுவான் எனப் பார்ப்போம்.

மனதின் வார்த்தை-54

தைத்திருநாள், தமிழர்களுக்கு என்றுமே அது ஒரு விசேசமான நாள் தான். இந்தியா முழுவதிலும், அதே போல் கலாச்சாரம் கொண்ட , நாடுகளிலும் இந்த நாளை சூரியானாருக்கு நன்றி செலுத்தும் நாளாகவே கொண்டாடுகின்றனர். நாம் பொங்கல் திருவிழா, அறுவடைத் திருநாள் எனக் கொண்-

டாடுவோம்.

வட இந்தியர்கள், சூரியன் தெற்கிலிருந்து வடக்கு நோக்கி திசை மாற்றும், மகர ராசிக்குள் பிரவேசிக்கும் நாளை மகரசங்கராந்தி,எனக் கொண்டாடுகின்றனர்.

பஞ்சாபிகள், இதனை லோடி என்ற பெயரில் இரவு நேரத்தில், அக்னி வளர்த்து, சுற்றி வந்து பொரி தூவி, பாட்டு,நடனம் என ஆடிப்பாடி கொண்டாடுவர்.

இந்த முறை சிறுமலை சிவ குடும்பத்தினர், ஜானகிக்காக வந்து மும்பையில் தங்கியதில் அப்பத்தா சிவகாமிக்கு, பொங்கல் வைத்துக் கொண்டாட முடியவில்லை என்ற குறை இருந்தது.

அதிகாலை ஐந்து மணிக்கெல்லாம், மயூரி தயாராகி நம்மர்வகளைப் போல் சேலை உடுத்த , ஜடைப் போட்டுப் பூச்சூடி, அப்பத்தா முன் வந்து நின்று, பொங்கல் வைக்க அழைத்தாள்.

"இது என்னடி அதிசயம், எங்க போய்ப் பொங்கல் வைக்கிறது" என அப்பத்தா அதிசயிக்க, கீழே வாகன நிறுத்தும் பகுதியை, பொங்கல் கொண்டாடும் , தமிழகக் கிராமம் போல் வடிவமைத்து இருந்தனர்.

அப்பத்தாவுடன் இறங்கி வந்த மயூரியைத் தமிழ்மகளாக, கண்ணாடி வளையல், குடை ஜிமிக்கி சகிதமாகப் பார்த்த அமுதன், அவள் அழகில் இமைக்க மறந்தான். அவன் பார்வையில் மயூரி முகம் சிவந்தபடி, அவனருகில் வந்து நின்று சைட் அச்சாச்சா " என்றாள்.

"இதெல்லாம் பத்தாது, 'இறுக்கி அணைச்சு ஒரு உம்மா தரும்" என ரஜினி டயலாக் அடித்தான்.

"நீங்க இப்ப என்ன சொன்னீங்க " என மயூரி கேட்டாள்.

பக்கத்தில் இருந்த பாலன், " அண்ணன் முதலில் தமிழில் சொல்லிக் கொடு, அதுக்கப்புறம் மலையாளம், தெலுங்கு, கன்னடம்னு போகலாம். ஆனால் உதட்டில் கிடைக்குமோ என்னமோ, உதை கிடைக்கும்" என்றான்.

மயூரி, " இதெல்லாம் சீட்டிங், எனக்குத் தெரியாத பாஷை யில் பேசக் கூடாது" என்றாள். அமிர்தா," உனக்கு பாஷை தான் தெரியாது, அத்தான் பார்க்கிறது கூடவா புரியாது. கதை விடாதடி" என்றாள் மயூரியிடம்.

பாலனிடம், தொடர்ந்து பேசிய அமிர்தா"அவங்க என்னமோ, கேக்குறாங்க, குடுக்குறாங்க உங்களுக்கு என்ன வந்தது. பேசாமல் இருங்கள்" எனக் கடுகடுத்து விட்டு. தெய்வாவுடன் சேர்ந்து, அரிசி களைந்து பொங்கல் வேலைப் பார்க்கப் போனாள்.

"ஏண்டா, அமிர்தா இப்படிப் பொரியிறா?என அமுதன் கேட்டான்.

"வந்ததிலிருந்து இப்படியே தான் இருக்கா, கேட்டால் பதிலும் இல்லை" என முகம் வாடினான் பாலன்.

"அவளுக்கு ஜானும்மாக்கு இப்படி ஆனதுக்கு, இவள் கேர்லஸ்ஸா தூங்கினது தான் காரணமென்று குற்ற உணர்வு." என்றான் அமுதன். எல்-

லாம் தயாராக இருந்தது. ராகினி, தெய்வா இரண்டு பானை, அடுப்புகளுடன் தயாராக இருந்தனர். ராத்தோட் மருமகள்களும் அங்கு வரிசைக் கட்டி நின்றனர். "பொங்கலோ பொங்கல்" என வாழ்த்து தெரிவித்தனர். அப்பத்தா அகம் மகிழ்ந்து போனார். தங்கள் குல தெய்வத்தையும், சூரியனையும் வணங்கி, ஒன்றில் ஐந்து சூடமும் மற்றொன்றில் ஆறு சூடம், (நமச்சிவாய, சரவணபவ, எழுத்துக்களின் எண்ணிக்கை லாஜிக்) வைத்து , நெருப்பை ஏற்றினார்.

மஞ்சள் சுற்றிய பானையை, ராகினி ஒன்றையும், தெய்வா ஒன்றையும் அடுப்பில் ஏற்றினர். பொங்கல் வைக்கும் படலம் ஆரம்பமானது.

அப்பத்தா,ஆச்சரியமாக இதனைப் பற்றி விசாரித்தார். எல்லாம் ரகுவீரின் ஏற்பாடு எனப் பதில் வந்தது. ஆனந்தக் கண்ணீர் துளிர்த்தது அப்பத்தாவின் கண்களில்,தன் பேத்திக்கு வாய்த்த மாப்பிள்ளையை, மனதில் உசந்த இடத்தில் வைத்தார்.

அமுதனும், பாலனும், வேஷ்டி கட்டுவதில் ஏற்கனவே பழக்கம் இருந்ததால் , லாவகமாக ஏற்றிக் கட்டி விறகு அடுப்பை எறிக்க விறகை ஒடித்துக் கொடுத்து உதவி செய்தனர்.

மயூரி ஆச்சரியமாகப் பார்க்கவும் பொங்கலின் போதும், குலதெய்வம் கோவிலில் பொங்கல் வைக்கும் போதும் செய்து பழக்கம் என்று விளக்கம் தந்தான் அமுதன்.

ஒவ்வொருவராக ராத்தோட்,ஆண்களும் வந்து சேர்ந்தனர். பெண்கள் அனைவரும் காஞ்சிப்பட்டு உடுத்தியிருக்க, ஆண்கள் தாதாஷா முதற் கொண்டு, வெள்ளை வேஷ்டி, பல வண்ணங்களில் ப்ளைன் சில்க் சட்டை என அதிரவிட்டனர். உட்குறிப்பு, இளையவர்கள் வேட்டிக் கட்டு, நம்ம சண்முகப்பாவின் கைவண்ணத்தில் இருந்தது. முதலில் பயந்தவர்கள், வேஷ்டி அவிழும் பயமின்றி நடமாடினர்.

ஜானகி, ஒரு புறம் சிவகுரு மறுபுறம் ரகுவீருடன் பொங்கல் வைக்குமிடம் வந்தாள். அவளுக்கு மிகுந்த ஆச்சரியம். தமிழ்நாட்டில் இல்லாத குறை நீங்க, முடிந்த அளவு ஏற்பாடு, கரும்பு ,பசுமாடு, மாட்டுவண்டி, தோரணம்,வளைவுக் கோலம் எனச் சகலமும் இருந்தது. இவர்கள் வந்து சேரவும்,பால் பொங்கவும் சரியாக இருந்தது.

"பொங்கலோ பொங்கல்" என அனைவரும் சத்தமிட, அப்பத்தா குழவை இட்டார். தாதிஷா சங்கைக் கொடுத்து, அமுதனை ஊதச் சொன்னார்.

ராகினி, தெய்வா ஒரு கை அரிசி அள்ளிப் போட்டு, மயூரி, அமிர்தாவிடம் போட சொல்லிக் கொடுத்தார்கள்.ஜானகிக்குத் தான், இப்போதே பிறந்த வீட்டில் உள்ள உரிமையை அண்ணிகளுக்கு விட்டுக் கொடுத்து ஃபீல் வந்தது.

"அப்பாஜான் அதுக்குள்ள கட்சி மாறி மருமகள்களைப் பொங்கல் வைக்கச் சொல்லீட்டிங்க" என்றாள்.

"டேய், ஜானும்மா அப்படி இல்லைடா, உன்னைக் கவனிக்க இன்னும் இரண்டு அண்ணி வந்தாச்சுன்னு சொல்லவேண்டும்" என்றார் சிவகுரு.

பொங்கல் வைத்து முடியவும், அதே இடத்தில் வைத்து, தேங்காய் உடைத்து பூஜை செய்தனர். வீட்டில் பெரியவராகச் சிவபரங்கிரி ஐயா எல்லாவற்றையும் செய்தார்.

ராத்தோட்ஸ், சார்பில் தாதாஷா,தாதிஷா சேலை,வேஷ்டி, நகைப் பணம் எனச் சீர் தட்டை ராகினிக்கு, சிவகுருவுக்கு வழங்கினர். ராஜேந், ஷப்னம் ,தெய்வா, சண்முகத்துக்குக் கொடுத்தனர். அக்காக்கு மட்டும் கொடுத்தால் போதுமே எனத் தெய்வா சொல்லும் போது,

"இத்தனை நாள் உன் குடும்பம் தானே ராகினிக்கு பிறந்த வீடாக இருந்தது. இனிமே உனக்கு நாங்களும் ஒரு பிறந்தவீடு தான் பஹன்ஷா, மறுக்காமல் வாங்கிக்கங்க" என ராஜேன் சொன்னார். தெய்வா கலங்கி நின்றார்.

கஜேன், ஸர்குன் அமிர்தா, பாலனுக்கும் , அமரேன்,பூனம் மயூரி, அமுதனுக்கும் அழைத்துச் சீர் செய்தனர். அடுத்த ஒரு தட்டில், ட்ரெஸ் மெடிரியலுடன், விலை உயர்ந்த கேமரா வைத்து, ரகுவீர், ஜானகியோடு சேர்ந்து நின்று, கணேஷிடம் தந்தான்.

ஒரு தங்கச் சங்கிலியைப் பாக்கெட்டில் இருந்து எடுத்து அவனுக்கு அணிவித்தவன், "என்னடா சோட்டே சாலேஷா வை அதிகம் கவனிக்கிறேன்னு மற்ற இரண்டு பேரும் நினைக்காதீங்க. உங்கள் இரண்டு பேருக்கும் அதை விட உயர்வா,என் பஹன்களைத் தந்திருக்கிறேன்." என மயூரி,அமிர்தாவைப் பார்த்தான். அமிர்தா மயூரியோடு தன்னையும் தங்கையாக நினைத்த ரகுவீருக்கு கண்கலங்கி தனது உணர்வைக் காட்டினாள்.

"சரிங்க அத்தான்" என்றனர் அமுதனும்,பாலனும்.

"இந்தச் சோட்டே தான் முதன் முதலில், புவாஷாவைப் பற்றிச் சொன்னான், என் லுகாயி, என் புவாஷாவின் லாட்லி என்பதையும் சொன்னான். அதைவிட என் ஜான், எங்க இருந்தாள் என்பதையும் படம் பிடித்துக் காட்டினான் " என்று சொல்லும் முன் அன்றைய நினைவில் தொண்டை அடைத்தது. அருகே நின்ற ஜானகியை அணைத்த வண்ணம், "இதற்கு நாங்கள் இரண்டு பேரும் கடன் பட்டிருக்கிறோம் கணேஷ், எந்தச் சூழ்நிலையிலும் நீ எதுவும் கேட்கலாம் நாங்கள் நிறைவேற்றுவோம்" என ரகுவீர் வாக்குத் தந்தான்.

ஜானகியை அணைத்துக் கொண்டான் கணேஷ்,"அத்தான் எங்கள் அக்காவுக்கு ஈடு இணை எதுவுமே கிடையாது. அவளைப் பத்திரமாகப் பாத்துக்குங்க போதும்" என்றான்.

"ஜானும்மா, ஒரு முக்கியமான விசயம், இவன் மொபைல் உன் மொபைலோடு ஸீன்ங்க் ஆனதை எடுத்துடு, இல்லைனா உனக்குப் புது மொபைல் நான் வாங்கித் தர்றதை வச்சுக்க. ப்ரைவசியே இல்லைடி, எல்லாப் போட்டோவும் சாலாகிட்ட இருக்கிறது" என்றான் ரகுவீர்.

ஜானகி, வெட்கமாகத் தலைக் குனிந்தது, கணேஷுக்குச் செல்லமாக அடி வைத்தாள், "அவர்கிட்ட எதைடா காமிச்ச" என்றாள்.

"ஐயோ அக்கா காட்டக் கூடாதா, நான் எல்லாத்தையும் அத்தானுக்கு ஷேர் பண்ணிட்டேனே நீ சைட் அடித்து முதற்கொண்டு " எனக் கணேஷ் சொல்லவும், ரகுவீரின் பார்வை மாற்றத்தில் செய்வதறியாது, அவனை அடிக்-கத் துரத்தினாள். அவன் மறைந்து, மறைந்து ஓடினான், ரன்வீர் பிடி, பிடி எனவும், இவனை மடக்க ரன்வீர் வந்தான், "வேண்டாம் ரன்வீர், உன் வேஷ்டியை அவிழ்த்து விட்டுருவேன், தீப்தி வேற வந்துடுவா பார்த்துக்க" எனவும்.

"பாபிஷா போகட்டும் விடுங்கள் சின்னப் பையன்" எனக் கணேஷுக்கு வக்காலத்து வாங்கினான் ரன்வீர்.

ஹரிணி குடும்பமும் வந்து சேர்ந்தது."ஜானிம்மா, மாடு ரெடியா இருக்-கிறதே சாலேஷா வை அடக்கச் சொல்லுவோமா" என அமர்சிங் எடுத்துக் கொடுத்தான்.

"ஜீஜூஷா, அவளே மறந்தாலும், நீங்க விடமாட்டாங்க" என ரகுவீர் குறைபட்டான்.

"பாயீஷா காளை மாட்டை அடக்கனும், இது சாதுவான பசுமாடு." என்-றாள் ஜானகி. "ஏய், ஜானி என் சோட்டேவை என்னனு நினைத்த, உனக்-காக மாடு என்ன சிங்கமே வந்தாலும் எதிர்த்து நிற்பான்" என்றாள் ஹரிணி.

ரோஹனுடன் ஹாசினியும், இந்த விழா ஏற்பாடு புதுமையாக இருக்கவும், தங்கள் புவாஷா, தீப்தியிடம் கேள்வியாக அடுக்கினர். அவளுக்குப் பதில் தெரியாமல் கணேஷிடம் கோர்த்து விட்டாள்.

உங்களை எப்படிக் கூப்பிடறது, என யோசித்த ரோஹனுக்கு, "சித்தப்பா, 'சித்தா' ன்னு கூப்பிடு, நாங்கள் மூன்று பேரும் உனக்குச் சித்தா தான்" என முறையைச் சொல்லிக் கொடுத்தான் கணேஷ். அவர்கள் கேள்விக்குப் பொறுமையாகப் பதில் சொல்லிய கணைஷை, தங்கள் ஃப்ரண்டாக ஆக்கிக் கொண்டனர், ரோஹன், ஹாசினி.

"யார்கிட்டயாவது, ஒட்டுனா சரிதான்" என ஹரிணி ஆசுவாச மூச்சு விட்டாள்.

"என்ன தீதீ நீங்க. பசங்களைப் போய் இப்படிச் சொல்கிறீர்கள்" என ரகுவீர் கேட்டான்.

"உனக்கும், ஜானகிக்கும் பிள்ளை பிறக்கும்ல அப்பப் பார்ப்போம், அது-வும் இரட்டையா வந்து, உங்கள் இரண்டு பேரின் சேட்டையும் சேர்த்து செய்-யனும்" என்றாள் ஹரிணி.

ஜானகிக்கு ஹரிணியின் பேச்சில் மனம் பாதித்தது, ரகுவீர் ஆர்வமாக இருக்கிறானா எனப் பார்த்தாள். ஹரிணி சொன்னவுடன், வந்த கற்பனையில் வயித்தவன், உடனே ஜானகியின் இன்றைய நிலையில் , உணர்வு துடைத்த முகத்தின் சொந்தக்காரன் ஆனான்.

தீப்தி, ரகுவீர் கணேஷுக்கு பரிசளித்த கேமராவை, "வாவ்" எனப் பாராட்டி, அதில் படம் பிடிக்க ஆரம்பித்தாள். இவர்கள், சேட்டை, சேஷ்டை, பொங்கல் விழா அத்தனையும் ஆர்கனைசரும் அழகிய படமாகப் பிடித்தனர்.

காலை உணவுக்கு,வீட்டுக்குச் சென்று, சங்கராந்திக்கு ராஜஸ்தானில் இனிப்புடன் பூஜை அறையில் தாதாஷா, தாதிஷா முன்னிறுத்தி கடவுளை வணங்கினர். ராஜ்வி, அந்த நேரம் மஞ்சரியுடன் வந்து சேர்ந்தான்."பம்மி வந்துட்டாளா?" என ராகினி விசாரித்தார்.

"ஆமாம் மாசிஷா, மாஷா,பாய்ஷா பேமலி,எல்லாரும் வந்துட்டாங்க. இங்க மும்பையில் ஒரு வீடு, பாபுஷா கட்டினது, இதே பகுதியில் தான் இருக்கிறது. உதய்பூர் போகவே விருப்பம் இல்லை பாபுஷாக்கு, தாதாஷா செய்ததை நினைத்து ரொம்ப மனகஷ்டப் படுகிறார்கள்" என்றாள் மஞ்சரி.

"அவங்க செய்ததுக்கு ஜீஜூஷா என்ன பண்ணுவார். ஏதோ விதி இதெல்லாம் அனுபவிக்கனும்னு. நீங்க இரெண்டு பேரும், சாமி கும்பிட்டுட்டு வாங்க" என்றார் ராகினி

இரு குடும்பமும் இணைந்து மகிழ்ச்சியாகச் சாப்பிட்டனர். பெரியவர்கள், ஓய்வெடுக்கச் சென்றனர். மாலை நடக்கவிருக்கும் நிச்சயதார்த்தம் விழா-வுக்கான ஏற்பாடுகளைச் செய்தனர். இளையவர்கள், மொட்டை மாடிக்குச் சென்று பட்டம் விட்டு மகிழ்ந்தனர். இந்தத் தினத்தில், இரஜஸ்தானில் பட்டம் விடும் திருவிழா நடைபெறும். ஜோடி,ஜோடியாகப் பட்டம் விட்டனர். ஜானகி சோர்ந்து காணப்படவும், கணைஷிடம் கொடுத்துவிட்டு அவளைத் தன் அறைக்கு அழைத்துச் சென்றான் ரகுவீர்.

"வீருஜி, உங்கள் ரூம்க்கு எதற்குக் கூட்டிட்டு வந்தீங்க" என அவள் கேட்டாள்.

" கீழே இருக்க ரூமில் சத்தம் கேட்டுக்கிட்டே இருக்கும்.மாத்திரை போட்-டதுக்கு இங்க கொஞ்ச நேரம் தூங்கு." என்றான். அந்த அறையில் இதற்கு முன் வந்த போது ட்ரஸ்ஸிங் ரூமில் அவனை வெற்று உடம்பாகப் பார்த்ததும், அவன் மேல் விழுந்ததும், இதழொற்றலும் நினைவில் வரவும், அவளுக்கு நடுங்கியது.

அவளைப் படித்த ரகுவீர், " உனக்கு என் மேல் நம்பிக்கை இல்லைனா, ஷாதிக்கு அப்புறம் பக்கத்து ரூம் உனக்கு அரேஞ்ச் பண்றேன். அதுக்கும் நம்பிக்கை இல்லையென்றால், கீழேயே இருந்துக்கோ" என்றவன் கோபமாக, லேப்டாப் எடுத்துக் கொண்டு அந்த அறையின் முன் வராண்டாவிற்குச் சென்று ஷோபாவில் அமர்ந்தான்.

ஜானகி கண்ணீர் மல்க நின்றாள். அவனின் கோபமும் தாங்காமல் உதட்-டைக் கடித்து நின்றாள் பின்னர் ஒரு முடிவோடு, அவன் இருந்த ஷோபா-வில், அவனருகே உட்கார்ந்து, அவன் மடியில் தலை வைத்து, ஷோபாவில் குறுகிப் படுத்தாள். அவன் கண்டு கொள்ளாமல், அவளையும் மறுக்காமல்

வேலையில் மும்முரமாக இருந்தான். தன் கம்பெனி சம்பந்தப்பட்ட அத்தனை வேலைகளையும் அதோடு கல்யாண வேலைகள், ஜானகியைக் கவனிப்பது என மிகவும் கவனமாக இருந்தான் ரகுவீர்.

சிவகுரு ,ரகுவீருக்கு போன் செய்தார், "பூஃபாஷா என் கூடத் தான் ரூமில் இருக்கா. தூங்க வச்சிருக்கேன். நீங்க உங்கள் வேலையை முடிச்சிட்டுச் சொல்லுங்கள்" என்றான்.

போனை வைத்தவன், தன் மாமனாருடனான நேற்றைய உரையாடலை நினைத்துப் பார்த்தான்.

"பூபாஷா , நாம நினைக்கிற மாதிரி ஜானகி மனநிலை அவ்வளவு சீராக இல்லை" என்றான். "நானும் கவனிச்சேன் மாப்பிள்ளை, பத்திரமா பார்த்துக்கனும்னு அம்மாவும் சொன்னாங்க" என்றார்.

"நீங்களோ, நானோ இல்லை அப்பத்தாவோ, மூன்று பேரில் ஒருத்தர் அவள் கூடவே இருக்கனும். ஷாதி முடியவும், நீங்க முன்னாடி ஊருக்குக் கிளம்புங்கள், தாத்தா, அப்பத்தா இங்க இருக்கட்டும், என் பிஸ்னஸ், நான் பார்க்க வேண்டியதை முடிச்சிட்டா, சாசாஷா இரண்டு பேரும், ராஜ்வியும் பாரத்துப்பாங்க. நான் ஜானுவைக் கூட்டிக்கிட்டு, உங்க ஊருக்கு வருகிறேன்." என்றான்.

"அவளுக்கு நிஜமாகவே என்ன மாப்பிள்ளை பிரச்சனை, நீங்க தான் ஒரே நாளில் மீட்டுட்டிங்களே " எனக் கவலை படிந்த முகத்தோடு கேட்டார்.

"நீங்க அதைப்பற்றி யோசிக்காதீங்க பூஃபாஷா அது என் பிரச்சனை. நான் சமாளிச்சுக்குவேன், நானே அவளைச் சரி பண்ணுவேன். கொஞ்சம் டைம் வேண்டும். அதுக்குத் தான் எல்லாம்" என்றவன் தொடர்ந்து,

"நீங்களும் புவாஷாவும், அவளோடு ரூமில் தங்குங்கள். ஏதாவது கேட்டால்னா இடம் பத்தலைனு சொல்லுங்கள்."என்றான். இருவருக்கும், இருக்கும் வேலைகள் ஜானகியைப் பார்த்துக் கொள்ளும் செட்யுல் போட்டுக் கொண்டனர். அமிர்தாவிடம் தனியாகப் பேசிய ரகுவீர், ஜானகியுடன் பெரும்பாலும் நேரம் இருக்குமாறு கேட்டுக் கொண்டான்.

வீட்டில், மிகக் குறைந்த நாட்களில் ஷாதி என்பதால் வேலை சரியாக இருந்தது.

பூஃபாஷாவுடன் பேசிவிட்டு வைத்தவன், மெல்ல அவளைக் குழந்தை போலத் தூக்கி உள்ளே சென்று, தன் படுக்கையில் கிடத்தி, இரண்டு பக்கமும் தலையணை வைத்து வெளிச்சம் மிதமாக வருவது போல் வைத்து விட்டு, அவளையே பார்த்தவண்ணம் அமர்ந்திருந்தான்.

ரகுவீர், கண்களிலிருந்து கண்ணீர் வடிந்தது. நான் தான் இவளின் நிலைக்குக் காரணம். என்னால் தான் ரெனாவத்தின் பகை வந்தது. அவளைக் கடத்தினான்.

மருத்துவமனையிலிருந்து, வந்த அடுத்த நாள் அமர்சிங் டாக்கூருடன் அவன் சென்றது, ரெனாவத் சம்பந்தப்பட்ட இடம்.

ராக்கேஷ் ரெனாவத்தின் முதல் மனைவி, அமர்சிங்கின் தூரத்து உறவினர் மகேஷ்வரிக் குடும்பத்தைச் சேர்நகப் பெண் முதலில் மறுத்தவர்கள், ஜானகி கடத்தல் தெரியவும் அவனைச் சந்திக்கச் சம்மதித்தனர்.

ரகுவீர், அந்தப் பெண்ணை தனியாகச் சந்திக்க வேண்டும் எனக் கேட்கவும் தயங்கினர், நான் உங்கள் சகோதரன் போல் நினைத்துச் சொல்லுமாறு கேட்டுக் கொண்டான்.

ரகுவீர், ராக்கேஷ் பற்றிக் கேட்கவும் அந்தப் பெண், "பாயீஷா, நான் என் வாழ்க்கையில் மறக்க நினைக்கும் துன்பமான காலகட்டம். என் குடும்பத்தினரின் ஆதரவு நான் இன்றைக்கு உங்கள் முன்னால் பேசிக்கிட்டு இருக்கிறேன். ராக்கேஷ், முதலில் ஆசையான கணவனாகத் தான் இருந்தான். அது ஒரு மாயவலை சுகமானதாகவே சென்றது. அந்த ஐலேண்ட் போகும் வரை எல்லாமே நல்லா இருந்தது. அங்குப் போன பிறகு தான் அவன் சுயரூபம் தெரிந்தது. காசுக்காக, எதை வேண்டுமானாலும் செய்வான். ஒரு பெரிய ஸ்மக்லர், என்னைப் பார்த்து ஆசைப்பட்டான்.

அதையும், இவனே வந்து என்கிட்ட சொன்னான். அவனால் கோடி கோடியா லாபம் வரும் என ஏதேதோ. நான் அவன் முகத்தில் காரித் துப்பிட்டுக் கிளம்பப் போனேன். எங்கடி போற, எனக்கு உபயோகம் ஆகாதவள், யாருக்கும் ஆகமுடியாது, விடமாட்டேன் என, என்னை ஓர் அறையில் அடைத்தான்." அடுத்துச் சொல்லும் முன், தன்னைச் சமன்படுத்திக் கொண்ட அந்தப் பெண்.

"அந்த ஒளி மிகுந்த அறையில், சுற்றி பெரிய தியேட்டர் ஸ்கீரின் இருந்தது. அங்குப் போதை மிகுந்து வரும் ஆண் பெண்கள், அதில் ஆபாசப் படம் பார்த்த படி, தங்கள் இச்சைகளை நியுடாகத் தீர்த்துக் கொள்வார்கள். ஒன்று இரண்டு இல்லை , க்ரூப்பாக வருவார்கள். அதுக்கு மத்தியில் நான் கண்ணை மூடிக்கொண்டு கதறினேன். என் அருகில் யாரும் வரவில்லை, உடற் ரீதியான துன்புறுத்தல் கிடையாது.

ஆனால் நாம் வளர்ந்த சூழல், அதன் பின் எல்லாம் வெறுத்துப் போகும். நினைக்கக் கூடாது என்றாலும், ஒரே ஒரு காட்சி பார்த்திருந்தாலும் போதும் , வாழ்க்கை வெறுக்கும். ஷாதிசுதாவாக (கல்யாணமான பெண்ணாக) இருந்த போதும், மனபாதிப்பு அடைந்தது. நீங்க சொல்றதைப் பார்த்தால், ஒரு மணி நேரமாவது அந்தப் பெண்ணை உட்கார வைத்திருந்திருப்பான். குமாரிப் பெண்ணாக இருந்தால், ஷாதியை கட்டாயம் மறுத்து விடுவாள். இந்தப் பாதிப்பிலிருந்து வெளியே வருவதற்கு நான் ஒருவருடம் போராடினேன்" என அவள் முடிக்கும் போது ரகுவீரின் கண்ணீர் வடிந்த கண்கள், சிவந்து கோபம், ரௌத்திரம், ஆற்றாமை எல்லாம் கலந்து காட்டியது.

"பாயீஷா, அந்தப் பெண் உங்கள் மங்கேதராக (நிச்சயிக்கப்பட்ட பெண்) இருந்தால், அவள் யோசிக்கும் முன் ஷாதி செஞ்சுக்குங்க. உங்கள் அன்பும், காதலும் தான் அவள் மீள்வதற்கான அஸ்திவாரம். " என்றாள்.

இதற்குப் பின் ரகுவீர், மனோதத்துவ நிபுணரைச் சந்தித்தான். "இதே பிரச்சனை தான், உங்கள் உட்பீக்கும் என்பதில் நிச்சயம் இல்லை, ஆனால் உங்கள் மாறல் சப்போர்ட் கட்டாயம் தேவை. நான் சொல்வது போல் அவர்களிடம் பேசுங்கள், விடியோ மூலம் நான் பார்க்கிறேன்" என்றார்.

அடுத்து சைலேந்தர் ராத்தோட்டை சந்தித்தான்.அங்கு ஏற்கனவே அமுதன் இருந்தான். தன் தங்கை தன்னை நிமிர்ந்தும் பார்க்காததில், ஏதோ பிரச்சனை என்பதை உணர்ந்தவன், சைலேந்தரை சந்திக்க வந்திருந்தான்.

ரகுவீரும் அதே நேரம் வந்து சேரவும், ஐலேண்டில் சீக்ரெட் ரிசாட்டில் சிக்கிய பொருட்கள், நியூட் ஜோடிகள் என அத்தனையையும் இருவருமே அறிந்தனர்.ரகுவீர், சைலேனிடம் வரும் போது, எந்த வார்த்தைகளைக் கேட்கக்கூடாது என வேண்டிய படி வந்தானோ, அவன் வேண்டுதல் பலிக்காமல், அதே வார்த்தைகளைக் கேட்க வேண்டியதாகி விட்டது. மனதொடிந்து, தாங்க இயலாத துயரத்தோடு அமர்ந்திருந்த ரகுவீரை, அமர்சிங்கும், சைலேந்தரும் தேற்றினர்.

அமுதன் முகத்தில் கோபம் தாண்டவமாடியது. "ராக்கேஷ் இருக்கும் செல்லைக் காட்டுங்கள் சைலேன், அவனைக் கொண்ணுட்டு தான் அடுத்த வேலை" என்றபடி சுவரில் குத்தினான் அமுதன்.

வேகமாக அவன் கையைப் பிடித்து, கர்சீப்பை சுற்றிய ரகுவீர், "அவனுக்குத் தண்டனை, ஜானும்மா கையில் தான் அமுதா. ஜெயிலில் இருக்கட்டும், ஜான்வி, திரும்ப அதே ஷேர்ணியா வருவாள், அவள் கையால் தான் அவனுக்கு, இதற்குச் சாவதே மேல் எனச் சொல்லும் படியான தண்டனைக் கொடுக்கனும். நீ அதுவரை யார் கிட்டையும்,எதுவும் சொல்லக் கூடாது. " என்றான் ரகுவீர்.

அமர் சிங்சைலேந்தர் ஷாதியை சீக்கிரம் முடிக்கத் தூண்டினர். ரெனாவத்திற்கு அதிகப் பட்ச தண்டனையும், பாதிக்கப்பட்ட பெண்களுக்கு, ஜஸ்டிஸ் கிடைக்க எல்லா ஏற்பாட்டையும் தான் செய்வதாகச் சைலேந்தர் உறுதி தந்தான்.

பின்னர் அமுதனிடம் ஷாதி முடித்து, சிறுமலையில் தங்கும் முடிவைச் சொன்னான். தன் தங்கையைத் தங்கள் கண்முன்னே வைத்துக் குணப்படுத்த வேண்டும் என்ற அமுதனின் தவிப்பிற்கும் அதுவே சரி எனப்பட்டது.

"அமுதன் கேர்புல், வீட்டில் பெரியவர்கள் யாருக்கும், புவாஷா, பூஃபாஷா முதற் கொண்டு யாருக்கும் இந்த விசயம் தெரியக்கூடாது" என்றான் ரகுவீர்.

இன்றைய நடப்பிற்கு ரகுவீர் மனம் திரும்பியது.

மாத்திரை வீரியத்தில் அசந்து தூங்கும் தன்வளை பார்த்து, "நீ எப்படிப் பழைய ஜானுவா மாறுவ. என்னால் உன் கண்களில் பயத்தைப் பார்க்க முடியலையே" என மனதில் நினைத்து, சத்தம் வெளியே வராதபடி அவளையைப் பார்த்துக் குலுங்கி அழுதான் ரகுவீர்.

ரகுவீரின் அலைப் பேசி அழைத்தது, தன்னைச் சமாளித்துக் கொண்டு குரலிலும் மகிழ்ச்சியை வரவழைத்து, "அம்ரூ, சொல்லுடா, பட்டம் விட்-டாச்சா" என்றான்.

"அண்ணா, ஜானகி உங்கள் கூடவா இருக்கா? எங்க இருக்கீங்க?" எனக் கேட்டாள். "என் ரூம்ல தான் தூங்குறா, பாலன் பக்கத்தில் இருந்தால் கூட்டிட்டு என் ரூம்க்கு வா" என்றான்.

அடுத்தப் பத்து நிமிடத்தில் இருவரும் அவன் அறை வாசலில் இருந்-தனர். ரகுவீர், ஜானகி தூங்கும் அறைக் கதவை அடைத்து விட்டு, முன்-னறை வராண்டாவுக்கு வந்து அமர்ந்தான்.

அவர்கள் இருவரையும் உட்காரவைத்து உபசரித்தான். " பட்டம் நல்லா பறந்ததா என்ஜாய் பண்ணீங்களா யார் ஜெயிச்சா " என்றான் ரகுவீர்.

"ராஜ் அத்தானும், மஞ்சரியும் ஜெயிச்சாங்க. லாவகமா பட்டம் விடு-கிறார்கள்" என்றான் பாலன். அமிர்தாவையைப் பார்த்திருந்த ரகுவீர், "சாலேஷா, என்ன பஹனா முகம் வாடியிருக்கு, அவளுக்காகவாவது ஜெயிக்க வேண்டாமா?" என்றான்.

"உங்கள் தங்கையைச் சிரிக்க வைக்க, குட்டிக் கரணம் தான் அடிக்-கனும். நான் வந்ததிலிருந்து இப்படித் தான் அத்தான் இருக்கா. " எனக் குறை பட்டான் பாலன்.

அமிர்தா கண்களிலிருந்து, கண்ணீர் முத்துக்கள் சிதறி, அருவியானது.

ரகுவீர்,"அம்ரூ, ஜான்வி தூங்குறாடா. அழாதே" எனச் சைகை செய்-தான்.

அவள் கையைப் பிடித்துக் கொண்ட ரகுவீர், " இங்க பார், ஜான்விக்கு நடந்தது நடந்திருச்சு அதை நினைச்சு அழுது எந்தப் பிரயோஜனமும் இல்லை. இனி ஆக வேண்டியதை பார்க்கனும்" என்றான்.

"ஜானகி திரும்ப வந்துட்டாளே, அவள் மனசு சரியாகக் கொஞ்சம் காலம் ஆகும், ஆனால் சமாளிச்சு வந்துடுவாள், இதுக்கா இப்படி இருக்க?" எனப் பாலனும் கடிந்து கொண்டான்.

"உங்களுக்குத் தெரியாது, அவள் எவ்வளவு கஷ்டப்படுறான்னு, நான் அவள் நிழல்னு கேலி பண்ணுவீங்க. உன்மையில் அவளுடைய ஒவ்வொரு அசைவும் எனக்குத் தெரியும். அண்ணா அவள் மன உளைச்சலில் இருக்கா. அது பார்த்துட்டே இருந்தால் தான் தெரியும். அவளைப் பார்த்தால், என் வயிற்றைப் பிசைகிறது. ஏதோ கஷ்டம் அதை ஜீரணிக்க முடியாமல், உமட்-டல் எடுக்கிற மாதிரி செய்வா." என அவள் குலுங்கி அழவும், பாலன் அணைத்துக் கொண்டான். ரகுவீர் தலையைத் தடவி, தோளைத் தட்டிக் கொடுத்தான்.

அமிர்தா, ஜானகி பிணைப்பைப் பார்த்து அதிசயித்தான். இவள் நிஜமா-கவே ஜான்வியின் நிழல் இல்லை மனசாட்சி என நினைத்தான். அவளுக்கு எதுவுமே தெரியாது, ஆனால் எல்லாம் உணர்ந்து இருக்கிறாள் என்ற பிர-

மிப்பு வந்தது.

"அம்ரூ, இந்த ஷாதி தான் அவளுக்கு மருந்து ஆறுதல் எல்லாம். நான் அவளைச் சரி பண்ணிக்குவேன். நீ செய்ய வேண்டியது ஜானுவை சந்தோஷமாக வைச்சுக்கனும். நீ இப்படி முகத்தைத் தூக்கி வச்சுக்காத. ஆமாம் இந்த அண்ணன் ,அவளை ஷாதி பணறதில் மகிழ்ச்சி இல்லையா, நல்லா நநத் (நாத்தனார்) வேலையைப் பாரு. " என்றான் ரகுவீர்.

கண்ணைத் துடைத்துக் கொண்ட அமிர்தா, "என்ன அண்ணா இப்படிச் சொல்லீட்டிங்க, உங்களைப் பார்த்து ஒரு மாசம் தான் ஆகுதுன்னா நம்ப முடியலை. அவள் வாழ்க்கையில் நிஜமாகவே நீங்க வரப்போறீங்க ரொம்பச் சந்தோஷம்" என்றாள் அமிர்தா. அதே நேரம் கதவைத் திறந்து வந்த ஜானகி,

"என்னடி சந்தோஷம் உனக்கு, வீருஜி இவளுக்கு எதுக்குச் சந்தோஷமென்று சொல்லட்டா. நான் சிறுமலையில் இருந்து கிளம்புனா தான், இவள் ரூட் கிளியர் ஆகும். இரண்டாவது என் தொல்லை இல்லாமல் பாலனோடு ரொமான்ஸ் பண்ணலாம், அதுதானே" என்ற படி வந்தவள், ரகுவீர் அருகில் அமர்ந்தாள்.

அமிர்தா, கண்கலங்கப் போனதை, ரகுவீரின் எச்சரிக்கை மாற்றியது.

"ஆமாடி உங்கள் அண்ணன் என்கிட்ட என் பேச்சை பேசறதை விட, ஜானும்மா, இப்படி அப்படின்னு உன் கதையதான் பேசுறாரு. உன்னைக் கல்யாணம் பண்ணிக் கொடுத்தாலாவது, நான் கண்ணுக்குத் தெரிவேனான்னு பார்ப்போம்" என்றாள்.

"அம்மு, உன்னை என் தங்கச்சியோட படிக்க வச்சதே, அவள் கதை கேட்கத்தான் சரி அத்தை மகளாச்சேன்னு, வேற யார் கட்டுவான்னு பார்த்தால் ரொம்பக் குறை படுற, அப்பறம் என் மாமன் மகளைக் கடிக்கப் போயிடுவேன்" என்றான் பாலன்.

"ஹே சாலேஷா, அது யார் உன் மாமன் மகள், என் முன்னாடியே என் தங்கச்சியை மிரட்டுற " என்றான் ரகுவீர்.

"அது ஒரு வள்ளியம்மை இருக்கா.இவள் எப்ப பார்த்தாலும் முறைத்தால் என்ன பண்றது" என்றான் பாலன்.

"ஏண்டி, முளையூர்காரிக்கு அம்புட்டு ஏத்தமா போச்சா, எங்கள் அண்ணனைப் பார்த்து முறைக்கிற. இருடி உன்னை வச்சுக்கிறேன்" என்றாள் ஜானகி.

"அம்ரூ, சரியான குண்டாஸ் டீமில் மாட்டிக்கிட்டமா?" என ரகுவீர் கேட்டான்.

"அண்ணா, அத்தை மகளும் நான் தான், மாமன் மகளும் நான் தான். விடுங்கண்ணா, ஒரு கை பார்த்துருவோம். நான் உங்களுக்கு இவளைப் பற்றி எல்லாத் தகவலும் சொல்கிறேன் .நம்ம ஒரே க்ரூப்" என ஹை பை கொடுத்தாள் ரகுவீருடன்.

ஜானகி பார்த்துக் கொண்டே இருந்தவள், "வீருஜி, நீங்க என்ன அவளுக்குச் சப்போர்ட் பண்ணுவிங்களா,உங்கள் ஜான்வி பாவமில்ல , சின்ன வயதில் இருந்து நீங்க என் மனசுக்குள்ள வந்து சொன்னதைத் தான் செய்திருக்கிறேன். ஆனால் பழி மொத்தமும் என் பேரில்" எனச் சிணுங்கினாள். அவளையே பார்த்திருந்த ரகுவீர், புன்னகையோடு சரண்டர் ஆனான்.

"அம்முக் குட்டி வாடி, இதுங்க நம்மளை இளிச்சவாயா மாத்திடுங்க" என்றபடி அமிர்தாவை இழுத்துச் சென்றான் பாலன்.

ரகுவீர், ஜானகி ஒருவரில் ஒருவர் தொலைந்து இருந்தனர். நல்ல தூக்கம் ஜானகியை நல்ல மனநிலையில் இப்போது வைத்திருந்தது. தன் கைவளையில் ஜானகியை அமர்த்தி இருந்தான். அவளும் அவன் தோளில் சாய்ந்து, மோன நிலையில் இருந்தாள். ரகுவீர், ஜானகியைக் கைத்தலம் பற்றி, வாழ்வில் இன்பமடைவது எவ்வாறு, பொறுத்திருந்து பார்ப்போம்.

மனதின் வார்த்தை-55

தை மாதம் முதல் நாள் சுபமான இந்தத் தினத்தில், மாலை நேரம் மிகுந்த ஆரவாரமாக வந்து இறங்கினர் சௌஹான் குடும்பம்.

ராத்தோட்களின் ஸ்வர்ன மாளிகை தகதகவென மின்னியது. ஒளி ஒலி அலங்காரங்களால் நிறைந்து இருந்தது. ஷப்னம் ராஜேந்தர் சிங் ராத்தோட், பூனம் அமரேந்தர் சிங் ராத்தோட், இவர்கள் இருவருக்கும் தாய்வீடு சௌஹான் குடும்பம் தான்.

ஜெய்ப்பூரில் புகழ்பெற்ற குடும்பமாக இருந்தனர். வைரநகை வியாபாரத்தில் ஜொலிப்பவர்கள்.தங்கள் மகள்கள் அழைத்ததின் பேரில், அவர்கள் பிள்ளைகளுக்குச் சீர் செய்து திருமணத்தைச் சிறப்பிக்க வந்து விட்டனர்.

இரண்டாம் தளத்தில் பார்ட்டி ஹாலில் நிச்சயதார்த்தம் ஏற்பாடு செய்திருந்தனர். இன்று இரண்டு ஜோடிக்கு முறையாக நிச்சியதார்தம் நடக்க உள்ளது. ராத்தோட்கள், சம்பந்திகளை அவர்களுடைய முழு மிடுக்கோடு, வரவேற்றனர். ஷப்னத்தின் தந்தை ப்ரித்வி சௌஹான், பூனத்தின் தந்தை சிவ்ராஜ் சௌஹான் மற்றும் குடும்பத்தினர் வந்திருந்தனர்.

வீரேந்தர்சிங் ராத்தோட், மயூரா தேவி, சம்பந்திகளை வரவேற்றனர், மாப்பிள்ளை வீட்டு மிடுக்கைக் காட்டினர் ராத்தோட்ஸ்.

பெண் கொடுத்த சம்பந்தி ஆதலால் மிகுந்த மரியாதையாக வணங்கினர் சௌஹான் குடும்பத்தினர்.ரகுவீர் தன் நாநாஷா, நாநிஷாவின் கால்களில் விழுந்து வணங்கி வரவேற்றான்.மாப்பிள்ளை கோலத்தில், பேரனைப் பார்த்து, ஷப்னம், ராஜேனிடம் மகிழ்ச்சி யை வெளிப்படுத்திக் கொண்டனர்.

ராகினி சிவகுரு மற்றும் குடும்பத்தினர் வந்து வரவேற்றனர்.ராகினியை பார்த்த ஷப்னத்தின் தாயார், கட்டியணைத்து, நீ தூக்கி வளர்த்த ரகுவிக்கு, நீயே பொண்ணு பெற்று வளர்த்தியா, நல்லது" என மகிழ்ச்சியைத் தெரிவித்-

தார்.

தனது குடும்பத்தினரை, அறிமுகம் செய்து வைத்தார். அமுதனைக் கண்ட பூனத்தின் பெற்றோருக்கும், மிகுந்த மகிழ்ச்சி.

"ராகினி, எங்களுக்குப் பிறகு நீதான் ஒரே வீட்டில் இரண்டு சம்பந்தம் பண்ணுற" என்றனர்.

செகாவத் குடும்பத்தில், பைரவைத் தவிர எல்லோரும் வந்தனர். ஹேமந்த், பங்குரியை வரவேற்ற சிவகுருவிடம்.

"சிவா, நானும் நீயும், ராத்தோட்களுக்குத் தான் சம்பந்தி, நமக்குள் ஃபார்மாலிட்டி வேண்டாம்" எனத் தழுவிக் கொண்டனர். இவர்கள் நண்பர்கள் குழு, எல்லா டிக்கட்டையும் கேன்சல் செய்தனர். இதோ வந்து விட்டனர் . பல்லாஜி வீட்டில் ஜாகை.

அமர்சிங், தன் பெற்றோர்களை, நவிமும்பை கெஸ்ட் ஹவுசில் தங்க வைத்து, அழைத்து வந்தான்.இங்கே மடிந்து வணங்குவது, ராத்தோட்களின் முறையானது.

வட இந்தியர்களிடம் ஒருப் பழக்கம் .இன்றும் மாப்பிள்ளை வீட்டினர் என்ற கெத்தைக் காட்டுவார்கள். கடைசி எண்ட்ரியாக, அமிர்தாவின் தாய் தந்தை , அண்ணன் அண்ணிகள், தங்கள் குழந்தைகளுடன் மண்மணம் மாறாது, தமிழருக்கே உரியக் காஞ்சிப் பட்டு, தங்கநகை கல் அட்டிகை என வந்து சேர்ந்தனர். பாலன் அவர்களை, விமானநிலையத்தில் பிக்கப் செய்து, ஒரு கெஸ்ட்ஹவுசில் தங்க வைத்து, நிச்சயதார்த்தம் நிகழ்ச்சிக்குத் தயாராகக் கூட்டி வந்தான்.

ராத்தோட்கள், அவர்களைப் பார்த்தவுடன் சிவகுரு குடும்பம் என அறிந்து கொண்டனர். ராகினி அவர்களை தன் குடும்பத்தினருக்கு அறிமுகம் செய்து வைத்தார்.அமிர்தா நீண்ட நாட்களுக்குப் பின்னர்த் தன் குடும்பத்தைப் பார்த்தாள்.

அப்பா, என முருகானந்தத்தைக் கட்டிக் கொண்டாள். "அம்முக் குட்டி, நல்லா இருக்கியாடா" எனக் கொஞ்சினார். சிவகுரு, சிவபரங்கிரி, சண்முகம் என எல்லாரும் , கை எடுத்து வணங்கி அழைத்துச் சென்றனர்.

ரகுவீர், ஜானகியின் நிச்சயதார்த்தம் நடந்தது. ரகுவீர் சாக்லேட் கலர் செர்வானி, மெரூன்ஷால் பகடியிலும், முத்து மாணிக்கக் கற்கள் கோர்க்கப் பட்டு ராயலாக இருந்தான். கழுத்தைச் சுற்றி மாணிக்கக் கற்கள் பதித்த கல் மாலை அவர்கள் கௌரவத்தைப் பறை சாற்றியது.

"தெய்வா, மாப்பிள்ளையை, பார்த்தியா ராஜா மாதிரி, இருக்காரு, நம்ம ஊர் பூராத் தேடினாலும் இவ்வளவு அம்சமா கிடைக்காது" என்றார் சுந்தரவள்ளி.

ஆமாம் அத்தாச்சி, அதைவிட அவர் குணம் சொக்கத் தங்கம். ஜானகி முகத்தைப் பார்த்தே, அவளுக்கு என்ன வேண்டும், வேண்டாமென்று தெரிஞ்சுக்கிறார். கையில் வைத்து தாங்குகிறார்" எனப் பெருமை பேசினார்

தெய்வா.

"என்னமோடி அம்மா, புள்ளிமான் மாதிரி, துள்ளிக் குதிச்சுக்கிட்டு போகிற நம்ம மகராசிக்கு ஏற்ற மகராசன் கிடைத்தால் சந்தோஷம். நம்மளும் நிம்மதியா இருக்கலாம்" என்றார் அமிர்தாவின் தாய்.

ரகுவீருடன், கூடவே ரோஹன், ஹாசினி வந்தனர். ராஜ்வீர், ரன்வீர் தங்கள் படே பய்யாவின் செக்யூரிட்டி போல் வந்தனர்.

"பய்யா, சோட்டியும், பாபிஷாவும் அந்த ரூமில் தான் இருக்கிறார்கள். மஞ்சரி இருக்கா, வீடியோ கால் போடவா. இவங்க அரேஞ்மெண்ட் பார்த்தால் இன்னும் நேரமாகும் போல " என ராஜ்வீர் பேசிக் கொண்டிருக்கும் போதே, ரன்வீர் தீப்திக்கு வீடியோ கால் போட்டு விட்டான்.

"ஹாய் தீபு, எங்க இருக்க" என அவனின் பேசியதிலிருந்தே, தீப்தி கண்டு கொண்டாள்.

"ஏய், பந்தர் நீ என்ன சேஷ்டை செய்தாலும், ஜானி தீதீ பக்கம் கேமராத் திருப்ப மாட்டேன். தீதீ இன்றைக்குச் செம அழகு. நான் மட்டும் பையனா இருந்தேன், படே பய்யாவை விரட்டி விட்டுட்டு , சகாயி பண்ணிக்குவேன் " என ஆவலைத் தூண்டினாள்.

சும்மாவே ரகுவீர், தன்னவளைப் பிரிந்து ஐந்து மணி நேரம் ஆனதில், மனதில் ஃபீல் பண்ணிக் கொண்டு இருந்தான். அமிர்தாவிடம் ஐம்பது முறை பேசியிருப்பான். இதில் தீப்தி வேறு ஜானகியை வர்ணித்ததில் ரகுவீருக்கு நிலை கொள்ளவில்லை.

ரன்வீர் கைகளில் இருந்த போனை வாங்கி, "தீப்தி, உனக்கும் கணேஷ்க்கு தந்த மாதிரி, கேமரா வாங்கித் தர்றேன். ஜானுவைக் காட்டு" என்றான் ரகுவீர்.

அவள் அந்தப் பக்கம் , ஸ்பீக்கரில் போட்டிருந்தாள். மஞ்சரி அதை வாங்கிக் கொண்டு, "ஜீஜூஷா, ஒரு பத்து நிமிடம் பொறுக்க முடியாதா உங்களுக்கு. பேசாமல் போனை வையுங்கள் " என்றாள்.

" மஞ்சரி, உன் ப்ராஜெட் நம்ம கம்பெனிக்கு மாற்றித் தர்றேன்" என ரகுவீர் சொல்லவும்.

"அதைச் செய்யிங்க ஜீஜூ, உங்களுக்குப் புண்ணியமாப் போகிறது" என்றாள் மஞ்சரி. "எனக்கு ஒரு வேலை செய்யனுமே, அப்படியே போனை திருப்பிக் காட்டு, மயூ ரெடி ஆகிட்டாளான்னு பார்க்கிறேன்" என்றான் ரகுவீர்.

"ஜீஜூஷா, நீங்க நல்ல பிஸ்னஸ் மேன் தான் ஒத்துக்குறேன். ஆனால் உங்கள் டீல் ரிஜெக்டட்" எனப் போனை கட் செய்தாள் மஞ்சரி. அமிர்தா , தீப்தி சிரித்தனர்.

"இருங்கடி, உங்கள் டேர்ன் வரும் போது பார்த்துக்குறேன் " என்றாள் மயூரி.

ஜானகி, யாருக்கு வந்த விருந்தோ என உட்கார்ந்து இருந்தாள். அமிர்தா வின் குடும்பம் உள்ளே வந்தது. "அடி ஆத்தி என் மருமகள் தானா, ஏதோ வடக்கத்தி ராணி உட்கார்ந்து இருக்குன்னு நினைச்சேன்" என்றார் அத்தை. அத்தையைப் பார்த்ததும் ஜானகி ஒரு புன்னகையை உதிர்த்து வைத்தாள். அவர் நெட்டி முறித்துத் திருஷ்டி கழித்தார்.

"அம்மா ஜானகி முகூர்த்தத்துக்கு, ஜானகி, தமிழ் பொண்ணாகச் சேலை-யில் தான் இருப்பேன்னு சொல்லிட்டா .அது தான் அவர்களுக்காக இரஜஸ்-தானி மருமகளாக அலங்காரம். ராகினி அத்தை தான் ஏற்பாடு பண்ணு-னாங்க" என்றாள் அமிர்தா.

"எப்படி இருந்தாலும்,எம் மருமகள் அழகு தான். ரெடியா இருங்கள். பொண்ணைக் கூப்பிடவும் வந்து சேரனும்" என்றார்.

"இது தான், பெரிய மருமகனைக் கட்டிக்கப் போறப் பொண்ணா?" என மயூரியைப் பார்த்துக் கேட்டார்.

"ஆமாம் இது மயூரி,அமுதன் அத்தான் மாமன் மகள். இது மஞ்சரி, ராகினி அத்தைக்கு , ஒன்று விட்ட தங்கச்சி மகள். மயூரியின் இன்னொரு அண்ணனைக் கல்யாணம் பண்ணப் போறா." என்றவள் தன் அம்மா அண்-ணிகளை அறிமுகப் படுத்தினாள்.

ஹரிணி, உள்ளே வரவும்,"இவுகளைத் தெரியும், ஜானகி நாத்தனார் இப்ப தான் பார்த்தேன்" என்றார் சுந்தரவள்ளி.

"ஆண்டி திலக் நடக்கப்போகிறது, வாங்க புவாஷா கூட்டிட்டு வரச் சொன்னாங்க" என அழைத்துச் சென்றாள் ஹரிணி.

ரகுவீரை அமரவைத்து, அமுதன் முதலில், ப்ளாட்டினம் செயின், ட்ரெஸ் மெடீரியல்,பணக்கட்டு என வைத்துக் கொடுத்து, செஞ்சாந்தில் திலகம் இட்-டான்.

அடுத்து, பாலன் ப்ரேஸ்லெட அணிவித்துத் திலகம் இட்டான். கணேஷ் அடுத்து வாட்ச் அணிவித்து, திலகமிட்டான். தாதிஷா, பக்கத்திலிருந்து சொல்லச் சொல்ல இரஜஸ்தானி முறையைச் செய்தனர்.

ஸ்வீட் எடுத்து மூவரும் ஊட்டி விட்டு மகிழ்ச்சியைப் பகிர்ந்தனர்.

ஜானகி அழைத்து வரப்பட்டாள். சாக்லேட் வித் மெரூன் காம்பினேஷன், லெஹங்காவில், கழுத்தை ஒட்டிய சோக்கர், லாங் ஆரம், கை நிறைய அடுக்கிய தங்கம்,கல் வளையல்கள், நெற்றியில் சூட்டி, மூக்கில் வளையம், காதணியோடு சேர்ந்திருக்க, அழகுக் கலை நிபுணரின் அலங்காரத்தில் உதட்-டின் சாயம் மிளிர, ராணிகளுக்கே உரியக் கம்பீரத்தோடு வந்து நின்றாள்.

நிச்சியத்திற்கு தயாராக அவள் தயங்கிய போது, எனக்காக ப்ளீஸ் ஜானும்மா, என்ற ரகுவீரின் கோரிக்கையில், காதலாகிக் கசிந்துருகி வந்து நின்றாள்

.பார்த்தவர், பார்த்தவண்ணம் சிலையாகினர். ஜானகி இதுவரை இந்தக் கோலத்தில் வந்தது இல்லை.

வீரேந்தர் ராத்தோட் தன் தாயைத்தான் காணுகிறோமோ என ஐயமுற்றார்.

மயூராதேவி," ஸீன்யேஜி, அப்படியே மாஷா மாதிரி இருக்கா" எனத் திருஷ்டி பொட்டு வைத்தார். ராத்தோட்களும், மூத்த இரஜஸ்தானிகளும், அவள் நடை உடை பாவனையில், ஸ்வர்ன மஹாலக்ஷ்மியைக் கண்டனர். சிவபரங்கிரி, சிவகாமி இவர்களும், படி தாதிஷாவைப் பார்த்து இருந்ததனால் அதே தான் அவர்களுக்கும் தோன்றியது.

அமிர்தாவோடு அவள் அண்ணிமார்கள் ஹரிணி என நால்வரும் அவளை அழைத்து வந்தனர்.உண்மையில் கண்கள் நிலம் பார்க்க, மணப் பெண்ணாகவே வந்து நின்றாள் ஜானகி தேவி.

சிவகுருவும், ராகினியும் ஆனந்தக் கண்ணீர் சிந்தினர். தாத்தா அப்பத்தா அத்தை மாமா தெய்வா, சண்முகம் எல்லோரும் ஜானகி வாழ்க்கை சிறக்கப் பிரார்த்தனை செய்தனர். நம்ம ஜானியா இது என, சிவகுரு நண்பர்களே அதிசயித்தனர்.

தலையில் முக்காடு இட்டு, ஜோதாராணி போல் வந்தாள் ரகுவீரின் ராணி. ரகுவீர் அருகில் அமரவைத்தனர், அப்போதும் நிமிர்ந்தாள் இல்லை.

" கம்மாகனி ராணிஷா கொஞ்சம் நிமிர்ந்து, தரிசனம் தருவது " என ரகுவீர் கிசுகிசுத்தான். ஜானகி வெட்கத்தில் கண்களை கீழ் நோக்கியே அலைய விட அவளின் உதடு துடித்தது. ரகுவீருக்கு அவளின் கொள்ளைக் கொள்ளும் அழகு, உன்மத்தம் பிடிக்க வைத்தது.

பெண்ணிற்கான, சீரைப் பரப்பினர் ஷப்னம்,அவளுக்குச் சிகப்பு ஸுன்ரி(தாவணி) யை முக்காடாகப் போர்த்தி கையில் பரிசுகளைத் தந்தாள். நெற்றியில் திலகமிட்டார். அவரைத் தொடர்ந்து, தாதிஷா, ஸர்குன்,பூனம், ஹரிணியையும் சடங்கு செய்தனர்.

இப்போது , தமிழ்நாட்டு முறைப்படி நிச்சயதார்த்தம் செய்யப்பட்டது.

சிவகுருவின் நண்பர்கள், இருவருக்கும் பொதுவாக வந்தனர். சந்திரசேகர ரெட்டி, முறையை விளக்கினார்.

மணமகள், மணமகள் வீட்டினர் இரண்டு புறமும் நின்றனர். ஹேமந்த் சிவகுரு பக்கம் நின்றார். மணமக்களின் பெற்றவர்கள், மாமன் மாமியை முன்னால் அழைத்தனர். ரகுவீருக்கு , மாமன் சுரேந்தர் சௌஹான் அவரது மனைவியுடன் முன்னால் வந்தார்.

ஜானகிக்கு மாமன் சீர் செய்ய வழக்கம் போல, முருகானந்தம் முன்னே வர யத்தனிக்க, "இருங்க ராகினி தம்பிங்க இருக்கிறார்கள் " என்ற சுந்தரவள்ளியின் சொல்லவும்,"ஆமாம், ஆமாம் பழக்கத் தோஷத்தில் வந்துட்டேன்" என நின்றார்.

ஏற்கனவே சொன்னபடி, கஜேந்தர், ஸர்குன் முன்னே வந்தனர். இதிலும் மாமனுக்கு முக்கியத்துவம் தரும் தமிழர் பண்பாடு பற்றியும், ராகினி அந்த நேரங்களில் எவ்வளவு மனத்துயர் அடைந்திருப்பார் என எண்ணி அதற்கு

ஈடு செய்ய வேண்டும் எனக் கஜேந்தர் மனதில் நினைத்தார்.

சுரேந்தர் சௌஹான், கஜேந்தர் ராத்தோட், ஜோடிகள்,சிவகாமி அப்பத்தா சொல்ல, ரெட்டி மொழி பெயர்க்க , நலங்கு வைத்துக் கொண்டனர். இது சம்பந்தம் செய்து கொள்ள மாமன் மாரின் சம்மதம் சொல்லி, முன்னே வந்து நடத்தித் தருவதற்கான மரியாதை என எடுத்துச் சொன்னார்.

மணமக்களுக்கு, அவரவர் தாய் மாமன்கள் மாலையிட்டனர்.

" ஜானகிக்கு மாமனாகச் செய்வதில் உள்ள மகிழ்ச்சிக்கு , இணை இல்லை பஹன்ஷா, இவ்வளவு நாள் இதையெல்லாம் செய்யாததற்கு என்னை மன்னிச்சுக்குங்க. இந்த முறையெல்லாம் செய்த பாயீஷாவிற்கு நன்றி," என முருகானந்தத்தைப் பார்த்துக் கும்பிட்டு, ராணி போல் நின்ற தன் மருமகளுக்கு, மாலை அணிவித்தார் கஜேந்தர் சிங் ராத்தோட்.

பெற்றவர்கள், இருவரும் நலங்கு இட்டுக் கொண்டனர். இரு குடும்பத்துச் சம்பந்தம் பற்றிப் பத்திரிகை வாசிக்கப்பட்டது. பிறகு தேங்காய் பூ பழம் வெற்றிலைத் தாங்கிய தட்டை , தாதாஷா, தாதிஷா எடுத்துக் கொடுக்கச் சொல்லி, ஜானகியின், தாத்தா, அப்பத்தா பெற்றுக் கொண்டனர்.

ஜானகியின் காலுக்கு அடியில், உப்புப் பருப்பை வைத்து, விரலால் தொடச் சொன்னார் சுந்தரவள்ளி, பின்னர் அவள் லெஹங்கா தலைப்பில், தேங்காய், வெற்றிலை பாக்கு, மஞ்சள் கிழங்கு , பூ ஒன்றை ஒரு பையோடு வைத்து, மடியில் வைத்துப் பிடிக்கச் சொன்னார்கள், முதலில் தெய்வா சுந்தரவள்ளியின் முந்தியில் மடி மாற்றி மூன்று முறை செய்ய வைத்தார். மூன்றாவது முறை சுந்தரவள்ளியிடம் தந்தனர். இதே போல் இரண்டாவது, மாமன் மனைவி முறைக்கு ஸர்குனிடமும், நாத்தனார் முறைக்கு ஹரிணியிடமும் மடி மாற்றினர்.

அமர்சிங், ஹரிணி வந்து மோதிரத்தைத் தட்டுகளில் வைத்து நீட்டினர்.

முதலில், ஜானகியை, ரகுவீருக்கு மோதிரம் அணிவிக்கச் சொன்னார்கள், ஹரிணி அவளிடம் நீட்டியபடி இருக்க, தலை குனிந்திருந்த ஜானகியின் கண்களில் இருந்து முத்துக்கள் உருண்டது, அதைக் கவனித்த ரகுவீர், அவளின் இரண்டு கையையும் பிடித்துக் கொண்டு,

"மேரிஜான், எனக்கு ரிங் போடும் முன், உங்கள் எல்லாருக்கும் சொல்ல ஆசைப் படுகிறேன், அவள் என்னைப் பார்த்தும், நான் அவளைப் பார்த்தும் ஒரு மாதம் தான் ஆகிறது. ஆனால் எங்கள் பந்தம், அவள் புவாஷா கருவில் இருந்ததிலிருந்து, இந்த வீரூவை, மணமகனாக வரித்து வந்திருக்கா. இவளுக்காகத் தான் என் ஆத்மாவும் காத்திருந்தது, இன்பம்,துன்பம் இரண்டையும் நாங்கள் சேர்ந்தே எதிர் கொள்வோம், அப்படித்தானே ஜானும்மா?" என அவளின் சலனமடைந்த மனதைக் கட்டுக்குள் கொண்டுவர ரகுவீர் பேசினான்.

ஆம், எனத் தலையாட்டிய ஜானகி கண்ணீர் மல்க, தன் காதல் நாயகனின் கைகளில், அவனைப் பார்த்தவண்ணம், உணர்ச்சி வயப்பட்ட உணர்-

வோடு, மோதிரத்தை அணிவித்தாள். அந்த நேரம் சலனம் மறைந்து, ரகுவீர் அவளை ஆட்கொண்டான்.

ரகுவீர் ஏற்கனவே போட்ட மோதிரம், ஜானகி கையில் இருந்தது. தன் கையை நீட்டியபோது பார்த்தவள் அதைக் கழட்ட மனமின்றி தவித்தாள்.அதற்கும் ரகுவீர் சமாதானம் தந்தான், "மேரிஜான், என் வாழ்வில் வந்ததற்கான முதல் முத்திரை, உதய்பூரில் நான் போட்ட மோதிரம், அதுவே அவள் இதயத்தைத் தொட்டது தான், ஆனாலும் மற்றொரு முறை, என அதே விரலில் மீண்டும்." என அவளின் கண்களைப் பார்த்தவாறே அவள் விரல்களில் தன் இதழொற்றி, மோதிரத்தை அணிவித்தான்.

சுற்றியிருந்த இளைய தலைமுறை, "ஹேய், பாயீஷா செம ரொமான்டிக் போஸ்" எனக் கேமராக்கள், மொபைல்களில் வீடியோ, போட்டோ எடுத்துக் கொண்டனர். ரகுவீர், ஸ்வீட் எடுத்து, தன் சரி பாதிக்கு ஊட்டினான். அவள் ஒரு வாய் சாப்பிட்டாள். அவன் கையைத் திருப்பி அவனுக்கே ஊட்டி விட்டாள் ஜானகி.

அடுத்து மணையில்,அமுதனை அமர வைத்தனர். ரகுவீர், முதலில் திலக் சடங்கு செய்ய வந்தான். பரிசுப் பொருட்கள், ஒரு புதுக் கார் சாவி கையில் கொடுத்து, செயின் அனுவித்து, செஞ்சாந்து திலகமிட்டான்.

ராஜ்வீர், அடுத்து, பரிசுப் பொருட்களுடன், பணக் கட்டு வைத்துக் கொடுத்து, திலக் வைத்தான். ரன்வீர், ப்ரேஸ்லெட், வாட்ச் பரிசளித்துத் திலக் இட்டான்.

மயூரியை அழைத்து வந்தனர், அமுதன், டார்க் மெரூன், ஷெர்வானி, பீச் கலர் ஷாலில் இருக்க, மயூரி பீச் கலர் லெஹங்காவில் தேவதைப் போல் வந்தாள். மெரூன் தாவணி, அந்த வண்ணத்தை எடுத்துக் காட்டியது.

அவளை, அமர வைத்தவுடன், சிவ குடும்பத்தினர், நமது ஊர் பாணியில், 51 தட்டு சீர் பரப்பினர். சிறுமலையில் விளைந்த பழங்கள், தாம்பூலத் தட்டு, மயூரிக்கான சேலை துணிகள், காஸ்மெடிக்ஸ், அரிசி கருப்பட்டி, ஸ்விட் எனப் பரிசம் போட சீர் பரப்பினர்.

இரஜஸ்தானி முறைப்படி, மெரூன் வண்ண ஸுன்ரி,(தாவணி) காஞ்சிப் பட்டில் நெய்து கொண்டு வந்திருந்தனர். தெய்வா, சண்முகத்தை அமுதனுக்குப் பெற்றவர் ஸ்தானத்தில் இருந்து, சடங்கைச் செய்தனர். எல்லோரும் ஆச்சரியமாகப் பார்க்கவும், ஒரே நாளில் இரண்டு பிள்ளைகளுக்கும் நிச்சயம், நடக்கும் போது, ஒருவரே இரண்டையும் செய்ய மாட்டோம். அதனால் எனது சின்ன மகன் மருமகள், அமுதனின் தாய் தந்தை ஸ்தானத்தில் முறை செய்வார்கள். இதுவே எங்கள் பழக்கம்,என அப்பத்தா சிவகாமி, விளக்கம் தந்தார்.

தெய்வா மயூரிக்கு, முக்காடு போட்டு திலகமிட்டார். மாமன் முறைக்குப் பூனத்தின் பய்யா, பாபியும், அமுதனுக்குக் கஜேந்தர்,ஸர்குனும், மாலை போடுதல், நலங்கு வைத்துக் கொண்டனர்.

அமரேன்-பூனம், சண்முகம்-தெய்வா தாம்பூலம் மாற்றிக் கொண்டனர்.

மடி மாற்றுவதற்கு, மயூரியின் மாமி பம்மி மற்றும் அமிர்தாவின் மூத்த அண்ணி , மடி மாற்றிக் கொண்டனர். உப்பு,பருப்பை மிதிக்க வைத்து, அந்-தச் சடங்கையும் செய்தனர்.

ராஜ்வீர், மஞ்சரி மோதிரத் தட்டை அமுதன், மயூரியிடம் நீட்டினர்.

அமுதன் வேகமாக எடுக்க வந்தான், "பாயீஷா கொஞ்சம் பொறுமை, மயூரி தான் முதலில் போடுவா அதுக்கப்புறம் நீங்க போடுங்கள்" எனக் கேலி செய்தாள்.

பாலன்,"அது எங்கள் அண்ணனுக்குத் தெரியாதா அண்ணி கஷ்டப் படு-வாங்களேன்னு,எடுத்துக் கொடுக்கப் போனார். இல்லைண்ணே" எனக் காலை வாரினான்.

"மஞ்சரி, நீ பேச ஆரம்பித்தால், முடிக்க மாட்ட, சீக்கிரம் ஸ்வர்னிகிட்டக் கொடு" என்றான் அமுதன்.

" ஜமாயீஷா, மயுரி உங்களுக்குத் தான் நிச்சயம் முடிந்தது கவலைப் படாதீர்கள்" என்றான் ரகுவீர்.

ஹேய், என எல்லாரும் சூழ நின்று கத்திய பின்பு, மஞ்சரி நீட்டிய மோதிரத்தை எடுத்து அமுதனின் வலது கையில் அணிவித்தாள்.

ராஜ் வீர் நீட்டிய தட்டை,"ராஜ், தப்பா எடுத்துக்காதே, ஜானும்மா தரட்-டும்" என்றான் அமுதன்.

"அமுதன், இதிலென்ன இருக்கிறது என்றவன். ஜானி வாடா" என்றான்.

"ராஜ், அவள் உன் பாபிஷா" என்றார் ஸர்குன்.

"ஆமாம் மாஷா நான் மறுக்கவில்லை, அதைவிட என்னுடைய இனிய தோழி. பய்யாக்கும் தெரியும் " என்றபடி, ஜானகியை, ஒரு கைப்பற்றி அழைத்து வந்தான்.

"சாசிஷா, ராஜ்வி சொல்கிறது சரி, இன்ஃபேக்ட், ஜானுவை அறிமுகப் படுத்தியதே அவன் தான்" என்றான் ரகுவீர்.

ஜானகி, கையில் தட்டை கொடுத்த ராஜ்வீரிடம், சேர்ந்து பிடிக்கச் சொல்லி, ரகுவீர் தந்த ஜாடையில், "ஜானி, நம்ம மிஷன், இந்த ஸகாயீ செய்து வைப்பதில் முடிகிறது. " எனச் சொல்லி, அவள் கையைப் பிடித்து, தட்டை அமுதனிடம் நீட்டினான் ராஜ்வீர்.அமுதன், ஜானகியை பார்த்தவண்-ணம் இருந்தான்.

"ஹேய் மேரிஜான், உங்கள் அண்ணனுக்கு அனுமதி கொடு. என் சோட்டி, கையை நீட்டிக்கொண்டே நிற்கிறாள்" என்ற ரகுவீர் வார்த்தைக-ளில், கீ கொடுத்த பொம்மை போல், "அண்ணா, அண்ணிக்கு மோதிரம் போடு" என நீட்டினாள்.

அமுதன் உணர்ச்சிமிக்க இந்தத் தருணத்தில், தன்னைச் சமாளித்துக் கொண்டு,சகோதரப் பாசத்தில் உருகி, கடந்து காதலியின் நேசத்தில் கலந்து, மயூரிக்கு மோதிரத்தை அணிவிக்கும் பொழுதில் பார்வையில் காதலைக் கசிய

விட்டு, தன் மனம் கவர்ந்தவளைத் தனது உரிமையாக்கிக் கொண்டான்.

இரண்டு, நிச்சயதார்த்தம், இனிதே முடிந்தது. ஒருவருக்கொருவர் வாழ்த்துக்களைப் பரிமாறிக் கொண்டனர். இராஜஸ்தானி, தென்னிந்திய உணவுகள் பரிமாறப்பட்டன.

ரெட்டி, பார்வதி, பல்லாஜி-ப்ரீத்தோ, பாண்டேசாப்- பர்க்கா, ஹேமந்த்-பங்குரி என எல்லாரும் சிவகுரு- ராகினியோடு தங்கள் மகிழ்ச்சி யைப் பரிமாறிக் கொண்டிருந்தனர்.

"ப்ரீத்தோ, பாபிஜீ, எங்களால் நீங்க லோடி செலபரேட் செய்ய முடியாமல் போயிடுச்சு" என ராகினி வருத்தப்பட்டார். அதே நேரம், ரகுவீர் ஒரு அறிவிப்புச் செய்தான்.

இன்றைய நாள் பல விசேஷங்களைக் கொண்டு கடந்து செல்கிறது. காலையில், தமிழ்நாட்டுப் பொங்கல் மகரசங்கராந்தி பூஜை, பட்டம் விடுதல், இரண்டு முறைகளில் இரண்டு நிச்சயதார்த்தம் , எல்லாம் கொண்ட ஸ்பெஷல் டே.

இன்னும் முடியவில்லை, இந்த நாளின் ஸ்பெஸல், எங்களுக்காக, தங்கள் பிள்ளைகளை விட்டுப் பிரிந்து, ஸகாயீயை சிறப்பித்த, பல்லா அங்கிள், ப்ரீத்தோ ஆண்டிக்காக, லொடி நெருப்பைக் கீழே வளர்க்க இருக்கிறோம்.

சாப்பிட்டு முடித்தவர்கள், வாருங்கள், பஞ்சாபி தட்காவில், டோல், பாங்கரா நடனத்தோடு லோடி கொண்டாடுவோம்" என அழைப்பு விடுத்தான் ரகுவீர்.

"ப்ரீத்தோ,ஆண்டி வாங்கப் பூஜையோடு ஆரம்பிக்கலாம்" என அழைத்துச் சென்றான்.

ஜானகியை, சிவகுரு மற்றும் நண்பர்கள் கீழே அழைத்துச் சென்றனர். தமிழ் நாட்டுப் பொங்கல் செட், பஞ்சாபி பாங்கராக மாறி இருந்தது.

ஸர்ப்ரைசாக, பல்லாஜியின், பிள்ளைகள், பேரன் பேத்தி என எல்லாரும் அங்கிருந்தனர். "பல்லே,பல்லே,பல்லே" என டோல் வாசித்து ஆடினர்.

பல்லாஜீ, ப்ரீத்தோ ஜீ , முதலில் பூஜைப் போட்டு, பொறியைத் தூவி வலம் வந்தனர்.

இந்தியக் கலாச்சாரத்தின் உச்சமாக, தமிழர்,இரஜஸ்தானி, பஞ்சாபிகள் சேர்ந்து, லோடியைக் கொண்டாடி, தங்கள் கோரிக்கையை, அக்னி தேவனிடம் சமர்ப்பித்தனர்.

ரகுவீர்,"ஹே அக்னி தேவா, உன்னைச் சாட்சியாக வைத்து வலம் வருகிறேன். என் ஜானுவை, நல்ல முறையில் குணமாக்கு, அவளின் மனத்துயர், பயம் நீக்க எனக்கு ஓர் வழி காட்டு. எனக்குச் சக்தி கொடு" என வேண்டினான்.

அவன் வேண்டுதல் பலிக்குமா, ரகுவீர் ஜானகியை, அவள் மனத்துயரில் இருந்து மீட்பான பொறுத்திருந்து பார்ப்போம்.

மனதின் வார்த்தை- 56

ஜானகி கல்யாணம்.

திருமணம் ஆணுக்கும்,பெண்ணுக்கும் நடந்தாலும், பெண்ணின் பெயராலேயே அது அழைக்கப்படும்.பார்வதி கல்யாணம், சீதா கல்யாணம், மீனாட்சித் திருக்கல்யாணம், எனப் பெண்களுக்குப் பெருமை சேர்த்து, கல்யாணம் எனும் சடங்கு புனிதம் அடைகிறது. வாழ்க்கை முழுமைக்கும் ஆன வைபவம் ஆதலால், எல்லாச் சடங்கு சம்பிரதாயங்களுடன், ஏழு நாட்கள் திருமணம் நடைபெறும். இப்போது உள்ள அவசர யுகத்தில், மூன்று நாட்களுக்குச் சுருக்கி விட்டோம்.

நிச்சயதார்த்தம் நிகழ்ச்சியில், இன்னார் மகனுக்கும் இன்னார் மகளுக்கும் என முறையான அழைப்பிதழ் எழுதப்படுகிறது.

ஜானகி-ரகுவீர் திருமணத்திற்கும் முறையாகப் பத்திரிகை அடிக்கப்பட்டது. டிஜிட்டல் மயமான இந்த உலகில் எதுவும் சாத்தியமே. தமிழ், ஹிந்தி, ஆங்கிலம் என மூன்று மொழிகளிலும் அழைப்பிதழ் அடிக்கப்பட்டது. காலை வேளையில் தயாராக வந்து விட்டது.

இன்று காலையில் ஆறுமணிக்குக் கணபதி ஸ்தாபனா பூஜை வைத்திருந்தனர். கிரகச் சாந்தி பூஜை தொடர்ந்து நடக்கும். அது முடிந்து இவர்களது சம்பந்திகளுக்கு அழைப்பிதழ் வழங்க "ந்யோதா" சடங்கைச் செய்கின்றனர்.தமிழ் முறைப்படி முகூர்த்தக் கால் ஊன்றுதல், அரிசி அள்ளிப் போடும் சடங்கும் செய்ய உத்தேசம்.

நிச்சயதார்த்தம் எனும் சகாயீ முடிந்து விட்டது. இது அவசரமாக நடத்தப்படும் கல்யாணம். ஆனால் எதிலும் குறை வைக்க ரகுவீர் விரும்பவில்லை. எனவே எல்லா விசயத்திலும் மெனக்கெட்டான். பாதி மேடை ஏறியிருக்கிறாள் ஜானகி, இந்த ஜோடிகளுக்கு, ஆளாளுக்குத் தனித்தனியே திருஷ்டி கழித்தனர். தாதிஷா பணத்தால் சுற்றி ஏழைகளுக்குக் கொடுக்க, லோடியின் போது, திருநங்கைகளை வரவழைத்து ஆசி வழங்க வைத்தார் ஷப்னம்.

காலடி மண் எடுத்து திருஷ்டி சுற்றிப் போட்டார் சிவகாமி. உப்புச் சுற்றி தண்ணீரில் கரைத்தார் ராகினி. ஒருவர் அறியாமல் மற்றொருவர், காலா டீக்கா(கருப்புப் பொட்டு), நெட்டி முறித்தல் என நீண்டது இந்தச் சடங்கு.

இவர்கள், ரகுவீர்-ஜானகி அவ்வளவு பிரியமானவர்களாக இருந்தனர்.

இரவு நேரம், தாயின் மடியில் தலை வைத்துச் சாய்ந்திருந்த ஜானகி, "மா, நான் வீருஜிக்கு பொருத்தமா இருப்பேனா " எனக் கேட்டாள்.

" ஜானும்மா இந்த ராஜா,ராணி எப்படி இருக்காங்கன்னு சொல்லு, நான் சொல்றேன்." என மொபைலில் ஒரு படத்தைக் காட்டினார்.

இது எங்கோ பார்த்தோமே என யோசித்தவள், "இது ஹவேலியில் இருந்தது, உங்கள் தாதாஷா,தாதிஷா " என்றாள்.

"அடுத்தப் படத்தைப் பாரு "என்றார் ராகினி. அதில் முதல் படம் போன்ற தோற்றத்தில் இன்றைய ரகுவீர், ஜானகி இருந்தனர்.

" மாதாஜி, இதென்ன மார்பிங் பிச்சரா" எனக் கேட்டாள்." போடி பாகல் கைகி, உங்கள் இரண்டு பேரையும் நானே போட்டோ எடுத்தேன். அப்படியே , எங்கள் தாதிஷா பேஸ் உனக்கு, நான் உனாகப்பா மாதிரியென்று நினைத்தேன், இல்லை எங்கள் தாதிஷா. ரகுவீர் பாரு அப்படியே தாதாஷா மாதிரி. நீங்க இரண்டு பேரும் மறுபிறவி எடுத்தீர்களோ?" என வியந்தார்.

அதே நேரம் அறைக்குள் வந்த தாதாஷா," ஸ்வரூ, நீ சொல்றது தான் சரி. இவள் என் மாஷா தான்" என வந்தார்.அவர்களைப் பார்த்து எழுந்த ஜானகியை, கட்டி அணைத்து உச்சி முகர்ந்தார்.

ஜானகி, என்ன சொல்வது என்று அறியாமல் குழம்பிக் கிடந்தாள். பக்கத்தில் அமர்ந்த தாதாஷா,

"ஜானிமா, என் மாஷா கம்பீரமான பெண்மணி, நீ அந்த வாரிசு. இரண்டு தலைமுறை தாண்டி அதே மிடுக்கு உன்கிட்ட இருக்கிறது. உன்னை எதிர்த்து நின்று ஒரு காரியமும் சாதிக்க முடியாது. ஒன்று பாசமா சரண்டர் ஆகனும், இல்லையென்றால், நயவஞ்சகமா ஏமாத்தினா தான் உண்டு. உங்கம்மா ஷாதியில், பங்குரிக்காகப் பெருந்தன்மை காட்டினார்கள். பூஃபாஷா நயவஞ்சகத்தில் மாட்டினாலும், உங்கள் அம்மாவைக் காப்பாத்துனாங்க பார். இதெல்லாம் ராணிகளுக்கே உள்ள மிடுக்கு, நீயும் ரகுவியும் இந்த ராத்தோட் வம்சத்தை இன்னும் உசரத்துக்குக் கொண்டு போவீங்க" என்றார் தாதாஷா.

ஜானகி அந்த மொபைலில் தன் பர்நானியின் படத்தையே பார்த்துக் கொண்டிருந்தாள். தானும் இவர்களைப் போல் இருப்பேனா? என ஆயிரம் எண்ணங்கள். சிறிது நேரம் பேசிவிட்டு தன் மாஷாவே பேத்தியாக வந்து இருக்கிறார் என்ற அசைக்கப் படாத நம்பிக்கையுடன் சென்றார்.

கணபதி பூஜை, கிரகசாந்தி பூஜை.

அதிகாலை நேரம் அழகாக விடிந்தது, ராத்தோட் மாளிகையில். அதிகாலையில் பண்டிட்ஜி வந்துவிட்டார். வீட்டில் உள்ள பெரியவர்கள் ஆஜராகி இருந்தனர். ராத்தோட்களும், சிவ குடும்பத்தினர் மட்டுமே இங்கே இருந்தனர். இரண்டு தளங்களை முழுமையாக அவர்களுக்கு ஒதுக்கித் தந்தனர். அதில் ஒரு தளத்தில் அடுப்படி இருந்தது, தேவைப்பட்டதை அங்கே செய்து கொண்டனர்.

வீட்டின் பூஜை அறைப் பகுதியில் கணபதியை அழைக்கும் சடங்கு நடந்தது. கணபதி என்றிடக் கலங்கிடும் வல்வினை. விக்னஹர்தா இருக்கையில், தடைகளைத் தகர்த்து வெற்றியைத் தந்திடுவார்.

ரகுவீரை அமரவைத்து, கணபதியின் சிலையை வைத்து முறைப்படி பூஜை செய்தனர். அடுத்து ஜானகியைக் கூட்டி வந்தனர். ரகுவீர் பார்த்தவுடன் அதிர்ச்சி அடைந்தான். பின்னே, நம் பெண்ணரசி அழகான சேலைக் கட்டில் அம்சமாக இருந்தாள், ஆசையாக முகம் பார்க்க ஏங்கும் போது,

ராஜஸ்தானிகளைப் போல் முழுதாக மறைத்து முக்காடு இட்டிருந்தாள்.

லட்டு கிடைக்காத சிறுவன் போல் எல்லோரிடமும் சண்டைக் கட்டி ஏறிக் கொண்டிருந்தான் ரகுவீர். ஜானகிக்கு, சிரிப்புத் தாங்கவில்லை, அவள் குலுங்கிச் சிரிப்பதைக் கண்ட ரகுவீர், சிரித்த முகத்தைப் பார்க்க, கொள்ளை ஆசைப்பட்டான்.ஜானகி அமர்ந்து கணபதி பூஜை, நம்ம ஊர் கணபதி ஹோமம் செய்தாள்.அடுத்துக் கிரகச் சாந்திப் பூஜை , கிடைத்த நேரத்தில் ஜானகி யை ஓரங்கட்டிய ரகுவீர்," அவள் முகத் திரையைத் தூக்கப் போனான்"

அவசரமாகத் தடுத்த ஜானகி,"வீருஜி, பெரியவங்க சொல்வதில்,ஏதாவது அர்த்தம் இருக்கும், எனக்காகக் காத்திருங்கள். அதற்குப் பிறகு வாழ்க்கை-யில் நல்லா இருப்போமென்றால் ஏன் கூடாது." என்றாள்.

அவளின் நம்பிக்கையில் அவனும் நம்பிக்கை வைத்தான். "சரிடி, நீ சொல்கிறதுக்காகச் சரின்னு சொல்றேன்" என ரகுவீரும் சம்மதித்து அடுத்தக் கிரகசாந்தி பூஜையில் அமர்ந்து, இந்த ஷாதி நன்றாக நடப்பதற்காக நந்தி-யெம்பெருமானை வணங்கினர்.

"அத்தை பத்திரிகை அடித்தவுடனே முதலில் குலதெய்வம் கோவிலில் பத்திரிகை வைப்போமே, இப்போது என்ன பண்றது" எனச் சிவகாமியிடம் கேட்டார் தெய்வா.

"ஒரு மஞ்சத்துணியில் காணிக்கையை முடிஞ்சுப் போடு, அதை வச்சு சண்முகத்துக்கிட்ட சின்னப் படம் இருக்கும், அதையும் வச்சு சாமி கும்-பிடுவோம்". என்றார்.அதன்படி சிவகுரு குடும்பமும், பொங்கல் வைத்துப் படைத்து, அழைப்பிதழ் வைத்துக் கும்பிட்டனர்.

முதல் அழைப்பிதழைக் குலதெய்வத்துக்கு வைத்து விட்டு, அடுத்து தாய்மாமன் வீட்டுக்கு, அவர்கள் தங்கியிருப்பதே, ராத்தோட் மேன்சன் என்-பதால், (முதலில் தாதாஷா, தாதிஷாவிற்குத் தாத்தா அப்பத்தா தாம்பூலத்தில் பழங்கள் ஸ்வீட் வைத்து, வெற்றிலைப் பாக்குப் பணம் ஒரு கட்டு வைத்து, வெள்ளிக் குங்குமச் சிமிழில் குங்குமம் வைத்து, "எங்கள் மகன் வழிப் பேத்திக்குக் கல்யாணம் வைத்திருக்கிறோம், வந்து சிறப்பித்துக் கொடுங்கள்" எனக் கூறி நீட்டினர். அவர்களும் சந்தோஷமாகப் பெற்றுக் கொண்டனர்.

அதேபோல் தட்டை, ராகினி சிவகுரு, ராஜேன்-ஷப்னம், கஜேன்-ஸர்-குன், அமரேன்-பூனத்திற்கும் வைத்து முறைப்படி அழைத்தனர். ஹரிணி அமர்சிங் ஜோடிக்கும் பத்திரிகை வைத்தனர். முருகானந்தம்-சுந்தரவள்ளி, மகன்கள் சங்கரப் பாண்டி,சந்தனப் பாண்டி ஆகியோருக்கும் பணம்-பாக்கு வைத்தனர்.

ராத்தோட்ஸ், சௌஹான் குடும்பத்துக்கு ந்யோதா- அழைப்பிதழ் வைக்கச் செல்லும் முன், தமிழ் முறைப்படி முகூர்த்தக் கால் ஊன்றினார்கள்.

மாப்பிள்ளை வீட்டினரையும் அழைத்து, வீட்டின் நுழைவாயில் பகுதியில், சிமிண்டைப் பெயர்த்து, ஓர் குழி தோண்டினர், அதில் நவரத்தினம் நவதா-

னியங்கள் போட்டு, மூங்கில் கம்பில் வெள்ளைக் காவி பட்டை அடித்து, மாவிலை கட்டி , ரகுவீர், ஹரிணி,சங்கரப்பாண்டி அவன் மனைவி , சிவகாமிப் பாட்டி, அமிர்தா, ஹாசினி எனக் கலவையாக ஏழு பேர் பிடிக்க முகூர்த்தக் கால் ஊன்றினர். பால் ஊற்றி பூ,சந்தனம், குங்குமமும் வைத்தனர்.

முகூர்த்த நெல் அள்ளிப் போடும் சடங்கு. இதிலும் அப்பத்தா சிவகாமியின் வழிகாட்டலில் மூன்று பானைகள் வரிசையாக வைக்கப்பட்டு, அரிசி அள்ளிப் போட சொன்னார். ஜானகி முதலில் செய்யட்டும் என ரகுவீர் சொல்லவும், அன்னபூரணி தாயை நினைத்து ஜானகி ஒவ்வொரு பானையிலும் மூன்று கை அரிசி அள்ளிப் போட்டால். அதைப் பார்த்துப் படித்து ரகுவீர் அதே போல் செய்தான். அவனைத் தொடர்ந்து, குடும்ப உறுப்பினர்கள் அனைவரையும் பானை நிறைத்து வழிய அரிசி அள்ளிப் போட்டனர்.

அப்பத்தா இதற்கான விளக்கத்தைச் சொல்ல, ராகினி மொழி பெயர்த்தார்.

ராத்தோட்ஸ், சௌஹான் செகாவத்,டாக்கூர் குடும்பங்களுக்கு அழைப்பிதழ் வைக்கக் கிளம்பினர்.

சுந்தரவள்ளி, மாலையில் ஜானகிக்கு நாள் வைப்பதற்காகத் தேவையான சீர் வாங்க, குடும்பத்தோடு வெளியே சென்றார்.

சிவமாளிகை குடும்பத்தினர் மட்டும் இருக்க, அவர்களோடு மேல் தளத்தில் இருந்தால் ஜானகி. ரகுவீர் லேப்டாப்புடன், அமுதன், பாலனிடம் வந்து அமர்ந்து கொண்டான்.முக்காடு இல்லாமல், இயல்பாக இருப்பவள், ரகுவீர் சத்தம் கேட்கவும், அவசரமாகத் துப்பட்டாவைப் போட்டுக் கொள்வாள். காலையில் இருந்து அவர்களுக்கு மத்தியில் இந்த விளையாட்டு நடந்து கொண்டிருக்கிறது.

ரகுவீர் வேண்டு மென்றே சத்தமில்லாமல் வந்து நிற்பான். சில நேரம் குரல் மட்டும் கொடுத்து, வராமல் இருப்பான். விதவிதமாக அவளை வம்பிலுத்து, எந்நேரமும் அவனைப் பற்றியே ஜானகியை யோசிக்க வைத்தான். வீட்டில் அனைவருக்கும் அவர்களின்,இந்த விளையாட்டுத் தெரியும், அவ்வப்போது, அவர்களும் இதில் கலந்துக் கொள்வார்கள். சாதாரணமாகத் துப்பட்டாவைத் தூக்கி அலைவதையே விரும்பாதவள் ஜானகி. இது பெரும் அவஸ்தையாக இருந்தது.

ஓரிடத்தில் ரகுவீர் அவளிடம் தனியாக மாட்டினான், இருவரும் திரும்பி நின்றுக் கொண்டனர். வைத்து வகையாகச் செய்தால் ஜானகி, "வீரூஜி நான் தான் தோற்றுப் போனேன், என் முகத்தைப் பார்த்துக்குங்க நீங்க." என்றாள்.

"அதெல்லாம் முடியாது, தாதிஷா கட்டளை மீற மாட்டேன். மாஷா என் மேல் கோபப்பட்டு எமோசனல் ஆகி நோ சான்ஸ்." என்றான்.

இப்படியே பேச்சுக் கொடுத்துக் கொண்டே, சங்கரப்பாண்டி மகள்,லிப்ஸ்டிக் போட்டு விட்டு வைத்துச் சென்றதை தன் இரு விரல்களில் உதடு போல்

வரைந்தவள், அவன் முன்னாடி வரவும் கண்ணை இறுக்கி மூடிக் கொண்டான், காலையில் ப்ராமிஸ் வாங்கியது ஜானகி ஆச்சே. அவளுக்கும் தெரியும், அவன் பார்க்க மாட்டான் என்பது, எனவே முக்காட்டோடு வந்தவள், லிப்ஸ்டிக் விரலை அவன் முகத்தை உயர்த்துவது போல் பாவனைச் செய்து கழுத்தில் பதித்து விட்டாள், சாதாரணமாகப் பார்த்தால் தெரியாது, அவன் திரும்பும் போது தெரியும்.

"இனிமே என்னை டார்ச்சர் பண்ணுவிங்களா சும்மா சும்மா வரக் கூடாது" என மிரட்டி விட்டு நகர்ந்தாள்.

பழைய ஜானகி திரும்பி வரும் திருப்தியுடன் ஹாலுக்கு வந்தான், தெய்வாவிடம் திக்கித் திணறி, அவருக்குப் புரிய வைத்துப் பேசி விட்டுக் கிளம்பும் போது,"தம்பி" எனத் தெய்வா அழைக்க, அவனுக்குப் பின்னால் நின்று ஜானகி" உஸ்" என உதட்டின் மேல் விரல் வைத்துச் சைகை செய்தாள். இத்தனை நாள் கழித்து மகளின் உற்சாகம் பார்த்து தெய்வா அமைதியானாள்.

ரகுவீர் திரும்பி என்னவெனக் கேட்கவும், "குச் நஹி" என்றார். ரகுவீர் அவர் ஹிந்தியில் சிரித்து நகர்ந்தான். எதிரே வந்தவர் எல்லாம் ஏதோ சொல்லப் போக, ஜானகி பின்னால் இருந்து அபிநயம் பிடிப்பாள்.

ரகுவீர், லேப்டாப்பை தன் அறையில் வைத்து விட்டு, மதிய உணவுக்குக் கீழே வந்த நேரம், பத்திரிகை வைக்கச் சென்றவர்கள் வந்திருந்தனர். எல்லாரும் அப்பாடா என ஆசுவாசப் படுத்திக் கொண்டிருந்த போது ஷப்னம் தான் முதலில் ரகுவீர் கழுத்தில் லிப்ஸ்டிக் கரையைப் பார்த்தார்.

"ரகுவி, என்ன சொன்னாலும் கேட்க மாட்டேங்கிற, உன் நன்மைக்குத் தானே சொல்றேன். சில ரீத்தி ரிவாஸ் பெரியவர்கள் சொல்றதைக் கேட்டா என்ன?" என்றார் ஷப்னம்.

"மாஷா, நான் என்ன பண்ணேன்"என்றான் ரகுவீர். " இங்க பாரு, பூனம் உன் பாஞ்சாவுக்கு நீயே சொல்லு" என்றார் ஷப்னம்.

"ரகுவீர், இது சரியில்லை, உன் லக்கு, ஜானி இதே வீட்டில் இருக்கா. நாங்கல்லாம் ஷாதி பேசிட்டா குறைந்தது 21 நாள் பார்த்துக்கொள்ள மாட்டோம். இரண்டு நாள் பொறுத்துக்கொள்ள ரகுவீ" என்றார் பூனம்.

ஸர்குன் வந்தவர்," ரகுவி, நீ என்ன ரன்வீர் மாதிரி விளையாட்டுப் பிள்ளையா, நீயே இப்படிப் பண்ணுனா, உன் தம்பிகள் எப்படிக் கேட்பார்கள்" என்றார்.

'இவன் இதற்குச் சரிப்பட்டு வரமாட்டான்' என்ற வடிவேல் ஜோக் மாதிரி எதுக்குன்னு தெரியாமல் அம்மாக்களிடம் திட்டு வாங்கிக் கொண்டிருந்தான். ஜானகி உற்சாகமாக அவள் அறையில் கதவை நீக்கி வைத்து, ரகுவீர் திட்டு வாங்குவதை ரசித்துக் கொண்டிருந்தாள். மயூரி, மஞ்சரி கதவைத் தள்ளிக் கொண்டு வந்தனர். இவள் சிரிப்பையும், ரகுவீர் திருடன் போல் உட்கார்ந்து இருப்பதைப் பார்த்த மயூரி, " ஜானி என்னடி செய்த" என்றாள்.

" நான் என்ன செய்தேன். ஒண்ணுமே இல்லையே" என்றாள். மஞ்சரி வெளியே காதைத் தீட்டிக் கேட்டவள், ஆர்வம் தாங்காமல் நேரே என்னவெனத் தன் மாமிஷாக்களிடம் கேட்டாள்.

"நீதானே கேளு உன் ஜேட்ஷாவை" என அவனை நோக்கி பூனம் கைக் காட்டினார். கழுத்தில் லிப்ஸ்டிக் தடம் பார்த்துச் சிரித்தாள் அதற்குள் டோட்டல் குடும்பமும், சிவமாளிகை வாசிகளும் சிரிப்போடு வந்தனர்.

ராகினி தான் "எல்லாரும் சும்மா இருங்க, என் வீரு சொன்ன வாக்கு மீற மாட்டான். இது அவள் வேலையாக இருக்கும்" என்றார்.

" என்ன புவாஷா, எது" என்றான். ஒரு கண்ணாடியைக் கொண்டு வந்து காட்டினாள் மஞ்சரி."இது" என. ரகுவீர் அப்போது தான் பார்த்தான், "மாஷா, சத்தியமா இது எப்படி வந்ததுன்னு தெரியாது. ' என்றான்.

ஜானகி அப்போது தான் வெளியே வந்தவள், "மாஷா நான் முக்காடு போட்டுக்கிட்டே தான் இருக்கிறேன். வீருஜி பக்கத்தில் போறதே இல்லை. இதென்ன லிப்ஸ்டிக் கரை. யாரு குடுத்தான்னு கேளுங்கள்" என்றாள் சிணுங்கியபடி.

"ஜேட்ஷா ,நீங்க நிஜமாகவே ஏகபத்தினி விரதன். ஜானியைத் தவிர யாரையும் பார்க்கமாட்டீங்னு பார்த்தால், இது என்ன என் பஹன்ஷா வை ஏமாத்துறீங்க" என்றாள் மஞ்சரி.

"மாஷா, உங்கள் பஹூ இரண்டும் சரியான சீட்டர்ஸ் நம்பாதீர்கள். ராஜ் சொல்றா " என்றான் ரகுவீர்.

" ஆமாம் எனக்குக் கூடச் சந்தேகம் தான்" என ராஜ் சொல்லவும், மஞ்சரி, "என்ன சந்தேகம்,யார்கிட்ட போய்க் கழுத்தில் வாங்குனாருன்னு கேள்" என்றாள்.

"மாமிஷா, ஒன்னு ஜேட்ஷா,ஜானகிட்ட லிப்ஸ்டிக் கரை வாங்கி இருந்தால், நமது சடங்கை மீறி இருக்கிறார். இல்லை ஜானகி இல்லைனா, வரம்பையே மீறி இருக்கிறார். பதில் சொல்லுங்க" என்றாள் மஞ்சரி.

ஜானகி முக்காட்டுக்குள் சிரித்தாள். மயூரி இடைப் புகுந்து, "எங்கள் பய்யா அப்படிக் கிடையாது. நீங்க தான் ஏதோ செய்றீங்க" என்றாள்.அமுதன் பாலன் கணேஷ் முதற்கொண்டு அமைதியாக இருந்தனர்.

ராஜேன், கஜேன், அமரேன்," ரகுவீ, சின்ன வயதில் எல்லாம் நடக்கிறது தான். இனிமே ஜானியைப் பார்க்காத" எனத் தீர்ப்பு தந்தனர்.

ரகுவீர், ஜானகியையே பார்த்தவன், அவள் சிரிப்பைக் கண்டு கொண்டான். அவள் கையைப் பார்த்தவன் " மாஷா, உங்கள் பஹூராணி கையில் எறும்பு ஊறுகிறது தட்டி விடுங்க" என்றான்.

ஷப்னம் பதறி," எங்கடா" எனக் கையைப் பிடிக்க, லிப்ஸ்டிக் கரை அவள் கைகளில் இருந்தது. "மாஷா, அதே லிப்ஸ்டிக் கரை தான் இங்கயுமா, பார்த்துச் சொல்லுங்கள்" என்றான் ரகுவீர்." சோரி ஔர் சோர்னி பகட்கையீ" என்றான் ரகுவீர்.

" ஜானி, எதற்கு இப்படிச் செஞ்ச" என்றார் ஷப்னம்.

" மாஷா, உங்கள் லாட்லா என்னை என்ன பண்றார் தெரியுமா, நானே இந்த வெயிலில் கஷ்டப்பட்டு முக்காடு போட்டிருக்கிறேன். கொஞ்சம் நேரம் ப்ரீயா முக்காடு இல்லாமல் இருக்க விடமாட்டேங்குறார். சத்தமா பேசுவார், நான் வேகமாப் போடுவேன் இவர் வேற பக்கம் போறது, இல்லைனா சத்தமே இல்லாமல் வந்து நிற்கிறது. நான் என்ன பண்றது சொல்லுங்கள்" என யசோதையிடம் முறையிடும் ராதையாக மாறினாள்.

"ரகுவீ, என் பஹூவை ஏன் இப்படிக் கலாட்டா பண்ற, உனக்காகத் தானே முக்காடு போட்டு இருக்கா" என்றார் ஷப்னம். "மாஷா, கேட்டு சொல்லுங்க, நான் இரண்டு நாள் பல்லா மாமாஜீ வீட்டில் இருந்துக்குறேன். இல்லைனா ஏதாவது சர்வீஸ் ஹவுஸ் பாருங்கள் அப்பா" எனச் சிவகுருவிடம் தாவினாள்.

" அதெல்லாம் முடியாது ஜான்வி, நீ கொஞ்சம் அட்ஜஸ்ட் பண்ணிக்கோ" என்றான் ரகுவீர்.

"யாராவது எனக்குச் சப்போர்ட் பண்றீங்களா? உங்கள் ஷாதி பொண்ணு வீட்டில் தானே நடக்கும், அப்பச் சிறுமலைக்கு வந்து பொண்ணு கட்டுங்கள். இல்லைனா இப்படியே இருந்துட்டுப் போகிறேன். சம்முப்பா நம்ம வீட்டுக்கு கூட்டிட்டு போங்க" என ட்ராக் மாறி எமோசனல் ஆனாள்.

"ஜான்வி, செஞ்ச தப்பை மறைக்க நல்ல ட்ரிக் தான்." என்றான் ரகுவீர்.

"ஆமாம் உங்களுக்கு ட்ரிக்காகத் தான் தெரியும். எனக்குத் தலை எல்லாம் வலிக்கிறது போங்க வீருஜி" என்றபடி அறைக்குச் சென்று கதவைத் தாழிட்டாள்.

"ஜானு, ஜானும்மா கதவைத் திறடா. மாப்பிள்ளை சும்மா விளையாட்டுக்கு செய்கிறதுக்குக் கோபப்படலாமா" எனப் பின்னாடியே போய்ச் சமாதானம் பேசிக் கொண்டிருந்தார் சிவகுரு.

" ரகுவி, நீ வா சாப்பிட, அவள் ஒரு பாகல் கைகி, அவங்க அப்பா தான் அவளுக்குச் சரி" என ராகினி ரகுவீரை சாப்பிட அழைத்தார்.

" நீ உன் வீருவுக்கே சப்போர்ட் பண்ணு, அவளுக்கு முக்காடுப் போட்டே பழக்கம் இல்லை, பாவம்டா ஜானி. நீ என்ன பண்ணுவியோ தெரியாது. அவள் சமாதானம் ஆகனும்" என்றார் ஷப்னம்.

ரகுவீர், அவள் உள்ளே சென்று கதவை அடைத்ததில் பயந்து கொண்டிருந்தான். வேகமாக அந்த அறையை நோக்கிச் சென்றவன் ஜானகியைக் கூப்பிட்டான். அமுதனும் வந்து கதவைத் தட்டினான். அவள் சத்தமே கொடுக்கவில்லை.

" ரகுவீ, அவள் வேணும்னு செய்வா" என்றார் ராகினி. சிவகுருவுக்குக் கோபம் வந்தது. அவர் பேசும் முன் ரகுவீர் கத்தினான். "புரியாமல் பேசாதீர்கள் புவாஷா, அவளை இப்படி விடக் கூடாது" எனப் பதறியவன் கதவு சாவி துவாரம் வழியாகப் பார்க்க முயன்றான்.

" ஜான்வி கதவைத் திறடி இலாலைனா கதவை உடைப்பேன்" என எச்சரித்தான். பதில் இல்லை.

" பூஃபாஷா அந்தப் பக்கம் பெரிய விண்டோ இருக்குது" எனப் பதறியவன் கதவை பலம் கொண்ட மட்டும் இடிக்க ஆரம்பித்தான். ஸ்பேர் கீ கொண்டு திறந்தாலும் உள் தாழ்ப்பாள் போட்டிருந்தாள். ஜானு, ஜானும்மா என மாமனார் மருமகன் கதறி விட்டனர்.

ரகுவீர் மோதுவதைப் பார்த்து அமுதன், ராஜ்வீர், பாலன் எல்லாரும் அவனோடு சேர்ந்து மோதக் கதவு திறந்து கொண்டது. உள்ளே கட்டிலுக்கு முன்னால் ஜானகி மயக்கமாக முக்காடு போர்த்தியபடி கிடந்தாள்.

அவளைப் பார்த்து ரகுவீர் ஒரே தாவில் அவளருகில் சென்று, அவளைத் தூக்கி மடியில் கிடத்தினான். சிவகுரு அருகில் வந்து மகளைத் தாங்கிக் கொண்டவர், "மாப்பிள்ளை நகருங்கள், கண் முழிக்கும் போது உங்களைப் பார்த்தால் அதுக்கும் சங்கடப்படுவா" என மகளைத் தன் மடியில் ஏந்திக் கொண்டார். சுற்றி நின்றவர்களை நான் பார்த்துக்குறேன் ப்ளீஸ் என்றார்.

அமுதன் தண்ணீர் எடுத்து வந்து நீட்டவும், அதனைத் தொட்டு மகளின் கண்களைத் துடைத்தார். "ஜானும்மா ஜானு அப்பாவை பாருடா" எனக் கன்னம் தட்டி எழுப்பினார். ரகுவீர் அவள் கண் பார்வையிலிருந்து மறைந்து நின்றான். ராகினி பிரம்மை பிடித்தது போல் நின்றார்.

அப்பத்தா மற்றும் தெய்வா அறைக்குள் வந்தார்கள், சிவகாமி சிவகுருவிடமிருந்து ஜானகியைத் தன் மடிக்கு மாற்றிக் கொண்டு, கொஞ்சம் தண்ணீர் எடுத்து சடக்கென முகத்தில் அடித்தார். ஜானகி கண்ணை மூடியபடியே சுருக்கினாள், மற்றவர்களை ஒண்ணும் இல்லை போங்க எனச் சைகை காட்டி அனுப்பி விட்டு தன் சேலைத் தலைப்புக் கொண்டு அவள் முகம் துடைத்தார். அப்பத்தாவின் ஸ்பரிசம் அவளை எட்டியது. மெல்லக் கண் விழித்தாள் ஜானகி.அவசரமாக முக்காட்டைத் தேடினாள்.

"கிறுக்குப் பய மகளே அதை விடு. நானும் போனால் போகுதுன்னு பார்த்தால் ரொம்பப் பண்றீங்க. ஆத்தா தெய்வா, நல்ல கத்தரிக்காய் முருங்கைக் காய் காரக் குழம்பு, அப்பளம் இன்னைக்கு வச்ச கூட்டு எல்லாம் வச்சுத் தட்டில் எடுத்துட்டு வா. சாப்பிடாமல் கிடந்தால் மயக்கம் போட்டு விழாமல் என்ன செய்வாங்க." எனக் கொஞ்சம் தண்ணீரைக் கொடுத்துப் பருக வைத்தார். கொஞ்சம் தெளிந்தவள், தலை வலித்தது, தலை சுற்றி விழுந்துட்டேனோ என யோசித்தாள்.

அவளை எழுப்பி ஷோபாவில் உட்கார வைத்து தானும் உட்கார்ந்தவர், "ஆமாம் மாப்பிள்ளை கழுத்தில் நீயா லிஸ்பிக்கை வரைஞ்ச" என்றார்.

"அப்பத்தா, அது லிப்ஸ்டிக், நான் தான் வரைஞ்சேன் நீ பார்த்தியா" எனக் கேட்டாள். " எனக்குச் சந்தேகமா இருக்கே, கைல வரைஞ்சியா இல்லை..." என அப்பத்தா இழுக்கவும். " நீ ஒரு விவஸ்தை கெட்ட அப்-

பத்தா, பேத்திக் கிட்ட எதைப் பேசனும்னு தெரியாது" என்றாள் ஜானகி.

தெய்வா கொண்டு வந்ததை , ஊர்க் கதையெல்லாம் சொல்லி, பேத்தியைச் சாப்பிட வைத்தார்.

" நீ மாத்திரையைப் போட்டப் பிறகு மாடிக்கு போயிடுவோம். நம்ம இருக்கிற இரண்டு மாடியும் பொண்ணு வீட்டுக்கு. சமையல் சாப்பாடு, விசேசம் எல்லாம் தனித் தனியா வச்சுக்குவோம். நீயும் நானும் மட்டும் அங்கேயே இருந்துக்குவோம் சரியா?" என்றார் சிவகாமி.

" இந்த டீல் நல்லா இருக்கு, அப்போ இந்த முக்காடு வேண்டாம்" என்றாள்.

" ஆமாம் வேண்டாம், மாப்பிள்ளை யையும் பார்க்க வரக்கூடாதுன்னு சொல்லிடுவோம்." எனச் சிவகாமி சொல்லவும் பேத்திக்கு முகம் போன போக்கு சரியில்லை.

" அடியே, இரண்டு நாள் பார்க்காமல் இருந்து தவித்த பிறகு பார்க்கிறது சுவாரஸ்யமா இருக்கும். நீயும் அனுபவி. நமக்குன்னு கெத்து வேண்டாமா, இனிப்பே திண்ணுகிட்டு இருந்தால் திகட்டும். அப்பப்ப மிளகாய் வேண்டும்" என அப்பத்தா வாழ்க்கை பாடம் நடத்தினார் பேத்திக்கு.

சிவகாமி, மயூராதேவியிடம் சொல்லி விட்டு, பேத்தியை தன்னுடன் இருத்திக் கொண்டார். அவர் சென்ற பின்னர்த் தலையைப் பிடித்துக் கொண்டிருந்த ரகுவீரிடம் வீட்டினர் பேசினர்.அவனும் மௌனம் கலைத்து, கடத்தலின் விளைவாக மனபாதிப்பு ஏற்பட்டு உள்ளது எனத் தெரிவித்தான்.

" அப்ப ஷாதியை தள்ளி வைப்பமா ரகுவி என்றார் "ஷப்னம்.

"இல்லை மாஷா, கட்டாயம் ஷாதி நடக்கவேண்டும், அதுதான் அவளை மாற்றும் மருந்து. இப்ப நான் அவளை விட்டுட்டா எப்பவுமே எனக்குக் கிடைக்கவே மாட்டாள்" என்றான்.

"இப்ப என்ன செய்யலாம், மன அழுத்தம் இருக்கும் போது, இத்தனை சடங்குகள் தேவையா. அதிகப்படியா தெரியுது ரகுவி" என்றார் ராஜேன்.

"பாயீஷா சொல்றதும் சரிதான் ரகுவி, முக்கியமான சடங்கு மட்டும் செய்வோம்" என்றார் கஜேன். "ஜானி, ஹெல்த்தை விட வேற எதுவுமே முக்கியம் இல்லை ரகுவி, அவளைக் கஷ்டப்படுத்தி எதற்குச் செய்யனும்" என்றார் அமரேன்.

"நான் டாக்டரை கேட்டு தான் செய்தேன் பாபுஷா, தன்னை மறந்து இந்த நிகழ்ச்சியில் கலந்துகிட்டா அவளுடைய தற்போதைய மனநிலை மாறுமென்று நினைத்தேன்" என்றான் ரகுவீர்.

சிவகுரு பேசினார்,"மாப்பிள்ளை சொல்றது எனக்கும் சரின்னு படுது சம்பந்தி, கொஞ்சம் ஸ்ரஸ்ஸை குறைபாபோம், கட்டுப்பாட்டைத் தளர்த்தலாம். நான் மாடியில் வச்சுக்குறேன் நீங்க கீழே இருங்கள். எங்கள் அம்மா பேசியே சமாளிப்பார்கள். அவர்கள் வளர்ப்பு ஜானகி, அதனால் அவர்கள் ஹேண்டில் பண்ணிக்குவாங்க, நம்ம மற்ற வேலையைப் பார்ப்போம். அவள் வரவேண்டிய

கட்டாயம் இருந்தால் கூப்பிட்டுக்குவோம்." என்றார்.

ராகினி அப்படியே இருந்தவரிடம் வந்த சிவகுரு, "சாப்பாடு எடுத்து-வைமா" என்றார்." சிவா நான் நல்ல அம்மா இல்லையா, என் மகள் எப்-படி இருக்கானானு கூட எனக்குத் தெரியலையே, உங்ககிட்ட அத்தை கிட்ட எப்படி இருக்கா, என்கிட்ட அதுமாதிரி ஏன் இல்லை" என்றார் ராகினி.

" ஏன்னா ஜானும்மாவோ அமுதனோ நீ அவர்களுக்கு அம்மாவா பார்த்-துக்கிட்டதை விட, அவர்கள் உன்னை மகளாட்டம், நீ மனசு கஷ்டப்படக் கூடாது, உன்னைச் சந்தோஷமா வச்சுக்கனும்னு யோசித்தார்கள். நீ உன் அம்மா வீட்டில் இருப்பது தான் அதற்கான நிரூபணம்." என்றார் சிவகுரு.

" நான் என் பிறந்த வீட்டு ஏக்கத்தை அவ்வளவு காட்டிட்டேனா?" என்-றார் ராகினி.

"இல்லை மா, நீ எங்கள் மத்தியில் இருக்கும் போது சங்கடப்படக் கூடா-தென்று, நாங்கள் உன்னைப் பார்த்துக்கொண்டோம்" என்றார் சிவகுரு.

" புவாஷா, சாரி உங்கமேலேயே கோபப் பட்டுட்டேன்" என வருந்தி-னான்.

"இல்லை வீரு, நீ இந்தச் சொற்ப நாட்களில் அவளைப் புரிஞ்கிட்டது அளவு கூட நான் புரிஞ்சுக்கலை" என ராகினி ஆதங்கப்பட்டார்.

"உன் சோகத்தைக் காட்டாத ஸ்வர்னி, மாப்பிள்ளை இன்னும் சாப்பி-டலை, யார் யார் சாப்பிடாதவங்கன்னு பார்த்து கூட்டிட்டு வா. கல்யாண வீடு கலகலன்னு இருக்கவேண்டும்" என்றார் சிவகுரு. ஜானகி கல்யாணம் நடக்-கும் முன் வேறு ஏதேனும் தடை வருமா,அவளே தடையாகிப் போவாளா, எல்லாம் கடந்து ரகவீரின் ஜானகியாவது சாத்தியமா? பொறுத்திருந்து பார்ப்-போம்.

மனதின் வார்த்தை-57

இந்தியத் திருமணங்களில், தாய்மாமனுக்கு என்று முக்கியமான ஸ்தானம் வழங்கப்படுகிறது. ஆணோ,பெண்ணோ, அவர்களுடைய ஜாதகம் பார்க்க ஆரம்பித்திலிருந்து மாமனுக்கு விவரத்தைச் சொல்லிக் கொண்டே இருப்-பார்கள். தாய் மாமன் வீட்டில் முறைப் பையனோ, பெண்ணோ இருந்தால், அவர்கள் விருப்பம் அறிந்த பின்னர், சம்பந்தம் செய்யாத பட்சத்தில் தகுந்த காரணங்களைச் சொல்லி சமாதானம் செய்த பின்னரே வேறு பக்கம் பேசு-வார்கள்.

மாலை நேரம், 'மாய்ரா தஸ்தூர்' எனப்படும் மாமன் சீர் சேய்யச் சௌஹான்கள் வரும் முன்னர், ராத்தோட்ஸ், ராகினி குடும்பத்திற்கு, சம்பந்தி சுருள் எனத் தமிழில் சொல்லப்படும் பத்திரிகை வைத்து அழைத்தல் மற்றும் சிவகுருவுக்கு அவர்கள் ஜமாயீஷாவுக்கான அழைப்பிதழ் கொடுக்க வந்தனர்.

பெரியவர்கள் எல்லாரும், பரிசுப் பொருட்கள் கூடிய தட்டுடன், தாத்தா சிவபரங்கிரி அவர்களுக்குப் பத்திரிகை வைத்தனர். முறையாகச் சிவகுரு, சண்முகம் , முருகானந்தம் அவரது மகன்கள் என எல்லாருக்கும் வைத்தனர்.

மேல் தளத்தில், அத்தை முறைக்குச் சுந்தரவள்ளி ஜானகிக்குச் சீர் 'நாள்ட்' வைக்கிறார். இந்தச் சடங்குகளை ஜானகியின் உடல் நலம் கருதி சுருக்கமாகச் செய்கின்றனர்.

அமிர்தா, தூங்கி எழுந்த ஜானகியிடம் வந்து, அழகிய கத்திரிப்பூ அடர் வண்ணப்பட்டுப் படவையை உடுத்த சொன்னாள். அப்பத்தா சிவகாமி, ஜான-கிக்குத் தளரப் பின்னி தலை நிறைய மல்லிகைப் பூவை வைத்தார். அமிர்தா மிதமான ஒப்பனை செய்து அழகு ஓவியமாக ஜானகியை மாற்றினாள். குடை ஜிமிக்கி, நெக்லஸ் ஆரம் கை நிறைய வளையல்கள் எனத் தங்கத்தில் நிறைத்தனர். காலில் வெள்ளிக் கொலுசு அவள் நடையழகை ஜதி சொல்லி அறிவித்துக் கொண்டே வந்தது.

குடும்ப உறுப்பினர்கள் அனைவரும் கூடினர். சுந்தரவள்ளி சீர் பரப்பி விட்டு வந்தார். "என்ன வள்ளி ஊமை மாதிரி நின்னுகிட்டு எதற்கு வந்தி-ருக்கேன்னு சொல்லு " என்றார் சிவகாமி.

நாள் வைத்து சீரோடு சாப்பாடு செய்து போடுவது மாமன், அத்தை வீட்டுப் பழக்கம்.அதற்கும் வந்து முறையாக அழைத்துச் செல்ல வேண்டும். அதற்காகத் தான் சிவகாமி அப்படிக் கேட்டார்.

"என் அண்ணன் மகள் ஜானகிக்கு அத்தை முறை சீர் செய்ய வந்தி-ருக்கிறேன், அப்பா,அம்மா, அண்ணன், அண்ணி, தம்பி, தெய்வா மருமகப் புள்ளைங்களா எல்லாரும் வாங்க" என முறைப்படி அழைப்பு விடுத்தார்.

" அப்படி வாயைத் திறந்துச் சொல்லு, அப்பத்தானே எல்லாருக்கும் தெரியும்"

என்றார். சிவபரங்கிரி ஐயாவும்.

அதே நேரம், ராத்தோட்ஸ் அனைவரும் ரகுவீரை தவிர்த்து மற்றவர் மேலே வந்தனர். ஜானகிக்கான சீர் தட்டு, அதுவும் அவர்களைப் போலவே ரிப்பன் சுற்றி அழகாக வந்தது.அத்தை வைத்திருந்த சீருக்குப் பின்னால் அதனை வைத்தனர். சிவமாளிகைகாரர்களும் முறைப்படி வரவேற்றனர்.

சுந்தரவள்ளிக்கு முகம் சுருங்கியது, 'இத்தனை நாளாக நாம் முதல் உரி-மையாகச் செய்தோம்,இப்போது இவர்கள் வந்து விட்டனரே ' என மனதில் நினைத்தார். ராகினக்கு நாத்தனாரின் மன ஓட்டம் புரிந்தது. ஜானகியைக் கண்ட ராத்தோட்கள் அவளின் தமிழ் பெண் அலங்காரத்தில் அசந்தனர்.

மேல் தளத்து ஹாலில், நடுவில் சேர் போடப்பட்டு அதற்கு முன்னால் தட்டுகள் அடுக்கப்பட்டிருந்தது. ஆலயத்தில் கொழுவிருக்கும் அழகுச் சிலை-யென ஜானகி வீற்றிருந்தாள்.

தாதிஷா முன்னால் வந்து 'காலாடீக்கா' தன் கண் மையில் தொட்டு காதுக்குப் பின்புறம் வைத்தார்.மாமன் வீடு வரும் போது அவர்களுக்குத்தான்

முன்னுரிமை, இது காலம் காலமான நடை முறை.

தாதிஷா, சுந்தரவள்ளியின் முகத்தைப் பார்த்து, சூழ்நிலை அறிந்து கொண்டார். " ஸ்வரு, உன் நாத்தனார் முதல் முறையைச் செய்யட்டும், இவ்வளவு நாள் ஜானிக்கு மாமன் முறையை அவர்கள் தானே செய்தார்கள். நாங்கள் இல்லாத குறையைத் தீர்த்த உன் நாத்தனார், அவர் கணவருக்குக் கடமைப் பட்டு இருக்கிறோம்." என்றார்.

ராகினி தன் தாய் சொன்னதை மொழிப் பெயர்த்தார். அத்தையம்மாவும் சந்தோஷமாக வந்தார். முருகானந்தம் வந்து ரோஜாப்பூ மாலையைப் போட்டார். சுந்தரவள்ளி சந்தனத்தைத் தொட்டு ஜானகியின் கையில் நலுங்கிட்டு, இரு கன்னங்களிலும் தடவினார். குங்குமத்தை நெற்றியில் வைத்து விட்டு, தாம்பூலத் தட்டைத் தூக்கி ஜானகி கைத் தொடவும், தெய்வா வந்து வாங்கிக் கொண்டார்.

அவள் தலையில் அட்சதை தூவி, "ஜானகியம்மா, நிறைஞ்ச வாழ்க்கை வாழனும்" பட்டுச் சேலை ஒரு நெக்லஸ் வைத்துக் கொடுத்தனர், அத்தையும் மாமனும். அடுத்துச் சங்கரப் பாண்டி மனைவியுடன் வந்தான். அவன் மனைவி கவிதா நலங்கு வைத்தாள். சீர் தட்டிலிருந்த வெள்ளிக் குத்துவிளக்கு இரண்டை அவளுக்குப் பரிசாகத் தந்தனர்.

"ஜானகி, இனிமே எங்களை வம்பிலுக்க உனக்கு நேரம் இருக்காது, அது தான் தம்பி வந்துட்டாரில்லை. " என்றான் பாண்டி.

" அத்தான், அப்படியெல்லாம் சந்தோஷப் படாதீர்கள். வீருஜி வேலைனு வந்துட்டா, இராத்திரி பகல் பார்க்காமல் செய்வாங்க. வீட்டுக்கு வர்றதுக்கு 11மணியாகும். அதுவரை எனக்குப் பொழுது போகனுமே கட்டாயம் போன் பண்ணுவேன்" என்றாள் ஜானகி. எல்லாரும் சிரித்தனர்.

பாலன்," அத்தான், ஜானகியை பிஸியா வச்சுக்கச் சொல்லி , ரகுவீர் அத்தான் கூட டீல் போட்டுடுங்க" என்றான்.

அடுத்து சந்தன பாண்டி அவன் மனைவி சித்ரா வந்து நலுங்கு வைத்தனர். மற்ற வெள்ளிப் பொருட்கள் உள்ள தட்டை தூக்கிக் கொடுத்து விட்டு, "பாலா, நாங்கள் தட்டில், நுழைந்தால் உன் தங்கச்சி கோலத்தில் நுழைவாளே" எனக் கலாய்த்தான்.

அடுத்து ராத்தோட்கள், இதே போல் சந்தனம் தடவி நலங்கு வைத்தனர்.ஷப்னம், ஜானகிக்கு முத்தம் கொடுத்தவர், "யார் கண்ணும் படாமல் இருக்கனும் என் பஹுராணிக்கு" எனக் கண் கலங்கினார்.

அதிர்க்குப் பின் கஜேந்தர்,ஸர்குன், நலங்கு பூசி, அவளுக்கென டிசைன் செய்யப்பட்ட லஹங்காவைக் கொடுத்து, அதற்கேற்ற நகைகளும் இருந்தது."இது மெஹந்திக்கு போட்டுக்கனும், சரியா" என அவளை அணைத்துக் கொண்டனர்.

அமரேன் பூனம் சங்கீத் நிகழ்ச்சிக்கான வெஸ்டர்ன் கவுன் நகை கொடுத்தனர். அமரேனும் மருமகளுக்கு நலங்கு வைத்தார்.

"இதென்ன நீங்களுமா" எனப் பூனம் கேட்டார்.

" என்னுடைய டார்லிங்குக்கு நான் செய்யறேன், என்னடாம்மா" என்றார்.

கண்கள் பனிக்க, "ஆமாம் டார்லிங்க்" என்றாள் ஜானகி. மயூரி, அமிர்தாவையும் நலங்கு வைக்கச் சொன்னார்கள். அவர்கள் தங்கள் தோழிக்கு வைக்கும் போதே, மஞ்சரியும் வந்து சேர்ந்தாள்." நானும் வைப்பேன்" என நலங்கு வைத்துப் போட்டோ எடுத்துக் கொண்டனர்.

ரன்வீர் வந்து மாமன் வீட்டினர் வந்ததைச் சொல்லவும், ராத்தோட்ஸ் கிளம்பினர். கணேஷ் அனைத்தையும்,ரகுவீர் தந்த கேமராவில் படம் பிடித்தான். ஒவ்வொரு குடும்பமாக ஜானகியுடன் வைத்துப் போட்டோ எடுத்தான்.

மயூரி, அமுதன் இருக்குமிடம் வந்தாள், அவர்களுக்கு இடம் கொடுத்து பாலன் நகர்ந்தான். "அமுதன்" என மயூரி வந்தாள்.

அவளைத் தலை அசைவோடு வா என்றான். அவன் கையைப் பிடித்து மயூரி, "ஜானி சீக்கிரம் சரியாயிடுவா. பயப்படாதீங்க" என்றாள்.

" அவள் கஷ்டப்படுறதைப் பார்த்தும் ஒண்ணும் செய்ய முடியலை" எனக் கண்கலங்கினான்.

" நம்ம சப்போர்ட் தான் அவளுக்கு ரொம்ப முக்கியம். நீங்க மனசு விட்டுறாதீங்க." என அவனை அணைத்துச் சமாதானம் சொன்னாள்.

அவளோடு பேசிக் கொண்டு இருந்ததில் மனபாரம் குறைந்தது போல் உணர்ந்தான் அமுதன். மஞ்சரி வந்து, பூனம் கூப்பிடுவதாக மயூரியை அழைத்துச் சென்றாள்.

சிவகாமி, ராகினியிடம்," ஆத்தா நீ உன் மருமகனுக்கு அத்தை சீர் செஞ்சுட்டு வா. நாங்கள் ஜானகி கூட இருக்கிறோம்" என்றார்.

"சரிங்க அத்தை ,அதுக்குத் தான் எடுத்து வச்சிட்டு இருக்கிறேன். தெய்வாவும் தம்பியும் எங்களோடு வரட்டும் " எனத் தயக்கமாகக் கேட்டார்.

"ஆமாம் அவர்களும் கட்டாயம் கூட்டிட்டு போ. அடே பேராண்டிகளா, நீங்களும் போய்ட்டு வாங்க. இங்கே இருக்கிறவுகளை நான் பார்த்துக்கிறேன்." என்றார் சிவகாமி.

தெய்வா, "அத்தாச்சி இதை வாங்கிக்குங்க" எனச் சீட் தட்டை பிரித்துத் தந்தார். "இதை எங்கன கொண்டு போவேன்" என்றார் சுந்தர வள்ளி. "அதெல்லாம் முறைப்படி நாங்கள் செய்வோம் ,சித்ரா கவிதா வாங்க" என அவர்களுக்கும் தட்டைப் பிரித்துக் கொடுத்தார் தெய்வா.

ஜானகிக்கு ஆரத்தி எடுத்து, ஓய்வெடுக்கச் சொல்லி ரூமிற்கு அனுப்பி வைத்தனர். ஜானகி தூங்கி எழுந்தவள், சிந்திக்க நேரமின்றி நாள் வைக்கும் வைபவம் நிறைவேறியது.

மதியம் நடந்ததை நினைத்துப் பார்த்தாள், தான் எப்படி மயங்கினோம் என யோசித்தாள். கண்ணாடியில் தன் பிம்பத்தையும் சந்தனம் பூசிய கன்னத்தையும் பார்த்தாள். தன் கன்னத்தைப் பார்க்கவும், அன்று ராத்தோட்ஸ்

ஹவேலியில், இவர்கள் மஞ்சள் பூசி விளையாடியது ஞாபகம் வந்தது. அதையே ஒவ்வொன்றாக நினைத்த மோன நிலையிலிருந்தாள்.

அமிர்தாவின் அண்ணன் மக்கள் அங்கு உட்கார்ந்து இருந்தனர். ஜானகி மொபைலில் கேம் விளையாடிக் கொண்டிருந்தவர்கள், கைப்பட்டு ரகுவீருக்கு வீடியோ கால் போனது. ரகுவீர் ஜானகி பெயரைப் பார்க்கவும் ஆவலாக எடுத்தான்.

வீடியோவில், தேனு, மானு தான் தெரிந்தனர். திடீரென ரகுவீர் முகத்-தைப் பார்க்கவும், "ஐயோ சித்தப்பாடி" என்றாள் ஒருத்தி.

" ஆமாம்டி " என்றாள் மற்றொருத்தி.

" ஹாய் குட்டீஸ்" என ரகுவீர் கையை ஆட்டினான்.

"ஹாய்" என்றனர். இவர்களிடம் எந்த மொழியில் பேசுவது என அவன் யோசித்தபோது.

"ஹாய் சித்தா, யு ஆர் லுக்கிங் ஹேண்ட்சம்" என்றது தேனு.

" ஹாங், யு நோ,வாட் இஸ் ஹேண்ட்சம்" என்றான்.

" ம் தெரியுமே, ப்ரைடை ப்யூட்டின்னு சொன்னா, க்ரூமை ஹேண்ட்சம் சொல்லனும்" என ஆங்கிலத்தில் பேசினர்.

" ஓ அப்படியா, ஜானகி எங்கே, நீங்க அவளை எப்படிக் கூப்புடுவீங்க" எனக் கேட்டான்.

"ஜானகி இஸ் அவர் சித்தி, சோ யு ஆர் அவர் சித்தா" என்றனர்.

"ஒன் சீக்ரெட், ஜானகி சித்தி இஸ் ட்ரீமிங் அபௌட் யூ" என்றனர்.

ரகுவீர் கலகலவெனச் சிரித்தான்.

" நீங்க எப்படிக் கண்டுபிடிச்சிங்க" என்றான்.

" நாங்கள் சினிமாவில் பார்த்திருக்கிறோம், சித்தி கண்ணாடியில் பார்த்து சிரிச்சிகிட்டு இருக்கு" என்றனர்.

அந்த நேரம் உள்ளே வந்த அமிர்தா யாரிடம் பேசுறீங்க, அம்மா சாப்பிட கூப்பிடுறாங்க" என அனுப்பி விட்டுப் போனை வாங்கினாள். ரகுவீர் காலில் இருக்கவும், "என்ன அண்ணா, ஜானியை பார்க்கனுமா" என்றாள்.

" இல்லைமா வேண்டாம், அது யார் உன் அண்ணன் பொண்ணுங்களா?" என்றான்."ஆமாம், பேசினாளுங்களா செம வாய்" என்றாள்.

" ஆமாம் அவங்க சித்தி அளவுக்கு, என்னைக் கூட அது...என்ன... சித்தா ன்னு சொல்லிச்சிங்க. "என்றான்.

"உங்களை எப்படிக் கூப்பிடனும்னு கேட்டதுங்க, அம்மா சொன்னதை வச்சு சொல்லியிருக்குங்க. ஜானகிகிட்ட பேசினீங்களா?"

" ஜானு என்னை நினைச்சு ட்ரீமில் இருக்காலாம். நான் ஹேண்ட்சம்மா இருக்கேனாம் " எனச் சிரித்தான்.

" ஹிந்தி தெரியாதே, எப்படிப் பேசியதுங்க" என்றாள்.

" அம்ரூ, நல்லா இங்கிலீஸ் பேசுறாங்க" என்றான்.

" ஆமாம், அவங்க ஸ்கூலும் நல்லா டெவலப் ஆயிடுச்சு. ஜானி நிஜமாகவே ட்ரீம்ல தான் இருக்கா, நான் பேசுறது கூடக் கேட்கலை, காட்டவா" என்றாள்.

"இல்லைமா வேண்டாம் நேரா பார்க்கக்கூடாது. வைலட் சாரியில், பூவெல்லாம் வச்சு போட்டோ பார்த்துட்டேன். கணேஷ் ஸ்பான்சர்" எனச் சிரித்தான்.

"மாஷா கூப்பிடுறாங்க. மாமாஷா வந்திருப்பாங்க. டேக் கேர்" எனப் போனை கட் செய்தான்.

ராத்தோட்களின் முதல் சம்பந்தி, சௌஹான் குடும்பத்தினர், செகாவத் குடும்பத்தினர் வந்திருந்தனர். எல்லாரையும் ஹாலில் அமர்த்திப் பேசிக் கொண்டிருந்தனர்.

"ரகுவீர் ஷாதியை, இவ்வளவு அவசரமாக நடத்துவீங்கன்னு எதிர்பார்க்கவில்லை" என்றார் ப்ரத்விராஜ் சௌஹான் ரகுவீரின் நாநாஷா.

"மற்ற விஷேசங்களை வீட்டில் வைத்தாலும், பாராத் மண்டபத்துக்குப் போகட்டும், முகூர்த்தம் அங்கேயே வைக்கலாம், இது ஒன்று மட்டும் க்ராண்டாக நடக்கட்டும்" என்றார் மாமாஷா.

ராத்தோட்களுக்கு என்ன சொல்வது என்று தெரியவில்லை. " இது ரகுவியின் விருப்பம்" என்றார் தாதாஷா.

"பாஞ்சேஷா, அப்படித் தான் சொல்லுவார், நாம் தான் எடுத்துச் சொல்லவேண்டும். இந்தத் தலைமுறைக்கு மகனுக்குச் செய்யும் முதல் ஷாதி. நாளை பின்ன உங்களுக்குக் குறையாகத் தோன்றக் கூடாது" என்றார் பூனத்தின் பாய்ஷா.

ரகுவீர் அனைவரையும் வரவேற்று "கம்மாகனி ஷா" எனக் கால்களைத் தொட்டான். அவர்கள்,ஆசீர்வாதம் செய்தனர். ஹேமந்த் பங்குரி, அவர் மகன் மருமகளும் வந்திருந்தார்கள்.

ரகுவீரை அமர்த்தி, ஆரத்திக் காட்டி திலக் வைத்து, கையில் கிப்ட் பணம் துணி என வைத்துத் தந்தனர். சிவகுரு வருவதற்காக ஹேமந்த் காத்திருந்தார்.

சௌஹான் குடும்பத்தினர் முடித்த பின்பு சிவகுரு ராகினி தம்பதி அத்தை முறையைச் செய்ய வந்தனர்.தெய்வா, தட்டுகளை எல்லாம் பரப்பினார். அமுதன், பாலன், கணேஷ் அதில் உதவி செய்தனர்.

சிவகுரு முதலில் வந்து ரோஜாப்பூ இதழ்களால் ஆன மாலையைப் போட்டார். பின்னர்ச் சந்தனம் தொட்டு மருமகன் கைகளில், கன்னங்களில் பூசினார். ரகுவீர் வித்தியாசமாகப் பார்த்தான். " இது உங்கள் அத்தை மாமாபூபாஷா செய்யும் முறை, உங்கள் மாமனார் மாமியார் செய்வது இல்லை" என விளக்கம் தந்தார். ராகினியும் சந்தனம் குங்குமம் பொட்டு வைத்தார். தாம்பூலத் தட்டைத் தூக்கித் தந்தனர்.

ரகுவீரைக் கட்டியணைத்து,"என் வீருவுக்கு நான் தான் செய்யனும்னு இருந்திருக்கு" என அவன் கன்னத்தில் முத்தமிட்டார்.

"பெண்ணையே நீங்க தானே பெற்று வளர்த்திருக்கீங்க" என்றான் ரகுவீர்.

" வீரு பெற்றது தான் நான், வளர்த்தது எல்லாம் இவர்கள் தான். உனக்கு ஸாஸ், ஸசூர் அவங்கதான், எனச் சண்முகத்தையும்,தெய்வானையும் காட்டிச் சொன்னார்.

ரகுவீர் அவர்களை வணங்கினான், சண்முகம் முறை செய்தார். கோட் சூட் தட்டை எடுத்துத் தந்தனர். ஹேமந்த் பங்குரி, இதே முறையில் அத்தை வீட்டுச் சீர் செய்தனர். அமுதன், பாலன்,கணேஷ், விக்ராந்த் செகாவத் என நலங்கு வைக்கும் போதே ஹரிணியும் வந்துவிட்டாள்.

அமர்சிங்கும், ஹரிணியும் சகோதர முறைக்குச் சூட், செயின்,பணம் வைத்துக் கொடுத்தான்.பின்னர் ஆரத்தியுடன் மாய்ரா தஸ்தூர் முடிந்தது.

சாப்பாடு பரிமாறப்பட்டது. பின்னர் மீண்டும் மண்டபத்தில் திருமணத்தை வைக்க வலியுறுத்தினர். ரகுவீர் முதலில் எதிர்த்தான். சிவகுரு, ஹேமந்த் முதற்கொண்டு அனைவரும்,ரகுவீரை சரிக்கட்டி, பாராத் மற்றும் முகூர்த்தம் பக்கத்தில் உள்ள மண்டபத்தில் வைப்பது என உறுதியானது. ராஜ்வீர் மண்டபத்தை ஏற்கனவே ப்ளாக் செய்து வைத்திருந்தான். அங்கேயே செய்வது என முடிவு செய்யப்பட்டது.

முக்கியமான விருந்தினர் உறவினர்கள் ஆகியோருக்கு, ஆண்கள் நால்வரும் பத்திரிகை வைப்பது, நண்பர்களுக்குச் சமூக வலைத்தளங்களின் மூலம் இன்விடேசன் அனுப்பப்பட்டது.ராத்தோட் க்ரூப்ஸ் கம்பெனியில் சுற்றறிக்கையாக, அவர்கள் எம்டி-ரகுவீர் சிங் ராத்தோடின் ஷாதி தகவல் தெரிவிக்கப்பட்டது. ஸ்வீட்டுடன் ஐயாயிரம் பணம் வழங்கப்பட்டது.

சிவகணேஷ்க்கு தீபதியிடமிருந்து போன் வந்தது, "நீ இங்க ராத்தோட் மேன்சன்ல தானே இருக்க முக்கியமான விசயம் பேசனும், மொட்டை மாடிக்கு வா" என்றாள்.

இருவரும் மொட்டைமாடியில் சந்தித்தனர், "கணேஷ், சாந்தினி போன் பண்ணினாள், அவர்கள் வீட்டில் இவள் நமக்கு ஹெல் பண்ணியது தெரிந்து விட்டது போல இருக்கிறது அழுதாள். நமக்கு ஹெல் பண்ண வந்தது அவளுக்கே கஷ்டத்தில் கொண்டுவந்து விட்டுடுச்சு" என்றாள்.

" நானும் யோசிச்சிக்கிட்டே தான் இருந்தேன் தீப்தி, வேற என்ன செய்யலாம், உனக்கு ஏதாவது ஐடியா இருக்கா" என்றான்.

"எனக்கும் ஒண்ணும் புரியலை, அவர்கள் பாய்ஷா ஜெயிலில் இருந்து வந்தாரென்றால் நிச்சயம், சோட்டி பஹன்னு கூடப் பார்க்க மாட்டான்" என்றாள் தீப்தி.

தீப்தி பின்னோடு வந்த ரன்வீர், இவர்கள் பேசுவதைக் கேட்டான். அவனைப் பார்க்கவும் " நீ என்னை ஃபாலோ பண்றியா" எனக் கேட்டாள்.

" ஆமாம், எல்லா இடத்திலும், ஐ மீன் சோசியல் மீடியாவில் ஃபாலோ பண்றேன்" என மொக்கைப் போட்டான்.

" ரன்வீர் நாங்கள் சீரியஸாகப் பேசிகிட்டு இருக்கிறோம், நீ தொல்லை பண்ணாதே" என்றாள்.

" பிரச்சனையை என் கிட்ட சொல்லுங்கள், நான் தீர்த்து வைக்கிறேன்" என்றான். சாந்தினி விசயம் சொல்லவும், "இது பெரிய விசயம், படே பய்யாகிட்ட சொல்லுவோம்" என்றான்.

"இது எங்களுக்குத் தெரியாதா, பெரிய இவனாட்டம் சொல்ற" என்றாள்.

"நான் அதாவது சொன்னேல" என்றான் ரன்வீர்.இவர்கள் இதே போல் மாற்றி மாற்றிப் பேசிக் கொண்டிருக்க,கணேஷ் கடுப்பானான். " நீங்க இரண்டு பேரும் இப்படியே பேசிட்டு இருங்க. நான் அத்தானை பார்த்துட்டு வருகிறேன்" எனக் கிளம்பினான்.

ரகுவீர் தன்னுடைய அறையில் லாப்டாப்புடன் அமர்ந்திருந்தான். ராஜ்வீர் கதவைத் தட்டி உள்ளே வந்தான், "பய்யா, இது என்ன எப்பப் பார்த்தாலும் வேலை, வேலைனு இருக்கிறீர்கள். உங்களுக்குத் தான் ஷாதி.அந்த ஃபீல் இல்லாமல் கடமையை முடிக்கிற மாதிரி இருக்கீங்க" என்றான்.

"ராஜ்வி, எவ்வளவு சீக்கிரம் இதைக் கம்பீளீட் பண்றனோ அவ்வளவு நல்லது. நானே உன்கிட்ட பேசனும்னு இருந்தேன். நம்ம புது ஆர்டர் சாம்பில் இரண்டு நாளில் ஓகே ஆகிடும். இதை ராமுடைய மில்லில் கொடுத்துச் செய்யலாம். அவங்க மில் புவாஷா வீட்டுக்குப் பக்கம் தான். நான் ஷாதி முடிந்து, ஜான்வி யோட எப்படியும் அங்க ஒரு மாதம் இருக்கிற மாதிரி இருக்கும். அங்க நான் ஃபாலோ பண்ணிக்கிறேன்." என்றான்.

"பய்யா நீங்க ஜானியை மட்டும் பாருங்கள், மற்றதை நான் பார்த்துக்குறேன்." என்றான் ராஜ் "நீ எத்தனையைப் பார்ப்ப, அதுவும் இல்லாமல், அம்ரூவுக்கு ப்ராஜெக்ட் ட்ரைனிங் மாதிரியும் ஆச்சு" என்றான்.

இவர்கள் பேசிக் கொண்டு இருக்கும் போதே கணேஷ் வந்தான். அவன் சாந்தினியைப் பற்றிச் சொல்லவும், நான் விசாரிக்கச் சொல்கிறேன். சப்போஸ் ஏதாவது பிரச்சினைனா, நம்ம ரெய்க்யூ பண்ணிடலாம். அவள் மேஜர் தானே என்றான். கணேஷ் ஒரு நம்பிக்கையுடன் சென்றான்.

ராஜ் " பய்யா, ஒரு விசயம் எனக்குப் புரியவே இல்லை. கணேஷ் எடுத்த போட்டோவில் ஜானி தைரியமாக இருந்த மாதிரி இருந்தது. இருங்க" எனத் தன் மொபைலில் காட்டினான்.ராஜ் கேட்க வரும் விசயம் ரகுவீருக்குப் புரிந்தது. கேட்பவன் சகலத்திலும் அவனுக்குத் தோள் கொடுக்கும் சகோதரன், அவன் கேட்டால் இவனால் மறைக்கவும் முடியாது. அவனிடமிருந்தே வார்த்தைகள் வரட்டும் என அமைதியாக இருந்தான்.

போட்டோவைக் காட்டினான். "அதன் பிறகு, கணேஷ் சொன்னப் பொண்ணு பேசியது, அந்தநேரம் ஜானி தப்பிக்க முயற்சி செய்திருக்கவேண்டும். அப்போது நம்பிக்கையோட இருந்திருக்கனும். ஆனால் நம்ம பார்க்கும்

போது, யாரையுமே நிமிர்ந்து கூடப் பார்க்கவில்லை. ஜானி பொதுவா அப்படி யார் மிரட்டலுக்கும் பயப்படற ஆள் இல்லையே." எனப் பேசிக் கொண்டே போனவன் ரகுவீர் இறுக்கமாக இருந்ததைப் பார்த்துச் சந்தேகப் பட்டான்.

" பய்யா, நீங்க எதையோ மறைக்கிறீங்க, என்ன பய்யா சொல்லுங்கள். நீங்க ஷாதிக்கு அவசரப் படுத்துவது, ஜானியின் நிலைமை, ஏதாவது நடந்ததா" என்றான். ரகுவீர் அப்போதும் அப்படியே இருந்தான்.

"பய்யா, உங்களுக்கு உள்ளேயே வச்சுக்காதீங்க. ஜானி கதவைச் சார்த்திய போது, நீங்க துடிச்சது." எனப் பேசிக் கொண்டே போன ராஜ் ஒரு கட்டத்தில் அமைதியானான். அதிர்ந்த முகமாக இருந்தது. " பய்யா பயமறியாத பெண்ணைக் கூட்டிட்டு வந்து, ரெனாவத் கிட்ட தொலைச்சிட்டமா?" என நடுங்கியபடியே கேட்டான்.

அவன் நடுக்கத்தைப் பார்த்த ரகுவீர்,"ராஜ் நீ நினைக்கிற மாதிரி எதுவும் இல்லைடா.ரெனாவத் ஜானுவை தொட்டு இருந்தான்னா, இவளே கொண்ணுருப்பா."என்றவன். தனக்குத் தெரிந்த விசயங்கள், அதை ஒட்டிய தன் முடிவு ஆகியவற்றைச் சொன்னான். ராஜ் வீருக்கு விசயம் புரிந்தது, " ஜானி கிட்ட விசாரித்தீர்களா, இது அந்தப் பெண்ணுக்கு நடந்தது தானே. நமக்கு உறுதியாகத் தெரியாதே" என்றான் ராஜ்.

" எனக்கு ஜானும்மா கிட்ட பேசுகிற அளவு தைரியம் எல்லாம் கிடையாது, டாக்டரும் நீ சொன்னதைத் தான் சொன்னார். ஆனால் மன உளைச்சல் நிச்சயம் உண்டு. அவளுக்கு ட்ரீட்மெண்ட் எடுத்தாலும், மிஸஸ் ராத்தோட் ஆகத் தான் இருக்கனும் அதுக்குத் தான் இத்தனையும்." என்றான்.

"நல்லதையே யோசிப்போம் பய்யா, கொஞ்சம் வேலையை மூட்ட கட்டிட்டு, துல்ஹா ராஜாவா இருங்கள்" எனச் சொல்லிவிட்டுப் போனான் ராஜ்.

ரகுவீர் ,'ராஜ் சொல்வது போல், அது அந்தப் பெண்ணுக்கு நடந்ததாக மட்டுமே இருக்கட்டும்' என மனதில் நினைத்துக் கொண்டான்.

ஜானகிக்கு என்ன நேர்ந்தது என்பதை ஜானகியே அறிவாள்.

சாந்தினி ஏதேனும் பிரச்சனையோடு வருவாளா? இல்லை குழப்பம் தீர்ப்பாளா? இரண்டு நாளில், நாற்பத்தெட்டு மணிநேரத்தில் ஜானகி கல்யாணம் எப்படி நடக்கும் பார்ப்போம்.

மனதின் வார்த்தை-58

ஆண்டுத் தோறும் மீனாட்சி அம்மைக்குத் திருக்கல்யாண வைபவம் நடக்கும், மூன்று கொங்கைகளுடன் தோன்றிய முக்கண்ணன் நாயகி, அவரைப் பார்த்த பொழுதில் மூன்றாம் கொங்கை மறைந்து, அழுகு மிக்க மங்கையானாள். அந்த மங்கையர்க்கரசியை வழிபட்டே திருமணப் பந்தத்தில் அடியெடுத்து வைப்பர் கன்னியர்.

பொழுது விடிந்த அந்தக் காலையில், விரதம் இருந்து இரு குடும்பத்து மங்கையர் ஜானகி இருந்த தளத்தில் கூடிவிட்டனர். இராஜஸ்தானியில், 'பாலா தஸ்தூர்' என அழைக்கப்படும் கௌரி பூஜை, நம் ஊரில் சுமங்கலி பூஜை. மாப்பிள்ளை வீட்டிலிருந்து தாலிகட்டு சேலையைக் கொண்டு வருகின்றனர். அம்மன் சிலையை வைத்து, மணப்பெண் மூலமாக ஒவ்வொரு அபிஷேகமாகச் செய்ய வைக்கின்றனர்.

இங்கும் ராத்தோட்ஸ் பீந்தினிகள், அவர்களின் பாரம்பரிய உடையில் முக்காட்டோடு வந்தனர். ஜானகிக்கும் அதே போல் உடுக்க வைத்து, ஓரிடத்தில் அம்மனின் வெள்ளிச் சிலைக்கு ஐந்துவகை அபிஷேகம் செய்தாள் ஜானகி. பூ மஞ்சள் குங்குமம், அழகிய சுன்ரி எனப்படும் முக்காடு இட்டு அலங்கரித்தாள் ஜானகி.

அவளது தாலிக்கட்டுக்கு அவள் ஆசைப்படி கஜேந்தர் மும்பையில் உள்ள கடையில் அடர் சிவப்பு வண்ணத்தில் காஞ்சிப் பட்டுச் சேலை, வாங்கித் தந்தார். அசல் வெள்ளி ஜரிகையுடன் கூடிய லட்சங்களில் மதிப்புடைய சேலை. அதனை வைத்து மற்றவர்களுக்குக் கொடுக்கவென ராகினி வாங்கி வைத்திருந்த பட்டுப் படவை வளையல், மஞ்சள்கிழங்கு, குங்குமம் பூ வெற்றிலைப் பாக்குச் சகிதமாக இரண்டு கலாச்சாரத்தையும் கலந்து பூஜையைச் செய்தனர். இரண்டையும் சேர்த்துச் செய்ததில் திருப்தி அடைந்தனர்.

ஜானகி அலங்கரித்து முடிக்கவும், அவளைக் கொண்டே ஆரத்திக் காட்டச் சொன்னார்கள். அவளை அமர்த்தி ஷப்னம், குங்குமம் வைத்து சேலையைக் கொடுத்தார். பின்னர்த் தாதிஷா, சிவகாமிப் பாட்டி முதல் தேனு மானு வரை அனைவரையும் அமரவைத்து, குங்குமம் கொடுத்து, ஜானகி சுமங்கலி பூஜை பிரசாதமாகச் சேலையோடு சேர்த்து எல்லாவற்றையும் கொடுத்து ஆசீர்வாதம் வாங்கினாள்.

காலை உணவுக்குப் பின் மெஹந்தி போட்டுவிடுவதற்கென இருபது பெண்கள் வந்தனர். ப்ரீத்தோ, பர்க்கா, பார்வதி, சிம்மி பிங்கி ஹர்லின் என ஒரு பட்டாளமே வந்தனர். வீட்டிலிருந்த ஆண்களைத் துரத்தி விட்டனர். பங்குரி அவர் மருமகள் மஞ்சரி, எனப் பெண்கள் கூட்டத்தால் நிறைந்தது ஸ்வர்னமஹல்.

சகுன் மெஹந்தியை ஷப்னம், ஹரிணி, ஸர்குன், பூனம், மயூரி கொண்டு வந்தனர். இந்தப் பெண்களின் கைகளில் மோனல் ஷாதிக்கு வைத்த மெஹந்தி மங்கலாக இருந்தது. ஆனாலும் மெஹந்திவாலி திறமையாக அதில் டிசைன் வரைந்தனர். தீப்தி தனது போட்டோகிராபி பெண் தோழிகளுடன் அதனைக் கேமராவில் சிறையெடுத்தாள் .

ஜானகியின் கைகளில் முதல் சடங்கு மெஹந்தியை தாதிஷா, ஷப்னம், சுந்தரவள்ளி வைத்தார்கள். ஹரிணியின் ஏற்பாட்டில் மெஹந்தி நடந்தது. எனவே ரகுவீர், ஜானகி போட்டோக்களை ஜெராக்ஸ் ப்ரதியாக மாற்றி அதே முகத்தை ஜானகியின் கைகளில் வலதுபுறம் ரகுவீர், இடது புறம் ஜானகி

என வரைந்தனர். அவளுக்கு மட்டுமே மூன்று பேர் மெஹந்தி இட்டனர்.நடுவில் அப்பத்தா சாப்பாடு ஊட்டி, ஜூஸ் கொடுத்து மாத்திரை கொடுத்துப் பார்த்துக் கொண்டார்.

மற்றவர்கள் டோல் வாசித்து, ஆடல் பாடல் எனக் கலக்கிக் கொண்டிருந்தனர். ஒரு வழியாக இரண்டு மணிக்கு ஜானகிக்குப் போட்டு முடிக்கவும் இரண்டு மணி நேரம் தூங்கி எழுந்தாள். அழகுக் கலை நிபுணர் தயாராக இருக்கப் பேசியல் செய்தார். மெஹந்தி நல்ல அடர் நிறத்தில் சிவந்து இருந்தது. மெஹந்தி சிவப்பை வைத்து கணவனின் அன்பைச் சொல்வார்கள். இங்கு ரகுவீர் அன்பைப் பறைசாற்ற மெஹந்தி வேண்டுமா என்ன?

அமிர்தாவின் அண்ணிமார் நன்றாக அனுபவித்தனர். தங்கள் கல்யாணத்துக்குக் கூட இப்படி மெஹந்திப் போடவில்லை எனச் சிலாகித்தனர். பாலன், அமிர்தாவை மடக்கி தன் பெயரைப் பார்த்தான். அவன் பார்வையில் அமிர்தாவின் கன்னங்கள் சிவந்து மிளிர்ந்தன. அவனைப் பொய் கோபமாகக் கடிந்து கொண்டாள்.

தீப்தியின் தோழிகளில் சாந்தினியும் இருந்தாள். காலை முதல் ஆட்கள் நிறைய இருந்ததால் கவனிக்கவில்லை. தீப்தி தன்னுடனே அவளை இருத்திக் கொண்டாள் பாதுகாப்பு ஏற்பாட்டிலும் ராத்தோட்ஸ் குறை வைக்கவில்லை. எல்லோரையும் பரிசோதித்தே உள்ளே அனுப்பினர். மண்டபத்தில் ஏற்பாடு, பத்திரிகை விநியோகம் என ஆண்களுக்கு வேலை சரியாக இருந்தது.

தாதிஷாவிடம் வந்த மயூரியும், மஞ்சரியும் மெஹ்பில் எனப்படும் சங்கீத் செர்மனியை எப்படி நடத்துவது எனக் கேட்டனர். பய்யா பாபி பார்க்கக் கூடாது என்றால் எப்படி எனச் சண்டையிட்டனர். இராஜஸ்தானி பொண்ணு மாப்பிள்ளை தனித் தனியாகத்தான் சங்கீத் வைப்போம் என்றார். கெஞ்சிக் கூத்தாடி ஒரு மெல்லிய முக்காடு அவசியம் என்ற பின்னர் , என்ன செய்யலாம் என யோசித்து, மஞ்சரிக்குத் தோன்றிய ஐடியாப் படி ஜானகியை ரெடி செய்தனர்.

இரவு எட்டுமணி சுமார் சங்கீத் ஆரம்பித்தனர். மயூரி,மஞ்சரி,அமிர்தா ஆடல் பாடலில் ரகுவீர்-ஜானகி கதை சொல்வதிலும் அசத்தினர். மயூரி மஞ்சரி ஹிந்தியில் பேசுவதை அமிர்தா தமிழில் அழகாகத் தருவாள்.

பார்ட்டி ஹால் சிறிய மேடை அலங்கரிக்கப்பட்டுச் சுற்றியிருந்து பார்ப்பது போல் செட்டிங் செய்திருந்தனர்.துணியில் தோரணங்கள் ஆர்கிட் மலர்கள், பர்வ்யூம்ட் கேண்டில் என அந்த இடமே நைட் மோடில் ரொமான்டிக் லுக்கில் இருந்தது. எதிரே போடப்பட்டிருந்த ஷோபாவில் ரகுவீர் டிசைனர் கோட் சூட்டிலிருந்தான். மயூரியின் கட்டளைப் பேரில் அதை அணிந்திருந்தான்.

ஜானகியை அழைத்து வந்தனர், தேனு மானு ஹாசினி சில குட்டிக் குழந்தைகளுக்கு ஏஞ்சல் போல் உடை உடுத்தி, ஜானகி அமரேன் கொடுத்த வெஸ்டர்ன் லாங் கௌன், ப்ரேஸ்லெட் காதில், கழுத்தில் ஸ்டைலிஸ்

டைமண் ஜொலிக்க, பாதிக் கொண்டையிட்டு மீதி ஃப்ரி ஸ்டைஸ் சுருள் முடியாகத் தொங்க விட்டு, நெட்டட் ஷாலை க்ரிஸ்டியன் மணப்பெண் போல் அலங்கரித்து இருந்தனர். டார் க்ரே கௌன், அவனுடைய சூட்டிற்குப் பொருத்தமாக இருந்தது. குட்டி ஏஞ்சல் புடை சூழ வானத்துத் தேவதையாகப் பார்பி பொம்மைக்கும் சவால் விடும் நளினத்தோடு வந்தாள் ஜானகி.

பார்த்தவர்களுக்கு அது ஜானகி என நம்ப முடியவில்லை. ரகுவீருக்கு நெஞ்சம் அடித்துக் கொண்டது, எல்லா நிகழ்ச்சியிலும் அவளைப் பார்த்து ரசிப்பேன் என்றவன் அவள் பக்கம் கண்களைத் திருப்பவே இல்லை. ஜானகியும் பேசவும் முயன்றால் இல்லை. இருவருக்கும் இடையே மௌன நாடகம் அரங்கேறியது.

சங்கீத் ஆரம்பித்தார்கள். சகாயீ நிகழ்ச்சியில் கலந்து கொண்ட அனைவரும் இன்றும் இருந்தனர். ரன்வீர் காம்பயரிங் செய்தான், இராஜஸ்தானி ஷான், எங்களது பாரம்பரிய நடனம் கூமர் ஆட வருகின்றனர் எங்கள் வீட்டு அழகு மங்கையர் என்றான். கணேஷ் தமிழில் அறிவிப்புக் கொடுத்தான்.

மஞ்சரி, மயூரி, அமிர்தா, தீப்தி இணைந்து இராஜஸ்தானி உடையில் பத்மாவத் படப்பாடல் கூமருக்கு டான்ஸ் ஆடினர். அதே போல் முக்காடு போட்டுச் சுற்றிச் சுழன்று ஆடினர். எல்லாரும் கைத்தட்டி ஆரவாரம் செய்தனர். அடுத்து ஒரு மிக்ஸ்டு ஹிந்தி பாட்டைப் போட்டு அனைவரையும் ஆட வைத்தனர்.

அதற்குள் ஒரு ப்ளே நாடகம் காட்ட வந்தனர் இளையவர்கள்.

"எங்கள் படே பய்யா, பாபிஷாவின் மோதல் நிறைந்த காதல் கதை" என்ற அறிவிப்புடன் மயூரி அமுதன் கதைச் சொல்ல ராஜ்வீர் மஞ்சரி, ரகுவீர் ஜானகியாக மாறினர். ராஜ் கதாபாத்திரத்தை ரன்வீர் பார்த்துக் கொண்டான்.

அமுதன் ஆரம்பித்தான், மஞ்சரியுடன், அமிர்தா அவளாகவே வந்தாள். மும்பை ஏர்போர்ட் அதே சீனை மஞ்சரி அமிர்தாவோடு நடித்துக் காட்டினாள். மோதல் ஐஸ்கிரீம் சிந்தியது ஜானகி ருசித்தது என அத்தனையும் மஞ்சரி நடிப்பில் அசத்த தன் படே பய்யாவாக மாறினான் ராஜ். அதேபோல் அணைத்துத் தூக்கி, கோபப்பட்டு எனச் சீன் ஓடியது. அமிர்தா அதே போல் நடித்தாள்.

ரகுவீர் தன் நினைவுகளில் கலந்து நாடகத்தை ரசிக்க ஜானகி வெட்கப் புன்னகையுடன் அமர்ந்திருந்தாள். அடுத்துக் காரில் எண்ட்ரி அங்கே நடந்த சண்டை " ஆமாம் இவர் என் முறை பையன் பாரு ..." என்ற ஜானகியின் வார்த்தைகளைப் படித்தாள் மஞ்சரி, ரகுவீர் அமிர்தாவிடம் அர்த்தம் கேட்டதையும் சேர்த்து நடித்துக் காட்டப் பெரியவர் முதல் சிறியவர் வரை மகிழ்ந்தனர்.

வீட்டில் க்ரகபிரவேஸம் ஆன சீனை நடித்தனர். ராத்தோட்ஸ் மறுஒளிபரப்பாகப் பார்த்தனர். மெல்ல மெல்ல ஜானகி ரகுவீருக்குப் பரிமாறுவது ஸ்வா-

ரஸ்யமான உரையாடல் எனக் கதையை நகர்த்தி டீல் க்ராக் செய்தது ஜான-கிக்கு அடிப்பட்டது ரகுவீரின் படபடப்பு. ஜானகி தூக்கத்தில் ஐ லவ்யு வீருஜி சொன்னது அவளது ராதாகிருஷ்ணன் பெயிண்டிங். கடைசியாக மோனல் சங்கீத்தில் ப்ரபோஷல் என நாடகத்தை முடித்தனர்.

கூடியிருந்த அனைவரும் ரகுவீர் ஜானகி அன்பின் ஆழத்தை அறிந்-தனர். சிவகுரு ராகினி தங்கள் மகளின் மனதை இதில் தெள்ளத் தெளிவாக அறிந்தனர்.

அமுதன் மயூரி அமிர்தா பாலன் கணேஷ் சேர்ந்து "இடிச்ச பச்சரிசி" என்ற உத்தமப் புத்திரன் படப் பாடல்க்கு நடனம் ஆடினர். அது முடியும் போது நம்ம வீட்டுப் பிள்ளையிலிருந்து, "உன் கூடவே நான் பிறக்கனும் என்ற பாடலை ஜானகி ரகுவீரை நடுவில் கூட்டி வந்து வைத்து சிசுவேஷன் பாட்டுப் பாடினர். ஜானகியை அணைத்து அமுதன் கண்கலங்கி நின்ற போது சிவமாளிகை வாசிகள் எல்லோருமே கண்கலங்கி இருந்தனர்.

அடுத்துத் துல்ஹா துல்ஹன் எனக் குரல் கொடுத்தான் ரன்வீர். ஜான-கிக்கு படப்பாக இருந்தது. ரகுவீர் வேண்டாம் என்றவுடன் ஜானகி முகம் வாடியது. பய்யா ப்ளீஸ் பாபிஷா நீங்க நோ சொல்லவும் வருத்தப்படுறாங்க என்றான். அடுத்த நொடி ரகுவீர் எழுந்து விட்டான்.

" ஜானு என் கையை மட்டும் மாற்றி மாற்றிப் பிடித்துக் கொள்." என்-றான்.

அவன் பின்னால் நிற்க ஜானகி முன்னால் நின்றாள். "தனு இத்னா ப்யார் கரான்." என்ற ஏர்லிப்ட் படப் பாடலுக்குத் தன் காதலைக் கொட்டி அவளை மென்மையாக அசைத்து முகம் பார்க்காமலே ஆடினான். அதைத் தொடர்ந்து

" கண் அழகா கால் அழகா...
உயிரே உயிரே உனைவிட எதுவும்
உயிரில் பெரிதாய் இல்லையடி"

என்ற மூன்று படப் பாடலின் வரிகள் ஒலித்தது. அதன் பொருளுக்கு ஜானகி பா'வத்துடன் நடனமாட ரகுவீர் அந்த இசைக்கு இசைந்து அவளை ஏந்திக் கொண்டு இருந்தான் ரகுவீர்.

பாடல் இழையோடிய காதலுடன் ஒலிக்க அவர்கள் நயனங்களை ஒருவர் மற்றொருவரைப் பார்க்காமலும் காதலைப் பரிமாற இயலும் என்பதை நிரூ-பித்தனர். கடைசியில் அவனுள் புதைந்து அவள் முகம் தரைப் பார்த்திருக்க, ஜானகி தன் வலது கையை மட்டும் உயர்த்தி அவனுக்குக் காட்டினாள். ரகு-வீர் சில்லூட் ஓவியமாக அவள் கைகளிலிருந்தான்.

அவளை முன்பக்கம் திருப்பி நிறுத்தி இரண்டு கைகளையும் அவளின் முகத்துக்கும் மேல் தூக்கிப் பிடித்து அவளின் மெஹந்தி ஓவியத்தையும் பார்த்தவன், அவளின் உச்சந்தலையில் முத்தமிட்டான். கண்களில் காதல் கசியக் கண்கள் கலக்காமல் அவர்கள் ஆடிய நடனம் கைத்தட்டலைப் பெற்-

றது.

சைலேந்தர் ராத்தோடும் மப்டியில் வந்து சேர்ந்தான். ராத்தோட் ப்ரதர்ஸ் இணைந்து ஹிந்திப் பாடலுக்கு ஆடினர். ஹரிணி, அமர்சிங் அவர்களோடு இணைந்து கொண்டனர். பத்தரை மணிக்கு சங்கீத் முடிந்தது. எல்லோரும் திருப்தியாக இருந்தனர். சிவகாமிப் பாட்டி ஆரத்தி சுற்றி திருஷ்டி கழித்தார். ஜானகியைச் சாப்பிட வைத்துக் கொண்டிருந்தார்.

ஆரத்தி தண்ணீரை வெளியே ஊற்ற அமிர்தா சென்றாள். ஊற்றி விட்டு மேலே வருவதற்குத் திரும்பும் போது, ஒரு ஃபேமலி வந்தனர். செக்யூரிட்டி-களுடன் சண்டைப் போட்டுக் கொண்டிருந்தனர். அமிர்தா என்ன வென்று விசாரித்தாள், "எங்கள் மகளைக் கடத்தி வச்சிருக்கீங்க" என அவர்கள் குற்றம் சுமத்தவும். அவர்கள் மகள் யாரெனக் கேட்கும் போது "'சாந்தினி ரெனாவத்" என்றனர்.

அங்கிருந்த நாற்காலியில் உட்கார வைத்து விட்டு ராஜ்வீருக்கு போன் செய்தாள் அமிர்தா. ராஜ்வீர் விசயமறிந்து சைலேந்தருடன் இறங்கி வந்தான். அவர்கள் ராஜ் வீரைப் பார்க்கவும் கத்த ஆரம்பித்தனர். சத்தம் கேட்டு ரகு-வீர் என்ன வென்று சாசாஷாக்களைக் கேட்கச் சொன்னான்.

ஜானகியைக் கூட்டிச் செல்லுமாறு சிவகுருவிடம் சொல்லி அனுப்பி-னான். அதற்குள் அவள் சாப்பிட்டு இருந்தாள். அப்பத்தா,தெய்வா அத்தை அவர் மருமகள்கள் என எல்லாரையும் மேலே கூட்டிச் சென்று விட்டனர்.

அமிர்தா வந்து ரகுவீரிடம் விசயத்தைச் சொன்னாள்.ரகுவீருக்குக் கோபம் முதலில் வந்தாலும் நேற்று கணேஷ் சொன்னதை நினைத்து, அவனிடம் சாந்தினி இங்கே இருக்கிறாளா? எனக் கேட்டான். தீப்தி முன்னே வந்தவள், எங்களுடைய போட்டோ கிராபி டீமில் அவளும் இருக்கிறாள். என்று சாந்-தினியை அழைத்தாள்.

அவள் பயந்தபடி வந்து," பாய்ஷா என்னை அவர்களோடு அனுப்பி-டாதீங்க. என்னை அடிச்சே கொன்னுடுவாங்க" என அழுதாள். ராஜேன், ஹேமந்த் மற்றும் ரகுவீரின் மாமா சௌஹான்களும், அவள் சொன்னதைக் கேட்டனர்.

அதற்குள் கஜேந்தர் அவர்களை, "நீங்க எங்கள் தாதிஷா பிறந்த வீட்டு ஆட்கள். இப்படிக் கீழே நின்று பேசுவது சரியில்லை. இராஜஸ்தானிகளுக்கு என ஓர் மரியாதை உண்டு " எனச் சமாதானம் செய்து மேலே கூட்டி வந்தார்.ரெனாவத் குடும்பம் முக்கிய இராஜஸ்தானி குடும்பங்களை அங்கே எதிர்பார்க்க வில்லை. கொஞ்சம் அதிர்ந்தனர்.

"ரெனாவத்ஷா, உங்கள் மகன் செய்ததும் சரியில்லை, நீங்க செய்யறதும் சரியில்லை" என்றார் ரத்தன் சிங் டாக்கூர். தீப்தி,அமர்சிங்கின் அப்பா. என் மகள் தான், உங்கள் மகளைக் கூட்டிட்டு வந்திருக்கா. இங்க யாரும் கடத்-தவில்லை' என்றார்.

" மகனை வளர்க்கத் தெரியாமல் வளர்த்து இருக்கிறீர்கள். ராத்தோட்ஷா, நாத்தியைக் கடத்தி இருக்கிறான். அதுவும் நம்ம ஊரிலிருந்து. அந்தத் தமிழ் குடும்பம் நம்மளை என்ன நினைப்பார்கள்" என்றார். ப்ரித்விராஜ் சௌஹான், ரகுவீரின் நாநாஷா.

"தலைமுறை கடந்து இருக்கலாம், உங்கள் புவாஷா ஸ்வர்ன மாஹா-லக்ஷ்மி வாரிசு என்பதை எப்படி மறந்தீர்கள்" என்றார் சிவராஜ் சௌஹான்.

"இதில் என் படேபாபுஷாவும் கூட்டு. எனக்கு அசிங்கமா இருக்கிறது. இராஜஸ்தானி ன்னு சொல்லிக்கிட்டு இப்படி ஒரு ஈனச் செயல்" என்றார் ஹேமந்த் செகாவத்.

"நம்ம எல்லாருமே ராத்தோட்களுடன் சம்பந்தி உறவு வைத்திருப்பவர்கள் தான். அவர்களுக்கு ஒரு அவமானம் என்றால் நமக்கும் அதில் பங்குண்டு" என்றார் டாக்கூர்.

ரெனாவத் பேசாமல் இருந்தார். ரகுவீர் பேச ஆரம்பித்தான், "ரெனாவத் ஷா, என்னுடைய தொழிலில் உங்கள் பேட்டா நிறையத் தில்லுமுல்லு செய்-தான். என்னுடைய டெண்டர் கொடேசனை ஹேக் பண்றது, கம்பெனி சிஸ்-டம் சைட் ஹேக் பண்றது செய்தான், ஜான்வி வரும் முன்னாடியே எனக்குத் தெரியும். இருந்தும் ஒரே ஊர்காரன்னு விட்டேன். அவளைக் காயப்படுத்-தியபோதே அவனைப் போட்ருக்கனும். அப்ப விட்டது நான் செய்த தப்பு. இல்லையென்றால் என் உயிரானவளை இந்த நிலையில் பார்க்கும் நிலைமை வந்திருக்காது" என்றான்.தொடர்ந்து.

"உங்கள் மகள்,உங்ககிட்ட பாதுகாப்பு இல்லைனு, எங்கள் வீட்டுக்கு வந்-தபோதே உங்களுக்கான உரிமை இல்லாமல் போயிடுச்சு. அங்க வந்தால் அவள் உயிருக்கு என்ன பாதுகாப்பு. சாந்தினிக்கு 18 வயது முடிந்தது. அவள் மேஜர். என் ஜானுவை காப்பாற்றியதனால் அவளுக்குப் பிரச்சினை என்றால், அவளை என் தங்கையாக ஏத்துக்குறேன். அவள் என் பொறுப்பு" என்றான்.

ரெனாவத்களிடம் சொல்வதற்கு வார்த்தை இல்லை. இருந்தாலும் "எங்-கள் மகளைக் கண்டிக்க எங்களுக்கு உரிமை உள்ளது. கூடப் பிறந்தவனுக்கு எதிராக வேலை செய்யும் போது நாலு வார்த்தை சொல்லத்தான் செய்வோம்" என்றனர்.

" இதே நாலு வார்த்தை உங்கள் பேட்டா செய்யும் போது ஏன் செய்-யலை. உங்கள் மூத்த பஹூவை அவன் கொடுமைப்படுத்தும் போதே எதி-ராக நடவடிக்கை எடுத்திருந்தால் இன்றைக்கு இந்த நிலை வந்திருக்காது. ஆனால் ராக்கேஷ் திருந்த மாட்டான், எனக்கு அவனை நன்றாகத் தெரியும். உங்கள் மகளையாவது பாதுகாக்க வேண்டியது உங்கள் கடமை" என்றான் ரகுவீர்.

"பாயீஷா, இப்போதைக்கு நான் வீட்டுக்குப் போவதாக இல்லை. இன்-னும் ஆறுமாத படிப்பு தான், ஜெய்ப்பூரில் ஹால்டலில் இருந்து படிச்சுக்கு-

வேன். போட்டோகிராபி தொழில் இருக்கிறது, அதன் பிறகு நானே சொந்-தக்காலில் இருந்துக்குவேன். பெண்களை இழிவாக நடத்தும் ஒருத்தனுடைய தங்கையா என்னை அடையாளப் படுத்திக் கொள்ள விரும்பவில்லை" எனச் சாந்தினி தகவலாகச் சொன்னாள்.

அமர்சிங், "தீப்தியோட சேர்ந்து, நீயும் ஒரு தங்கை தான், யூஜி முடிங்க, போட்டோகிராபியில் மேலே படிங்க, நான் படிக்க வைக்கிறேன். ரெனாவத்ஷா, இனி இங்கே உங்களுக்கு வேலை இல்லை" என்றான்.

சைலேந்தர் ராத்தோட்," ரெனாவத்ஷா, உங்கள் மகளாகவே இருந்தா-லும், இனி தொல்லை பண்ணாதீர்கள். வீட்டிலிருந்து வெளியே போகும் பெண் வீட்டுக்கு நல்லபடியா திரும்பனும்னு சாமியை வேண்டுவார்கள். இங்க வீடே பாதுகாப்பு இல்லையென்றால் என்ன செய்கிறது?" என்றான். எல்லா-ரும் பேசி முடித்ததில், தீபதியுடன் சாந்தினி டாக்கூர்களுடன் செல்வதாக முடிவானது. ஷாதி வரை போட்டோ எடுக்கும் டீமில் இருப்பாள்.

வந்திருந்த உறவினர்கள் கிளம்பிவிட்டனர். சிவகுரு நண்பர்களும் குடும்-பத்தோடு கிளம்பினர்."சிவா தைரியமா இரு ஜானகி ஷேரிணி தான். சீக்கிரம் நார்மலுக்கு வந்திடுவா" என்றார் பல்லாஜீ. சிவகுரு நண்பர்களுக்கு விடை கொடுத்து அனுப்பினார்.

சைலேந்தருக்கு போன் காலில் அவசர செய்தி வந்தது. அர்ஜென்ட் எனக் கிளம்பியவன். "காகாஷா வீட்டுக்குப் பாதுகாப்புப் பலப்படுத்துங்கள். தேவையில்லாத வெளி ஆட்களை வெளியேத்துங்க" என அவன் சொல்ல-வும்.

"சைலேன், எதுவும் பிரச்சனையா" என்றார். அமரேன்.

" ஒரு தகவல் வந்திருக்குக் கன்பார்ம் பண்ணிட்டுச் சொல்கிறேன், ராக்-கேஷ் இருந்த செல் திறந்துகடக்குதாம். ஆள் மிஸ்ஸிங்.நான் செக்யூரிட்டி ஆள் போடுகிறேன்." என அவன் சொன்னதைக் கேட்டுக் கொண்டு ரகுவீர் விரைத்தபடி நின்றான். அமரேன், கஜேந்தருடன் பேசி செக்யூரிட்டி ஆட்களை அதிகரித்தார். இன்னும் பல சிசிவி கேமராக்களைப் புதிதாக வைத்-தனர்.

ரகுவீர், அமுதன், பாலன்,கணேஷ், ராஜ்வீர், ரன்வீருடன் வீட்டின் பாது-காப்பு பற்றிச் சொல்லி, ஜானகியைப் பாதுகாக்க வேண்டும். அவளுக்கு விச-யம் தெரியக்கூடாது என்றான். ஏற்கனவே மணி பதினொன்றைத் தாண்டி சென்று கொண்டிருந்தது. ரகுவீரை கவலைப் படாமல் தூங்கச் சொல்லிவிட்டு, அமுதன், பாலன், கணேஷ் சுழற்சி முறையில் அவளுடைய ரூமிற்கு வெளியே காவல் இருந்தனர். ஜானகியுடன் அப்பத்தா அமிர்தா தங்கியிருந்-தனர். அவர்கள் பயந்தபடி எதுவும் நடக்கவில்லை.

முகூர்த்தம் சந்திரனை அனுசரித்து அதன் சுப ஓரையில் வைப்பதால் இரவு ஒன்பது முதல் பத்தரை வரை நேரம் குறித்து இருந்தனர். மாலை ஏழு மணிக்கு பாராத் மண்டபத்திற்கு வந்து சேரும் என ஏற்பாடு .

முகூர்த்த நாளில் ஆதவன் ஆறுமணிக்கு எல்லாம் வளையவர ஆரம்பித்து விட்டான். நம் பெண்ணரசி உறங்கினால் எழுப்பலாம் என வந்தவனை அதிசயமாக ஏமாற்றி விட்டாள் ஜானகி. இன்று அவன் வரும் முன்னே துயில் நீங்கி இருந்தாள்.

காலையில் உற்சாகமாக எழுந்து தன் வீரூஜிக்கு, ஒரு குட்மார்னிங் GIF மெஸேஜ் ரோஜாப்பூ கொடுத்து அனுப்பினாள்.

அதைப் பார்த்தவுடன்,ஃப்ளையிங் கிஸ்ஸோட ஐ லவ் யூ, என அனுப்பினான் ரகுவீர். அன்றைய நாள் அவளின் குட்மார்னிங்குடன், அவனுக்கு மிகவும் சந்தோஷமாக விடிந்தது.

"வீரூஜி" என அனுப்பினாள்.

"சொல்லுடி மேரிஜான்"

" நீங்க ஹேப்பியா"

"ரொம்ப ஹேப்பி, மேரிஜான் உன்மையில் மேரிஜான் ஆகப்போகிறாள். ஸோ ஹேப்பி"

"என்னைக் கேட்கமாட்டீங்களா"

"தெரிந்த பதிலுக்கு, எதற்குக் கேள்வி"

"என்ன தெரியும்"

" நினைவிலும், கனவிலும் நான் தான் உன்னில் நிறைஞ்சு இருக்கேன்னு தெரியும்" என்றான்.

"ஆகா, நினைப்பு தான் உங்களுக்கு. நான் ரொம்பப் பிஸி, உங்களை நினைக்கவே இல்லை" என்றாள்.

" ஹாஹாஹா" என ஒரு சிரிப்பை எமோஜாக அனுப்பினான்.

" நம்பிட்டேன்" எனச் சேர்த்து அனுப்பினான்.

"நிஜமாவே சொல்றேன்" ஆங்ரி மோடோடு அனுப்பினாள்.

" மேரிஜான், நீ என்னை நினைத்துக் கனவு காண்பதாக, தேனு, மானூ கூடச் சொன்னதுங்க" எனச் செய்தி அனுப்பினான்.

"பொய் சொல்றீங்க" என்றாள்.

"கூப்பிட்டு கேளு மிர்ச்சி ,மாஷா கூப்பிடுறாங்க கீழே இன்னிக்கு நிறையச் சடங்கு இருக்கிறது நைட் பேசுவோம் " என்றான்.

" என் கல்யாணத்துக்கு வரலையா நீங்க" என்றாள்.

"உன் ஷாதிக்கு தான் பாராதோட வருகிறேன், நீ என்ன தருவ" என்றான்.

" என்கிட்ட என்ன இருக்கிறது ,அப்பாஜான் கிட்டக் கேட்டு அவர் மகளை வாங்கிக்குங்க" என்றாள்.

"அது பூபாஷா தர்றது, நீ இன்னும் தரவேண்டிய பெண்டிங் இருக்கிறதே"

"என்னவாம்" என்றாள்.

"மூன்று மேஜிக்கல் வார்த்தை" என்றான்.

"நேரம் ஆச்சுக் கிளம்புங்கள்" என அனுப்பினாள்.

"மேரிஜான், இது சீட்டிங், நான் வட்டியும் முதலுமா வாங்குகிறேன். தயாராக இரு" என்றவன் மீண்டும் ஓர் ஃப்ளையிங் கிஸ்ஸோடு ஆப் லைன் போனான்.

புன்னகையுடன் போனை வைத்த ஜானகிக்கு மனதில் மகிழ்ச்சி கரை புரண்டோடியது இது அவள் வாழ்க்கையில் எதிர்பார்த்த நாள். சிறுவயதில் பொம்மை கல்யாணத்தில் கூட அவள் மாப்பிள்ளை வீரூஜி தான். இன்று நிழல் நிஜமாகிறது.கனவில் நினைத்ததெல்லாம் நினைவில் கூடிவரும் வேலையில் ஜானகியின் மனம் படுத்தும் பாடு, ரகுவீரின் காதலுக்கான உரைகல்.

'அவ்வளவு சுலபமா இந்த ஜானகியைக் கட்டிட முடியுமா என்ன? மாட்டை அடக்கவேண்டும், இளவட்டக்கல் தூக்கவேண்டும், ரேக்ளா வண்டி ஓட்டனும்' இது ஜானகியின் வார்த்தைகள் தான். ஆனால் அதைவிடக் கடினமான டாஸ்க்காக, ஜானகியின் மன ஓட்டத்தை அனுசரித்து, ரெனாவத்திடம் இருந்து காப்பாற்றி, பிஸ்னஸ் சமாளித்துக் கைப் பிடிக்க இருக்கிறான்.

அவன் முயற்சி வெற்றி பெற வாழ்த்துக்கள் சொல்லி, ஆசிவழங்க இன்னும் சிலமணி நேரங்கள் காத்திருப்போம்.

மனதின் வார்த்தை-59

திருமணங்கள் சொர்கத்தில் நிச்சயிக்கப்படுகின்றன. அதனைச் சொர்க்கமாகவே வைத்துக் கொள்வது நம் கையில் தான் உள்ளது.

திக்விஜயம் செய்த மீனாட்சி அம்மை மூவுலகையும் வென்று, கைலையை அடைந்தார். சிவனாரைத் தரிசித்த நொடி தாம் யாரென அறிந்தார். அம்மையார் அழைப்பு விடுக்க, அப்பன் புலி ஆடை தவிர்த்துப் பட்டாடை உடுத்தி, ஆபரணங்கள் சூடி, மாநிறம் கொண்ட எம் அம்மைக்கு, செக்கச் சிவந்த சொக்கநாதராக வந்தார். திருமணம் முடித்த அம்மை, அப்பனிடம் அரசாட்சியை ஒப்படைத்து அவருக்குச் சேவகம் செய்து மகிழ்ந்தார். இதில் உள்ள அன்பு ஒருவர் மற்றவர் மீது வைத்த அன்பு அவருக்காக எதையும் செய்ய வைக்கும். ரகுவீர் , ஜானகியும் இந்த அன்பில் நிறைந்தவர்கள்.

காலையில் ஜானகியுடனான குறுஞ்செய்தி பேச்சில் எல்லையில்லா மகிழ்ச்சி அடைந்த ரகுவீர், மாப்பிள்ளை கலையோடு, உற்சாகமாகக் குளிக்கப் போனான். அவளின் ஒரு பேச்சு அவனை அந்த அளவு மாற்றியிருந்தது. ஆணழகன் தான் ரகுவீர், பிஸ்னஸ் டென்ஷன், ஜானகி டென்ஷனில் முகம் எப்போதும் சிந்தனை கோட்டை நெற்றியில் பதியவிட்டு இருக்கும். ஆனால் இப்போது கொண்டு வந்து இளவட்டக்கல்லைக் கொடுத்தாலும் ஒரே கையால் தூக்குவார் நமது துல்ஹா ராஜா. அந்த மேஜிக்கல் பவரை தன்னிடம் வைத்து ரகுவீரை ஆட்டுவித்துக் கொண்டிருந்தாள் ஜானகி தேவி.

முகூர்த்த தினத்தில் காலையில்' ஜானேவ்' எனப்படும், ஹோமம் வளர்க்கின்றனர். இதில் மாப்பிள்ளை காவி உடையோடு அமர்ந்திருப்பார். தனது மற்ற தேவைக்காகச் சுற்றித் திரிந்த துல்ஹா அதன் மீதுள்ள பற்றைத் துறந்து, திருமண வாழ்வில் அடியெடுத்து வைப்பதற்காகச் செய்யப்படும் ஹோமம் ஆகும்.

ரகுவீர், தன் மாஷா தந்த காவி வண்ண தோதி, துண்டோடு வந்து அமர்ந்தான். பண்டிட்ஜி அவன் கையில் தண்ணீர் விட்டுச் சுத்தம் செய்து விட்டு ஹோமத்தை ஆரம்பித்தார். ராத்தோட் அனைவரும் அதில் கலந்து கொண்டனர்.

கீழே எதையோ கேட்க வந்த பாலன் இதனைப் பார்த்து விட்டு அப்படியே மேலே ஏறிவிட்டான். நேரே ஹாலில் இருந்த சிவாப்பா ராகினியம்மாவிடம் சென்று நின்றவன், "அம்மா இது என்ன அத்தானைச் சாமியார் ஆக்கிக்கிட்டு இருக்கிறார்கள்" எனக் கேட்டான்.

"என்னடா சொல்ற கல்யாண மாப்பிள்ளையை எதற்கு அப்படிச் செய்வாங்க" என வந்தார் தெய்வா. ராகினி பதில் சொல்லும் முன் ஆளுக்கொரு கருத்துச் சொன்னார்கள். சுவாரஸ்யமான அந்தப் பேச்சைச் சிரித்தபடி கேட்டு நின்றார் ராகினி.

"ஜானகிட்ட மாட்டிட்டு முழிக்கிறதுக்குப் பதிலா சாமியார் ஆகலாமென்று முடிவெடுத்துட்டாரோ " என்றான் சங்கரப்பாண்டி.

"அண்ணன், நாம போய்ச் சொல்லுவோம் , எங்கள் ஜானகி அவ்வளவு ரெரர் கிடையாதுன்னு" என்றான் சந்தன பாண்டி. இவர்கள் பேசும் போதே வந்த ஜானகி, "ஹலோ, அப்படிப் பார்த்தால் எங்கள் அக்கா இரண்டு பேரும் உங்களைக் கட்டுகிறதுக்கு முன்னாலேயே மடத்தில் போய்ச் சேர்ந்திருப்பாங்க" என்றாள்.

"யாரு உங்க அக்காளுங்க, நல்லாச் சொன்னப் போ, ஏவுனு வேலையைச் செய்ய அடிமை புருஷனுங்க இருக்கும் போது எதற்குப் போறாளுங்க. நாங்கள் தான் சன்னியாசம்போகனும்" என்றான் பெரியவன்.

"நல்லாப் போனாரு உங்க ஐயித்தான், மொட்டைமாடிக்குக் கூட ஏற மாட்டார்" என்றாள் சித்ரா. "அப்புறம் எதுக்குடி உங்களைக் கட்டிவச்சது" என்றார் சுந்தரவள்ளி.

"உங்கள் பஞ்சாயத்தை விடுங்கள், அத்தான் சாமியார் ஆகாமல் இருக்க நம்ம என்ன செய்யவேண்டும். ஜானும்மா நீ ஏதாவது சண்டை போட்டியா" என்றான் பாலன். "ஜானி சண்டை போடறதுக்கெல்லாம், சாமியாராகனும்னா, நாங்கள் வந்த அன்னைக்கே அண்ணன் சாமியார் ஆகியிருப்பார்." என்றாள் அமிர்தா.

"அடியே கூடவே இருந்துக்கிட்டுச் சப்போர்ட் மட்டும் அண்ணனுக்கா" என்றாள் ஜானகி. ராகினி இவர்கள் பேசுவதில் சிரித்து முடித்தவர், "அதுக்குப் பேர் 'ஜானேவ்' னு சொல்லுவோம். தேவையில்லாத பற்றைத் துறந்து

புனிதமான இல்லற வாழ்க்கைக்கு வருவதற்காக அனுமதி " என்றார் ராகினி.

"சாமியார் ட்ரெஸ்சிலையா அனுமதி வாங்கனும். ஐய்யர் வீட்டில் காசி-யாத்திரை மாதிரியா இருக்கும்" என்றார் சிவகாமி.

"இதைச் செய்துகிட்டா தான் மாப்பிள்ளை, ஷாதி செய்யத் தகுதியான-வராக ஆவார். பூணூல் போட்டுவிடுவார்கள்" என்றார் ராகினி.

"ஜானகி, பூணூல் போடுவாங்களாமே, கறி மீன் சாப்பிட மாட்டாங்களா" என்றார் சுந்தரவள்ளி. "வீட்டில் சமைக்கிறது இல்லை அத்தை. ஆனால் வீரூஜி, தவிர்க்க முடியாத பிஸ்னஸ் மீட்டில் சாப்பிட்டுப் பழக்கம் உண்-டென்று சொன்னாங்க" என்றாள் ஜானகி.

"அப்ப உன் வீட்டுக்கு வந்தால் பருப்பும், இனிப்பும் தான் சாப்பிடனும்" எனக் குறைபட்டார் அத்தை.

" உங்கள் மகன் கிட்டச் சொல்லி மீன் பொரித்துத் தரச் சொல்கிறேன். கடல் பக்கத்தில் தானே இருக்கிறது. அந்த ரிசார்டில் கூடப் பொரித்த வாடை வந்துச்சு" என்றாள் ஜானகி. "எந்த ரிசார்ட்ல மீனு பொரிக்கிறானுங்க?" என அத்தை வெள்ளந்தியாகக் கேட்டு விட்டார்.

ஜானகி முகம் போன போக்கில் சுதாரித்த அப்பத்தா, "காலை நேரம் அரட்டையா அடிக்கிறீங்க. ஜானகி நீ போய்க் குளிச்சிட்டு வா, மஞ்சள் பூச வந்திடுவாகல்ல" என்றார். ஜானகி ரூமிற்குள் சென்றுவிட்டாள்.

"என்னது மஞ்சள் தண்ணீர் ஊற்றுவோமே, சடங்குக்குத் தானே ஊற்று-வோம், கல்யாணத்துக்கு எதற்கு" என்றாள் அமிர்தாவின் அண்ணி கவிதா.

"இங்கே அந்த முறை இருக்கு கவிதா, மாப்பிள்ளைக்குச் சந்தனம் மஞ்-சள் கலந்து கால் கையில் பூசுவார்கள், அவர்கள் மேல் பூசிய ஹல்தியில் கொஞ்சம் எடுத்துக் கிண்ணத்தில் போட்டு, இன்னும் கொஞ்சம் சேர்த்துக் கொண்டு வந்து பெண்ணுக்கு பூசுவாங்க" என்றார் ராகினி.

ரகுவீருக்கு ஜான்வே சடங்கு முடித்துப் பூணூல் அணிவித்தனர். அதே பண்டிட்ஜி பெண் வீட்டுக்கு வந்து, அதாவது ஜானகி தங்கிய மாடிக்கு , ஒரு தூணில் பூஜை செய்து கயிறு கட்டினார். இது 'தம்ப் பூஜா' என்று அழைக்-கப்படுகிறது. இது இரு குடும்பத்தாருக்கும் நல்ல பிணைப்பு உருவாக்க நடத்-தப்படும் சடங்கு ஆகும்.

இதை முடித்த பின்னர் ராத்தோட்ஸ் பதினோரு பிராமணர்களுக்கு, துணி பணம் வைத்துக் கொடுத்து சாப்பாடு போட்டு அனுப்பினர்.

ரகுவீர் வெள்ளை பைஜாமாவுடன், கழுத்தில் துண்டு மட்டும் போட்டு அமர்ந்திருந்தான். "ஹல்தி" சடங்கு ஆரம்பமானது. தாதாஷா, தாதிஷா விலிருந்து வரிசையாகச் சந்தனம், மஞ்சள், பன்னீர் விட்டுக் குழைக்கப்பட்ட ஹல்தியை மாவிலை கொண்டு பூசினர். தொடர்ந்து அமர்சிங், ஹரிணி என ராத்தோடகள் பூச சிவமாளிகை ஆண்கள் மற்றும் ராகினி வந்து ஹல்தி பூசி-னர்.

ரகுவீர், காலையில் தன் லுகாயி அனுப்பிய குறுஞ்செய்திகளால் முழுச் சந்தோஷத்திலிருந்தான். அவனின் முகம் மாப்பிள்ளைக் கலை பூசி இருந்தது. அனைவரும் திருப்தியுடன் மகிழ்ந்தனர்.அவன் மேனியிலிருந்து வலித்து எடுக்கப்பட்ட ஹல்தியோடு ஷப்னம் இன்னும் கொஞ்சம் சேர்த்து ஹல்தி கரைத்தார். ஆண்களைக் கீழே விட்டு விட்டு, பெண்கள் மட்டும் மேல் தளம் சென்றனர்.

மொட்டை மாடியில் ஹல்திக்கு ஏற்பாடு செய்திருந்தனர். அங்கே இருக்கும் சிறிய நீச்சல் குளத்தில் பூக்களால் அலங்கரித்துப் பன்னீர் ரோஜாப்பூ போட்டு வைத்திருந்தனர்.

ஜானகி, ஸ்லீவ்லெஸ் ப்ளவுஸ் , பாவாடை தாவணியில் இருந்தாள். கழுத்து,கை காது, கால்,இடுப்புத் தலையில் சூட்டி முதற்கொண்டு மல்லிகை, செவ்வந்தி மலர்களால் அலங்கரிக்கப்பட்ட பூக்களால் ஆன நகைகள். கந்தர்வக்கன்னியாக இருந்தாள்.

மயக்கும் பார்வையில் தன்னைச் செல்பி எடுத்து ரகுவீருக்கு அனுப்பி வைத்தாள். பூக்களால் அலங்கரிக்கப்பட்ட ஸ்டோன் பென்சில் உட்காரவைத்து, ஜானகிக்கு ஷப்னம் முதலில் ஹல்தி பூசினார். மஞ்சரி ,மயூரி,அமிர்தா, தீப்தி, சாந்தினி எனக் கன்னியர் கூட்டமும் சூழ்ந்து பாடல்களைப் பாடினர்.

அமிர்தா, சிவகாமிச் சொல்லித் தந்த நலங்குப் பாடலைப் பாடினாள்.

"கந்தமலர் மீதுறையும் கட்டழகி சீதை.
இந்துமுகச் சுந்தரம் சேர் ராமர் மகிழ் கோதை.!
கோசலைக் குமாரனே கல்யாண ராமா
கௌசிகரின் வேள்விதனைக் காத்த பரந்தாமா!
கல்லைப் பெண்ணாக்கி வைத்த கமலமலர் பாதா.
தொல்லுலகில் கீர்த்தி மிகு துரையே ரகுவீரா!
சிவதனுசைத் தான் முறித்த சீர் மிகுந்த தோளா.
புவனம் புகழ் சனகர் பெற்ற ஜானகி மணவாளா!

வீட்டுப் பெண்கள் யாவரும் மஞ்சள் பூசி ஜானகியின் சிவந்த கன்னத்தை மறைத்தனர். தீப்தியும், சாந்தினியும்,தங்கள் திறமைக்குத் தீனியாக இருந்த ஜானகியின் அழகை கேமராவில் சிறைபிடித்தனர்.

மாமியார், நாத்தனார், அம்மா, பாட்டி தோழிகள் என அனைவரும் வரிசையாகப் பூசி மகிழ்ந்தனர். அதன் பின்னர் அவளை, கைத் தாங்களாகக் குளத்தில், இறக்கி வாசனைத் திரவம், பன்னீர் பால் என ஊற்றிக் குளிக்கவைத்து, நிஜமான "கும்ரிஷா"வாக ராஜகுமாரியாக நடத்தினர். மஞ்சளையும் தாண்டி நாணத்தில் சிவந்து ஜானகியின் முகம். தோழிகள் தங்கள் பங்குக்கு, ஜானகியைக் கிண்டல் கேலி செய்தனர். பாலை ஊற்றி மாலிஷ் செய்த மயூரி, "பளபளப்பா மாற்றினால்தான் படேபய்யா மயங்கி விழுவார் " என்றாள். "அதில் இல்லடி மயூ, வாசனைத் திரவங்கள் வாசனையில் ஜீஜாஷா

கிறங்கிடுவார்" என்றாள் மஞ்சரி."இந்தப் போஸில் போட்டோவை படேபய்-யாக்கு அனுப்புகிறேன், ஆள் க்லோஸ்" என்றாள் தீப்தி.

"போங்கடி, போங்கடி " என ஜானகி அவர்கள் மேல் தண்ணீர் அள்ளி வீசினாள்.

"மயூ,மஞ்சி ஏண்டி ஜானியை வம்புலுக்குறீங்க. அம்மனி ஆல்ரெடி அண்ணன் மேலே மன்மதன் அம்பு விட்டுட்டு வந்திருக்காடி" என மொபைல் கேலரியில் இருந்த பிச்சரைக் காட்டினாள்.

"ஓஹோ, நாமெல்லாம் ஜானி கிட்டப் படிக்க வேண்டியது நிறைய இருக்-கிறது" என்றாள் மஞ்சரி. இதே போல் கேலி கிண்டலுடன் ஹல்தி நிகழ்ச்சி நடைபெறும்போது, அரேபியக் கடலின் காற்று வந்து இவளைத் தீண்டிச் சென்றது. கன்னியாக இவள் சீற்றிடையில் பாவாடைக் கட்டி தாவணி உடுத்-தும் கடைசி முறை. இனி அதை உடுத்த அவள் திருமதியாக ஆகியிருப்-பாள்.

அவள் மேனி தழுவி நின்ற தாவணி அவளுக்கு வாழ்த்துச் சொன்னது. இதே போல் மஞ்சள் நீராட்டி மாறாப்பு போட்டப் பூ அவள். இன்று மஞ்சள் நீராடி மன்னவன் மஞ்சம் நிறைக்கச் செல்கிறாள். எத்தனை முறை அவள் ஆசைக்கும், அம்மா, அப்பத்தாவின் ஆசை நிறைவேற்றவென அணிந்தி-ருப்பாள். தமிழ் நாட்டில் கட்டும் தாவணியே அழகுதான். இன்று மூழ்கி எழும் ஜானகி, தன் பாவாடை தாவணி ஆடைக்கும் முழுக்குப் போடுகி-றாள். தாவணி கனவுகளைச் சுமந்து தன் 'வீரூஜி' யை மணம் முடிக்க மணம் கமழும் நீரில் நீராடி மணப்பெண்ணாய் பூச்சூட சிவகுரு ராகினியின் சீமந்தப் புத்திரி தயாரானாள்.

ஜானகி,அகத்தில் மறைத்துக் கண்ட கனாவெல்லாம், நிஜத்தில் உருவெ-டுத்து, தன் மணம் கவர்ந்த மணாளனாம் ரகுவீரனைக் கரம் பிடிக்க மண்டபம் நோக்கிப் புறப்படும் நேரம் வந்தது.

தங்கள் குலதெய்வத்தை மனதில் நிறுத்தி தாத்தா சிவபரங்கிரி திருநீறு பூசிவிட்டார். மீனாட்சியை வழிபட்டு அப்பத்தா சிவகாமி குங்குமப் பொட்டு வைத்தார். அண்ணன் மகள் சிறப்பாய் மங்கள நாண் கட்டிக் கொள்ள அத்தை சுந்தரவள்ளியும், மாமன் முருகானந்தமும் ஆசீர்வதித்தனர்.

சண்முகமும்,தெய்வாவும் தம் மணிவயிறு பெறாத தங்கள் பெண் பிள்-ளையை உச்சி முகர்ந்து வாழ்த்தினர். தான் பெற்ற மகள் தன் பிறந்த வீட்டு மருமகளாய் குல விளக்கு ஏந்திச் செல்லும், தான் தூக்கி வளர்த்த மரும-கனின் மனம் நிறைக்கச் செல்லும் மகளை ராகினி உள்ளம் பூரிக்கப் பார்த்து நின்றார்.

தன் உயிரின் பாதியாய் உருவி வளர்த்த மகள், ஜானகி சிவகுரு நாதனாக இங்கிருந்து செல்லும் செல்வமகள், வரும் போது ஜானகி ரகுவீராக வருவாள். கன்னியான தன் மகளைத் தானம் செய்யும் சுகம், நாளைய குடும்பம் தழைக்கத் தகப்பன் தரும் கன்னிகாதானம். மகளை அழைத்துச்

செல்கையில் தன் உரிமையையும் தாரை வார்க்கப் போவதாக எண்ணி தாரையாகக் கண்ணீர் வடித்த தகப்பனைக் கட்டியணைத்து அழுதாள் பொன்மகள் ஜானகி தேவி. கூடப் பிறந்த தன் தங்கையை மாற்றான் தோட்-டத்தை நிறைக்கவென அண்ணன் அமுதன் கூட்டிச் செல்கிறான்.

முன்னும், பின்னும் வாகனங்களின் அணிவரிசை நடு நாயகமாய் ஜானகி பெற்றோருடன் பயணம் செய்தாள். சைலேந்தர் ராத்தோட் பாதுகாப்பு ஏற்-பாட்டை ஸ்பெசல் அனுமதியின் பேரில் ஏற்றிருந்தான். ரகுவீர் ஒவ்வொரு மணித் துளி அப்டேட்டுடன் காத்திருந்தான். தான் பாராத் மாப்பிள்ளை ஊர்-வலம் கொண்டு செல்லும் நேரத்திற்காகத் தவித்துக் கொண்டிருந்தான்.

ராக்கேஷ் ரெனாவத், ருத்ரநாத் பவாரியா சிறையில் இருந்து தப்பியது உறுதி செய்யப் பட்டது. எனவே சைலேந்தர் மிகவும் கவனமாக ஏற்பாடுகளை மேற்பார்வை இட்டான். மண்டபத்தின்,உணவு அலங்காரம், பீடாவாலா, சர்-வீஸ் ,மேளம்,பஞ்சாராக்கள் என அனைவரையும் போட்டோ எடுத்து சிப்-போடு கார்ட் கொடுத்தே உள்ளே அனுப்பினர். போட்டோ எடுக்கும் போதே, அது ரெனாவத், பவாரியாவுடனும் மேட் செய்து ரிசல்ட் சொல்லும் விதமாக, ராத்தோட்ஸ் செக்யூரிட்டி சிஸ்டம் அப்டேட் செய்யப்பட்டு இருந்தது.

ஆனால் ராக்கேஷ் எல்லாவற்றையும் தாண்டி தொலைவிலிருந்து கண்-காணித்துக் கொண்டிருந்தான். ஜானகி ஷாதிக்கு ஒப்புக்கொள்ள மாட்டாள் என்று நினைத்திருந்தான். ஆனால் சகாயீ முடிந்து மூன்று நாட்களில் ஷாதி என்ற செய்தி அவன் காதுகளை எட்டி இருந்தது. அதன் படி, அவனுடைய சகாக்களை வைத்து வெளியே தப்பித்து விட்டான். ஜானகியை பலி வாங்கிய பின்னர் ஒரு மாஃபியா கேங்குடன் போட் ஏற ப்ளான் செய்து விட்டான்.

ஷாதி மண்டபத்திற்குள் நுழையும் வழியை ராத்தோட்ஸ் அடைத்திருந்-தனர்.

உறவினர்கள், நண்பர்கள் என இருநூறு பேருக்கு மட்டுமே அழைப்பு. அதனால் அவர்களின் போட்டோக்களும் இருந்தது எனவே ஷாதிக்கு வரும் எல்லாரும் அடையாளம் கண்ட பின்னே உள்ளே அனுப்பப் பட்டனர்.

சமையல் வெளியே செய்து இங்குக் கொண்டுவர இருப்பதால், கத்தி போன்ற ஆயுதங்களுக்கும் அனுமதி இல்லை. ஏசி மண்டபம்,குறைந்த எண்-ணிக்கையில் ஆட்கள் என்பதால் சுலபமாக இருந்தது.

சிவமாளிகை ஆட்கள் மண்டபத்திற்கு வந்து விட்டனர். இவர்களோடு ஹேமந்த், பல்லாஜீ, பாண்டேஜி, ரெட்டிகாரு பேமலியும் ஆஜர். இவர்கள் அனைவரும் பெண் வீட்டுச் சார்பாக வந்தனர். ஜானகிக்கு அலங்காரம் செய்ய ப்யூட்டி பார்லர் பெண்கள் காத்திருந்தனர். சிவகாமி மாத்திரை போட்-டிருக்கும் பேத்தி, ஒரு மணிநேரம் தூங்கிய பின்னர் ஆரம்பிக்கலாம் என அவர்களைக் காக்க வைத்திருந்தார்.

ஆறுமணிக்கு பாராத் கிளம்பி ஏழு மணிக்கு வந்து சேரும். இரவு உணவை முடித்து ஒன்பது மணிக்கு முகூர்த்தம் ஆரம்பிக்கும். சிவமாளிகை

சொந்தங்களுக்கு இந்தத் திருமணம் ஏற்பாடு எல்லாம் வித்தியாசமாக இருந்தது. ஆச்சரியமாகப் பார்த்துக் கொண்டிருந்தனர்.

மாலை ஐந்துமணி, ராத்தோட்ஸ் ஸ்வர்ன மஹலில், அவர்களது பூஜா மண்டபத்தில் ஆரத்திக் காட்டி தாதிஷா ரகுவீருக்குத் திலகம் இட்டார்.ராத்தோட்ஸ் அனைவரும் தங்கள் பாணியில் ராயல் ஆடைகளில் தயாராகி இருந்தனர்.

ஆண்கள் ஒரே மாதிரியான டர்பன் தலைப்பாகை கட்டி இருந்தனர். பெண்களில் பெரியவர்கள் மும்பை வாசிகளாக மாறியிருந்ததனால், வேலைப்பாட்டுடன் கூடிய விலையுயர்ந்த மெல்லிய சேலை முக்காடு அணிய ஏற்றது போல் அணிந்திருந்தனர். ஹரிணி, மயூரி ஆரஞ்சு வண்ணத்தில் லெஹங்கா பாவாடை, ப்ளவுஸ், ப்ளூ வண்ணத்தில் வேலைப்பாட்டோடு கூடிய தாவணி, குட்டி ஹாசினியும், மாம்&மீ கலெக்ஷன் லெஹங்கா உடுத்தி இருந்தது.

ரகுவீருக்கு, 'நகாஷி' எனும் சடங்கு, கண்களில் மை எழுதி, முகத்தை மறைத்து, முத்து மாலையால் ஆன ஸெஹ்ரா கட்டுவது. ஹரிணி, ரகுவீர் கண்களுக்கு மை எழுதினாள். மயூரி 'ஸெஹ்ரா' கட்டினாள். தாதாஷா,' வாள்-தல்வார்' அலங்கரிக்கப்பட்ட உறையுடன் கூடியதை ரகுவீர் கையில் கொடுத்தார். இது பரம்பரையாக அவர்களிடம் இருப்பது. ரகுவீர் இதற்கு முன்னரே தன்னுடைய செர்வானி பாக்கெட்டில் ஒரு 'கன்' பத்திரப்படுத்தி இருந்தான்.

ரகுவீர் கோல்டன் கலர் ஷெர்வானியில், தலையில் சிவப்பு டர்பன் நவரத்தினங்களால் கோர்க்கப்பட்டு அணிந்திருந்தான். முகத்தில் சந்தோஷத்தோடு சேர்ந்து பதட்டமும் ஏறியிருந்தது. தன் மிர்ச்சி டார்லிங் அனுப்பிய ஹல்திக்கு முன் செல்பி, ஹல்தியோடு அவளின் நனைந்த அழகில் ரகசியமாகத் தீப்தியிடம் இருந்து சுட்டு ப்ளையிங் கிஸ் பறக்கவிட்டு அனுப்பி இருந்தாள். அதில் கிறங்கி இருந்தான் ரகுவீர்.

'மேரிஜான், கொண்ணுட்டடி" என ஏக்கமாக இதயத்தில் அம்பு பாய்ந்த ஜிஐஎப் மெஸேஜ் அனுப்பி வைத்தான்.

ஜானகியின் நினைவில், எத்தனை மனக்காயங்கள் அவளுக்குப் பட்டாலும், அதை ஆற்றும் சக்தி தன்னிடம் இருப்பதை உணர்ந்தான் ரகுவீர். அது முதல் மகிழ்ச்சி சூழ்ந்தது அவனை. வழக்கமான ஸ்ப்ரே, பவுடரிலேயே ஹேண்ட்சம்மாக இருந்தான், ரகுவீர் சிங் ராத்தோட். கழுத்தில் அவன் மாஷா போட்டுவிட்ட சிவப்பு ஜேட் மணிகள், அதனில் தொங்கிய நவரத்தின டாலர் என வாளும் சேர்ந்து, ரியல் ராஜ்புத்தான் ராஜாவாக இருந்தான்.

பாராத் , மாப்பிள்ளை ஊர்வலம் தயாரானது. முன்னே பேண்ட் வாத்தியம், இரஜஸ்தானி டோல் அடி பட்டையைக் கிளப்ப, அவர்கள் வளர்க்கும் குதிரை, எனவே பழக்கம் இருந்தது ரகுவீருக்கு. அலங்கரிக்கப்பட்ட குதிரையில் ஏறி அமர்ந்தான். அவனுக்கு முன்னே கூமர் ஆடும் பஞ்சாராக்கள், பேண்ட் வாத்தியம், சைடில் ராஜ் வீர், ரன்வீர், சைலேன்,அமர்சிங் பைக்கில்

வந்தனர். திறந்த வெளி ஹை எண்ட் காரில் ராத்தோட்கள் வந்தனர். சௌஹான், டாக்கூர் போன்ற சம்பந்திகள்,சில பங்காளிகளும், இவர்களோடு இணைந்தனர்.

முன்னால் வெடி வெடித்து, வண்ணப் பட்டாசுகள் கொளுத்தி , பஞ்சாராக்களின் கூமர் நடனத்துடன், ஜானகியின் ஜானாவாசம், ரகுவீரின் பாராத் ஷாதி மண்டபத்தை நேக்கிப் புறப்பட்டது.

ஜானகி சர்வ அலங்கார பூசிதையாகத் தன் மணாளனுக்காகக் காத்திருந்தாள். மண்டபத்தின் வாசலில் ராகினி மருமகனை வரவேற்க, இராஜஸ்தானி முறைப்படி பானைக்கலையம், ஆரத்தி தட்டு, வேப்பிலை கொத்து, நூல் கயிறு எனச் சகலத்தோடு தயாராக இருந்தாள்.

சிவ மாளிகை பெண்கள் அவர்களோடு , பர்க்கா, ப்ரீத்தோ, பார்வதி ,பங்குரி, சிம்மி, பிங்கி என இவர்களும் ராகினி வைத்துக் கொடுத்த பட்டுச் சேலையில் பாங்குடன் தமிழ் நாட்டுப் பெண்களாக மாறி இருந்தனர். மஞ்சரி இங்கி, பிங்கிப் போட்டுக் கடைசியாக ராத்தோட் பஹுவாக இல்லாமல், சிவகுரு நண்பர் மகளாகச் சேலையில் அம்சமாக இருந்தாள்.

ஆண்கள் அனைவரும், பட்டு வேஷ்டி, பட்டுச் சட்டையில் அங்கவஸ்திரம் அணிந்து தமிழராக இருந்தனர். சர்ப்ரைஸ் விசிட்டாக, அமித் பாண்டே,ஆரவ் பாண்டே, ஜெய் பல்லா, ஸ்ரீநிதி, ஸ்ரீமதி கணவனுடன் என வராத விருந்தினரும் வந்து சேர்ந்தனர். பெண் வீட்டுப் பக்கம் வெயிட்டாக, தமிழகத் திருமணம் போல் இருந்தது.

வாசலில், ஜண்டை மேளம், நாதஸ்வரம் எல்லாம் ஏற்பாடு செய்திருந்தனர்.

கரகாட்டம் முதலிய கிராமிய கலைகளை அழைக்க முடியவில்லையே என வருத்தத்திலிருந்தார் சண்முகம். ஜானகியின் பாராத் மண்டபத்தை அடைந்தே விட்டது. அந்த நாளும் வந்திடாதோ என மீராவாக உருகிய ஜானகியின் மாயக் கண்ணன் வீரு மாப்பிள்ளையாக வந்துவிட்டான். சிவதனுசை முறித்த ராமனில்லை இவன். சிவகுரு மகளின் மனம் கவர்ந்த ரகுவீரன்.

ஆனந்தம் ஆனந்தம் ஆனந்தமே!
பரமானந்தம் ஆனந்தம் ஆனந்தமே!
ரகுவீரும் மணமகன் ஆனானே!
ஜானகியும் மணமகள் ஆனாளே!
மாப்பிள்ளை ஊர்வலம் வந்ததுவே!
மணமகள் ஜெயமாலையிட தயாரானாளே!
ஆனந்தம் ஆனந்தம் ஆனந்தமே!
பரமானந்தம் ஆனந்தம் ஆனந்தமே!

'பாராத்' உடன் வந்த அனைவருக்கும் நல்வரவு. பாராத் வரவேற்பு, ஜெயமாலா, கன்னிகா தான், பேரே, ஷப்தபதி எனக் கல்யாணம் கலைக்

கட்டுகிறது. தவறாமல் வாருங்கள் ஜானகி-ரகுவீர் கல்யாண வைபவம் முடித்துப் போஜனம் செய்யலாம்.

மனதின் வார்த்தை-60

பூமழைத் தூவி சொந்தங்கள் வாழ்த்த இருமனம் இணையும் திருமண வாழ்வில் அடியெடுத்து வைக்க ஜானகி தயாராக நின்றாள். சூடிக் கொடுத்த சுடர்க்கொடியாக இருந்தவள், உண்மையில் ரகுவீரின் ஜானகியாகப் போகிறாள். கனவு மெய்ப்படும் நேரம் வந்தது.

பாராத், மண்டப வாசலை அடைந்தது. எதிர்வைச் செய்து, மாப்பிள்ளையை அழைத்து வரும் மரபு உண்டு. மணமகளைப் பெற்றவரும், உற்றவரும் ரகுவீரனை வரவேற்க வாசலுக்கு வந்தனர். நாதஸ்வரம் மேளம் ஒரு புறம் முழங்க, அது அடங்கும் போது கேரள ஜண்டை மேளம் இடியென முழங்கியது, அது ஓயும் போது, பேண்ட் வாத்தியம் ஒலித்தது. சுழற்சி முறையில் வாசித்து எல்லாம் சேர்ந்து உச்சம் அடைந்த போது, "தோரண் சூனா" என்ற சடங்கை ரகுவீர் தன் குதிரை மேலிருந்து எட்டித் தோரணத்தை வாளினால் தொட்டான்.

வாத்தியங்கள், ஒருவருக்கு ஒருவர் இயைந்து இனிமையைக் கூட்ட ,வேட்டிக் கட்டிய தமிழர் கூட்டம் பெண் வீட்டார் இருகரம் கூப்பிச் சம்பந்திகளை வரவேற்றனர். சம்பந்தி வீட்டாருக்கு மாலையிட்டு மரியாதை செய்து அழைத்தனர்.

ரகுவீர் குதிரையிலிருந்து இறங்கினான். ஸ்வர்ன ராகினி, பெண்ணின் தாயார் வரவேற்கும் முறை செய்ய வந்தார். தமிழ் நாட்டு மருமகளாய் சேலை உடுத்தி, இராஜஸ்தானி சடங்குக்காக முக்காடு இட்டு இருந்தார்.

முதலில் ஆரத்தி தட்டில் விளக்கு ஏற்றிச் சுற்றியவர், "பதாரே ஜாமாயிஷா" என்று திலகமிட்டார். அடுத்துப் பானை தலையில் வைத்துக் குனியப் போனார் ராகினி," புவாஷா ருகியே"என ரகுவீர் உயரே எட்டி சடங்கு காசை அதில் போட்டான். அடுத்து வேப்பிலை கொப்பால் உச்சந்தலை முதல் பாதம் வரை தட்டினார். கடைசியில் ஒரு நூற்கண்டால் ரகுவீர் பாதம் முதல் நூலைப் பிடித்து உச்சந்தலை வரை ஏறுமுகமாக வைத்து, இறங்குமுகமாக இறக்கி பின்னர் அதே நூலை அவன் தலையைச் சுற்றித் தூக்கிப் போட்டார். ரூயாய் நோட்டுக் கொத்தாகச் சிவகுருவிடம் இருந்து வாங்கி, ஸ்பெஸலாகத் தன் வீருவுக்குத் திருஷ்டி கழித்து, பஞ்சாராக்களிடம் கொடுத்தார். இந்தச் சடங்கு முடியவும் ரகுவீர் ஆவலாக ஜானகியை எதிர் பார்த்தான். ஒருவழியாகச் சாசுமா சடங்கு முடிந்தது என ஜானகியைப் பார்க்க ஆவலாக நின்றிருந்தான்.

ஆனால் அவன் பொறுமைக்குச் சோதனையாக, அமிர்தா, மஞ்சரி, ஃப்ரீ சிஸ்டர்ஸ், தேனு,மானூ பல்லா ஃபேமலி எனப் பதினோரு பெண்கள், வித-

விதமான ஆரத்தி தட்டுகளுடன் வந்து நின்றனர். ரகுவீர் புன்னகை மாறாமல் நின்றான். ஒவ்வொருவராய் அலங்காரா ஆரத்தி சுற்றி பணக்கட்டை வாங்கியே ரகுவீருக்கு வழிவிட்டனர்.

அமுதன், பாலன் சிவகணேஷ், அமித், ஆரவ்,ஜெய் எனச் சிவகுரு வழி அத்தனை பேரும் ஜானகியின் சகோதரர்களாகப் பூப்பந்தல் பிடித்து வர ஜானகி நடுநாயகமாக, அடர் சிவப்பு வண்ணக் காஞ்சிப் பட்டில் வெள்ளி ஜரிகை டாலடிக்க தலையில் மெல்லிய வேலைப்பாட்டுடன் கூடிய 'கூங்கட்' (முக்காடு) அணிந்து அடிமேல் அடியெடுத்து வைத்து பதுமையென வந்தாள்.

நெற்றியில் 'மாங்க் டீக்கா' எனத் தங்கத்தில் ஜிமிக்கி உருண்டை போல் உருவாக்கப்பட்டு முத்து வைரம் பதிக்கப்பட்டு இருந்தது. 'நத்' எனப்படும் மூக்கு வளையம், தங்கம் முத்துக்களால் கோர்க்கப்பட்டு ஜடையில் மாட்டி இருந்தனர். காதுகளில் நெக்லஸ்க்குப் பொருத்தமான பெரிய தோடுகள், மாட்டல் காதைச் சுற்றி மாட்டியிருந்தாள். கை வளையல், தந்த நிற திருமணத்திற்குப் போடப்படும் வளையல்கள் மற்றும் கல், தங்க வளையல்கள், மணிக்கட்டிலிருந்து விரல்களைச் சேர்த்து அலங்கரிக்கும், 'ஹாத்பூல்" . விரல்களில் மோதிரங்கள்.

சிவப்பு வண்ணக் காஞ்சிப் பட்டு, கழுத்தை ஒட்டிய நவரத்தின கற்கள் பதிக்கப்பட்ட சோக்கர் நெக்லெஸ், அதைக் 'கன்தி' என அழைக்கின்றனர். அதன் கீழே பெரிய வைரம் மாணிக்கம் பதிக்கப்பட்ட "ராணி ஆரம்' , அதன் கீழே இடுப்பில் ஒட்டியாணம் என அழைக்கப்படும் தங்கம் வெள்ளைக் கற்களால் ஆன" கமர் பந்த்" கால்களில் கெட்டி வெள்ளிக் கொலுசு, அவள் வரவைக் கொஞ்சி சொல்லியது.ஜடை அலங்காரம் சிவகாமிப் பாட்டி வழிக் காட்டலில் தமிழ்நாட்டு பாணியிலிருந்தது.

ஜானகியின் நகைகளைப் பார்த்து தாதாஷா, தாதிஷா, ராகினியைக் கேள்வியாக நோக்க, "ஆமாம் மாஷா, தாதிஷா எனக்குக் கொடுத்த நகைகள். பெண்வழி வாரிசு அதனால் ஜானகிக்குக் கொடுத்துவிட்டேன்" என்றார்.தன் மாஷா தான் ஜானகியாக மறுபிறவி எடுத்தார் எனப் பூரணமாக நம்பினார் வீரேந்திர சிங் ராத்தோட். ஜானகியை நகைகளோடு பார்க்கவும், தன் மாஷா இந்த நகைகளை அணிந்திருந்து பார்த்தது நினைவில் வந்தது வீரேந்திர சிங் ராத்தோட்க்கு .

இந்த நகைக்காகவே ஷாதிக்குப் பாதுகாப்புக் கொடுக்கலாம். சிவகுரு முதலில் வந்துவிட்டதனால், தங்கள் வீட்டுச் சேஃபில் இருந்து பரம்பரை நகைகளை முருகானந்தத்தை எடுத்து வரச் சொன்னார்.

தலை குனிந்து ஜானகி தேவி, ரகுவீருக்கு முன்னால் வந்து நின்றாள். இருவரும் ஒருவரை மற்றொருவரைப் பார்க்க இயலாத முகத்திரை இருந்தது. ரகுவீர் "ஷெஹ்ரா" வைத் தூக்கி அவளைக் கூர்ந்து பார்த்தான். இருந்தும் திருப்தி இல்லை அவனுக்கு, நடுவில் ஒரு கூங்கட் மறைக்கிறதே.

நாதஸ்வரம் 'மாலை மாற்றினாள்' பாடலை வாசிக்க, ஜானகி கையில் ரோஜா இதழ்களால் ஆன மாலை வழங்கப்பட்டது. விழி உயர்த்தி அவனைப் பார்த்தாள், அவள் மாலை சூட்டும் முன் தன் உயரத்தை இன்னும் உயர்த்தி நிமிர்ந்து நின்றான் ரகுவீர்.

"ஜானிமா, இது தான் சவால், ரகுவி கழுத்தில் மாலை போடு பார்ப்-போம்" என அவளின் மாமன் மார்களிலிருந்து அனைவரும் விளையாட, பக்கத்தில் திரும்பி அமுதனைப் பார்த்தாள், அண்ணன்கள், அலேக்காக ஜானகியைத் தூக்க, வெகு சுலபமாக ரகுவீர் கழுத்தில் மாலை போட்டாள்.

'வர்மாலா' 'ஜெயமாலையாக அவன் கழுத்தில் விழுந்தது. ரகுவீரிடம் மாலைக் கொடுக்கப்பட்டது, ஜானகியை இறக்கி விடாமல் சகோதரர்கள் தூக்கி இருந்தனர். ராஜ், ரன்வீர், சைலேன் மூவருமாக ரகுவீரைத் தூக்க, ஜானகி கழுத்தில் மாலையிட்டான்.

இருவரையும் ஜோடியாக உள்ளே அழைத்துச் செல்ல, சமயம் வாய்த்த போது, ஜானகியின் கையைத் தன் கைப்பிடிக்குள் வைத்துக் கொண்-டான்.நேரம் எட்டைக் கடந்தது.

அமித்பாண்டே ரகுவீரைக் கட்டியணைத்து, தன் பய்யா பாபியை அறி-முகம் செய்து வைத்தான். ஐஏஎஸ், ஆபிஸர்களான அவர்களின் கைபிடித்து நன்றி கூறினான் ரகுவீர்.

"ஜானகிக்குச் செய்யறது எங்கள் கடமை, இத்துனூண்டு குழந்தையிலி-ருந்து பார்க்கிறோம், பைனலி எங்கள் பஹனுக்கு அவள் 'வீரூஜி' கிடைத்து-விட்டார்" என்றான் ஆரவ்பாண்டே.

"எனக்குத்தான் கடைசியாத் தெரியுமா?" என ரகுவீர் கேட்டதற்கு, "இல்லை உங்கள் புவாஷா, பூஃபாஷா விற்குத் தான் கடைசியாகத் தெரியும். எங்கள் ஃப்ரண்ட்ஸ், கேங்க் எல்லாருக்கும் வீரூஜியைத் தெரியும்" எனச் சொல்லிச் சிரித்தனர்.

ராத்தோ மருமகள்கள் ஷப்னம், ஸர்குன் பூனம் மூவரும், மணமேடையில் தேவையானதை செய்துக் கொண்டிருந்த தெய்வா சுந்தரவள்ளியுடன் சேர்ந்து வேலைகளை கவனித்தனர்.

பண்டிட்ஜியிடம் ஷப்னமும்,ராகினியும் தமிழ் முறைப்படி மிஞ்சி அணி-விக்கும் சடங்கு போன்ற சிலவற்றைச் சேர்க்கச் சொன்னார்கள்,

மண்டபம் சௌகான்கள்,டாக்கூர் செகாவத்துக்களென ராத்தோட் உறவி-னர்கள் மற்றும் சிவகுரு நண்பர்களால் நிறைந்தது.

ப்ரித்தோ,பார்க்கா, பார்வதி மூவரும் நாளை தங்கள் ஊருக்குச் செல்வ-தைப் பற்றிப் பேசிக்கொண்டு இருந்தனர்."நாமளும் இரண்டு வாரமா இவர்-களோடே திரிகிறோம். பாவம் ராகினியும், பாய் சாப்பும் ரொம்பப் பயந்துட்-டாங்க." எனப் பார்வதி சொன்னார்.

"ரகுவீர் நல்ல பையன் நிலைமை புரிந்து உடனே ஷாதியை வச்சிருச்சு "என்றார் பார்க்கா. "ஆமாம் பாபிஜி, ஜானகி மேல் உயிரையே வச்சிருக்கு

நாமளும் பார்த்தோமே. ராகினி இனிமேலாவது நிம்மதியாக இருக்கட்டும் " என்றார் பிரித்தோ.

" பாபிஜி, ஸ்ரீ மேல் படிப்பு படிக்கவேண்டுமென்று சொல்கிறாள் " என்றார் பார்வதி. அங்கே வந்த ஆரவ் பாண்டேயின் மனைவி, " நான் இரண்டு பேர் கிட்டயும் பேசிட்டேன், டெல்லி, எய்ம்ஸில் நான் சீட் வாங்கித்தருகிறேன். ஆறு மாதம் கழித்து ஷாதி வைத்துக்கொள்ளலாம். நானும் ஸ்ரீமதியும் அதைத்தான் ஸ்ரீநிதிகிட்ட சொல்லிப் புரிய வைத்தோம்" என்றாள் .

'ரொம்பச் சந்தோசம் எங்கள் குழப்பத்தைத் தீர்த்துட்டே " என மகிழ்ந்தார் பார்வதி. "அப்ப அடுத்து அடுத்த ஷாதி ஹைதராபாத்,டெல்லி, சிறுமலை, சண்டிகர் னு, இந்த வருஷம் முழுவதும் ஷாதி தான் " என்றார் ப்ரீத்தோ.

பார்க்கா,"நீங்க எப்போ பிங்கி ஷாதி வைக்கிறீங்க" என்றார்.

"அமித், ஸ்ரீநீதி ஷாதியை ஒட்டி வைச்சுக்குவோம், அதற்குள் அமுதன் ஷாதி முடிஞ்சுடும்." என்றார் ப்ரீத்தோ.

பார்வதி, "ஜானகி ராசியானப் பொண்ணு தான், இவள் கல்யாணம் முடியவும், வரிசையா எல்லார் கல்யாணமும் முடியுது பாருங்கள்." என்றார்.

"படே பய்யா, நேரமாகிறது, முகூர்த்தம் ஆரம்பிக்கப் போகிறது, படிமாஷா வர சொன்னார்கள் " என்றான் ரன்வீர்.

" என்ன சோட்டே சாலேஷா ரொம்ப ஆர்வமா எல்லாம் செய்கிறார், ரூட் கிளியர் ஆகிறதோ " என்றான் அமுதன்.

"நீங்க எல்லாரும் செட்டில் ஆகிட்டீங்க, எனக்குத் தான் ஒர்க்அவுட் ஆக மாட்டேங்குது" என சோகமாகச் சொன்னான் ரன்வீர்.

'யாரென்று சொல்லுங்க பேசுவோம், யார்கிட்ட பேசணும்" என்றான் அமுதன்

"அப்படியே திரும்பி அமர் ஜிஜூஷா கிட்ட பேசுங்க, ஷாதி அப்புறம் பிக்ஸ் ஆனால் போதும் " என்றான்.

"கேமராக் கையில் தான் அடி வாங்குவியோ" என்றான் அமுதன்.

" நான் வாங்குகிறது இருக்கட்டும் உங்கள் தம்பியும் அதே தான் கேட்பான் போல, அது கொஞ்சம் வில்லங்கம் பார்த்துக்குங்க" எனக் கணேஷ் சாந்தினியுடன் நின்றதைக் காட்டி கொளுத்திப் போட்டுவிட்டுப் போனான். இது ஏதடா வம்பு எனச் சகோதரர்கள் முழித்தனர்.

பின்னர்ப் பெரியவர்கள் சொன்னதின் பேரில், அமுதன், பாலன், கணேஷ் ரகுவீரை மணிமேடைக்கு அழைத்துச் சென்றனர்.

பண்டிட்ஜி, முகூர்த்த நேரம் ஆரம்பித்தது என அறிவிப்பு கொடுத்தார். ரகுவீரை அழைத்து வந்து அமர்த்தினர். விநாயகர் துதியோடு, கங்கணம் கட்டினர். மணப்பெண்ணை அழைத்துவரச் சொன்னார், ஜானகியைப் பெற்றோர், தோழிகள் அழைத்துவந்தனர். அவளுக்கும் கங்கணம் கட்டப்பட்டது. யாகம் வளர்த்து, அக்னியை வேண்டினர்.

சிவகுரு ராகினியுடன் தங்கள் திருமகளை அவள் மனம் கவர்ந்த ரகு-வரனுக்குக் கன்னிகாதானம் செய்ய வந்தனர். ஜானகி கையில் வெற்றிலை பாக்கு, மஞ்சள்,பூ வைத்து ரகுவீரின் கைகளில் வைத்து, பால்,தண்ணீர் ஊற்றி தாரை வார்த்தனர். தாரைவார்த்த தருணம் சிவகுருவுக்குத் தன் உணர்வு என்னவென்றே புரியவில்லை.

அடுத்துப் பொரி ஆகுதி அக்னிக்குத் தருவது, ரகுவீர், ஜானகியின் பின்னே நின்று கையைச் சேர்த்துப் பிடித்துக் கொள்ள அமுதன் பொரி அள்ளி இவர்கள் கையில் போட்டான். அதை மணமக்கள் அக்னியில் போட்டனர். இது அக்னி தேவனைத் தங்கள் வீட்டு அடுக்களையில் அடுப்பு அணையாமல் அன்னம் எப்போதும் பஞ்சமின்றிப் பெறவேண்டும் என வேண்-டுவது.

'பானிக்ரஹ்' ஜானகி கைக்கு மேலே ரகுவீரின் கையை வைத்து, அதில் அமுதன் கெண்டியில் தண்ணீர் ஊற்றினான். அந்தத் தண்ணீரை ரகுவீர் ஜானகி கையில் ஊற்றி. "உன்னை என்றும் அன்புடன் வைத்துக் கொள்-வேன். என் உயிர் உனக்காகவே துடிக்கும், நீரின் சாட்சியாக மணந்து கொள்வோம் வா" என்று சத்தியம் செய்து அழைத்தான்.

அம்மி மிதித்தல் , ஜானகியின் காலை அம்மியில் வைத்து, "நம்மை எதிர்க்கும் துர்க்குணம் கொண்டவர்களைக் கல்மனமாக இருந்து எதிர்ப்போம். நன்மை தீமையில் ஒன்றாகப் பயணிப்போம்"என ரகுவீர் சங்கல்பம் செய்தான். அதே நேரம் தமிழ் முறைப்படி மெட்டியை ரகுவீர் கைகளால் ஜானகிக்கு அணிவித்தனர்.

'கட்பந்தன்' ரகுவீர் தோள்களில் துணியைப் போட்டு அதனை ஜானகி முக்காட்டோடு இணைத்துக் கட்டுவர், ரகுவீர் அமிர்தாவை அழைத்துக் கட்-டச் சொன்னான். அவர்கள் காதலுக்கு ஆதி முதலான சாட்சி அவள், சந்-தோஷமாக முடிச்சுப் போட்டாள்.

அந்த நாளும் வந்த சுகத்தில் ரகுவீர் வலது கையை நீட்ட ஜானகி தன் கையை அவனிடம் ஒப்படைத்தாள். சில்லிட்ட அவள் கைக்கு, வெதுவெ-துப்பான அவன் கரங்கள் ஆதரவு தந்தன. அவன் கையில் சிறைப்பட்டவள், தன் மனதையும் அவனுள் சிறை இருக்கக் கண்களால் தூது விட்டாள்.

'பிரே'அக்னி வலம் வருதல். முதல் நான்கு சுற்று மணமகள் முன்னால் செல்ல, மீதி மூன்று சுற்றுகளுக்கு மணமகன் முன்னே செல்வான். மங்கள வாத்தியங்கள் முழங்கியது, பண்டிட் மணமக்களை எழுந்து நிற்கச் சொன்-னார்.

கைத்தலம் பற்றியவன் அவளை முன்னே கைப்பிடித்து அனுப்பிவிட்டான். ஜானகி அடிமேல் அடி வைத்து முன்னே சென்றாள். அவள் பின்னோடு ரகு-வீர் வலம் வந்தான். ஒருவருக்கு ஒருவர் ஏழு சத்தியம் செய்து கொள்வார்-கள். அக்னியைச் சாட்சியாக வைத்துச் செய்யும் இந்தச் சத்தியமே ஷாதி.

பண்டிட் ஏழு சத்தியங்களை ஸ்லோகங்களாகச் சொல்லச் சொன்னார். ரகுவீர் " பண்டிட்ஜி எங்கள் சத்தியத்தை நாங்களே சொல்வோம், ஜானும்மா சரிதானே" என்றான்.

அவளும் சரி எனத் தலையை ஆட்டினாள்.கூடி இருந்த ஷாதிக் கூட்டம் கலைக் கட்டியது, "ஆகா இதிலும் எங்கள் பேரன் பேத்தி புதுமை தான்" எனத் தாதாஷா சிலாகித்தார்.

முதல் சுற்று ஜானகி மெல்ல அடி எடுத்து வைத்தாள்.("ரகுவீர் யோசிக்க நேரம் கொடுக்காதே" எனக் கத்தியவர்களை ஜானகி பொருட்படுத்தவில்லை. இது அவள் வீரூஜி அவளுக்காகச் சொல்லும் சத்தியம்)

முதல் சுற்றில் ஜானகி மெல்ல அடியெடுத்து முன்னால் வந்தாள். அவள் நடக்க ஆரம்பித்ததும் தானும் பின் சென்று கொண்டே தனது முதல் வாக்கை சொன்னான் ரகுவீர், " எனது வாழ்க்கையின் வரமாக வந்தவளே! உனது தேவைகள், நல்வாழ்வு, மகிழ்ச்சி ஆகிய அனைத்தும் எனது பொறுப்பாகும். உன்னையும் நமது பிள்ளைகளையும் குறைவின்றி வாழவைப்பேன் என உறுதி அளிக்கிறேன்" என்றான் ரகுவீர்.

(வாரே வா எனக் கைதட்டினர்) பாதிச் சுற்றில் ரகுவீர் சொல்லி முடிக்க மீதி சுற்றில் ஜானகி, " பூர்வ ஜென்ம பந்தமாக வந்த என் வீரனே! ஏழேலு பிறவி எடுத்தாலும் நீங்கள் என் வரனாகவும், நான் உங்கள் வதுவாகவும் இருப்போம். நான் உங்கள் வீட்டையும், குடும்பத்தையும் பொறுப்பாகப் பார்த்துக் கொள்வேன் ,என உறுதியளிக்கிறேன்" எனச் சொல்லும் போதே நெகிழ்ந்தாள்.

இரண்டாம் சுற்றில் ரகுவீர்: " என் அன்பிற்குரிய ஜான்வியே , வாழ்க்கை முழுமைக்கும் , நான் உனக்கு நேர்மையானவனாகவும், உண்மையானவனாகவும் உனக்காக நின்றிருப்பேன். உன் மனம், உடல், பொருள், ஆகியவற்றைக் காத்து உனக்கு என்றும் துணையிருப்பேன்"என அவளது கரத்தில் அமுத்தம் தந்தான். அதைப் புரிந்து கொண்ட ஜானகி: "நினைவு தெரிந்த நாளிலிருந்து என்னுள் நிறைந்தவனே, உங்களுடைய எல்லாக் கடமைகளிலும் பொறுப்புகளிலும் நானே முன்வந்து என்னால் முடிந்த உதவிகளைச் செய்வேன் என உளமார உறுதி அளிக்கிறேன்" என்ற போது ராத்தோட் குடும்பமே அவள் அதை ஏற்கெனவே செய்து விட்டாளே, என உணர்வு மிகுதியிலிருந்தது.

மூன்றாம் சுற்றில், பார்த்திருந்தவர் எதிர் பார்ப்பை ஏற்றிவிட்ட ரகுவீர் "என்னை முழுமையாய் ஆட்கொண்ட பிரியமானவளே, என் முழுத் திறனும், ஆற்றலும் கொண்டு செல்வ வளத்தைப் பெருக்குவேன். பொன் பொருள் குறைவின்றி வளமான வாழ்க்கைக்கு நான் பொறுப்பாவேன்.நம் பிள்ளைகளுக்கு நல்ல கல்வியைக் கொடுத்து நன்மக்களாக ஆக்குவோம்" என்றான்.

பிள்ளை என்றதும் நாணமுற்ற அந்த அணங்கு ஜானகி: "எனக்காகத் துடிக்கும் என் இதயமே! நீங்கள் கொண்டுவரும் பொருள் கையளவே ஆனா-

லும் நான் குடும்பம் நடத்துவேன். நீரே என் வாழ்வின் முதலுரிமையாவீர். உம் கரம் பற்றி எல்லா இன்பம் துன்பத்திலும் பங்கேற்பேன்." என்றவளின் வார்த்தைகளில் பூரித்து நின்றான்.

அடுத்தச் சுற்று நடந்து கொண்டிருக்கச் சிலையெனச் சென்ற ரகுவீரை,"பய்யா அடுத்ததைச் சொல்லுங்கள்" என மயூரி சுயநினைவில் இழுத்துவரத் தொண்டை கரகரப்புடன், ரகுவீர்," என் மனதைக் கொள்ளைக் கொண்டவளே! ஷாதி எனும் இந்தப் பவித்ர பந்தத்தில் என்னுடன் இணைந்து பயணிக்க வந்தமைக்கு நன்றி. என் வாழ்வை வண்ணங்களால் வரைந்திட வா மேரிஜான். நமது இரண்டு குடும்பத்தையும் அன்பால் அரவணைத்துச் செல்வோம்.எந்த ஒரு விசயத்திலும் முடிவெடுக்கும் முன் உன்னை நான் கலந்தாலோசிப்பேன்" என நெகிழ்ச்சியாகச் சொன்னான்.

அவன் வார்த்தைகளால் விம்மிய நெஞ்சை அடக்கி ஜானகி தேவி

" என் வாழ்வின் வண்ணமே நீதானே என் அன்பே, நீங்கள் எடுக்கும் முடிவுகளில் நான் உடனிருப்பேன். நம் குடும்பம், சடங்குகள், சம்பிரதாயங்கள், பூஜை முதலான எல்லாவற்றிலும் உங்களோடு இணைந்திருப்பேன். வீரூஜி' உங்கள் வாழ்வில் வரும் தடைகள் எதுவாயினும், எனைக் கடந்தே உம்மிடம் வரும் இது சத்தியம்"

என ஜானகி உரைத்தபோது நான்காம் சுற்று முடிந்திருந்தது, அடுத்து ரகுவீர் முன்னால் போக வேண்டும். அவளின் கடைசி வாக்கியத்தில் கலங்கியவன் அவளை உச்சி முகர்ந்து முத்தமிட்டே முன்னேறினான்.

("செம ப்ரோ, இதுவரை இத்தனை ரொமான்டிக் 'பேரே' பார்த்தது இல்லை" என இளசுகள் கத்தினார்கள்)

"அமர்சிங் ஹரிணியிடம்," ஹனி , உன் தம்பி எங்கிருந்து இந்த டயலாக் கற்றுக்கொண்டான் , ரொம்ப உணர்ச்சியோடு சொல்கிறானே " என்றான்.

"பேசாமல் ஷாதி பாருங்கள், மற்றதை அவன் கிட்டயே கேட்போம் " என மிரட்டினாள் .

ஐந்து, ஆறு, ஏழாம் சுற்றில் மாற்றி மாற்றிச் சத்தியங்களைச் சொல்லிக் கொண்டனர்.

*நாம் இன்ப துன்பங்களை நல்ல புரிதலுடனும், கவனமுடனும் பகிர்ந்து கொள்வோம்.

* நல்ல ஆரோக்கியமான குழந்தைகளை எமக்கு அளிக்கக் கடவுளை வேண்டுகிறோம்.

*எங்கள் பிள்ளைகளுக்கு நல்ல பண்பும், மானிட புரிதலுடன் வாழக் கற்றுக் கொடுப்போம்.

*.வாழ்வோ தாழ்வோ எந்தச் சூழ்நிலையிலும் அன்பும் காதலும் மதிப்பும் மரியாதையும் குன்றாமல் வாழ்க்கை முழுதும் வாழ்ந்திடுவோம்.

*வாழ்வில் மகிழ்ச்சியும், அன்பும் அமைதியும் தந்து எங்கள் கடமைகளை நாங்கள் செல்வனே செய்ய எல்லாம் வல்லக் கடவுள் அருள் புரிய வேண்-

டுகிறோம்.

*நாங்கள் இந்தப் புனித பந்தத்தை மதித்து இன்று முதல் கணவன் மனைவியாக உயிர் உள்ளவரை ஆத்மார்த்தமாக இணைகிறோம்.

* ஈருடல் ஓருயிராய் என்றும் இணைந்தே பயணிப்போம்.

*"அன்பும் அரணும் உடைத்தாயின் இல்வாழ்க்கை பண்பும் பயனும் அது எனும் வள்ளுவன் வாக்கிற்கேற்ப வாழ்வோம் "என ஜானகி வாக்கு இது.

*இந்தச் சப்தபதி சத்தியத்தை உயிருள்ளவரைக் காப்போம்.

என ஏழு சுற்றுகளை முடித்து, சப்தபதி அடியும் வைத்து, ரகுவீருக்கு இதயத்தில் அமர்ந்தவள், சம்பிரதாயமாக இடப்புறம் அமரும் அர்தாங்கினி-யாக அமர்ந்தாள்.

கெட்டி மேளம் கொட்ட 'சிந்தூர் தான்' எனும் குங்குமம் வைக்கும் சடங்கை கூங்கட் வழியாகக் கை நீட்டி ,வலம்புரிச் சங்கில் அள்ளி தனது பெயர் கொண்ட குங்குமத்தை மாங்க்டீக்காவை நிறைத்து , ஜானகியின் தலை வகிட்டில் நிறைத்தான். ஜானகி உள்ளம் நெகிழ்ந்து ஆனந்தக் கண்ணீர் உகுத்தாள்.

அடுத்து, தனது மாஷா தந்த கருகுமணியில் கோர்த்த வைரத் தாலியை அவள் சங்கு கழுத்தில் அணிவித்தான்.

சடங்கு சம்பிரதாயப்படி மந்திரங்கள் முழங்கப் பெற்றவரும் உற்றவரும் ஆசீர்வதிக்க, நண்பர்கள் மகிழ்ந்து கொண்டாடச் சுபமாக முடிந்தது ஜானகி தேவி ரகுவீரின் ஷாதி.

வந்திருந்த அனைவரும் மனதார வாழ்த்த, அட்சதை மலர்கள் தூவி, மணமக்களை அன்பில் திக்குமுக்காட வைத்தனர் உறவினர்கள்.

ராகினி தன் பாபுஷா,மாஷாவைக் கட்டிக் கொண்டு அழுதார். இது போல் தம் மகளைப் பார்க்கவில்லையே என அவர்களும் அழுதார்கள்.

அன்புள்ள அப்பாவா சிவாஜியாக மாறி இருந்த சிவகுருவை நண்பர்கள் நால்வரும் சேர்ந்து தேற்றினர்.

"இனிமே, என் ஜானு என் பேரை பின்னாடி போட மாட்டாள் தானே" எனச் சிறு பிள்ளையாகக் கேட்ட தகப்பனை முதுகில் ஓர் அடி போட்டுச் சமாதானம் செய்தார் பல்லாஜீ.

ரகுவீர்," தாதிஷா இப்பவே முஹ் திகாயீ வையுங்கள், என்னால் முடி-யலை. " எனக் கேட்ட பேரனுக்காகச் சரி என்றார் தாதிஷா. கையோடு அதையும் முடித்து, ராத்தோட்ஸ் சாப்பிடச் சென்றனர். பஹூவின் முகம் பார்த்தே விரதம் முடிக்கும் சம்பிரதாயம் உண்டு.

தாத்தா அப்பத்தா, தாதிஷா, தாதிஷா, நாநாஷா, நாநிஷா என அனை-வரிடமும் ஆசீர்வாதம் வாங்கினர்.

ஜானகியை ஐந்து நிமிட பரோலில் ரகுவீரிடமிருந்து அழைத்துச் சென்ற அமிர்தா ப்யூட்டிசியன் உதவியால் தமிழ் பெண்ணாக மாற்றினாள்.

ரகுவீர் உள்ளே வந்து மற்றவரை வெளியே அனுப்பி விட்டு ஜானகியின் கொள்ளை அழகைக் கண்களால் அள்ள அள்ளப் பருகினான். அடக்க முடியா ஆசையுடன் அவளை அணைத்தான். அவள் இதழைச் சிறைபிடிக்க ஆசை தான், ஜானகியின் மனநிலை என்னவோ, அவன் யோசித்து நிற்கையில் அவளே அதைச் செய்தாள். தேன் பருகும் வண்டாக மயங்கியவன் கதவு தட்டும் ஓசையில் விலகி நின்றான். கண்களில் காதலோடு ஏங்கி நின்றவனை நினைவுலகில் இழுத்து வந்த ஜானகி, ட்ஸ்யூவை நீட்டினாள்.

அவன் என்ன என முழிக்கவும் கண்ணாடியில் காட்டினாள். " ஜானும்மா, இனிமே லிப்ஸ்டிக் போடாதடி. என் பிழைப்பு இப்படியா ஆகனும் எனப் புலம்பிக் கொண்டே வாஷ்ரூம் சென்றான்.

ஜானகி, " இந்த அமித்துவை " என்றபடி கதவைத் திறக்க வெளியே ஷப்னமும் ராகினியும் நின்றனர்.

"எங்க உன் பதிதேவ்" என இருவரும் கோரசாகக் கேட்டனர். வெட்கம் பிடுங்கித் தள்ள வாஷ்ரூமைக் காட்டினாள். ராகினி அவள் மேக்கப்பை பார்த்து விட்டு,"ஜானும்மா லிப்ஸ்டிக் சரியாகவே போடலை" எனப் போட்டு விட்டார் ராகினி.

ராகினியின் பேச்சில் மஞ்சரி, மயூரி ஸ்ரீ, அமித்து எல்லோரும் சிரித்தனர்.

அவர்களுக்கு ஏற்கனவே தெரியுமே. அதே நேரம் வாஷ்ரூம் கதவைத் திறந்து ரகுவீர் வந்தான்.

"ஜீஜூஷா, உங்கள் லுகாயி போட்டிருக்கிற லிப்ஸ்டிக் ப்ராண்டடா" எனக் குறும்பு மின்னக் கேட்டாள்.

முதலில் புரியாத ரகுவீர் , "ராஜ்வி கூப்பிடுகிறான் அவனைக் கேட்டு எதெல்லாம் ப்ராண்ட்ன்னு கேட்டுச் சொல்கிறேன். அவனுக்குத் தான் எக்ஸ்பீரியன்ஸ் ஜாஸ்தி" என்றான்.

ராஜ் வீர் அதே நேரம்," பய்யா போட்டோ செசன் முடிச்சா பெரியவர்களை அனுப்பிடலாம். விதாயிக்கு டைம் பார்க்கிறார்கள்" என்றான்.

"இதோ வராறேன், மேரிஜான் போகலாமா? " எனக் கேட்டவன்," ராஜ் மஞ்சரிக்கு இது ப்ராண்டடா இல்லையான்னு அவளை வைத்தே செக் பண்ணி சொல்லுவியாம்" என்றபடி ஜானகி கைப்பிடித்துக் கிளம்பினான்.

"எதுடா மஞ்சி பேபி" என வந்த ராஜ்வீரிடம். "உங்கள் பய்யா என்னைக் கிண்டல் பண்ணிட்டுப் போறாரு, நீ வுற சந்தர்ப்பம் தெரியாமல் மொக்கை போடாத பேபி" எனச் சலித்துக் கொண்டாள் மஞ்சரி. அவர்களைத் தனிமையில் விட்டு மற்றவர் கிளம்பினர்.

அமுதன், சைக்கிள் கேப்பில் மயூரியை ஓரங்கட்டினான். அவளை அணைத்து அவள் கழுத்து வளைவில் முகம் புதைத்தான். கைகள் எல்லை மீறிக் கொண்டிருந்தது ."நாளைக்குக் கிளம்புறோம்டி, நீயும் வருவேல்ல? " என்றான்.

மயூரி பெரும் பாடு பட்டாள், சகாயீ முடிந்து மூன்று நாள் ஆச்சு, இப்ப தான் உங்களுக்கு நான் கண்ணுக்குத் தெரிகிறேன்" எனக் வாய் மட்டும் குறை பட்டது. மற்றவை அமுதனுக்கு அடிமையாகி இருந்தன,

ரகுவீர் ஜானகி மேடை ஏறி நின்றனர். ப்ரபொசனல் போட்டோ கிராப்பர்ஸ் அண்ட கணேஷ், தீப்தி டீமும் படம் எடுத்துக் கொண்டிருந்தனர்.

"சிவா, இப்போதாவது நீயும் உன் மகளும் உத்தரவு கொடுங்கள், இரண்டு வாரம் உங்கள் கூடவே சுத்துறோம்" என்றார் பாண்டே.

ஜானகி,"மாமாஜீ, உங்கள் வேண்டுகோள் ஏற்கப்பட்டது . நீங்கள் இப்ப கிளம்புங்கள், கூடிய சீக்கிரம் டெல்லி அல்லது ஹைதராபாத் ல கல்யாணம் வைங்க" எனப் பாண்டே ரெட்டியைப் பார்த்துச் சொன்னாள்.

"தேவியார் உத்தரவு, பேட்டாஜி பத்திரமா இருந்துக்குங்க" என ரெட்டிகாரு சொல்லவும் சிரிப்பு மழை.

"அம்மா, உண்மையாகத் தான் சொல்கிறேன். ரகுவீர் பேட்டா உங்கள் கிட்ட இருக்க வாளை இவள் கிட்ட குடுங்க சாட்சாத் ஜான்சிராணி தான்" என்றார் ரெட்டி.

ரகுவீர் வாளை நீட்ட, ஜானகி பிடித்து நின்று போஸ் கொடுத்தாள். "நீ மட்டும் அந்த ஜெனரேசனில் பிறந்திருந்தால் வெள்ளைக்காரன் ஓடியே போயிருப்பான்" என்றார் பாண்டே.

"மாமாஜி, நான் நிஜமாகவே ராணி தான். ருத்ரா என்னைக் 'கும்ரிஷா" ன்னு கூப்பிட்டான். கொள்ளைக்காரனுக்குத் தெரியுது நம்ம அருமை" என்றாள் ஜானகி.

ரகுவீருக்கு தூக்கி வாரிப் போட்டது. சைலேந்தருக்கு போன் அடித்தான்.

மணி பதினொன்றுஆனது . விதாயி சடங்கு வைத்துக் கொள்ளலாம் என முடிவு செய்து, சடங்கை ஆரம்பித்தனர்.

தாதாஷா, தாதிஷா ராஜேன், ஷப்னம் வரவேற்கத் தயாராக வீட்டுக்குக் கிளம்பினர். சிவமாளிகை குடும்பத்தினர், மகளை அனுப்பி விட்டுக் கூடவே செல்லக் கூடாது என்பதால் மண்டபத்தில் தங்குகின்றனர். சௌஹான் மற்ற உறவினர்கள் கிளம்பிப் போய்விட்டனர்.

ஜானகி ரகுவீரோடு, ராஜ்வீர், சைலேந்தர் அமுதன் செல்வதாக ஏற்பாடு. முன்னும் பின்னும் ராத்தோட்ஸ் எல்லாரும் கிளம்பப் பாதுகாப்பும் ஏற்பாடு செய்திருந்தனர்.

விதாயி, ஜானகி விடை பெற்று மாமியார் வீட்டுக்குப் போகும் பிரியாவிடை நிகழ்ச்சி. சிவகுரு அழுது சிவந்து நின்றார். " அப்பாஜான் நான் கிளம்புகிறேன் காலையில் வந்துருங்க " என்றாள் ஜானகி.

"சரிடா" எனக் கம்மியக் குரலில் சொன்னவர்,அந்தப் பக்கம் திரும்பிக் கொண்டார்.

"அப்பா நான் எங்கப் போகிறேன், இரண்டு நாளில் சிறுமலை வந்துடுவேன்" என்றாள் .

ரகுவீரிடம் ," மாப்பிள்ளை தெரியாமல் ஏதாவது சின்னப்பிள்ளையாட்டம் செய்வாள் அடிச்சுராதீங்க " என்றார் சிவகுரு.

"பூபாஷா நீங்க இன்னும் அதை மறக்கவில்லையா, என் மேல் நம்பிக்கை இல்லையா "' என்றான்.

"அப்படியில்லை மாப்பிள்ளை சொல்றது என் கடமை" என்றார்.

ஜானகி நடுவில் புகுந்து, " அப்பா சொன்னால் சரின்னு சொல்லுங்கள், எதற்கு விவாதம்" என்றாள் ஜானகி.

"ஜானு நீ மாப்பிள்ளை கூடச் சண்டை போடாத " என அழுது விட்டார்.

சிவகுரு அழவும் ஜானகி அழுது, சமாதானம் செய்ய வந்த தெய்வா ,சண்முகமும் அழுதனர்

சிவகாமி, நேரமாச்சுக் கிளம்பு ஜானகி என அதட்டினார்.

ராகினி அழுகையை மறைத்து நின்றார். ஜானகி கூன்கட் போட்டு, ராஜஸ்தானி மருமகளாகக் கிளம்பினாள். அமிர்தா கொடுத்த பொரியை பின்னால் இறைத்த படி முன்னே செல்ல ராகினி முந்தி விரித்து மகள் இறைத்த பொரியை வாங்கியபடி வந்தார்.

காரில் ராஜவீர் ஓட்டினான் சைலென் முன்னால் அமர்ந்திருக்க அமுதன், ரகுவீருக்கு நாடு ஜானகி அமர்ந்தாள் , டிராபிக் இல்லாவிட்டால் பத்து நிமிடப் பயணம் பயணம் தடைப்படுமா ரெனாவத் என்ன செய்யக் காத்திருக்கிறான். பார்ப்போம்.

****

அடுத்த பாகத்தில் ....

ஜானகி தேவி, தாயைப் பிறந்த வீட்டோடு சேர்த்து வைக்க, சூளுரைத்து வந்தவள், சொந்தங்களின் உதவியால் அதனைச் சாதித்துக் காட்டினாள். ஆனால் அதற்கு அவள் தந்த விலை அதிகம். காவிய நாயகி சீதையைப் போல், தீவுக்குக் கடத்தப் பட்டு, ரகுவீரனால் சிறை மீட்கப்பட்டாள் . ராவணன் தீவில் அவளடைந்த துன்பம் யாது, மீண்டும் தக்க வரும் அவனிடமிருந்து எப்படி மீள்வார்கள். தாக்குதலில் மீண்டாலும்,ரகுவீரின் ஜானகியாய் மீண்டு வருவாளா... மூன்றாம் பாகத்தில் வாசியுங்கள்.

www.ingramcontent.com/pod-product-compliance
Lightning Source LLC
LaVergne TN
LVHW050650051026
849532LV00002B/585
* 9 7 9 8 8 8 6 0 6 9 2 4 2 *